ശിക്ഷാശാസ്ത്രം
ഒരു മുഖവുര

Shiksha Sasthram Oru Mukhavura
Study

Dr. James Vadackumchery

CHINTHA PUBLISHERS
Thiruvananthapuram

First Edition
April 2023

Published & Typesetting
Chintha Publishers, Thiruvananthapuram

Printed at
Time offset printers, Thiruvananthapuram

Cover Design
Vinod mangoes

Printed at
Akshara Offset, Thiruvananthapuram

ISBN : 978-93-94753-68-6

CO - 3248 / 6416

Email: chinthapublishers@gmail.com
Website: www.chinthapublishers.com

A version is available at National Libraries
Kolkata, Mumbai, Chennai and Delhi

Distribution
DESHABHIMANI BOOKHOUSE
H O Thiruvananthapuram 695035

Branch
Head Office Kunnukuzhi • Statue Thiruvananthapuram
KSRTC Bus Terminal Thampanoor • Saphalyam Complex Thiruvananthapuram
KSRTC Bus Station Alappuzha • KSRTC Bus Station Ernakulam
Machingal Lane Thrissur • IG Road Kozhikode
Mavoor Road Kozhikode • NGO Union Building Kannur
Central Bus Terminal Complex Thavakkara Kannur

ശിക്ഷാശാസ്ത്രം
ഒരു മുഖവുര

ഡോ. ജെയിംസ് വടക്കുംചേരി

ചിന്ത പബ്ലിഷേഴ്സ്
തിരുവനന്തപുരം-695 035
വില : ₹ 220

ഡോ. ജെയിംസ് വടക്കുംചേരി

ജനനം: 1949 ൽ. മഞ്ഞപ്ര, മാണിക്യമംഗലം സ്കൂളുകളിൽ പ്രാഥമിക/ഹൈസ്കൂൾ വിദ്യാഭ്യാസം. കേരള, കർണ്ണാടക, സാഗർ സർവ്വകലാശാലകളിൽ ഉന്നത വിദ്യാഭ്യാസം. ക്രിമിനോളജിയിൽ ബി എ, എം എ ബിരുദങ്ങൾ. ക്രിമിനൽ ജസ്റ്റിസിൽ പി എച്ച് ഡി. എസ് എസ് എൽ സി മുതൽ എഴുതിയ പരീക്ഷകളിൽ ഫസ്റ്റ് ക്ലാസും ഉയർന്ന വിജയവും ബി എ, ഡി പിച്ച്, എം എ, എൽ എൽ ബി പരീക്ഷകൾക്ക് റാങ്ക്, സ്വർണ്ണമെഡൽ, നാഷണൽ മെറിറ്റ് സ്കോളർഷിപ്പുകൾ.

1976 ൽ കേരളാ പൊലീസിൽ ക്രിമിനോളജിസ്റ്റായി ജോലിയിൽ പ്രവേശിച്ചു. 70 ലേറെ ഇംഗ്ലീഷ് പുസ്തകങ്ങളുടെ കർത്താവ്. 1200 ലധികം ലേഖനങ്ങൾ പ്രസിദ്ധീകരിച്ച് 2006 ൽ *ലിംകാ ബുക്ക് ഓഫ് റെക്കോർഡ്സിൽ* സ്ഥാനം നേടി. 2003 ൽ അമേരിക്കൻ സൊസൈറ്റി ഓഫ് ക്രിമിനോളജി *Distinguished International Scholar* അവാർഡ് നല്കി ആദരിച്ചു. 2007 ൽ കല്ക്കത്ത സർവ്വ കലാശാല സ്വർണ്ണപ്പതക്കം നല്കി; നാളിതുവരെ എഴുതിയ ഈടുറ്റ രചനകളെ അംഗീകരിച്ചു.

കേരള പ്രിസൺ റിവ്യൂ കമ്മിറ്റിയംഗം, ജയിൽ ഉപദേശകസമിതി അംഗം, കർണ്ണാടക, സാഗർ, കാലിക്കറ്റ് സർവ്വകലാശാലകളിലെ ബോർഡ് ഓഫ് സ്റ്റഡീസ് അംഗം, കേരളാ പൊലീസ് വെൽ ഫെയർ കമ്മീഷന്റെ കൺസൾട്ടന്റ്, കേരളാ പൊലീസ് റീ ഓർഗ നൈസേഷൻ കമ്മീഷനിലെ അസിസ്റ്റന്റ് സെക്രട്ടറി, കേരള മഹാ ത്മാഗാന്ധി സർവ്വകലാശാലകളിലെ Ph.D. ഗൈഡ്, സർവ്വകലാ ശാലകൾ, പി എസ് സികൾ, പൊതുമേഖലാ സ്ഥാപനങ്ങൾ എന്നിവ നടത്തുന്ന പരീക്ഷകളുടെ ചോദ്യകർത്താവ് തുടങ്ങി വിവിധ മേഖലകളിൽ പ്രവർത്തിച്ചിട്ടുണ്ട്.

ദേശീയവും അന്തർദ്ദേശീയവുമായ പത്ര, ദൃശ്യ-ശ്രവ്യ മാധ്യമ ങ്ങളുടെ കൺസൾട്ടന്റ്. തിരുവനന്തപുരം ബാറിൽ ഇപ്പോൾ അഭിഭാഷകനാണ്.

ഭാര്യ : മേരി
മക്കൾ : നീതു, നീതി
വിലാസം : ഡോ. ജെയിംസ് വടക്കുംചേരി
ആശ്രമം റോഡ്, പേരൂർക്കട
തിരുവനന്തപുരം- 605 005
ഫോൺ : 0471- 2436946, 9447724369

ഉള്ളടക്കം

പ്രസാധകക്കുറിപ്പ്

മനുഷ്യചരിത്രത്തിലുടനീളം ശിക്ഷാവിധികൾ നിലനിന്നുപോന്നിരുന്നു. സമൂഹത്തിന്റെ മതരാഷ്ട്രീയ ദർശനങ്ങൾക്കനുസരിച്ച് ശിക്ഷാരീതികളിലും രീതിഭേദങ്ങൾ ദർശിക്കാം. ഭരണകൂടത്തിന്റെ ആവിർഭാവം ശിക്ഷാവിധികൾക്ക് ആധികാരികത പകർന്നു. ഭരണകൂടങ്ങൾ, തങ്ങൾക്കെതിരായ അഭിപ്രായങ്ങളെയും പ്രവൃത്തികളെയും നിഷ്കരുണം അടിച്ചമർത്തിപ്പോന്നു. ജ്ഞാനോദയത്തിനും ആധുനിക ജനാധിപത്യത്തിന്റെ പിറവിക്കും ശേഷം ശിക്ഷാവിധികളിൽ മാറ്റം വന്നിട്ടുള്ളതായി കാണാം. ശിക്ഷ എന്നാൽ എന്താണ്? എന്താണതിന്റെ ഉദ്ദേശലക്ഷ്യങ്ങൾ? ശിക്ഷാരീതികളും സമ്പ്രദായങ്ങളും എങ്ങനെ ആവിർഭവിച്ചു? തുടങ്ങിയ ചോദ്യങ്ങൾക്കുള്ള ചരിത്രപരവും നിയമപരവുമായ ഉത്തരം കണ്ടെത്താനുള്ള അന്വേഷണമാണീ പുസ്തകം. വിദ്യാർത്ഥികൾക്കും പൊതുവിലുള്ള വായനക്കാർക്കും ഒരേപോലെ പ്രയോജനകരമായിരിക്കും ഈ പുസ്തകം.

ചിന്ത പബ്ലിഷേഴ്സ്

ആമുഖം

ശിക്ഷയും ഒരു ശാസ്ത്രമാണോ? കുഞ്ഞുങ്ങൾ തെറ്റു ചെയ്യുമ്പോൾ അവരെ തല്ലരുത്, വഴക്ക് പറയരുത്, അവർക്ക് മനോദുഃഖം ഉണ്ടാക്കുന്ന രീതിയിൽ പെരുമാറരുത് എന്നൊരു ചിന്താഗതിയുള്ളവരുണ്ട്. അങ്ങനെ യല്ല, 'വടിമാറ്റി വെക്കുക, കുഞ്ഞുങ്ങളെ നശിപ്പിക്കുക' [Spare the rod and spoil the child] എന്നൊരു ചിന്താഗതിയും കാണുന്നുണ്ട്. കേരള ത്തിലെ ചുരുക്കം ചില കടകളിൽ വണ്ണം കുറഞ്ഞ 'ചൂരൽ വടി' വില്പ നയ്ക്ക് വച്ചിരിക്കുന്നത് കാണാം. അതിന് നല്ല ചെലവാണെന്നും കട നടത്തുന്നവർ പറയുന്നുണ്ട്. 'ചൊല്ലിക്കൊടുക്കുക, നുള്ളിക്കൊടുക്കുക, തല്ലിക്കൊടുക്കുക, തള്ളിക്കളയുക' എന്ന പഴമൊഴി ഉരുവിടുന്ന വയസ്സ ന്മാരും വയസ്സികളും സമൂഹത്തിലുണ്ട്. 'തള്ളിക്കളയുക' യെന്ന സമീപ നരീതി സ്വീകാര്യമല്ലായെന്ന് ശക്തിയുക്തം വാദിക്കുന്നവരുമുണ്ട്.

ഒരു കുഞ്ഞിന്റെ സ്വഭാവരൂപീകരണം അത് ജനിക്കുന്ന നാൾ മുതൽ തുടങ്ങുന്നു. ആദ്യം വീട്ടിലും പിന്നീട് സ്കൂളിലും അതു തുടരുന്നു. ശരി യായ മൂല്യങ്ങൾ ശരിയായ ദിശയിൽ ശരിയായവിധത്തിൽ ഉണ്ടായാലത് കുഞ്ഞുങ്ങളുടെ വ്യക്തിത്വവളർച്ചയ്ക്ക് വളരെ ആവശ്യമാണെന്ന് മനഃശാസ്ത്രജ്ഞർ പറയുന്നു. കുറ്റകൃത്യശാസ്ത്രചിന്താഗതിയും മറിച്ചല്ല. ഒരു കുഞ്ഞിലെ മൃഗീയചോതനകൾ ധാർമ്മികതയിൽ, ആത്മീയതയിൽ, ബൗദ്ധികതയിൽ, ശരിയായ ദിശയിലേക്ക്, ശരിയായ മൂല്യബോധത്തോടെ, ശരിയായ വിധം വളർന്നാലത് ഒരിക്കലും നിയമലംഘനങ്ങൾ നടത്തില്ല എന്നാണ് താത്ത്വികമായി കുറ്റകൃത്യശാസ്ത്രം പഠിപ്പിക്കുന്നത്. അത്തര ത്തിൽ വളർന്നയൊരു കുഞ്ഞ് നിയമലംഘനം നടത്തിയാലതിനെ തിരു ത്താനും അങ്ങനെ നേർവഴിക്ക് കൊണ്ടുവരാനും എളുപ്പമാണെന്ന് കുറ്റ കൃത്യശാസ്ത്രഗവേഷണങ്ങൾ തെളിയിക്കുന്നു.

ശിക്ഷാശാസ്ത്രം (Penology) എന്ന വൈജ്ഞാനികശാഖയതിന്റെ ശൈശവദശയിലാണിപ്പോഴും. 1834 ൽ ആണ് ശിക്ഷാ ശാസ്ത്രമെന്നൊരു വിഭാഗം ഉടലെടുത്തതുതന്നെ. അതിനുമുമ്പും ജനങ്ങൾ കുറ്റങ്ങൾ ചെയ്തിരുന്നു. അവരെ പലതരത്തിലും വിധത്തിലും ശിക്ഷിച്ചുമിരുന്നു. മനുഷ്യൻ ഉണ്ടായ കാലം മുതൽ നിയമങ്ങളും നിയമലംഘനങ്ങളുമുണ്ടായിരുന്നു. ശിക്ഷയും നല്കിയിരുന്നു. ആ കാലത്ത് കുറ്റകൃത്യങ്ങൾക്ക് ഉത്തരവാദി ചെകുത്താൻ (പിശാച്, സാത്താൻ) ആയിരുന്നതിനാൽ– ആ ചെകുത്താൻ കുറ്റം ചെയ്യുന്നയാളിൽ ആവസിച്ചിരുന്നതിനാൽ – ആ ചെകുത്താനെ വെളിയിലാക്കാൻ പിശാചുബാധ ഒഴിപ്പിക്കുകയെന്ന ഒരൊറ്റ മാർഗ്ഗമേ പ്രാചീനമനുഷ്യർക്ക് അറിയാമായിരുന്നുള്ളൂ. അദൃശ്യനായ പിശാചിനെ മനുഷ്യരുടെ നഗ്നനേത്രങ്ങൾക്ക് കാണാൻ കഴിയില്ലായിരുന്നു. അതിനാൽ, പിശാച് ആവസിച്ചിരുന്ന ആളെ അടിക്കുകയെന്ന രീതിയായിരുന്നു ആദിമനുഷ്യർ ഉപയോഗിച്ചിരുന്നത്. 'ഒഴിയെടാ, ഒഴിയില്ലേടാ' എന്നൊക്കെ ആക്രോശിച്ച് കുറ്റം ചെയ്തവരെ ശാരീരികമായി പീഡിപ്പിച്ചിരുന്നതിന്റെ ഫലമായി പലരും മരണപ്പെട്ടു. മരിക്കാതിരുന്നവർ മൃതപ്രായരായി ജീവിതം തള്ളിവിട്ടു. കുറ്റവാളികളോട് സ്വീകരിച്ചിരുന്ന ഈ മൃഗീയരീതി അസ്വീകാര്യമായിരുന്നു– അനീതിയായിരുന്നു. അത് ശാസ്ത്രീയമായിരുന്നില്ല.

മനുഷ്യർ കുറ്റം ചെയ്യുന്നതിനായി അവരുടെ അവയവങ്ങൾ ഉപയോഗിക്കുന്നതിനാൽ ആ അവയവങ്ങളാണ് കുറ്റകൃത്യങ്ങൾ ചെയ്യുന്നത്. അതുകൊണ്ട്, കുറ്റം ചെയ്യാൻ ഉപയോഗിക്കുന്ന അവയവങ്ങൾ ശരീരത്തിൽ നിന്നും എടുത്തുമാറ്റുക. അങ്ങനെ, കുറ്റവാളികൾക്ക് അവരുടെ അംഗവിച്ഛേദനം നടത്തി ശിക്ഷിക്കുകയെന്ന രീതി നിലവിൽ വന്നു. മനുഷ്യരുടെ അവയവങ്ങൾ വെറും ഒരു 'ഉപകരണം' മാത്രമാണെന്നും യഥാർത്ഥത്തിൽ അവയവങ്ങളല്ല തീരുമാനം എടുക്കുന്നതെന്നും അറിവില്ലാതിരുന്ന ആദിമമനുഷ്യർ കുറ്റവാളികളെ വികലാംഗരാക്കി ശിക്ഷിച്ചതിൽ ഒരു ന്യായീകരണവും ഇല്ലാതിരുന്നു. ക്രിസ്തുവിനുമുമ്പ് 18–ാം നൂറ്റാണ്ടു മുതലെ ശരീരാവയവങ്ങൾ വെട്ടിമാറ്റുന്ന *lex talionis* ശിക്ഷാരീതികൾ നടപ്പിലുണ്ടായിരുന്നു. Code of Hammurabi അഥവാ ബാബിലോണിയായിലെ രാജാവായിരുന്ന ഹമുറബിയുടെ നിയമസംഹിതയിൽ അത്തരത്തിലുള്ള അംഗവിഛേദനമാണ് കുറ്റകൃത്യങ്ങൾക്കുള്ള ശിക്ഷയായി കാണുന്നത്. അതനുസരിച്ച് കൈകൾകൊണ്ടു കുറ്റം ചെയ്താൽ കൈകൾ വെട്ടിയെടുക്കുമായിരുന്നു. നാവുകൊണ്ടാണെങ്കിൽ നാവ് മുറിച്ചു കളയുമായിരുന്നു. കണ്ണു ചൂഴ്ന്നെടുക്കുമായിരുന്നു. ബാബിലോണിയായിലെ നിയമം ഇന്ത്യയിലെ പുരാണങ്ങളിലും നമ്മൾ കാണുന്നുണ്ട്. അത്തരത്തിലുള്ള മൃഗീയശിക്ഷ നടപ്പിലാക്കിയാൽ അത് ഭാവിയിൽ വരാൻ സാദ്ധ്യതയുള്ള കുറ്റവാളികളിൽ ഭീതിയുണ്ടാക്കുമെന്ന് ഭാരതീയർ കരുതിയിരുന്നുവെന്നർത്ഥം. പഴയനിയമത്തിലെ മോശയുടെ (ക്രിസ്തുവിനുമുമ്പ് 1400–1250 ബി സി) ശിക്ഷാനിയമത്തിലും, 'കണ്ണിനുകണ്ണ്, പല്ലിനു പല്ല്' എന്ന തത്ത്വ

മായിരുന്നു സ്വീകരിച്ചിരുന്നത്. ഒറ്റക്കാലന്മാരും കാലില്ലാത്തവരും കണ്ണില്ലാത്തവരും ലിംഗം മുറിച്ചെടുത്തവരും കൈയില്ലാത്തവരും സമൂഹത്തിൽ പെരുകിയതോടെ അത്തരത്തിലുള്ള കാടൻനീതിയുടെ ഗുണമേന്മയെ പറ്റി തർക്കങ്ങൾ ഉണ്ടായി. എന്നാലും അത്തരം ശിക്ഷകൾ തുടർന്നു കൊണ്ടിരുന്നു. അതോടൊപ്പം വധശിക്ഷയും നടപ്പിലാക്കിയിരുന്നു. ഇതൊക്കെയുണ്ടായിട്ടും കുറ്റകൃത്യങ്ങൾക്ക് കുറവുണ്ടായിരുന്നില്ല. 1704 ൽ ലോകത്ത് ആദ്യമായി ജയിൽവാസം ശിക്ഷയായി കൊടുക്കാമെന്ന് അംഗീകരിച്ചു. അതോടെ ശിക്ഷാജയിലുകൾ യൂറോപ്പിൽ പല രാജ്യങ്ങളിലും പണിയാൻ തുടങ്ങി. മനുഷ്യന്റെ സ്വാതന്ത്ര്യം നിഷേധിക്കലാണ് ഏറ്റവും കഠിന ശിക്ഷയെന്ന് അപ്പോഴേക്കും ലോകം അംഗീകരിച്ചുകഴിഞ്ഞുവെന്നതും ജയിൽശിക്ഷ കൂടുതലായി നടപ്പാക്കാൻ കാരണമായി എന്നറിയുക. മനുഷ്യരിൽ മനഃപരിവർത്തനം ഉണ്ടാക്കാമെന്നും ജയിൽവാസം അതിന് ഉപകരിക്കുമെന്നും കണ്ടതോടെ ശിക്ഷയും ശിക്ഷാവിധികളും ശാസ്ത്രീയമായി പഠിക്കണമെന്ന ചിന്താഗതിക്ക് കൂടുതൽ അംഗീകാരം കിട്ടി. അങ്ങനെയാണ് 1834 ൽ പീനോളജി അഥവാ ശിക്ഷാശാസ്ത്രം ജന്മമെടുത്തത്.

മനുഷ്യർ മനുഷ്യർക്കെതിരെ വിധി പ്രസ്താവിക്കുമ്പോൾ മാനുഷികവൈകല്യങ്ങളും ന്യൂനതകളും വിധിയുടെ ഗുണമേന്മയെ ബാധിക്കുമോ? ബാധിക്കുമെന്നു തന്നെയാണ് ഗവേഷണനിഗമനങ്ങൾ. പിഴശിക്ഷയ്ക്ക് വിധിക്കപ്പെടുന്നവർ പിഴയെ ശിക്ഷയായി കണക്കാക്കാറില്ല. വധശിക്ഷ ശിക്ഷയല്ലെന്നും അത് 'നീതിന്യായ കൊല'യാണെന്നും കരുതുന്നവരുണ്ട്. ശിക്ഷയ്ക്കുമുമ്പിൽ 'വധം' എന്നെഴുതിയതുകൊണ്ട് കൊലപാതകം ശിക്ഷയാണെന്ന് കരുതാനാവില്ലയെന്നവർ വാദിക്കുന്നു. ജീവിതാവസാനം വരെ ജയിലിൽ മനുഷ്യരെ പാർപ്പിക്കുന്ന 'ജീവപര്യന്തം' ശിക്ഷ മൃഗീയമാണെന്ന് കാണുന്നവരുണ്ട്. 20 വയസ്സിൽ ചെയ്തയൊരു കുറ്റകൃത്യത്തിന് 80 വയസ്സിലും ശിക്ഷയനുഭവിക്കാൻ വിധിക്കപ്പെടുകയെന്നത് കടുത്ത മനുഷ്യാവകാശ ലംഘനമാണ് എന്നവർ പറയുന്നു. മനുഷ്യനിൽ മാറ്റങ്ങൾ വരുന്നുവെന്നതൊരു സത്യമെന്നിരിക്കേ എന്തിനാണ് ജീവപര്യന്തശിക്ഷ വയോവൃദ്ധരിലേക്കും/വൃദ്ധകളിലേക്കും നീട്ടുന്നത്? മാരകമായ രോഗത്തിനടിമകളായവർക്ക്– മരണം കാത്തുകിടക്കുന്നവർക്ക് ജയിൽവാസം നിർബ്ബന്ധമാക്കുന്നതിൽ അർത്ഥമുണ്ടോ? കാൻസർ രോഗികൾവരെ ജീവപര്യന്തശിക്ഷയനുഭവിക്കുന്നതായി ഞാൻ കണ്ടിട്ടുണ്ട്. അത്തരത്തിലുള്ളവർ ജയിലിൽത്തന്നെ കിടന്ന് അവർ മരിക്കണമെന്ന് വാശി പിടിക്കുന്നതിലെന്തർത്ഥം? സ്വന്തക്കാരും ബന്ധുക്കളും അങ്ങനെയുള്ളവരുടെ ഉത്തരവാദിത്വം ഏറ്റെടുക്കാൻ തയ്യാറായാൽ അത്തരക്കാരെ ജയിൽ വിമുക്തരാക്കുന്നതിൽ എന്താണ് അപാകത? നിയമം മനുഷ്യർക്കുവേണ്ടിയാണ്; മനുഷ്യർ നിയമത്തിനുവേണ്ടിയല്ല. ശിക്ഷ മനുഷ്യർക്കുവേണ്ടിയാണ്; മനുഷ്യൻ ശിക്ഷയ്ക്കുവേണ്ടിയല്ല എന്നറിയുക. ശിക്ഷയായി ഒരു കാലത്ത് നാടുകടത്തപ്പെട്ടയെത്രയോ മനുഷ്യർ ദാരു

ണമായ വിധത്തിൽ മരണപ്പെട്ടുവെന്നത് മനുഷ്യ 'സത്ത' യെ അംഗീകരിക്കുന്നവർ ദർശിച്ചതോടെ അത്തരത്തിലുള്ള അമാനുഷിക ശിക്ഷകൾക്ക് അറുതിവന്നു എന്നതൊരു ചരിത്രസത്യം.

'ചിലർക്ക് നഞ്ച് ഭക്ഷണം, ചിലർക്ക് കൊഞ്ചു ഭക്ഷണം' – എന്നതുപോലെയാണ് ശിക്ഷകൾ എന്ന് കരുതുന്നവർ ഉണ്ട്. പണക്കാർക്ക് ഒരുതരം ശിക്ഷ, ദരിദ്രർക്ക് വേറൊരുതരം ശിക്ഷ, സ്വാധീനമുള്ളവർക്ക് ഒരുതരം ശിക്ഷ, സ്വാധീനം ഇല്ലാത്തവർക്ക് വേറൊരു തരം ശിക്ഷ; രാഷ്ട്രീയക്കാർക്ക് ഒരുതരം ശിക്ഷ; രാഷ്ട്രീയക്കാരല്ലാത്തവർക്കു വേറൊരു തരം ശിക്ഷ! ചിലർ കുറ്റം ചെയ്താൽ അപ്പോൾ മുതൽ ശിക്ഷ! അടി, തെറി, പണം, കോടതി, പിന്നെയവസാനം ജയിൽ– എല്ലാം അവർ ശിക്ഷപോലെ തന്നെ അനുഭവിക്കണം. ന്യായീകരിക്കാനാവാത്ത തരത്തിലുള്ള അറസ്റ്റ്, അനധികൃതമായ വിധത്തിലുള്ള കസ്റ്റഡി, മൂന്നാംമുറ പ്രയോഗത്തിലൂടെയുള്ള ചോദ്യംചെയ്യൽ, കള്ളസാക്ഷികളെ ഹാജരാക്കൽ, കള്ളത്തെളിവുകൾ സൃഷ്ടിക്കൽ, കളവ് പറയുന്ന പ്രോസിക്യൂട്ടർമാർ, പ്രഹസനമായ വിചാരണ, നീതിരഹിതമായ ശിക്ഷ, ദീർഘനാളത്തെ ജയിൽവാസം–ഇത്യാദി അനീതികൾ അനുഭവിക്കുന്നവരുടെ ദീനരോദനങ്ങൾ ആര് കേൾക്കാൻ? ഇന്ത്യയിലെ നിയമകമ്മീഷൻ, ന്യൂനപക്ഷ കമ്മീഷൻ, മനുഷ്യാവകാശകമ്മീഷൻ, ഉന്നതകോടതികൾ, മാധ്യമങ്ങൾ, ഗവേഷണപ്രബന്ധങ്ങൾ തുടങ്ങിയെല്ലാ ഭരണഘടനാസ്ഥാപനങ്ങളും അല്ലാത്തവയും കൂടാതെയുള്ള ഗവേഷണപഠനങ്ങളും ശിക്ഷാരീതികളെക്കുറിച്ച് പല ആക്ഷേപങ്ങൾ പലപ്പോഴും ഉന്നയിക്കുന്നുണ്ടെങ്കിലും അവയ്ക്കുള്ള പരിഹാരങ്ങൾ ഇല്ലെന്ന സത്യം അംഗീകരിച്ചേ പറ്റൂ. ശിക്ഷ സഹിക്കാൻ വിധിക്കപ്പെട്ടവർ! ശിക്ഷയനുഭവിക്കാൻ ശപിക്കപ്പെട്ടവർ! ശിക്ഷിക്കാനൊരു കൂട്ടർ! അവ നടപ്പിലാക്കാൻ വേറൊരു കൂട്ടർ! എല്ലാം വിമർശനവിധേയം. അതിനാൽത്തന്നെ, ശിക്ഷാശാസ്ത്രമെന്ന വിജ്ഞാനശാഖ ഇനിയും വളർന്ന് വികസിക്കേണ്ടതായി വന്നിരിക്കുന്നു. കാലഹരണപ്പെട്ട നിയമങ്ങളും പഴഞ്ചൻ നയങ്ങളും അമാനുഷികരീതികളും അറിവുകുറവും ശിക്ഷാരീതികളെയും സംവിധാനങ്ങളെയും വല്ലാതെ മലിനമാക്കിയിരിക്കുന്നു. ശിക്ഷാശാസ്ത്രഗവേഷണപഠനങ്ങൾ അനിവാര്യമായിരിക്കുന്നു. മലയാളത്തിൽ അത്തരം പഠനങ്ങൾ ഇപ്പോഴില്ല. അതുകൊണ്ടുതന്നെ ഈ പുസ്തകത്തിന് പ്രാധാന്യമേറുകയാണ്.

നീതിനിർവ്വഹണ സംവിധാനം കുറ്റത്തേയും കുറ്റവാളിയെയും ചുറ്റിപ്പറ്റി നിലകൊള്ളുന്നു. നിയമം ലംഘിക്കുന്നയൊരാളെ നിയമങ്ങൾ അനുസരിക്കുന്ന ഒരാളായി മാറ്റാനായുണ്ടാക്കിയ ബൃഹത്തായൊരു സംവിധാനമാണത്. പൊലീസ്, പ്രോസിക്യൂട്ടർ, പ്രതിഭാഗം അഭിഭാഷകർ, കോടതി, പൊതുജനം, മാധ്യമങ്ങൾ തുടങ്ങിയൊട്ടേറെ വ്യക്തികളും സ്ഥാപനങ്ങളും സംവിധാനങ്ങളും പദ്ധതികളും ഉൾക്കൊള്ളുന്ന അതീവപ്രാധാന്യമുള്ളൊരു അവശ്യവ്യവസ്ഥിതി അർഹിക്കുന്ന പ്രാധാന്യത്തോടെ–ഗൗരവത്തോടെ പരിഗണിക്കുന്നുണ്ടോയെന്ന ആശങ്ക പലർക്കുമുണ്ട്.

അനർഹർ കടന്നുകയറി പ്രസ്ഥാനത്തെ അശുദ്ധമാക്കുന്നുവെന്ന പരാതി പരക്കെ കേൾക്കാം. 'ശിക്ഷാശാസ്ത്രം' എന്ന വിഷയം കേരളത്തിലൊരു സർവ്വകലാശാലകളിലും ഇപ്പോൾ ഗൗരവപൂർവ്വം പഠിപ്പിക്കുന്നില്ല. ശിക്ഷാശാസ്ത്രം സമൂഹത്തിനാവശ്യമായ 'രക്ഷാശാസ്ത്രം' ആണെന്ന ചിന്താഗതി ഇനിയും ഉണ്ടായിട്ടില്ല. നീതിനിർവ്വഹണ സംവിധാനവും അതിലെ പ്രവർത്തനരീതികളും ഇപ്പോൾ വിമർശിക്കപ്പെടുന്നു. ആ സംവിധാനത്തിലെ വിവിധ സ്ഥാപനങ്ങളെ ഒന്നിപ്പിക്കാനും ഒത്തൊരുമയോടെ പ്രവർത്തിപ്പിക്കാനും-അവ വഴി നിയമലംഘനം നടത്തുന്നവരെ ശുദ്ധീകരിക്കാനും സമൂഹനന്മ ഉറപ്പാക്കാനും ഇനിയും പലതര-പലവിധ കർമ്മപദ്ധതികൾക്ക് രൂപം കൊടുക്കേണ്ടതായിരിക്കുന്നു. ഈ പുസ്തകം അതിന് സഹായകമാകട്ടെയെന്ന പ്രത്യാശയാണ് എനിക്കുള്ളത്.

പല സംസ്ഥാനങ്ങളിലെ ജയിലുകളിൽ ഞാൻ പോയിട്ടുണ്ട്. എന്നാൽ, അവിടങ്ങളിലെ അന്തേവാസികൾ അവരുടെ ജയിൽവാസത്തെ 'ശിക്ഷ'യെന്ന തരത്തിലാണ് ഇപ്പോഴും കണക്കാക്കുന്നത്. ശിക്ഷയുടെ 'ലക്ഷ്യം' രക്ഷയാണെന്നും വ്യക്തിത്വവികസനമാണെന്നും ബഹുഭൂരിപക്ഷം അന്തേവാസികളും കരുതുന്നില്ല. ജയിൽ ഉദ്യോഗസ്ഥരുടെ പെരുമാറ്റവും സമീപനരീതികളും മറിച്ച് ചിന്തിക്കാനവരെ പ്രേരിപ്പിക്കുന്നില്ല. 'നിങ്ങൾ ശരിയല്ല' എന്ന മനോഭാവത്തിലാണ് വളരെയേറെ ജയിൽ ഉദ്യോഗസ്ഥരും പെരുമാറുന്നത്. 'ബന്ധികളായ' അന്തേവാസികൾക്ക് ബന്ധനത്തിന്റെ അരുചി അനുഭവിക്കേണ്ടതായിവരുന്നു. ജയിൽവകുപ്പിന്റെ തലപ്പത്ത് ഇരിക്കുന്ന ഉന്നത ഉദ്യോഗസ്ഥർ സ്വീകരിക്കുന്ന മനോഭാവവും തൃപ്തികരമല്ല; വിമർശനവിധേയമാണ്.

ഈ പുസ്തകം ശിക്ഷകളെപറ്റി പൊതുജനത്തെ ബോധവാന്മാരാക്കാൻ സഹായിക്കുമെന്ന് ഞാൻ കരുതുന്നു. ഈ വിഷയത്തിലുള്ള പുസ്തകങ്ങൾ മലയാളഭാഷയിൽ കുറവാണ്. ഇത് പ്രസിദ്ധീകരിക്കാൻ താല്പര്യം കാണിച്ച ചിന്ത പബ്ലിഷേഴ്സിനോട് നന്ദി പറയുന്നു. ഇതെഴുതാനുള്ള എല്ലാവിധ സഹായങ്ങൾ എനിക്ക് നല്കിയ എന്റെ ഭാര്യ മേരി യോടും ഞാൻ കടപ്പെട്ടിരിക്കുന്നു. ശിക്ഷാശാസ്ത്രമേഖലയിൽ നമുക്ക് ഇനിയും ബഹുദൂരം സഞ്ചരിക്കേണ്ടതായുണ്ട്. അതിലേക്കുള്ള ആദ്യചുവടുവയ്പായിത്തീരട്ടെ ഈ പുസ്തകമെന്ന ആശയോടെ എന്റെ സപ്തതിവർഷത്തിൽ ഞാനീ പുസ്തകം എന്നെ ഞാനാക്കിയ എന്റെ മാതാപിതാക്കൾക്ക് സമർപ്പിക്കുന്നു.

ഡോ. ജെയിംസ് വടക്കുംചേരി
ക്രിമിനോളജിസ്റ്റ് & അഡ്വക്കേറ്റ്

സമർപ്പണം

എന്റെ അപ്പച്ചനും അമ്മയ്ക്കും
എന്റെ സപ്തതി നാളിൽ

ശിക്ഷാശാസ്ത്രമെന്ന വൈജ്ഞാനികശാഖ

കുറ്റകൃത്യങ്ങളുടെ മറുവശമാണ് ശിക്ഷയെന്ന വാദഗതിക്ക് കുറ്റകൃത്യങ്ങളോളംതന്നെ പ്രായമുണ്ട്. കാരണം, നിയമലംഘനം കാണുമ്പോൾതന്നെ ശിക്ഷയും വിധിക്കുന്നതായി കാണുന്നുണ്ട്. ആദവും ഹവ്വായും ദൈവകല്പന (വിലക്കപ്പെട്ട കനി ഭക്ഷിക്കരുത്) ലംഘിച്ച ഉടനെ തന്നെ ദൈവം കുറ്റവാളികളെ ശിക്ഷിക്കുന്നതായി *ബൈബിളിൽ* വായിക്കുന്നുണ്ട്.

പഴയ നിയമത്തിൽ നിന്നും:

ദൈവം സർപ്പത്തെ ശിക്ഷിച്ചു: "ഇതു ചെയ്തതുകൊണ്ട് നീ എല്ലാ കന്നുകാലികളുടെയും വന്യമൃഗങ്ങളുടെയുമിടയിൽ ശപിക്കപ്പെട്ടതായിരിക്കും. നീ മണ്ണിൽ ഇഴഞ്ഞു നടക്കും. ജീവിതകാലം മുഴുവൻ നീ പൊടി തിന്നും. നീയും സ്ത്രീയും തമ്മിലും നിന്റെ സന്തതിയും അവളുടെ സന്തതിയും തമ്മിലും ഞാൻ ശത്രുത ഉളവാക്കും. അവൻ നിന്റെ തല തകർക്കും."

സത്യത്തിൽ സാത്താൻ സർപ്പത്തിന്റെ രൂപത്തിൽവന്ന് ഹവ്വായ്ക്ക് (സ്ത്രീക്ക്) പ്രലോഭനം കൊടുക്കുകയാണ് ഉണ്ടായത്. അതുകൊണ്ടാണ് പിശാച് ആണ് മനുഷ്യരെ കുറ്റവാളികളാക്കുന്നത് എന്ന് വ്യാഖ്യാനിക്കപ്പെട്ടത്. ഈ വ്യാഖ്യാനത്തെ–കുറ്റകാരണം പിശാചിന്റെ പ്രേരണ/പ്രലോഭനം–യാണ് പിശാച് അധിഷ്ഠിത കുറ്റകാരണതത്ത്വം (Demonological Theory of Crime) എന്ന് കുറ്റകൃത്യശാസ്ത്രത്തിൽ അറിയപ്പെടുന്നത്. മനുഷ്യനെ സൃഷ്ടിച്ച ഉടനെതന്നെ ആദിമാതാപിതാക്കൾ കല്പന ലംഘിച്ചതിനാൽ കുറ്റവും ശിക്ഷയ്ക്കും മനുഷ്യാരംഭം മുതൽ നമ്മൾ കാണുന്നുണ്ടെന്ന് അനുമാനിക്കാം. 'അവൻ നിന്റെ തല തകർക്കും' എന്ന ശിക്ഷ വിധിച്ചതിനാൽ വധശിക്ഷയ്ക്കു മനുഷ്യനോളം തന്നെ പ്രായമുണ്ടെന്നും വാദിക്കുന്നവർ ഉണ്ട്.

ദൈവം സ്ത്രീയോട് (ഹവ്വായോട്) പറഞ്ഞു: "നിന്റെ ഗർഭാരിഷ്ടതകൾ ഞാൻ വർദ്ധിപ്പിക്കും. നീ വേദനയോടെ കുഞ്ഞുങ്ങളെ പ്രസവി

ക്കും. എങ്കിലും നിനക്ക് ഭർത്താവിൽ അഭിലാഷമുണ്ടായിരിക്കും. അവൻ നിന്നെ ഭരിക്കുകയും ചെയ്യും". 'വേദന' ഒരു ശിക്ഷയായി കണക്കാക്കി മനുഷ്യർക്ക് കൊടുത്തുവെന്നതും അത്തരത്തിലുള്ള 'വേദന' ശാരീരികവും മാനസികവുമായുള്ളതായിരിക്കണമെന്നതും പ്രത്യേകം ശ്രദ്ധിക്കേണ്ടതാണ്. 'ശിക്ഷ' യെന്നാൽ 'വേദന' ഉണ്ടാക്കുക എന്ന ചിന്താഗതി ഇന്നും നിലനില്ക്കുന്നു.

ദൈവം ആദത്തോടു പറഞ്ഞു: "തിന്നരുതെന്ന് ഞാൻ പറഞ്ഞ പഴം സ്ത്രീയുടെ വാക്ക് കേട്ട് നീ തിന്നതുകൊണ്ട് നീ മൂലം മണ്ണ് ശപിക്കപ്പെട്ടതായിരിക്കും. ആയുഷ്കാലം മുഴുവൻ കഠിനാദ്ധ്വാനംകൊണ്ട് നീ അതിൽ നിന്നും കാലയാപനം ചെയ്യും. അത് മുള്ളും മുൾച്ചെടികളും നിനക്കായി മുളപ്പിക്കും. മണ്ണിൽനിന്ന് എടുക്കപ്പെട്ട നീ, മണ്ണിനോടു ചേരുന്നതുവരെ നെറ്റിയിലെ വിയർപ്പുകൊണ്ടു ഭക്ഷണം സമ്പാദിക്കും. നീ പൊടിയാണ്; പൊടിയിലേക്കുതന്നെ നീ മടങ്ങും."

പഴയനിയമത്തിൽ കുറ്റം ചെയ്തവരെ ശിക്ഷിച്ചതുപോലെ പ്രാചീന ഭാരതത്തിലും കുറ്റവാളികൾക്ക് ശിക്ഷകൾ നല്കിയിരുന്നു. ഒരു വസ്തു കട്ടെടുത്താൽ അതിന്റെ വിലയുടെ അഞ്ചിരട്ടി തുക കള്ളനിൽനിന്നും വസൂലാക്കണമെന്ന് നാരദമഹർഷി ആവശ്യപ്പെട്ടിരുന്നു. പുല്ല്, മരം, പൂക്കൾ, പഴവർഗ്ഗങ്ങൾ കട്ടെടുത്താൽ കുറ്റവാളിയുടെ കൈകൾ വെട്ടിയെടുക്കണമെന്ന് ബ്രഹ്മസ്പതി നിർദ്ദേശിച്ചിരുന്നു. ഭക്ഷ്യധാന്യങ്ങളാണെങ്കിൽ, നഷ്ടപ്പെട്ടതിന്റെ അഞ്ചിരട്ടി തുക ഈടാക്കണമെന്നും അദ്ദേഹം പറയുകയുണ്ടായി. സ്വർണ്ണം, വിലയേറിയ ലോഹം, വജ്രക്കല്ല് എന്നിവ കട്ടെടുത്താൽ ശാരീരികപീഡനം മുതൽ വധശിക്ഷവരെ കൊടുക്കണമെന്നും നിർദ്ദേശങ്ങളുണ്ടായിരുന്നു.

വധശിക്ഷമുതൽ പിഴശിക്ഷ വരെ കുറ്റവാളികൾക്ക് വിധിക്കുകയെന്ന രീതിക്ക് ഭാരതത്തിലും വെളിയിലും പ്രാചീനകാലം മുതലേ സ്വീകാര്യത ഉണ്ടായിരുന്നുവെന്നർത്ഥം. അതുകൊണ്ടുകൂടിയാവാം പത്തൊമ്പതാം നൂറ്റാണ്ടിന്റെ മദ്ധ്യം വരെ 'ശിക്ഷകളെ' ശാസ്ത്രീയമായി പഠിക്കാൻ ആരും തയ്യാറാവാതിരുന്നത്. ക്രൂരവും പൈശാചികവുമായ ശിക്ഷാരീതികൾക്കു അറുതി വരുത്തണമെന്ന് മനുഷ്യസ്നേഹികൾ ലോകം മുഴുവനും പണ്ടുകാലത്തും ആവശ്യപ്പെട്ടിരുന്നെങ്കിലും അതൊന്നും സ്വീകരിക്കാൻ ആരും തയ്യാറായിരുന്നില്ല. ശരീരാവയവങ്ങൾ വെട്ടിമാറ്റുകയെന്നതു തന്നെയായിരുന്നു മുഖ്യശിക്ഷ. വളരെയേറെ കുറ്റകൃത്യങ്ങൾക്ക് വധശിക്ഷയും നല്കിയിരുന്നു. മനുഷ്യർ മനുഷ്യരോടു കാണിച്ച മൃഗീയത–ക്രൂരത കണ്ട് മനസ്സ് വേദനിച്ച് ക്ലമന്റ് XI -ാമൻ (1700–1721 വരെ കത്തോലിക്കാസഭയുടെ മാർപാപ്പ) ജയിൽവാസത്തെ ശിക്ഷയാക്കി മാറ്റാൻ തീരുമാനിച്ചു. അങ്ങനെ 1704 ൽ ലോകത്ത് ആദ്യമായി ശിക്ഷാജയിലുകൾ വന്നു. മാർപാപ്പയുടെ ജയിൽ എന്നറിയപ്പെട്ട പേപ്പൽ പ്രിസൻ 1704 ൽ റോമിൽ പണികഴിപ്പിച്ചതോടുകൂടി കുറ്റവാളികളെ വികലാംഗരാക്കുന്ന കിരാതരീതിക്ക് അന്ത്യം കുറിക്കാനായുള്ള ആദ്യ ചുവട്വയ്പ് ഉണ്ടായി. അതോടെ ശിക്ഷകൾ ശാസ്ത്രീയമായി

പഠിക്കണമെന്ന വാദഗതിയും ഉടലെടുത്തു. എന്നിരുന്നാലും ശിക്ഷാശാസ്ത്രം എന്നൊരു വൈജ്ഞാനികശാഖയ്ക്ക് നാന്ദികുറിക്കാൻ പിന്നേയും ഒരു നൂറ്റാണ്ടിലേറെക്കാലം വേണ്ടിവന്നു.

1834 ൽ ജർമ്മനിക്കാരനായ ഫ്രാൻസിസ് ലിബർ (Francis Liber) പേന (*Paena*) എന്ന ലത്തീൻവാക്കും ലോഗോസ് (Logos) എന്ന ഗ്രീക്ക് വാക്കും സംയോജിപ്പിച്ച് **Penology** അഥവാ 'ശിക്ഷാശാസ്ത്രം' എന്ന പദം കടഞ്ഞെടുത്തു. 'പേന' യെന്നാൽ 'ശിക്ഷ', 'ലോഗോസ്' എന്നാൽ 'ശാസ്ത്രീയപഠനം' എന്നർത്ഥം. അങ്ങനെയാണ് ശിക്ഷാശാസ്ത്രമെന്ന ഒരു വൈജ്ഞാനികശാഖ ഉടലെടുത്തത്. കുറ്റവാളികളെ 'എന്തിനു' ശിക്ഷിക്കണം? 'എങ്ങനെ' ശിക്ഷിക്കണം? ഈ ചോദ്യങ്ങളാണ് ആ ശാസ്ത്രശാഖ ആദ്യം ഉന്നയിച്ചത്.

കുറ്റകൃത്യശാസ്ത്രത്തിൽ അതീവപ്രാധാന്യമുള്ള ഒരു ശാഖ എന്ന നിലയിൽ ഉത്ഭവിച്ച ഈ ശാസ്ത്രശാഖ ഇന്ന് വളർന്ന് വികസിപ്പിച്ചതിൽ (1) ശിക്ഷകൾ, (2) വിവിധതരം ശിക്ഷകൾ, (3) ശിക്ഷാവിധികൾ, (4) ശിക്ഷാരീതികൾ, (5) ജയിൽ, (6) ജയിൽഭരണം, (7) ജയിൽജീവിതത്തിന്റെ പ്രത്യാഘാതങ്ങൾ, (8) ശിക്ഷിക്കപ്പെട്ട് ജയിലുകളിൽ അന്തേവാസികളായിട്ടുള്ളവരുടെ മനഃപരിവർത്തനം, വ്യക്തിത്വവികസനം, പുനരധിവാസം, (9) ജയിൽവാസാനന്തരജീവിതരീതി, ഇടത്താവളം, പരോൾ, നല്ല നടപ്പ് തുടങ്ങി ഒട്ടനവധി മേഖലകൾ ഉൾപ്പെടുത്തിയിരിക്കുന്നു.

എന്തിന് ശിക്ഷിക്കണം?

ശിക്ഷയുടെ ഉദ്ദേശ്യലക്ഷ്യങ്ങൾ ഉൾക്കൊള്ളുന്നൊരു അദ്ധ്യായം ഈ പുസ്തകത്തിലുണ്ട്. എന്നിരുന്നാലും, ആമുഖമായി പറയട്ടെ. എന്തിനാണ് കുറ്റവാളികളെ ശിക്ഷിക്കുന്നതെന്ന ചോദ്യത്തിന് വ്യക്തമായ ഉത്തരം തരാൻ ശിക്ഷാശാസ്ത്രത്തിനാവുന്നില്ല. കാരണം? കുറ്റരഹിത സമൂഹം സ്വപ്നങ്ങളിൽ മാത്രം എന്നതുതന്നെ. കുറ്റം ചെയ്യാത്ത മനുഷ്യർ സങ്കല്പത്തിൽ മാത്രം എന്നതുതന്നെ. കുറ്റവും കുറ്റമില്ലായ്മയും ഒരു നാണയത്തിന്റെ രണ്ടു വശം. നന്മയുണ്ടോ തിന്മയുണ്ട്; കുന്നുണ്ടോ കുഴിയുണ്ട്; ഇരുട്ടുണ്ടോ വെളിച്ചവുമുണ്ട്; കുറ്റമുണ്ടോ കുറ്റമില്ലായ്മയും ഉണ്ട്. ഒന്നില്ലാതെ മറ്റൊന്നിന് അസ്തിത്വം ഇല്ല. കുറ്റങ്ങൾ മാത്രമുള്ളൊരു സമൂഹമില്ല. കുറ്റങ്ങൾ ഇല്ലാത്ത ഒരു സമൂഹവും ഇല്ല. കുറ്റകൃത്യങ്ങൾ സാമൂഹ്യയാഥാർത്ഥ്യമാണെങ്കിൽ കുറ്റമില്ലായ്മയും സാമൂഹ്യയാഥാർത്ഥ്യമാണ്. രണ്ട് അവസ്ഥയും ഉൾക്കൊള്ളുന്നതാണ് സമൂഹം. നന്മ ചെയ്യുന്ന മനുഷ്യർ തിന്മയും ചെയ്യുന്നു. ജനനം മുതൽ നന്മ മാത്രം ചെയ്ത ഒരു മനുഷ്യൻ നാളിതുവരെ ജനിച്ചിട്ടില്ല. ജനിച്ചിട്ടുണ്ടെങ്കിൽ അദ്ദേഹം മനുഷ്യനല്ല; അമാനുഷികനാണ്; ദൈവമാണ്; അവതാരമാണ്. ജനനം മുതൽ തിന്മ മാത്രം ചെയ്ത് മരണം പ്രാപിച്ച ഒരു മനുഷ്യൻ ഇനി ജനിക്കാനിരിക്കുന്നതേയുള്ളൂ. കാരണം, നിയമലംഘനം (കുറ്റം) മനുഷ്യസഹജമാണ്; മനുഷ്യപ്രവൃത്തിയാണ്. നന്മ ചെയ്യുന്ന മനുഷ്യന് തിന്മ ചെയ്യാനാവും; തിന്മ ചെയ്യുന്ന മനുഷ്യനു നന്മയും ചെയ്യാ

നാവും. അതുകൊണ്ട്, ഏതു തരം ശിക്ഷ വിധിച്ച് നടപ്പാക്കിയാലും കുറ്റകൃത്യങ്ങൾ ഉണ്ടായിക്കൊണ്ടിരിക്കും. ചലിക്കുന്ന സമൂഹത്തിന് ചലനാത്മകതയുണ്ടാകണമെങ്കിൽ നിയമലംഘനങ്ങൾ അനിവാര്യമാണ്. നിയമലംഘനങ്ങളില്ലാത്ത സമൂഹം 'ചത്ത' സമൂഹമാണ്. കുറ്റകൃത്യങ്ങളെ ഒരു പരിധിവരെ നിയന്ത്രിക്കാനാവും. എന്നാൽ അവയെ ഇല്ലായ്മ ചെയ്യാനാവില്ല.

നിലവിലുള്ള നിയമത്തെ ലംഘിക്കലാണ് കുറ്റം എന്ന് പറയുന്നത്. എന്തിനാണ് നിയമങ്ങൾ? മനുഷ്യരിൽ ഉള്ള മൃഗീയ ചോദനകളെ ഒരു പരിധിക്കപ്പുറം (മറ്റു മനുഷ്യർക്ക് ഉപദ്രവം ഉണ്ടാക്കാൻ പാടില്ലാത്തയത്ര) നിയന്ത്രിക്കേണ്ടതാവശ്യമാണ്. അതിനാണ്, മനുഷ്യന് മൃഗീയതയോടൊപ്പം ബൗദ്ധികതയും ആത്മീയതയും ധാർമ്മികതയും തന്നിരിക്കുന്നത്. മൃഗീയതയെ നിയന്ത്രിക്കാൻ ധാർമ്മികത (മൂല്യങ്ങൾ), ആത്മീയത (അദൃശ്യമായതിലുള്ള വിശ്വാസം, പ്രതീക്ഷ, പ്രത്യാശ), ബൗദ്ധികത (ബുദ്ധിശക്തിയും അതിന്റെ ഗുണമേന്മയും വിശകലനം ചെയ്യാനുള്ള കഴിവും)യുള്ളതിനാൽ നിയമങ്ങൾ വേണ്ടിവരും. എവിടെ നിയമങ്ങളുണ്ടോ അവിടെ നിയമലംഘനങ്ങളും ഉണ്ടാകും; ഉണ്ടാകാതിരിക്കാനാവില്ല. അക്കാരണത്താൽ, നിയമം ലംഘിക്കുന്നവർക്കു ശിക്ഷ കൊടുക്കുക എന്നതാവശ്യമാണ്. ശിക്ഷയെന്നാൽ വേദനിപ്പിക്കുകയെന്നർത്ഥം. ആ വേദന ശാരീരികമായതാവാം (മൃഗീയത മനുഷ്യർക്കുണ്ട്); ധാർമ്മികമായതാവാം (ധാർമ്മികത മനുഷ്യർക്കുണ്ട്); ആത്മീയമായതാവാം (ആത്മീയത മനുഷ്യർക്കുണ്ട്); ബൗദ്ധികമായതാവാം (ബൗദ്ധികത മനുഷ്യർക്കുണ്ട്). അതുകൊണ്ട് ശിക്ഷയുടെ നിർവ്വചനം ശിക്ഷാശാസ്ത്രത്തിൽ ഇപ്രകാരമാണ്. അതായത് നിയമലംഘനം നടത്തുന്ന ഒരാൾ ശാരീരികമായോ–ധാർമ്മികമായോ–ആത്മീയമായോ–ബൗദ്ധികമായോ–അല്ലെങ്കിൽ ഒന്നിലേറെ വിധത്തിലോ അനുഭവിക്കേണ്ടിവരുന്ന വേദന. ആ വേദന സ്വയം ഉണ്ടായതെന്ന് വരാം; മറ്റുള്ളവർ വിധിക്കുന്നതുമൂലവുമാവാം. ചുരുക്കത്തിൽ, ചോദ്യം ഇതാണ്. നിയമലംഘനം നടത്തുന്നയൊരാളെ എന്തിന് ശിക്ഷിക്കണം? ശിക്ഷ, കുറ്റകൃത്യങ്ങളെ ഒരു പരിധിവരെ കുറയ്ക്കാൻ സഹായിക്കും; ഒരു പരിധിവരെ കുറ്റവാളികളെ നിയന്ത്രിക്കാനുപകരിക്കും. അതിനപ്പുറം ശിക്ഷയ്ക്ക് വലിയ പ്രസക്തിയോ പ്രാധാന്യമോ ഇല്ല.

എങ്ങനെ ശിക്ഷിക്കണം?

ശിക്ഷയെന്നാൽ 'വേദനി'പ്പിക്കുകയെന്നർത്ഥം. അതുകൊണ്ടുതന്നെ മറ്റൊരു ചോദ്യംകൂടി. എങ്ങനെ 'വേദനിപ്പി'ക്കണം? ശാരീരികമായി പീഡിപ്പിച്ചാലോ?–ധാർമ്മികവേദനയുണ്ടാക്കിയാലോ?–ആത്മീയ വേദന നല്കിയാലോ?–ബൗദ്ധികമായി വേദനിപ്പിച്ചാലോ?–ഒന്നിലേറെ തരത്തിൽ വേദനയ്ക്ക് വിധേയമാക്കിയാലോ? വേദനയെ ഒരിക്കലും മുറിക്കാനാവില്ല. അതുകൊണ്ടുതന്നെ എല്ലാ 'വേദനയും' എല്ലാത്തരത്തിലുള്ള വേദനകളായി മാറുന്നുവെന്നതാണ് സത്യം.

ഏതൊരു മൃഗത്തെപോലെ മനുഷ്യനും ദുർബ്ബലനാണ്. ചിലർക്ക് ശാരീരിക ദുർബ്ബലത; ചിലർക്ക് മാനസിക ദുർബ്ബലത. മാനസിക ദുർബ്ബ

ലതയുള്ളവരിൽ ചിലർക്ക് ആത്മീയ ദുർബ്ബലതയുണ്ടാകും. ചിലർക്ക് ധാർമ്മിക ദുർബ്ബലതയുണ്ടാകും; ചിലർക്ക് ബൗദ്ധിക ദുർബ്ബലതയുണ്ടാകും; ചിലർക്ക് ഒന്നിലേറെ തരത്തിലുള്ള ദുർബ്ബലതയുണ്ടാകും. ബലവാനായവർക്ക് മുമ്പിൽ ബലഹീനത പരാജയപ്പെട്ടെന്നിരിക്കും. അതിനാൽ, ഒരാളെ ബലവാനാക്കുകയെന്നതാണ് ശിക്ഷയുടെ ഉദ്ദേശ്യലക്ഷ്യം. ബലവാനാക്കാനായി ഒരാളുടെ അവയവങ്ങൾ ഇല്ലാതാക്കിയതുകൊണ്ടെന്ത് പ്രയോജനം? അക്കാരണത്താലാണ് ശിക്ഷാശാസ്ത്രം ഊന്നിപ്പറയുന്നത്: “ഒരാളുടെ വ്യക്തിത്വം വികസിപ്പിക്കുക” യെന്നതാണ് കുറ്റകൃത്യങ്ങളെ കുറയ്ക്കാനാവശ്യമെന്ന്.

ഒരു താറാവിന്റെ ബലഹീനത അതിന്റെ കഴുത്താണ്. കഴുത്തിൽ പിടിച്ചതിനെ തൂക്കിയെടുത്തു കൊണ്ടുപോകാം. കോഴിയുടെ ബലഹീനത അതിന്റെ കാലുകളാണ്. അവയിൽ പിടിച്ചതിനെ തൂക്കിയെടുക്കാം. ഏതാണ്ടതുപോലെ, ഒരാളുടെ ദുർബ്ബലത അയാളുടെ ലൈംഗീകത (മൃഗീയ ചോദന) ആയിരിക്കാം. അവിടെ പിടിച്ചയാളെ കീഴ്പ്പെടുത്താം. മറ്റൊരാളുടെ ദുർബ്ബലത അയാളുടെ അക്രമവാസനയാവാം. അതിൽപിടിച്ചാൽ അയാൾ വീണെന്നിരിക്കും. അതുപോലെ, എല്ലാ മൃഗീയ ചോദനകളെ (അവ 14 എണ്ണമുണ്ടെന്ന് കണ്ടെത്തിയിരിക്കുന്നു) കുറ്റകൃത്യങ്ങളുടെ ഉന്തുന്ന ശക്തി (Push Factors) യായി മാറ്റാവുന്നതാണ്. ശരിയായ രീതിയിൽ ശരിയായ ദിശയിലേക്ക് ശരിയായ വിധം വ്യക്തിത്വരൂപീകരണം ധാർമ്മികമായി കിട്ടാത്ത ഒരാളെ തീവ്രവാദി, ഭീകരവാദി, മൗലികവാദിയൊക്കെയാക്കി മാറ്റാൻ എളുപ്പമാണ്. അതുപോലെയാണ്, ആത്മീയതയും. മന്ത്രവാദവും കൂടോത്രവും ശത്രുസംഹാരപൂജകളും മൃഗബലിയും മറ്റും അത്തരത്തിലുള്ളവയാണ്. അമിതമായ പ്രതീക്ഷയും പ്രത്യാശയും ഒരാൾക്ക് കൊടുത്താൽ അയാൾ അതിൽ വീണെന്നിരിക്കും. ബൗദ്ധികമായ ബലഹീനത മുതലെടുത്ത് നടത്തുന്ന കുറ്റകൃത്യങ്ങൾക്കു കൈയും കണക്കുമില്ല. പിശാചിന്റെ പ്രേരണയാൽ–പ്രകോപനത്താൽ–പ്രലോഭനത്താൽ മനുഷ്യൻ കുറ്റകൃത്യങ്ങൾ ചെയ്യുന്നുവെന്ന ചിന്താഗതി എന്നും, ഇന്നും, എപ്പോഴും അംഗീകരിക്കുന്ന ഒരു വസ്തുതയാണ്. അതാണ് മനുഷ്യരുടെ ബലഹീനത. പല പ്രാർത്ഥനകളിൽ നമുക്കത് ദർശിക്കാവുന്നതാണ്. അശക്തരായ ഞങ്ങളെ സാത്താന്റെ പ്രലോഭനങ്ങളിൽ നിന്നും രക്ഷിക്കണേയെന്ന് മുട്ടിപ്പായി പ്രാർത്ഥിക്കുന്ന മനുഷ്യരെ നമുക്കു ധാരാളമായി കാണാനാവുന്നു. അതിൽനിന്നെല്ലാം ഒരു കാര്യം വ്യക്തമാണ്. ബലഹീനനായ മനുഷ്യർക്ക് കുറ്റകൃത്യങ്ങൾ ചെയ്യാതെ–നിയമലംഘനം നടത്താതെ ജീവിക്കാനാവില്ലയെന്ന്. മനുഷ്യൻ കുറ്റങ്ങൾ ചെയ്യാൻ–നിയമലംഘനം നടത്താൻ വിധിക്കപ്പെട്ടവരോ ശപിക്കപ്പെട്ടവരോ ആണെന്ന് അംഗീകരിക്കുക. മറ്റൊരു കാര്യം കൂടെ വ്യക്തമാണ്. ഏതെല്ലാം തരം ശിക്ഷകൾ എങ്ങനെയൊക്കെ വിധിച്ചാലും–നടപ്പാക്കിയാലും മനുഷ്യബലഹീനത അവനെ കുറ്റവാളിയാക്കുമെന്നതിൽ തർക്കമില്ല.

‘പിശാചുബാധ’ (Exorcism) ഒഴിപ്പിക്കൽ പ്രാചീനകാലം മുതലേ എല്ലാ ദേശത്തും കാണുന്നുണ്ട്. എന്നാൽ, 18–ാം നൂറ്റാണ്ടിൽ നിലവിൽ

വന്ന ക്ലാസിക്കൽ സ്കൂൾ കുറ്റകൃത്യകാരണങ്ങൾ പിശാചിൽനിന്നും സന്തോഷസിദ്ധാന്ത (Hedonism) വാദത്തിൽ കൊണ്ടുവന്നു. 13-ാം നൂറ്റാണ്ടിൽ ജീവിച്ചിരുന്ന വി തോമസ് അക്വീനാസ് (1225?–1274) സാത്താന്റെ പ്രേരണമാത്രമാണ് പാപഹേതു അഥവാ കുറ്റകൃത്യകാരണമെന്ന് വാദിച്ചിരുന്നു. ആ ചിന്താഗതി പാശ്ചാത്യ രാജ്യങ്ങളിൽ പരക്കെ അംഗീകരിച്ചിരുന്നപ്പോഴാണ് ഇറ്റലിക്കാരനായ ബക്കാറിയ (1735–1795) യും ഇംഗ്ലണ്ടുകാരനായ ബന്താ (1748–1832) മൂം അവരുടെ സന്തോഷസിദ്ധാന്ത വാദവുമായി വന്നത്. ഒരാൾ കുറ്റകൃത്യം ചെയ്യുമ്പോൾ അയാൾക്ക് സന്തോഷമുണ്ടാകുന്നുവെന്നും അക്കാരണം കൊണ്ടുതന്നെ കുറ്റവാളികൾക്കു വേദനയുണ്ടാക്കുന്ന ശിക്ഷ നല്കണമെന്നും അവർ ശക്തിയുക്തം വാദിച്ചു. വേദന നിശ്ചയിക്കാനായി അവർ ഒരു അളവുകോൽ (Hedonistic Calculus) കൊണ്ടുവന്നു. അതായത്, ഒരാൾ കുറ്റം ചെയ്തപ്പോൾ എത്രമാത്രം സന്തോഷം അനുഭവിച്ചോ അതിന് ആനുപാതികമായുള്ള ശിക്ഷ (വേദന)യാണ് വിധിക്കേണ്ടതെന്ന് അവർ പറഞ്ഞു. അതനുസരിച്ച് ഹീനമായ കുറ്റങ്ങൾക്ക് കൂടുതൽ വേദന നല്കുന്ന ശിക്ഷയും ചെറിയതരം കുറ്റകൃത്യങ്ങൾ ചെയ്തവർക്ക് ലഘുവായ വേദന കൊടുക്കുന്ന ശിക്ഷയും അവർ ശുപാർശ ചെയ്തു. 1704 ൽ തുടങ്ങിയ ശിക്ഷാജയിലുകളും തടവ് ശിക്ഷകളും വ്യാപകമായി യൂറോപ്യൻ രാജ്യങ്ങൾ അംഗീകരിച്ചിരുന്നതിനാൽ അവർ ജയിൽവാസം അനുഭവിക്കുന്ന അന്തേവാസികൾക്കു വെറും തടവ്, കഠിനതടവ് എന്ന തരത്തിൽ ശിക്ഷ വിധിക്കാൻ നിയമങ്ങളുണ്ടാക്കി. കുറ്റങ്ങൾക്ക് ഒരു ക്ലിപ്ത കാലത്തേക്ക് ജയിൽവാസം വ്യക്തമായി കൊടുക്കാതെ കുറ്റങ്ങൾക്ക് '.........വർഷം വരെ' ജയിൽശിക്ഷ വിധിക്കാവുന്നതാണെന്ന നിയമം നിലവിൽ വന്നു. 1860 ലെ ഇന്ത്യൻ ശിക്ഷാനിയമവും മേൽപ്പറഞ്ഞ സന്തോഷസിദ്ധാന്തവും അളവുകോലും സ്വീകരിച്ചിരുന്നതിനാൽ നമ്മുടെ നാട്ടിലും വളരെയേറെ കുറ്റങ്ങൾക്ക് ക്ലിപ്ത കാലത്തേക്കുള്ള ജയിൽശിക്ഷയെന്നു പറയാതെ, '.....വർഷം' വരെ വെറും തടവോ കഠിനതടവോ വിധിക്കാമെന്ന് കാണിച്ചുള്ള നിയമം നടപ്പാക്കി. വെറും തടവെന്ന് പറഞ്ഞാൽ ജയിൽവാസത്തിനിടയിൽ ജോലിയൊന്നും ചെയ്യണ്ടായെന്നും കഠിനതടവ് എന്നാൽ ജോലി നിർബ്ബന്ധമായി ചെയ്യണമെന്നും അർത്ഥം. ഇപ്പോഴും ആ തത്ത്വം തന്നെയാണ് നമ്മൾ സ്വീകരിച്ചിരിക്കുന്നത്.

പ്രാചീനശിക്ഷാരീതികൾ

കുറ്റം ചെയ്തവരെ എങ്ങനെയൊക്കെ വേദനിപ്പിക്കാമോ അങ്ങനെയൊക്കെ വേദനിപ്പിക്കുകയെന്ന രീതിയാണ് നമ്മൾ പ്രാചീനകാലത്ത് കണ്ടിരുന്നത്. കുറ്റം ചെയ്തിരുന്ന വ്യക്തികളെയും അവർ വസിച്ചിരുന്ന സമൂഹത്തെയും കൊന്നുകളയുകയെന്ന തരം ശിക്ഷകളും നല്കിയിരുന്നു. പഴയ നിയമം (ബൈബിൾ) (ഉല്പത്തി) 19:1–29 ത്തിൽ സോദോം-ഗൊമോറാനഗരങ്ങൾ തീയും ഗന്ധകവുംകൊണ്ട് തീയിട്ടു നശിപ്പിച്ചതു അവിടെയുണ്ടായിരുന്ന ലൈംഗികവൈകൃതം കാരണമായിരുന്നു.

പ്രകൃതി വിരുദ്ധ ലൈംഗികതയ്ക്ക് ശിക്ഷയായി ഒരു സമൂഹത്തെതന്നെ ഇല്ലാതാക്കുകയായിരുന്നു അക്കാലത്ത് ചെയ്തിരുന്നത്. ക്രിസ്തുവിനു മുമ്പ് 2000–1550 കാലയളവിൽ ഉണ്ടായിരുന്ന അത്തരം 'സമൂഹ ശിക്ഷ' ഇന്നില്ല. ഇന്ന് വ്യക്തികളെ–കുറ്റം ചെയ്തവരെ–ശിക്ഷിക്കുകയെന്ന നയമാണ് നിലവിലുള്ളത്.

പ്രാചീനഭാരതത്തിൽ ശിക്ഷകൾ വിധിച്ചിരുന്നതിനു പിന്നിൽ പല ഉദ്ദേശ്യ ലക്ഷ്യങ്ങൾ ഉണ്ടായിരുന്നു. അവയിൽ ചിലത്–

(i) ഒരാൾ ചെയ്യുന്ന തെറ്റിൽ നിന്നും അയാൾക്ക് മുക്തി ലഭിക്കാൻ
(ii) കുറ്റകൃത്യങ്ങൾ ചെയ്യാത്തവരെ ആദരിക്കാൻ
(iii) കുറ്റകൃത്യങ്ങൾ ചെയ്യുന്നവരെ വേദനിപ്പിക്കാൻ
(iv) അനീതിയെ ചെറുക്കാൻ
(v) കുറ്റവാളികളിൽ നിന്നും വ്യക്തികളേയും രാജ്യത്തെയും രക്ഷിക്കാൻ
(vi) കുറ്റകൃത്യങ്ങളെ നിയന്ത്രിക്കാൻ....

കുറ്റവാളികളെ ശിക്ഷിക്കാൻ പല ഉദ്ദേശ്യലക്ഷ്യങ്ങൾ ഉണ്ടായിരുന്നെങ്കിലും അവയൊന്നും പ്രായോഗികതലത്തിൽ വിജയിച്ചില്ലെന്നാണ് ഗവേഷണപഠനങ്ങളിൽ കാണുന്നത്. കാരണം? ശിക്ഷകൾ നടപ്പാക്കുന്നതിനിടയിലും കുറ്റകൃത്യങ്ങൾ ധാരാളം നടന്നുകൊണ്ടിരുന്നു എന്നതുതന്നെ. ചെറിയ രീതിയിലുള്ള വഴക്കുപറയൽ മുതൽ ശാരീരികപീഡനങ്ങൾ ഏല്പിക്കുന്നതുൾപ്പെടെ വധശിക്ഷവരെ കുറ്റവാളികൾക്ക് വിധിച്ചിരുന്ന ചരിത്രമാണ് പ്രാചീന ഭാരതത്തിലുണ്ടായിരുന്നത്. പിഴശിക്ഷയും ഭാരതത്തിൽ നിലനിന്നിരുന്നു. ഉദാഹരണത്തിന്;

(i) കളവ് ചെയ്യുന്നതിന് പിഴശിക്ഷമുതൽ വധശിക്ഷവരെ നല്കിയിരുന്നു.
(ii) മരം മോഷ്ടിച്ചാൽ, ചൂരൽ, പുല്ല്, ചെളി, വീട്ടുപകരണങ്ങൾ, മുള, എല്ല്, തുകൽ, പച്ചക്കറികൾ, ഉപ്പ്, പാല്, കരിമ്പ്, പാകം ചെയ്ത ഭക്ഷണം, എണ്ണ, മദ്യം എന്നിവ കട്ടെടുത്താൽ അതിനു പലരീതിയിലുള്ള ശിക്ഷകളാണ് പ്രാചീനകാലഭാരതത്തിൽ കൊടുത്തിരുന്നത്. നേരത്തെ സൂചിപ്പിച്ചതുപോലെ, കട്ടെടുത്ത മുതലിന്റെ വില നിശ്ചയിക്കുക. അതിന്റെ അഞ്ചിരട്ടി തുക ശിക്ഷയായി കൊടുക്കുകയെന്നതായിരുന്നു നാരദമഹർഷിയുടെ നിർദ്ദേശം.
(iii) കട്ടെടുത്തവന്റെ കൈവെട്ടിക്കളയണമെന്ന് ബ്രഹ്മസ്പതി പറഞ്ഞു. ധാന്യങ്ങളാണ് മോഷ്ടിച്ചതെങ്കിൽ, മോഷ്ടിച്ച വസ്തുവിന്റെ വില നിശ്ചയിച്ച ശേഷം അതിന്റെ പത്തിരട്ടി പിഴയായി വിധിക്കണമെന്ന് അദ്ദേഹം ആവശ്യപ്പെട്ടു. സ്വർണ്ണം, വിലപിടിപ്പുള്ള ലോഹങ്ങൾ, തുണി, രത്നം എന്നിവ കട്ടെടുത്താൽ വധശിക്ഷ തന്നെ വിധിക്കണമെന്ന് അദ്ദേഹം നിർബ്ബന്ധിച്ചു. വീട്ടുമൃഗങ്ങളെയാണ് മോഷ്ടിച്ചതെങ്കിൽ ആ മൃഗത്തിന്റെ വിലതന്നെ ശിക്ഷയായി വിധിച്ചിരുന്നു.
(iv) ഒരു പുരുഷനെ തട്ടിക്കൊണ്ടുപോയാൽ അയാൾക്ക് കഠിനശിക്ഷ തന്നെ നല്കണമെന്ന് നാരദമഹർഷി ആവശ്യപ്പെട്ടു. സ്ത്രീയെ തട്ടി

കൊണ്ടു പോകുന്നയാളുടെ സ്വത്ത് കണ്ടുകെട്ടിയിരുന്നു. സ്ത്രീയായ അടിമയെയാണ് കട്ടുകൊണ്ടുപോയിരുന്നതെങ്കിൽ കട്ടുകൊണ്ടു പോകുന്നവരുടെ പാദങ്ങൾ വെട്ടിക്കളയുമായിരുന്നു. ചിലയവസരങ്ങളിൽ വധശിക്ഷയും വിധിച്ചിരുന്നു.

(v) ഭവനഭേദനത്തിന് വധശിക്ഷ കൂടാതെ കളവുമുതൽ മുഴുവനും കണ്ടുകെട്ടിയിരുന്നു. ആദ്യമായി കുറ്റം ചെയ്തിരുന്നവരുടെ ചെറുവിരലും തള്ളവിരലും മുറിച്ചുകളയുമായിരുന്നു. കുറ്റകൃത്യങ്ങൾ ആവർത്തിക്കുന്നവരുടെ കൈയും കാലും വെട്ടിയെടുക്കുമായിരുന്നു. മൂന്നാം തവണ കുറ്റമാവർത്തിച്ചാൽ വധശിക്ഷയായിരുന്നു നല്കിയിരുന്നത്.

(vi) കൂട്ടായ്മ കവർച്ചയ്ക്ക് കൈകാലുകൾ ഛേദിക്കുമായിരുന്നു. പൊതുവെ നോക്കുമ്പോൾ പ്രാചീന ഭാരതത്തിൽ വളരെ ക്രൂരവും മൃഗീയവുമായ ശിക്ഷാരീതികളായിരുന്നു നിലനിന്നിരുന്നതെന്ന് പറയാം.

പാശ്ചാത്യ രാജ്യങ്ങളിലെ പഴയ ശിക്ഷാരീതികൾ

ഭാരതത്തിലുണ്ടായിരുന്നതുപോലെ വളരെ കിരാതവും അതിലേറെ ക്രൂരവുമായ ശിക്ഷാരീതികളായിരുന്നു വിദേശരാജ്യങ്ങളിൽ പണ്ടുണ്ടായിരുന്നത്. അവകളിൽ ചിലത്:

(i) കുറ്റവാളികളെ ജീവനോടെ കത്തിക്കുക, പിച്ചിച്ചീന്തുക, തിളച്ച എണ്ണയിലിടുക, ശരീരഭാഗങ്ങൾ മുറിച്ചുകളയുക;

(ii) രാജ്യദ്രോഹികൾക്കും ദൈവനിന്ദകാണിക്കുന്നവർക്കും ഭീകരശിക്ഷകളായിരുന്നു വിധിച്ചിരുന്നത്. അവരുടെ നാക്ക് പിഴുതെടുക്കുക, കണ്ണുകുത്തിപ്പൊട്ടിക്കുക, കൈ വെട്ടിക്കളയുക- ഇവ സർവ്വസാധാരണമായിരുന്നു;

(iii) ചാരവൃത്തിയിലേർപ്പെട്ടിരുന്നവരുടെ കണ്ണുകൾ ചുഴുതെടുക്കുമായിരുന്നു. ലൈംഗിക കുറ്റവാളികളുടെ ലിംഗം ഛേദിച്ചുകളയുമായിരുന്നു. ചെറിയതരം ലൈംഗിക കുറ്റങ്ങളായിരുന്നെങ്കിൽ അവരുടെ ലൈംഗികശേഷി നശിപ്പിച്ചിരുന്നു. ലൈംഗിക കുറ്റങ്ങളിൽ ഏർപ്പെട്ടിരുന്നത് സ്ത്രീകളായിരുന്നെങ്കിൽ അവരുടെ മുഖം വികൃതമാക്കുക പതിവായിരുന്നു.

ഫലമോ? മൃഗീയശിക്ഷകൾ വിധിച്ചിരുന്നതിനാൽ പലരും അനന്തരഫലമായി മരണപ്പെട്ടിരുന്നതായി ചരിത്രം സാക്ഷ്യപ്പെടുത്തുന്നു. ഇവയൊക്കെ ചെയ്തിട്ടും കുറ്റകൃത്യങ്ങൾ കുറയ്ക്കാനായില്ലയെന്നത് മറ്റൊരു ചരിത്രസത്യം. കുറ്റകൃത്യങ്ങൾ പൂർണ്ണമായി ഇല്ലാതാക്കാൻ കഠിനശിക്ഷകൾക്കാവില്ലയെന്ന് സമ്മതിക്കുക. കുറ്റകൃത്യങ്ങൾ ഒരു പരിധിവരെ നിയന്ത്രിക്കാനാവും; എന്നാൽ തുടച്ച് നീക്കാനാവില്ല. ജനമദ്ധ്യത്തിൽ കുറ്റവാളികളെ തിരിച്ചറിയാനായി അവരുടെ നെറ്റിയിൽ കൊലപാതകിയായിരുന്നെങ്കിൽ M എന്ന അക്ഷരവും കള്ളനായിരുന്നെങ്കിൽ T എന്ന അക്ഷരവും വ്യഭിചാരക്കുറ്റം ചെയ്തിരുന്നവരിൽ A എന്ന അക്ഷരവും പച്ചകുത്തിവെക്കുമായിരുന്നു. കുറ്റവാളികളെ മറ്റുള്ളവരുടെ മുമ്പിൽ 'കൊച്ചാ'

ക്കിക്കാണിച്ച് - അതിൽവച്ച് അവർ അനുഭവിച്ചിരുന്ന മാനസികവേദന പലർക്കും താങ്ങാവുന്നതിലും അധികമായിരുന്നു. പാശ്ചാത്യലോകത്ത് വേറെയും ശിക്ഷാരീതികൾ കണ്ടിരുന്നു.

(i) വഴക്കടിച്ചിരുന്ന സ്ത്രീകളെ ഒരു കസേരയിൽ ഇരുത്തി അവരുടെ കൈകൾ കെട്ടിയശേഷം വെള്ളത്തിൽ മുക്കി ശ്വാസം മുട്ടിച്ചിരുന്ന രീതി നടപ്പിലുണ്ടായിരുന്നു. കുറച്ചുനേരം വെള്ളത്തിൽ മുക്കിപ്പിടിച്ചശേഷം അവരെ വായുവിലേക്ക് പൊക്കിപ്പിടിക്കാനായി സഹായിക്കുന്ന ഉത്തോലകസംവിധാനമായിരുന്നു അന്നുണ്ടായിരുന്നത്. വായുവിൽ കൊണ്ടുവരുമ്പോൾ ആ രംഗം വീക്ഷിക്കുന്നവർ അവരെ കല്ലെറിയുക പതിവായിരുന്നു. ഇത്തരത്തിലുള്ള ശിക്ഷാരീതിയെ വെള്ളത്തിൽ മുക്കുന്ന കസേര (Ducking Stool) എന്നായിരുന്നു പൊതുവെ പറഞ്ഞിരുന്നത്. വഴക്കടിക്കുന്ന ദമ്പതികളെ ഇങ്ങനെ കസേരയിലിരുത്തി ശിക്ഷിക്കുന്ന രീതി സർവ്വസാധാരണമായിരുന്നു.

(ii) കൈയും കാലും കെട്ടിയശേഷം കുറ്റവാളികളെ ചാട്ടയ്ക്കടിക്കുക, അവരുടെ ചെവിയിലൂടെ ആണികയറ്റുക, ചെവി മുറിച്ച് കളയുക, കുറ്റവാളിയാണെന്ന് മനുഷ്യരെ അറിയിക്കാനായി പട്ടണപ്രദക്ഷിണം നടത്തുക- അങ്ങനെ ചെയ്യുമ്പോൾ അവരെ കല്ലെറിയുക പതിവായിരുന്നു.

(iii) കളവ് പറയുന്നതിനും ദൈവനിന്ദ കാണിക്കുന്നതിനും ചുട്ടുപഴുത്ത ഇരുമ്പുകമ്പി നാക്കിൽ കുത്തിയിറക്കുമായിരുന്നു.

(iv) നാടുകടത്തുകയെന്ന രീതിയും സർവ്വസാധാരണമായിരുന്നു. അങ്ങനെ വനങ്ങളിലേക്ക് വിടുന്നവർ പ്രകൃതിയുമായി മല്ലടിച്ച്-മൃഗങ്ങളുടെ അക്രമത്തിന് ഇരയായി മരണപ്പെടുക പതിവായിരുന്നു.

(v) ഭക്ഷണം കൊടുക്കാതെ-പട്ടിണിക്കിട്ട കുറ്റവാളികളെ ഒന്നിച്ച് കെട്ടിയ ശേഷം കടലിലേക്ക് തള്ളിയിടുക വേറൊരു രീതിയായിരുന്നു.

(vi) ചാട്ടയടി വളരെ മൃഗീയ രീതിയിൽ നടപ്പാക്കിയിരുന്നു. ചാട്ടയടിയേല്ക്കുന്നവർ മരണപ്പെടുന്നതായി കണ്ടിരുന്നു.

കിരാതവും അമാനുഷികവും മനുഷ്യഭാവനയ്ക്കുപോലും കാണാൻ കഴിയാത്തതുമായ കാടൻ ശിക്ഷാരീതികളോട് വ്യാപകമായ തോതിൽ എതിർപ്പുകൾ നാനാഭാഗത്തുനിന്നും ഉണ്ടായതിനെ തുടർന്നു പാശ്ചാത്യരാജ്യങ്ങളിൽ അത്തരത്തിലുള്ള ശിക്ഷാരീതികൾ കാലത്തിന്റെ നീക്കത്തിൽ നിർത്തലാക്കി. ഒരു കാര്യം വ്യക്തം. കുറ്റം ചെയ്യുന്നവർ ശിക്ഷിക്കപ്പെടണം എന്ന തത്ത്വം ലോകം മുഴുവൻ ശിലായുഗം മുതൽ അംഗീകരിച്ചിരുന്നു. നിയമം അനുസരിക്കുന്നവനെ സംരക്ഷിക്കണമെന്നും ലംഘിക്കുന്നവനെ ശിക്ഷിക്കണമെന്നുമാണ് ഹിന്ദുധർമ്മശാസ്ത്രത്തിൽ പറയുന്നത്. മനു ഇപ്രകാരം പറയുന്നു. ദണ്ഡചത്രദാരി *(Danda Chhatra Dhari)* യാണ് രാജാവ്. അതിന്റെ അർത്ഥം എന്താണ്? ദണ്ഡ എന്നാൽ ശിക്ഷിക്കുന്നവനെന്നും ചത്രയെന്നാൽ സംരക്ഷകൻ എന്നുമാണ്. ശിക്ഷ മനുഷ്യരെ തെറ്റിൽ നിന്നും സംരക്ഷിക്കുന്നു. തെറ്റിനെ നിയന്ത്രിക്കുന്നു. മനുഷ്യർ ഉറങ്ങുമ്പോഴും 'ശിക്ഷ' ഉണർന്നിരിക്കുന്നു. അത് ക്രമസമാ

ധാനം ഉറപ്പുവരുത്തുന്നു. ജീവനും സ്വത്തിനും സുരക്ഷിതത്വം തരുന്നു. കുറ്റം ചെയ്യാൻ ആഗ്രഹിക്കുന്നവർ ശിക്ഷയെ ഭയപ്പെടുന്നു. അത്തരത്തിലാണ് മനു ശിക്ഷയെ കണക്കാക്കിയിരുന്നത്.

പാശ്ചാത്യമായാലും പൗരസ്ത്യമായാലും ശിക്ഷകൾ എന്നും ശിക്ഷകൾ തന്നെയായിരുന്നു. പല ശിക്ഷാരീതികളും കുറ്റവാളിയെ പീഡിപ്പിക്കുന്നതും ക്രൂരവുമായിരുന്നു. മനുഷ്യശരീരത്തിൽ നിന്നും മാംസം ചീന്തിയെടുക്കുക, ചാട്ടകൊണ്ടടിക്കുക, ശരീരഭാഗങ്ങൾ വികൃതമാക്കുക, ചാപ്പകുത്തുക, ചങ്ങലകളിൽ കെട്ടിയിടുക, വസ്തുവകകൾ കണ്ട് കെട്ടുക, ശരീരാവയവങ്ങൾ മുറിച്ചുമാറ്റുക, ദേഹോപദ്രവം ഏല്പിക്കുക എന്നീ രീതികൾ പലരൂപത്തിലും രീതിയിലും എല്ലാ കാലത്തും എല്ലാ ദേശത്തും കാണാമായിരുന്നു. കുറ്റവാളികളെ ചാട്ടവാറുകൊണ്ടടിക്കാൻ അനുവദിക്കുന്ന The Whipping Act, 1864 ഇന്ത്യയിൽ ഉണ്ടായിരുന്നു. 1909 ൽ അത് പരിഷ്കരിച്ചു. 1955 ലാണ് ആ നിയമം ഇന്ത്യയിൽ റദ്ദു ചെയ്തത്. ബ്രിട്ടനിലും അമേരിക്കയിലും മദ്ധ്യപൂർവ്വദേശങ്ങളിലും അത്തരത്തിൽ ചാട്ടകൊണ്ടടിക്കുന്ന ശിക്ഷ ഉണ്ടായിരുന്നു. ഇപ്പോഴും അത് നിലവിലുള്ള രാജ്യങ്ങളുണ്ട്. കുറ്റവാളികളെ ശാരീരികമായി പീഡിപ്പിക്കുന്ന മൃഗീയ സമീപനത്തോട് എതിർപ്പ് വന്നതോടെ ജയിൽവാസം ശിക്ഷയായി അംഗീകരിക്കപ്പെട്ടു. എന്നാൽ താരതമ്യേന ലഘുവായ കുറ്റങ്ങൾ ചെയ്തവർക്ക് പിഴശിക്ഷ കൊടുത്താൽ മതിയാകുമെന്ന് ലോകം ഇപ്പോൾ അംഗീകരിച്ചിട്ടുണ്ട്. ഇന്ത്യയിൽ പിഴശിക്ഷ കൊടുക്കുന്ന ഒട്ടേറെ കുറ്റകൃത്യങ്ങളുണ്ട്. ചില കുറ്റകൃത്യങ്ങൾക്ക് ജയിൽശിക്ഷ വിധിച്ചശേഷം പിഴശിക്ഷയും വിധിക്കാറുണ്ട്. സ്വത്ത് കണ്ടുകെട്ടുകയെന്ന ശിക്ഷാരീതിയും ലോകത്ത് നിലനില്ക്കുന്നുണ്ട്. നാടുകടത്തൽ എന്ന ശിക്ഷ ഇപ്പോഴില്ല. ഒരു കാലത്ത്, ലോകത്ത് പലയിടത്തും വ്യാപകമായി കണ്ടിരുന്ന ഈ ശിക്ഷാരീതി നിർത്തലാക്കാൻ പല കാരണങ്ങളുമുണ്ട്. ബ്രിട്ടീഷ് ഇന്ത്യയിൽനിന്നും ആൻഡമാൻ നിക്കോബാർ ദ്വീപിലേക്കായിരുന്നു കുറ്റവാളികളെ നാടുകടത്തിയിരുന്നത്. അത്തരത്തിൽ നാടുകടത്തിയിരുന്ന സമ്പ്രദായത്തെ 'കാലാപാനി' എന്നായിരുന്നു പറഞ്ഞിരുന്നത്. കടൽകടത്തി വിടുന്നത് മതത്തിൽനിന്നും പുറത്താക്കലാണെന്ന് വിശ്വസിച്ചിരുന്ന ഇന്ത്യക്കാർക്ക് ആൻഡമാൻ നിക്കോബാറിലേക്ക് പോവുകയെന്നത് വളരെ മനക്ലേശം ഉണ്ടാക്കിയിരുന്നുവെന്നത് സത്യമാണ്. 1955 ലാണ് നാടുകടത്തൽ ഇന്ത്യയിൽ നിർത്തൽ ചെയ്തത്.

ശിക്ഷാശാസ്ത്രമെന്ന വൈജ്ഞാനികശാഖ

കുറ്റവാളികളെ ശിക്ഷിക്കണോ? എങ്കിൽ എങ്ങനെ? പലതരം പരീക്ഷണങ്ങൾ കുറ്റവാളികളിൽ നടത്തി ശിക്ഷാരീതികളുടെ ഗുണമേന്മ നിശ്ചയിക്കാനവരെ ഗിനിപ്പന്നികൾ ആക്കാമോ? അങ്ങനെ ഗിനിപ്പന്നികളാക്കിയ ചരിത്രമേ ശിക്ഷാവിധികൾക്കു പറയാനുള്ളു. എത്രയോ നിരപരാധികളങ്ങനെ ഗിനിപ്പന്നികളായിരിക്കുന്നു? എത്രയോ അപരാധികള

ങ്ങനെ ഗിനിപ്പന്നികളാവാതെ സുഖജീവിതം നയിച്ച് ജീവിച്ചു? കണക്കുകൾ ലഭ്യമല്ല.

മനുഷ്യരിലെ മൃഗം-മൃഗങ്ങൾ നിസ്സാരക്കാരല്ല. മനുഷ്യരിലെ മൃഗീയചോദനകൾ നിസ്സാരമല്ല. മൃഗീയചോദനകളെ നിയന്ത്രിക്കുകയെന്നതും നിസ്സാരകാര്യമല്ല. ധാർമ്മികത, ആത്മീയത, ബൗദ്ധികത എന്നിവ കൊണ്ട് ഒരാൾക്ക് സ്വയം നിയന്ത്രിക്കാനാവും. സംശയം വേണ്ട. എന്നാൽ, ബാഹ്യശക്തികൊണ്ട് പൂർണ്ണമായി-എല്ലാ കാലത്തേക്കും ഒരാളെ നിയന്ത്രിക്കുകയെന്നത് അസാദ്ധ്യമാണ്. അതുകൊണ്ട് ശിക്ഷിക്കുമെന്ന നിയമംകൊണ്ട് മനുഷ്യനിലെ മൃഗീയചോദനകളെ നിത്യമായി പൂർണ്ണമായി നിയന്ത്രണവിധേയമാക്കാമെന്നത് വെറും വ്യാമോഹം മാത്രം. ആ വ്യാമോഹത്തിൽ നടത്തുന്ന പരീക്ഷണങ്ങൾ വിജയിക്കണമെന്നില്ല. വിജയിക്കില്ല. അതിനാൽ, ഗിനിപന്നികളാവുക എന്നതല്ലാതെ വേറെ വഴികളില്ല.

ക്രിസ്തുവിനു 1800-1900 വർഷം മുമ്പ് ബാബിലോണിയ ഭരിച്ചിരുന്ന ഹമുറബി രാജാവിന്റെ നിയമസംഹിതയിൽ *lex talionis* എന്നറിയപ്പെടുന്ന (കണ്ണിന് കണ്ണു; പല്ലിന് പല്ല്) ശിക്ഷാവിധികൾ നിലനിന്നിരുന്നു. അതിനു മുമ്പ് ഭാരതത്തിൽ അത്തരത്തിലുള്ള കൈവെട്ടൽ, പാദം മുറിക്കൽ, കാൽവെട്ടൽ തുടങ്ങിയ ശിക്ഷാവിധികൾ ഉണ്ടായിരുന്നു. കേരളത്തിൽ, ഈ അടുത്തകാലംവരെ കീഴ്ജാതിയിൽ പെട്ടവരെ വളരെ ക്രൂരമായി ശിക്ഷിച്ചിരുന്നു. സഹസ്രാബ്ദങ്ങളുടെ ചരിത്രമുള്ള പ്രതികാരം ചെയ്യുക (Law of Retaliation) എന്ന ശിക്ഷാനിയമങ്ങൾക്ക് പ്രസക്തി നഷ്ടപ്പെടുകയാണ്. മനുഷ്യാവകാശങ്ങളെ മാനിക്കുന്ന ഒരു സമൂഹത്തിൽ മനുഷ്യത്വഹീനമായ ശിക്ഷകൾ നല്കാൻ ആവില്ല. ജനാധിപത്യവ്യവസ്ഥ നില നില്ക്കുന്ന രാജ്യങ്ങളിൽ പൊതുജന എതിർപ്പ് ഭയാനകമായിരിക്കും.

ശിക്ഷാശാസ്ത്രം മുകളിൽ പറഞ്ഞ കാര്യങ്ങൾ പഠനവിധേയമാക്കുന്നു. കൂടുതൽ കൂടുതൽ മാനുഷികനിയമങ്ങൾ നടപ്പാക്കുന്ന ഇക്കാലത്തു മനുഷ്യത്വരഹിതമായ ശിക്ഷകൾ നടപ്പാക്കുക ബുദ്ധിമുട്ടാണ്. അതുകൊണ്ടാണ് ജയിൽശിക്ഷയ്ക്ക് കൂടുതൽ പ്രാധാന്യം കൊടുക്കുന്നത്. 1957 ൽ ഐക്യരാഷ്ട്രസംഘടന ജയിൽശിക്ഷ അനുഭവിക്കുന്നവർക്കായി പ്രത്യേക നിയമങ്ങളും ചട്ടങ്ങളും ഉണ്ടാക്കിയവ അംഗീകരിച്ചു. The Standard Minimum Rules for the Treatment of Prisoners എന്ന യു എൻ രേഖയിൽ ഇന്ത്യയും ഒപ്പുവച്ചിട്ടുണ്ട്. ഇപ്പോൾ അതും കാലഹരണപ്പെട്ടുവെന്നതിനാൽ അതിന്റെ പരിഷ്കരിച്ച പതിപ്പ് തയ്യാറാക്കിക്കൊണ്ടിരിക്കുകയാണ്.

ശിക്ഷാശാസ്ത്രമെന്ന വൈജ്ഞാനികശാഖ എന്തൊക്കെ പഠനവിധേയമാക്കുന്നു?

(i) ശിക്ഷ ഒരാളെ ശിക്ഷിക്കാൻ മാത്രമാണോ? അതോ, കുറ്റവാളികളെ രക്ഷിക്കാനാണോ?

(ii) ശിക്ഷയെന്നത് അതിനാൽത്തന്നെ ഒരു ലക്ഷ്യമാണോ? അതോ, നല്ലൊരു ലക്ഷ്യത്തിലേക്കുള്ള മാർഗ്ഗമാണോ? ലക്ഷ്യവും മാർഗ്ഗവും നല്ലതാവണ്ടേ?

(iii) നാളിതുവരെ വിധിച്ച് നടപ്പാക്കിയ ശിക്ഷകളുടെ ഗുണമേന്മ എന്തൊക്കെ? ദോഷങ്ങളും ദോഷഫലങ്ങളും എന്തൊക്കെ? എന്തുകൊണ്ടാണ് ചിലതരം ശിക്ഷകൾ നിർത്തലായത്? നിർത്തലാക്കിയത്? പുതിയവ കൊണ്ടുവന്നത്?

(iv) മാറുന്ന സമൂഹചിന്താഗതികൾ ശിക്ഷകളുടെ രൂപവും ഭാവവും മാറ്റാൻ സഹായകമാണോ? ആണെങ്കിൽ, എങ്ങനെ?

(v) ശിക്ഷിക്കപ്പെട്ടവരെല്ലാം യഥാർത്ഥ കുറ്റവാളികളായിരുന്നോ? എവിടെയെങ്കിലും തെറ്റുപറ്റുന്നുണ്ടോ? എവിടെ? എങ്ങനെ?

(vi) ശാരീരികപീഡനം വഴി പ്രതികാരം ചെയ്യുകയെന്ന ഉദ്ദേശ്യലക്ഷ്യം കുറ്റകൃത്യങ്ങളെ ഇല്ലാതാക്കാൻ സഹായിച്ചോ? എന്തുകൊണ്ട്?

(vii) ജയിൽശിക്ഷ ശാരീരികപീഡനത്തേക്കാൾ ഗുണകരമാണോ? എങ്ങനെയൊക്കെ? ജയിൽഭരണം എങ്ങനെ? എപ്രകാരം?

(viii) ജയിലുകൾ സ്ഥിതിചെയ്യുന്ന സ്ഥലം, കെട്ടിടങ്ങൾ വാസയോഗ്യമാണോ? ജയിൽശിക്ഷയുടെ ഉദ്ദേശ്യലക്ഷ്യം സഫലീകരിക്കുമോ? സൗകര്യങ്ങൾ, ജോലിക്കാർ, അച്ചടക്കം, തൊഴിൽ, വിദ്യാഭ്യാസരീതിയൊക്കെ എങ്ങനെ?

(ix) ജയിൽനിയമങ്ങൾ എന്തൊക്കെ? അവയുടെ പരിഷ്കാരം? അന്തർദ്ദേശീയ തലത്തിലുള്ള നിയമങ്ങൾക്കനുസൃതമാണോ? മനുഷ്യാവകാശങ്ങളെ കണക്കിലെടുക്കുന്നുണ്ടോ?

(x) ജയിൽവകുപ്പു ഉദ്യോഗസ്ഥരുടെ വിദ്യാഭ്യാസം, യോഗ്യത, പരിശീലനം, അഭിരുചി, പ്രവർത്തനം എപ്രകാരം? ജയിൽവാസികളുടെ ക്ഷേമകാര്യങ്ങളും മനഃപരിവർത്തനവും ലക്ഷ്യമാക്കി പ്രവർത്തിക്കുന്ന ജോലിക്കാരുടെ പ്രവർത്തനശൈലി, മറ്റു ജോലികൾ ചെയ്യുന്നവരുമായുള്ള അനുപാതം എന്നിവ.

(xi) ജയിൽഭക്ഷണം, അച്ചടക്കം, തൊഴിൽ, വിദ്യാഭ്യാസം, ആരോഗ്യം, ശുചിത്വം, വ്യക്തിത്വവികസനം, അതിഥി സന്ദർശനം, പുനരധിവാസം തുടങ്ങിയവ.

(xii) ജയിൽവാസാനന്തരജീവിതം, ഇടത്താവള വീട്, വിവിധതരം പുനരധിവാസപദ്ധതികൾ.

(xiii) പരോൾ സംവിധാനം, പ്രൊബേഷൻ ശിക്ഷാരീതി, കുട്ടികളുടെ വാസം, സ്ത്രീകൾക്കുള്ള ജയിൽ, വൃദ്ധപരിചരണം, ആശുപത്രി, രോഗികൾ, സാംസ്കാരിക ജീവിതം എന്നിവ.

(xiv) ജയിലും കുറ്റനീതി സംവിധാനത്തിലെ മറ്റു വിഭാഗക്കാർ തമ്മിലുള്ള ബന്ധം, സഹകരണം, ഇടപെടൽ എന്നിവ.

ചുരുക്കത്തിൽ ശിക്ഷാശാസ്ത്രം കൈകാര്യം ചെയ്യുന്ന മേഖലകൾ വിശാലമാണ്. വിപുലമാണ് അക്കാര്യങ്ങളാണ് അടുത്ത അദ്ധ്യായങ്ങളിൽ ചർച്ച ചെയ്യുന്നത്.

ശിക്ഷയുടെ ഉദ്ദേശ ലക്ഷ്യങ്ങൾ?

എന്തൊക്കെയാണ് ശിക്ഷയുടെ ഉദ്ദേശ ലക്ഷ്യങ്ങൾ? അവയെക്കുറിച്ച് ഇപ്പോഴും അവ്യക്തത നിലനില്ക്കുന്നു. അതുകൊണ്ടു തന്നെ അക്കാര്യത്തിൽ ചർച്ച ലോകമെമ്പാടും നടക്കുകയാണ്. ഏതെങ്കിലും ഒരു കുറ്റകൃത്യം ശിക്ഷിച്ചത് കാരണം പൂർണ്ണമായി ഇല്ലാതാക്കാൻ കഴിഞ്ഞിട്ടുണ്ടോ? ഇല്ലെന്നാണ് ഗവേഷണനിഗമനങ്ങൾ. താല്ക്കാലികമായി കുറ്റകൃത്യങ്ങളെ നിയന്ത്രിക്കാൻ ശിക്ഷകൾക്ക് കഴിഞ്ഞിട്ടുണ്ടെന്നത് സത്യമാണ്. വധശിക്ഷ നല്കിയാൽ വധിക്കപ്പെടുന്നയാൾ മരണപ്പെടുന്നുവെന്നതിനാൽ അയാൾ പിന്നീട് കുറ്റം ചെയ്യുന്നില്ല. എന്നുവച്ച് അയാൾ ചെയ്തകുറ്റം മറ്റാരെങ്കിലും ചെയ്യുന്നില്ല; ചെയ്യുകയില്ലയെന്ന് പറയുകവയ്യ. ലോകത്ത് ഒരുഭാഗത്ത് കൊലപാതകത്തിന് വധശിക്ഷ നല്കുമ്പോൾ വേറൊരു ഭാഗത്ത് കൊലപാതകങ്ങൾ നടന്നുകൊണ്ടിരിക്കുന്നുവെന്ന് കാണാം. ബലാൽസംഗത്തിന് ഒരു കോടതി ജീവപര്യന്തം ശിക്ഷിക്കുമ്പോൾ–ആ സമയത്തു തന്നെ പല സ്ഥലത്തും ബലാൽസംഗങ്ങൾ നടന്നുകൊണ്ടിരിക്കുന്നു! വാഹനനിയമലംഘനത്തിന് ഒരുത്തൻ പിഴയിടുമ്പോൾ നൂറുകണക്കിനാളുകൾ അതേ കുറ്റം ചെയ്തുകൊണ്ടിരിക്കുന്നു. വധശിക്ഷയായാലും ജയിൽശിക്ഷയായാലും പിഴശിക്ഷയായാലും ശിക്ഷകൾക്കെല്ലാം ഒരു പരിധിയുണ്ട്; പരിമിതിയുണ്ട്. ഒരു ശിക്ഷയും കുറ്റകൃത്യങ്ങളെ ഇല്ലായ്മ ചെയ്യാൻ തക്കവിധം ശക്തമല്ല.

'ശിക്ഷ'ക്കെന്ത് ശക്തിയുണ്ട്? എല്ലാത്തരം ശിക്ഷയും ഒരാളുടെ ശരീരത്തിന് – മനസ്സിന് – രണ്ടിനും വേദനയേല്പിക്കുന്നു. വേദന സഹിക്കാൻ പറ്റാത്തവർക്ക് ശിക്ഷയെ ഭയമായിരിക്കും– സത്യത്തിൽ, ശിക്ഷയെയല്ല അവർ ഭയക്കുന്നത്. മറിച്ച്, ശിക്ഷ ഏല്പിക്കുന്ന വേദനയെ അവർ ഭയപ്പെടുന്നു. 'ചാവേറാകാൻ' തയ്യാറുള്ളവനെ വധശിക്ഷ ഭയപ്പെടുത്തുമോ? തീവ്രാദികൾ, ഭീകരവാദികൾ, മൗലികവാദികൾ, ഉഗ്രവാ

ദികൾ, മതഭ്രാന്തന്മാർ–അവരെ ഭയപ്പെടുത്താൻ ആർക്ക്, എന്തിന് കഴിയും? 'വെടിക്കെട്ടുകാരന്റെ പട്ടിയെ ഉടുക്കുകൊട്ടി പേടിപ്പിക്കാൻ നോക്കണ്ട' – ഇതൊരു മലയാള ഭാഷാച്ചൊല്ല്. ആത്മഹത്യ ചെയ്യാൻ പോകുന്നവനെന്ത് വധശിക്ഷാഭയം? ജയിലിൽ പോകാത്തവർക്ക് ജയിൽശിക്ഷയെ പേടിയാണ്. എന്നാൽ ജയിലിൽ പോയവർക്കോ? ആദ്യ ജയിൽവാസം വേദനാജനകം എന്ന് പറയുന്നവർക്കുപോലും ആവർത്തിച്ചാവർത്തിച്ചുള്ള ജയിൽ ജീവിതം അസ്വസ്ഥതയുണ്ടാക്കുന്നില്ല. 'ജയിൽ പക്ഷികൾ' എന്ന് വിളിക്കുന്ന ആവർത്തന കുറ്റവാളികൾ അത്തരക്കാരാണ്. ഇരുട്ടിൽ വസിച്ചിട്ടും ഇരുട്ടും വെളിച്ചമായി മാറിടാമെന്ന് പറയുന്നതുപോലെയാണ് ജയിൽ ശിക്ഷയും – ജയിൽ ജീവിതവും. പണക്കാരെ പിഴശിക്ഷ ഭയപ്പെടുത്തുന്നില്ല. ഭയപ്പെടുത്തുകയുമില്ല. 'ഇതിനൊക്കെയല്ലേ ഈ പണം' എന്ന് കരുതുന്നവരുണ്ട്. പിഴശിക്ഷയ്ക്ക് ഒരു പരിധിയും പരിമിതിയും ഉണ്ട്. ജയിൽ ശിക്ഷ അനുഭവിക്കാൻ തയ്യാറായിട്ടുള്ള ഒരാൾക്കെന്ത് പിഴശിക്ഷ? പിഴയടച്ചില്ലെങ്കിൽ ......മാസം/വർഷം ജയിൽശിക്ഷയെന്നാണ് വിധിന്യായങ്ങളിൽ കാണുന്നത്. ശരി, അങ്ങനെതന്നെയാവട്ടെ, എന്നൊരാൾ കരുതിയാൽ? സ്വത്തുണ്ടങ്കിലല്ലേ സ്വത്ത് കണ്ടുകെട്ടാൻ ആവുക? ക്രിമിനൽ കേസിൽ ഉൾപ്പെടുന്നവർ 'Pauper' അഥവാ, പാപ്പരകളാണെങ്കിലോ? അല്ലെങ്കിലും ശിക്ഷിച്ച് ജയിലുകളിൽ വരുന്നവരിൽ ബഹുഭൂരിപക്ഷവും നിർദ്ധനർ ആണ്. വാദിക്കാൻ നല്ല വക്കീലുള്ളവരും ധനാഢ്യരുമായ എത്രപേർ ശിക്ഷിക്കപ്പെടുന്നുണ്ട്? കുറ്റനീതിയെ വിലയ്ക്കുവാങ്ങാം 'എന്ന് പറയുന്നവരുണ്ട്. സാക്ഷികളെ വാങ്ങാം, നല്ല അഭിഭാഷകരെ വാങ്ങാം, കുറ്റാന്വേഷകരെ വാങ്ങാം. എല്ലാം വിലയ്ക്കു വാങ്ങാമെങ്കിൽ വിധിയും വിലയ്ക്കുവാങ്ങാം. കോടതിവിധിയെ ഭയക്കാത്തവരും ഒരു കോടതിവിധിയെ അപ്പീലിൽ മാറ്റിമറിക്കാമെന്ന് പറയുന്നവരും ഉണ്ട്. ഒരു 'വിധി'യും ഇരുമ്പുലക്കയല്ല എന്നാണവർ കരുതുന്നത്.

ജീവപര്യന്തം രണ്ടു വിധത്തിലുണ്ട്.

(1) ജീവിതാവസാനം വരെയുള്ള ജീവപര്യന്തം.
(2) ഒരു ക്ലിപ്തകാലാവധി വരെയുള്ള ജീവപര്യന്തം

ആധുനിക യുഗത്തിലെ ചിന്താഗതിയും മനുഷ്യാവകാശ വാദഗതികളും കണക്കിലെടുക്കുമ്പോൾ, ജയിൽശിക്ഷയുടെ ഉദ്ദേശലക്ഷ്യം തന്നെ ശിക്ഷിക്കപ്പെട്ടവരുടെ മനഃപരിവർത്തനമാണു. മനഃപരിവർത്തനം വന്നയൊരാളെ അനാവശ്യമായി ജയിലിൽ പാർപ്പിച്ചാലത് വിപരീത ഫലമേ ഉണ്ടാക്കൂ എന്ന് ബോദ്ധ്യപ്പെട്ടതിന്റെ ഫലമായി ഇപ്പോൾ 'പരോൾ'സംവിധാനത്തിന് പ്രാധാന്യം കൂടിക്കൂടി വരുകയാണ്. അങ്ങനെ നോക്കുമ്പോൾ ജിവപര്യന്തം എന്ന ശിക്ഷാരീതിയുടെ പ്രസക്തിതന്നെ ചോദ്യം ചെയ്യപ്പെടുകയാണ്. ജയിലിൽ കിടക്കുന്ന മനുഷ്യരല്ല സമൂഹത്തിന്റെ മഹത്ത്വം എന്നറിയുക. ജീവപര്യന്തം ശിക്ഷ കിട്ടുമെന്നുള്ള ഒരൊറ്റ കാരണത്താൽ ഒരാളും ഒരു കുറ്റവും ചെയ്യാതിരുന്നിട്ടില്ല എന്നതാണ് അനുഭവസാക്ഷ്യം. നിയമലംഘനം നടത്താൻ ഒരാൾ തീരുമാനിച്ചിട്ടുണ്ടോ, അയാൾ നിയമ

ലംഘനം നടത്തിയിരിക്കുമെന്നാണ് കണ്ടുവരുന്നത്. വരുന്നത് വരും പോലെ വരട്ടെ എന്ന് വിചാരിക്കുന്നവരും ധാരാളം. അപ്പോഴും ഒരു ചോദ്യം ബാക്കി. എന്തിന് മനുഷ്യരെ ശിക്ഷിക്കണം അതിനുള്ള ഉത്തരങ്ങൾ?

1. പകരം വീട്ടുക; പ്രതികാരം ചെയ്യുക

Lex Talionis എന്നാൽ പ്രതികാരത്തിന്റെ നിയമം എന്നാണർത്ഥം. നേരത്തെ സൂചിപ്പിച്ചതുപോലെ, ബാബിലോണിയായിലെ ഹമുറബി (1800 വർഷം ക്രിസ്തുവിനു മുമ്പ്) യുടെ ഭരണകാലം മുതൽ നാം അത് കാണുന്നുണ്ട്. മനുഷ്യശരീരത്തിലെ ഏതു അവയവമാണോ നിയമം ലംഘിക്കാനുപയോഗിച്ചത്, ആ അവയവം ശരീരത്തിൽ നിന്നെടുത്തുകളയുക / അവയവത്തിന്റെ ശക്തി നശിപ്പിക്കുക എന്നതായിരുന്നു അതിനായി ചെയ്തിരുന്നത്. 'കണ്ണിന് കണ്ണ്. പല്ലിന് പല്ലും- എന്ന പോലെ ആ തത്ത്വം നടപ്പിലാക്കി. എന്നാൽ, ആ സമീപനം വിജയിച്ചില്ല. കുറ്റകൃത്യങ്ങൾ കൂടികൊണ്ടിരുന്നു. കൈയില്ലാത്തവർക്ക് കൈകൾ ഇല്ലെങ്കിലും കൈകൾ ചെയ്യുന്ന ഏതാണ്ടെല്ലാ കാര്യങ്ങളും അവർ ചെയ്തിരുന്നു. എഴുതുക, വരക്കുക, ഭക്ഷണം കഴിക്കുക തുടങ്ങിയ എല്ലാ കാര്യങ്ങൾക്കും ഓരോരുത്തർ അവരുടേതായ രീതികൾ അവലംബിക്കുന്നതായി കാണുന്നു. കണ്ണില്ലെങ്കിലോ? കണ്ണുപൊട്ടന്മാർ ചെയ്യുന്നതുപോലെയവരും അവർക്കാവശ്യമായവ ചെയ്യുന്നു. ലിംഗം ഛേദിച്ചാലോ? ലൈംഗിക വൈകൃതങ്ങൾ അക്കൂട്ടരും കാണിക്കുന്നു. അത്തരത്തിൽ നോക്കുമ്പോൾ കുറ്റം ചെയ്യുന്നവരുടെ അവയവങ്ങൾ മുറിച്ചു കളഞ്ഞതുകൊണ്ട് കുറ്റത്തിനു ഇരയായവർക്കും അവരുടെ സ്വന്തക്കാർക്കും/ ബന്ധുക്കാർക്കും സംതൃപ്തിയുണ്ടാകുന്നു എന്നല്ലാതെ സമൂഹത്തിന് അതുകൊണ്ട് കാര്യമായ ഗുണമൊന്നും കിട്ടുന്നില്ല; കിട്ടിയിരുന്നില്ല. സമൂഹത്തിൽ വികലാംഗർ കൂടിക്കൂടി വന്നു. അത്തരക്കാർ സമൂഹത്തിനു ഒരു ബാദ്ധ്യതയായിത്തീർന്നു; തീരുന്നു.

കൈക്കൂലി വാങ്ങുന്നവരുടെ കൈവെട്ടുകയാണെങ്കിൽ എത്ര സർക്കാർ ഉദ്യോഗസ്ഥർക്ക് കൈകൾ ഉണ്ടാകും? നുണപറയുന്നവരുടെ നാക്ക് പിഴുതുകളയുകയാണെങ്കിൽ എത്ര അഭിഭാഷകർക്ക് - എത്ര കുറ്റാന്വേഷകർക്ക് നാക്കുണ്ടാകും? ലൈംഗിക കുറ്റകൃത്യങ്ങൾ നടത്തുന്നവരുടെ ലിംഗഛേദനം നടത്തിയാൽ അടുത്ത തലമുറയെങ്ങനെയുണ്ടാകും? പ്രതികാരം ചെയ്യുകയെന്ന വികാരമായിരുന്നു ഇത്തരം ശിക്ഷകൾ നല്കുന്നതിന് കാരണമായത്. മനുഷ്യനിൽ 'മൃഗീയചോദന' ഉള്ളതിനാൽ അവൻ അവ പ്രകടിപ്പിക്കുകതന്നെ ചെയ്യും. കള്ളക്കടത്തുകാർ, മയക്കുമരുന്നു കടത്തുകാർ, കരിഞ്ചന്തക്കാർ, കുഴൽപ്പണക്കാർ, സംഘടിതകുറ്റവാളികൾ, മാഫിയാകൾ-അവർക്കൊക്കെയറിയാം കുറ്റങ്ങൾക്കുള്ള ശിക്ഷയെന്താണെന്ന്. ചില രാജ്യങ്ങളിൽ വധശിക്ഷ, ചില രാജ്യങ്ങളിൽ ശരീരാവയവങ്ങൾ മുറിച്ചുകളയൽ, ചില രാജ്യങ്ങളിൽ ജീവപര്യന്തം ജയിൽ ശിക്ഷ. എന്നിട്ടും കുറ്റകൃത്യങ്ങൾ കൂടിക്കൊണ്ടിരിക്കുന്നു. നിയമലംഘനത്തിനു പിടിക്കുന്നതുവരെ എല്ലാവരും മാന്യന്മാർ; പിടിക്കാതിരിക്കാൻ എല്ലാവരും

ശ്രദ്ധിക്കും; പിടിച്ചാൽ രക്ഷപ്പെടാൻ നോക്കും. ശിക്ഷിച്ചാൽ അത് പലർക്കും മാനസിക വിഷമങ്ങൾ ഉണ്ടാക്കും. അംഗപരിമിതരെ പോലെ യാകും. എന്നാലും 'നാണംകെട്ടും പണമുണ്ടാക്കീടിൽ നാണക്കേടാ പണം നീക്കിക്കൊള്ളും' എന്ന ചിന്തപോലെ പണം മനുഷ്യന്റെ അംഗ പരിമിതിയും നാണക്കേടും മാറ്റുകതന്നെ ചെയ്യും. അതുകൊണ്ട്, അവ യവങ്ങൾ മുറിച്ചു മാറ്റുന്ന ശിക്ഷ ലോകത്ത് വളരെക്കുറച്ചു രാജ്യങ്ങ ളിൽ മാത്രമേ ഇപ്പോൾ നിലവിലുള്ളൂ. അവയും നിർത്താനാണ് സാദ്ധ്യ ത. കിഡ്നി, ഹൃദയം, ശ്വാസകോശം തുടങ്ങിയ ജീവൻ സംരക്ഷണാവ യവങ്ങൾ ഒരിക്കലും മുറിച്ചു മാറ്റാനാവില്ല. അത് മരണ ഹേതുവാകും. അതു കൊണ്ടുകൂടിയാവാം, പകരം വീട്ടുകയെന്ന ശിക്ഷാരീതിമൂലം കുറ്റ കൃത്യങ്ങൾ കുറക്കാനായില്ല എന്ന് കണ്ടത്.

2. ഭയപ്പെടുത്തുക

മനുഷ്യർ ശിക്ഷയെ ഭയക്കുന്നു എന്നത് ഒരർത്ഥത്തിൽ സത്യമാ ണ്. അതുകൊണ്ടുതന്നെ കുറ്റം ചെയ്യുന്നവർ പിടിക്കപ്പെടാതിരിക്കാൻ പരമാവധി ശ്രമിക്കും. ഇനി പിടിക്കപ്പെട്ടാൽതന്നെ രക്ഷപ്പെടാൻ നോക്കും. ലോകത്ത് നടക്കുന്ന കുറ്റകൃത്യങ്ങളിൽ 5–10 ശതമാനമേ പൊലീസിന്റെ ശ്രദ്ധയിൽ വരുന്നുള്ളൂവെന്ന് വാദിക്കുന്നവരുണ്ട്. ശിക്ഷ കുറ്റവാളികളെ പേടിപ്പിക്കുന്നുവെന്ന ശിക്ഷാശാസ്ത്ര തത്ത്വത്തിന്റെ അടിസ്ഥാനത്തി ലാണ് കഠിനശിക്ഷകളും വധശിക്ഷയും നടപ്പിലാക്കിയത്; നടപ്പിലാക്കു ന്നത്. ദുർബ്ബലമനസ്സുകാരെ ഭയപ്പെടുത്താൻ ശിക്ഷകൾക്കാകും; സംശയം വേണ്ട. കുട്ടികളെ പേടിപ്പിച്ച് ഒരിടത്ത് ഇരുത്തുന്നതുപോലെ യുവാക്കളെയും പ്രായമായവരെയും ഭയപ്പെടുത്താനാവില്ല എന്നറിയുക.

ഒരു സംഭവകഥ കൂടി പറയട്ടെ. ഇംഗ്ലണ്ടിൽ ഒരു കാലത്ത് പോക്കറ്റ ടിക്കാർക്ക് വധശിക്ഷ പരസ്യമായി കൊടുത്തിരുന്നു. പോക്കറ്റടിക്കാരനെ പൊതുസ്ഥലത്ത് വച്ച് (***Forum*** അഥവാ, നീതി നിർവ്വഹണപീഠം എന്നാണ് ആ സ്ഥലം അറിയപ്പെട്ടിരുന്നത്. ആ വാക്കിൽ നിന്നാണ് Forensic എന്ന വാക്കുണ്ടായത്. Forensic Science എന്നാൽ നീതിനിർവ്വ ഹണ സഹായശാസ്ത്രം) തൂക്കിലേറ്റുമായിരുന്നു. ഇതു കാണാനായി ഇംഗ്ലണ്ടിന്റെ നാനാഭാഗത്തുനിന്നും ധാരാളം ആൾക്കാർ വധശിക്ഷ നട പ്പാക്കുന്ന സ്ഥലത്ത് വരുമായിരുന്നു. അങ്ങനെ വരുന്നവർക്ക് വില്ക്കാ നായി ശീതള പാനീയ വില്പനക്കാരും മധുരപലഹാരക്കാരുമൊക്കെ വരു മായിരുന്നു. വധശിക്ഷ നടപ്പാക്കുന്നതിൽ മാത്രം ശ്രദ്ധ കേന്ദ്രീകരിച്ച് നില്ക്കുന്നവരുടെ പോക്കറ്റുകൾ അടിച്ചു മാറ്റുക എളുപ്പമായിരുന്നതിനാൽ ഓരോ വധശിക്ഷ നടപ്പാക്കിക്കഴിയുമ്പോൾ 10–15 പോക്കറ്റടിക്കേസുകൾ രജിസ്റ്റർ ചെയ്തിരുന്നുവെന്നതൊരു ചരിത്രസത്യം. ഭാവിപോക്കറ്റടിക്കാരെ ഭയപ്പെടുത്താനായി നടപ്പാക്കിയ പരസ്യവധശിക്ഷ പലരേയും പേടിപ്പി ച്ചില്ലയെന്നതിലുപരി വധശിക്ഷ നടപ്പിലാക്കിക്കൊണ്ടിരിക്കുന്നതിനിടയിൽ പോക്കറ്റടിക്കാർ അവരുടെ ജോലി ചെയ്തിരുന്നുവെന്ന് ബോദ്ധ്യപ്പെട്ടു. അതിന്റെ വെളിച്ചത്തിൽ പോക്കറ്റടിക്കാർക്ക് വധശിക്ഷ കൊടുക്കുന്ന ആ

നയം ഇംഗ്ലണ്ടിൽ നിർത്തലാക്കി.

ചില പേർഷ്യൻ രാജ്യങ്ങളിൽ–ഉദാഹരണത്തിന്, സൗദി അറേബ്യയിൽ–ഇപ്പോഴും പരസ്യമായി വധശിക്ഷ നടപ്പിലാക്കുന്നുണ്ട്. എന്നിട്ടും കുറ്റകൃത്യങ്ങളുടെ എണ്ണത്തിൽ കുറവൊന്നും കാണുന്നില്ല. തിരുവിതാംകൂറിൽ 1944–1950 കാലഘട്ടത്തിൽ വധശിക്ഷ നിറുത്തലാക്കിയിരുന്നു. വധശിക്ഷ നടപ്പാക്കാതിരുന്ന വർഷങ്ങളിൽ കുറ്റകൃത്യങ്ങൾ കൂടുതലായി കാണപ്പെട്ടില്ലയെന്നതും ചരിത്രസത്യം. ഭയപ്പെടുത്തുകയെന്നതിന് പരിധികളും പരിമിതികളും ഉണ്ട്. ഒരാളേയും ഒരു പരിധിക്കപ്പുറം ഭയപ്പെടുത്താനാവില്ല. 'വരുന്നത് വരുന്നപോലെ വരട്ടെ' യെന്ന മനോഭാവം മനുഷ്യർക്കുണ്ടായാൽ അത്തരമാളുകളെ പേടിപ്പിക്കാനാവില്ല. മുമ്പ്, പറഞ്ഞതുപോലെ, ചാവേറുകൾ, തീവ്രവാദികൾ, മൗലികവാദികൾ, ഭീകരവാദികളൊക്കെ അക്കൂട്ടത്തിൽ പെടുന്നവരാണ്. എന്നിരുന്നാലും ചെറിയതരം കുറ്റകൃത്യങ്ങളെ നിയന്ത്രിക്കാനും കുറയ്ക്കാനും ഭയപ്പെടുത്തുകയെന്ന ശിക്ഷരീതിക്കാവും. കുറ്റം ചെയ്യുന്നവരെ ശിക്ഷിക്കുന്നത് കാണുമ്പോൾ കുറ്റം ചെയ്യാൻ താല്പര്യമുള്ളവർക്ക്–ചായ്വ് ഉള്ളവർക്ക് ഭയം ജനിക്കുമെന്നതും അവർ കുറ്റം ചെയ്യാതിരിക്കാൻ ശ്രമിക്കുമെന്നതും അംഗീകരിക്കുന്നു. അമിതമായ അധമ വികാരം കുറ്റകൃത്യങ്ങൾക്ക് കാരണമാകുന്നുവെങ്കിൽ അവ മനുഷ്യരെ കുറ്റവാളികളാക്കി മാറ്റും. അവിടെ വിവേകമല്ല; മറിച്ച് വികാരമാണ് പ്രവർത്തിക്കുന്നത്. മൃഗങ്ങളുടെ ചോദനയെ നിയന്ത്രിക്കാൻ ശിക്ഷകൾക്കാവില്ലയെന്നതുപോലെ മനുഷ്യർ വൈകാരികശക്തിയാലാണ് കുറ്റം ചെയ്യുന്നതെങ്കിൽ അതിനെ ശിക്ഷകൊണ്ട് നിയന്ത്രിക്കാനാവില്ല. കുറ്റം ചെയ്യാൻ ഒരാൾ അടിയുറച്ച് തീരുമാനിച്ചാലയാളെ ഒരു ശിക്ഷകൾക്കും നിയന്ത്രിക്കാനാവില്ല. അതാണ് വർഗ്ഗീയലഹളകളിലും കൊലപാതകരാഷ്ട്രീയത്തിലുമെല്ലാം ദർശിക്കുന്നത്. വംശീയ കലാപങ്ങളിലും കാണുന്നത് അതുതന്നെ. ആൾക്കൂട്ടകൊലപാതകത്തിലും 'സന്മാർഗ്ഗ പൊലീസ്' നടപടികളിലും കാണുന്നതും മറിച്ചല്ല. ഗുണ്ടായിസത്തിൽ ദൃഢമായൊരു തീരുമാനം ദർശിക്കുന്നു. അവിടെ ശിക്ഷയ്ക്കെന്ത് പ്രസക്തി? മാഫിയ പ്രവർത്തനങ്ങളിലും വൻസാമ്പത്തികനേട്ടമുണ്ടാക്കാനുള്ള ആസൂത്രിതകുറ്റകൃത്യങ്ങളിലും ശിക്ഷയ്ക്ക് വലിയ പ്രസക്തിയില്ല. അതേസമയം, താരതമ്യേന, ലഘുവായ കുറ്റകൃത്യങ്ങൾ ചെയ്യാതിരിക്കാൻ മനുഷ്യരെ ഭയപ്പെടുത്തിയാലതിനാകും എന്നത് തർക്കമറ്റ കാര്യമാണ്. പൊലീസ് നിരീക്ഷണം കുറ്റകൃത്യങ്ങളെ നിയന്ത്രിക്കുന്നതിന്റെ കാരണം ശിക്ഷിക്കപ്പെടുമെന്ന ഭയം തന്നെ.

3. ജനസമ്പർക്കം നിഷേധിക്കുക

മനുഷ്യൻ ഒരു സമൂഹജീവിയാണ്. പരസ്പരം സഹകരിച്ചും പ്രവർത്തിച്ചും മാത്രമേ മനുഷ്യർക്കു ജീവിക്കാനാവൂ. ഓരോരുത്തരും ഓരോ വ്യക്തികൾ ആണ്. വ്യക്തിത്വമുള്ളവരാണ്. അഭിപ്രായവ്യത്യാസങ്ങളുണ്ടാകും. അവർ തമ്മിൽ തമ്മിൽ അടിപിടി ഉണ്ടായെന്നും വരാം.

കാലാവസ്ഥയിൽ ഉണ്ടാകുന്ന മാറ്റങ്ങൾ ദൃശ്യമായി അനുഭവപ്പെടുന്ന പാശ്ചാത്യരാജ്യങ്ങളിൽ മനുഷ്യർക്കെതിരെയുള്ള കുറ്റകൃത്യങ്ങൾ കൂടുതലായി നടക്കുന്നത് വേനൽകാലത്താണെന്ന് കണ്ടെത്തിയിട്ടുണ്ട്. കാരണം? അപ്പോഴാണ് ജനങ്ങൾ കൂടുതലായി ഇടപഴകുന്നത്. എന്നാൽ, മഞ്ഞുകാലത്ത് വസ്തുവകകൾക്കെതിരെ (കളവ്, ഭവനഭേദനം എന്നിവ) യുള്ള കുറ്റകൃത്യങ്ങൾ കൂടുതൽ ഉണ്ടാകുന്നതിന്റെ കാരണം ജനസമ്പർക്കങ്ങൾ കുറവായതിനാലാണെന്നും ചില പഠനങ്ങളിൽ കാണുന്നു.

ജനങ്ങൾ കൂടുതലായി വസിക്കുന്ന പട്ടണ/നഗരങ്ങളിൽ കാണുന്ന കുറ്റകൃത്യങ്ങളിൽനിന്നും വിഭിന്നമാണ് ഗ്രാമപ്രദേശങ്ങളിൽ നമ്മൾ ദർശിക്കുന്ന കുറ്റങ്ങൾ. ജനസാന്ദ്രത കൂടുതലുള്ള കേരളം ഇന്ത്യയിലെ ഇതരസംസ്ഥാനങ്ങളെ കുറ്റകൃത്യങ്ങളിൽ പുറകിലാക്കിയിരിക്കുന്നുവെന്ന് സ്ഥിതിവിവരക്കണക്കുകളിൽ കാണുന്നു. അതുകൊണ്ടാക്കെ, കുറ്റം ചെയ്യുന്നവർക്ക് ശിക്ഷയായി ജനസമ്പർക്കം നിഷേധിച്ചാലത് കുറ്റകൃത്യങ്ങളെ കുറയ്ക്കാനും നിയന്ത്രിക്കാനും സഹായകമാകുമെന്ന് ശിക്ഷാശാസ്ത്രം കരുതുന്നു. ഫലമോ? 1704 ൽ ലോകത്ത് ശിക്ഷാജയിലുകൾ സ്ഥാപിക്കാൻ തുടങ്ങി. മനുഷ്യന്റെ സ്വാതന്ത്ര്യം നിഷേധിക്കുന്നത് അവന് സഹിക്കാനാവില്ലയെന്ന് കണ്ടെത്തിയതോടെ ലോകത്ത് മുഴുവനും ശിക്ഷാജയിലുകൾ പണിയാനാരംഭിച്ചു. ജീവപര്യന്തം ശിക്ഷ–അത് ഒരു നിശ്ചിതകാലംവരെ എന്ന കണക്കിലും അങ്ങനെയല്ല ജീവിതാവസാനം വരെയെന്ന തരത്തിലും – ഇപ്പോൾ വിധിക്കുന്നുണ്ട്. കൂടാതെ വിവിധ കാലത്തേക്ക് ജയിൽശിക്ഷയും വിധിക്കുന്നുണ്ട്.

പണ്ടൊക്കെ നാടുകടത്തൽ എന്നൊരു തരം ശിക്ഷ വിധിച്ചിരുന്നു. കുറ്റം ചെയ്തവരെ സമൂഹത്തിൽനിന്നും സ്ഥിരമായി മാറ്റിനിർത്താനായി അത്തരം നാടുകടത്തൽ ശിക്ഷയ്ക്ക് കഴിഞ്ഞു. ഇന്ത്യയിൽനിന്നും ആൻഡമാൻ–നിക്കോബാർ ദ്വീപിലേക്ക് (കാലാപാനി) നാടുകടത്തിയിരുന്നു. ആസ്ത്രേലിയ, സൈബീരിയ, അമേരിക്കയൊക്കെ അങ്ങനെ കുറ്റവാളികളെ ഒരു കാലഘട്ടത്തിൽ 'നാടുക്കടത്താൻ' ഉപയോഗിച്ച സ്ഥലങ്ങളായിരുന്നു. 'നാടുകടത്തൽ' ശിക്ഷ സ്ഥിരമായി കുറ്റവാളികളെ സമൂഹത്തിൽ നിന്നും മാറ്റിനിർത്താൻ സഹായിച്ചുവെന്നത് തർക്കമറ്റ കാര്യമാണ്. എന്നാൽ, അങ്ങനെ നാടുകടത്തപ്പെട്ടവരിൽ വളരെ പേർ മരണപ്പെട്ടുവെന്നതും മറ്റൊരു ചരിത്രസത്യം. വളരെയേറെ കുറ്റകൃത്യങ്ങൾക്ക് വധശിക്ഷ വിധിച്ചിരുന്ന ഒരു കാലം ഉണ്ടായിരുന്നു. വധശിക്ഷ വഴി സ്ഥിരമായി കുറ്റവാളികളെ സമൂഹത്തിൽനിന്നും ഇല്ലായ്മ ചെയ്യാനാകുമായിരുന്നു. എന്നാൽ വ്യാപകമായ എതിർപ്പിനെ തുടർന്നു 150 തോളം രാജ്യത്ത് ഇന്ന് വധശിക്ഷയില്ല. അപൂർവ്വങ്ങളിൽ അത്യപൂർവ്വമായ (Rarest of rare cases) അവസരങ്ങളിൽ മാത്രമേ വധശിക്ഷ വിധിക്കാവൂ എന്ന നയമാണ് ഇപ്പോൾ ഇന്ത്യയിലുള്ളത്.

ജയിൽശിക്ഷ വഴി ജനസമ്പർക്കം കുറ്റവാളികൾക്ക് നിഷേധിക്കുന്നതിനാൽ ഒരാൾ ജയിൽവാസം അനുഭവിക്കുന്ന കാലഘട്ടത്തിൽ അയാൾ കുറ്റകൃത്യങ്ങൾ ചെയ്യുന്നില്ല. എന്നിരുന്നാലും, ജയിൽവിമുക്ത

രായാൽ, ജയിൽശിക്ഷ അനുഭവിച്ചവരിൽ ചിലർ കുറ്റകൃത്യങ്ങൾ ആവർത്തിക്കുന്നതായി കണ്ടുവരുന്നു. അത്തരത്തിലുള്ള ആവർത്തനകുറ്റവാളികൾ (ജയിൽപക്ഷികൾ) സമൂഹത്തിൽ കാണുന്നതിനാൽ ജയിൽവാസംകൊണ്ട് കുറ്റകൃത്യങ്ങളെ നിയന്ത്രിക്കാനും കുറയ്ക്കാനും കഴിയുന്നുണ്ടോ എന്ന കാര്യത്തിൽ തർക്കം നിലനില്ക്കുന്നു. ജയിൽവാസം ചിലരിൽ ഗുണത്തേക്കാളേറെ ദോഷം ചെയ്യുന്നുവെന്ന് കണ്ടെത്തിയതിനാൽ ഇപ്പോൾ കുറ്റവാളികളെ ജയിലിലേക്ക് അയക്കാതെതന്നെ അവർക്ക് 'നല്ല നടപ്പ് ശിക്ഷ' (Probation of Good Conduct) വിധിക്കുന്ന രീതിയും സ്വീകരിക്കുന്നുണ്ട്. ജയിൽവാസകാലഘട്ടത്തിൽതന്നെ ജയിൽവാസികൾക്ക് നാട്ടിലും/വീട്ടിലും പോകാനായി അനുവാദം കൊടുക്കുന്ന രീതിയും (Furlough) –നിശ്ചിത കാലഘട്ടം ജയിലിൽ വസിച്ചാൽ സ്ഥിരമായി അവരെ ജയിൽവിമുക്തരാക്കുന്ന 'പരോൾ' സമ്പ്രദായവും നിലനില്ക്കുന്നു. അവയെല്ലാം വിശദമായി അടുത്ത അദ്ധ്യായങ്ങളിൽ ചർച്ച ചെയ്യുന്നുണ്ട്.

4. സമൂഹത്തെ സംരക്ഷിക്കുക

'സമൂഹരക്ഷ' – അതാണ് കുറ്റവാളികളെ ശിക്ഷിക്കുന്നതിന്റെ ഉദ്ദേശ്യലക്ഷ്യം എന്ന് ശിക്ഷാശാസ്ത്രം കരുതുന്നു. അതിന് ശിക്ഷാവിധികൾക്കാകും–വിധികൾക്കാവണം എന്ന ഉദ്ദേശ്യത്തോടെ ശിക്ഷിക്കുന്നവരെ നല്ല പൗരന്മാരാക്കി മാറ്റാനുള്ള കർമ്മപദ്ധതികൾക്ക് ഇപ്പോൾ ഊന്നൽ നല്കുന്നുണ്ട്. ജയിൽശിക്ഷകൊണ്ട് ജനസമ്പർക്കം നഷ്ടപ്പെടുന്നതിനാൽ ജയിൽശിക്ഷ സമൂഹനന്മ ഉറപ്പുവരുത്തുന്നുവെന്ന്–സമൂഹം കൂടുതൽ സുരക്ഷിതമാകുന്നുവെന്ന് വാദിച്ചാൽതന്നെ ജയിൽപക്ഷികൾ വലിയ പ്രശ്നങ്ങൾ സൃഷ്ടിക്കുന്നുണ്ട്. ജയിൽവാസത്തിനിടയിൽ വേണ്ടത്ര മനഃപരിവർത്തനം കിട്ടാതെ–മാനസാന്തരം ഉണ്ടാകാതെ–മാനസികമാറ്റങ്ങൾ വരാതെ വന്നാൽ അത്തരക്കാർ സമൂഹത്തിൽ തിരിച്ചെത്തിയാൽ അവർ കുറ്റങ്ങൾ ആവർത്തിക്കുന്നതായി കണ്ടുവരുന്നു. അതുകൊണ്ടുതന്നെ, ജയിൽശിക്ഷ കൊണ്ട് സമൂഹസംരക്ഷണം പൂർണ്ണമായ തോതിൽ ഉറപ്പാക്കാൻ കഴിയുന്നില്ലെന്ന സത്യവും അംഗീകരിച്ചേ പറ്റൂ.

മനുഷ്യർ ഉണ്ടായകാലം മുതൽ ഇന്നുവരെ കുറ്റവാളികൾക്ക് വിധിച്ച വിവിധതരം ശിക്ഷകൾ സമൂഹത്തെ ഒരു പരിധിവരെ സുരക്ഷിതമാക്കാൻ സഹായിച്ചിട്ടുണ്ട് എന്ന യാഥാർത്ഥ്യം അംഗീകരിച്ചാലും പൂർണ്ണമായ രീതിയിൽ സമൂഹത്തെ സംരക്ഷിക്കാനും–സുരക്ഷിതത്വം ഉറപ്പാക്കാനും നാളിതുവരെ ശിക്ഷകൾക്കായിട്ടില്ല. ശിക്ഷാശാസ്ത്രത്തെ കുഴപ്പിക്കുന്ന ഒരു അതീവഗൗരവമുള്ളൊരു പ്രശ്നമാണിത്.

5. മനഃപരിവർത്തനം/മാനസാന്തരം ഉണ്ടാക്കാൻ

'ശിക്ഷ' കിട്ടുന്നതോടെ ഒരാൾ ചെയ്ത തെറ്റിനെ (കുറ്റത്തെ) ക്കുറിച്ച്

കൂടുതൽ ചിന്തിക്കാനും ദു:ഖിക്കാനും അതുവഴി മനഃപരിവർത്തനം അഥവാ മാനസാന്തരം ഉണ്ടാക്കാനും ഇടയാക്കുന്നു/ഇടയാകുന്നുവെന്ന് ശിക്ഷാശാസ്ത്രം കരുതുന്നു. കൈവെട്ടിയാൽ –കാൽ മുറിച്ചാൽ–നാക്ക് പിഴുതാൽ–ലിംഗം ഛേദിച്ചാൽ ഒരാൾ അംഗപരിമിതനായി കഴിയുന്ന നിമിഷങ്ങൾ അയാളിൽ ഉണർത്തുന്ന ചിന്തകൾ മാനസാന്തരം ഉണ്ടാക്കുമോ എന്ന കാര്യത്തിൽ തർക്കം നിലനില്ക്കുന്നു. ചിലർക്ക് അതുമൂലം ഉണ്ടാകുന്ന 'എളിമപ്പെടൽ' നിയമത്തോടും നീതി സംവിധാനത്തോടും വെറുപ്പുണ്ടാക്കാൻ ഇടയാക്കുമെന്ന് വാദിക്കുന്നവർ ഉണ്ട്. സമൂഹംതന്നെ അത്തരത്തിലുള്ള അംഗവിഹീനരെ പുച്ഛത്തോടെ നോക്കുന്നതിനാൽ–സമൂഹത്തിൽ നിന്നും മാറ്റിനിർത്തുന്നതിനാൽ അവർ അസ്വസ്ഥരായിരിക്കും. അതുകൊണ്ടുതന്നെ മാനസാന്തരമല്ല, മറിച്ച് വെറുപ്പും വിദ്വേഷവും ഉണ്ടാക്കുന്നുവെന്ന് കരുതുന്നവർ ഉണ്ട്.

കുറ്റം ചെയ്യുന്നവരുടെ നെറ്റിയിലും മറ്റും പച്ചകുത്തിയവരെ സമൂഹമദ്ധ്യത്തിൽ കൊച്ചാക്കിക്കാണിച്ചിരുന്ന ശിക്ഷാരീതി ഇന്ന് നിലവിലില്ല. പരസ്യശാസന–പരസ്യശിക്ഷയൊന്നും മാനസാന്തരം ഉണ്ടാക്കുന്നില്ലെന്ന് കണ്ടെത്തിയിരിക്കുന്നു. ജയിൽശിക്ഷ അനുഭവിക്കുന്നവരിൽ മാനസാന്തരം ഉണ്ടാകുന്നുണ്ടോ? മാനസാന്തരം ഉണ്ടാകുന്നുവെന്നും ഉണ്ടാകുന്നില്ലെന്നും രണ്ട് വാദഗതി നിലനില്ക്കുന്നു. ചിലരിൽ, മാനസാന്തരം ഉണ്ടാകുന്നതു തന്നെ ജയിൽശിക്ഷ കിട്ടിയതുകൊണ്ടല്ല മറിച്ച് അത്തരക്കാർ തെറ്റായ പ്രവൃത്തിയെ ഉപേക്ഷിക്കാൻ തീരുമാനിച്ചതുകൊണ്ടുമാത്രമാണെന്നും അവർ പറയുന്നു. ജയിൽവാസം ഇല്ലെങ്കിലും അവർ തെറ്റ് ചെയ്യാതെ–ചെയ്ത തെറ്റിൽ മനഃസ്ഥാപിച്ച് –നല്ലവരാകുമെന്നും അവർ കരുതുന്നു.

നിരപരാധികളാണ് ശിക്ഷിക്കപ്പെട്ട് ജയിലിൽ പോയതെങ്കിൽ അക്കൂട്ടർക്കു മാനസാന്തരത്തിന്റെ ആവശ്യം വരുന്നില്ല. ജയിൽവാസത്തിനിടയിൽ ബന്ധപ്പെടുന്ന അന്തേവാസികളിൽനിന്നും അവർ ദുർഗ്ഗുണങ്ങൾ പഠിക്കുകയും ജയിൽവാസശേഷം അങ്ങനെ അവർ പഠിച്ച കുറ്റകൃത്യങ്ങൾ ചെയ്യുന്നതും ശ്രദ്ധയിൽപെട്ടിട്ടുണ്ട്. വസ്തുസംബന്ധമായ കുറ്റകൃത്യങ്ങൾ ചെയ്യുന്ന കവർച്ചക്കാരിലും കള്ളന്മാരിലും കൊള്ളക്കാരിലും ജയിൽവാസം ഒരുതരത്തിലുള്ള മാനസാന്തരമോ വ്യതിയാനങ്ങളോ വരുത്തുന്നില്ലെന്നും അക്കൂട്ടർ ആവർത്തന കുറ്റവാളികളായി വർത്തിക്കുമെന്നും തെളിയിക്കപ്പെട്ടിട്ടുണ്ട്. അവർ മറ്റുള്ളവരിൽ ചെലുത്തുന്ന ദുഃസ്വാധീനം അചിന്ത്യവുമാണ്. പിഴശിക്ഷയാണ് വിധിക്കുന്നതെങ്കിൽ മാനസാന്തരത്തിന്റെ പ്രസക്തി ഉദിക്കുന്നില്ല. ചെറിയ തുകയാണ് വിധിക്കുന്നതെങ്കിൽ ആ പിഴ സന്തോഷപൂർവ്വം അടച്ചശേഷം കോടതിയിൽനിന്നും അവർ ആഹ്ലാദിച്ചുപോകുന്നതും കാണാനാകും. വൻതുകയാണ് പിഴയായി അടയ്ക്കേണ്ടതായി വരുന്നതെങ്കിൽ ചിലർ ജയിൽവാസം അനുഭവിക്കാൻ ചിലപ്പോൾ തയ്യാറാകുന്നതായും കണ്ടുവരുന്നു.

6. സമൂഹപുനഃനിർമ്മാണം

ശിക്ഷയ്ക്ക് ദൂരവ്യാപകമായ ഗുണങ്ങളും മെച്ചങ്ങളും ഉണ്ടാകുന്നുവെന്ന് ശിക്ഷാശാസ്ത്രം അടിവരയിട്ടു പറയുന്നു. ഒരു പരിധിവരെ അത് ശരിയുമാണ്. സാമൂഹ്യനീതി നടപ്പാക്കുന്നതിന്റെ ഭാഗമായി കുറ്റകൃത്യങ്ങൾ ചെയ്യുന്നവരെ ശിക്ഷിക്കുമ്പോൾ (ഉദാഹരണം: തൊട്ടുകൂടായ്മ, തീണ്ടിക്കൂടായ്മ.....) അത്തരം കുറ്റകൃത്യങ്ങൾ കുറയ്ക്കാൻ കഴിയുന്നതോടെ സമൂഹ പുനർനിർമ്മാണം നടക്കുമെന്നാണ് ഈ തത്വചിന്ത പഠിപ്പിക്കുന്നത്. സമൂഹ മനഃസാക്ഷിക്കുതന്നെ മാറ്റങ്ങൾ വരുത്താൻ ശിക്ഷക്കാവും. സതി നിർത്തലാക്കാനും അയിത്തം അവസാനിപ്പിക്കാനും ശിക്ഷകൾക്കായിട്ടുണ്ട്, ശിക്ഷകൾക്കാവുന്നുണ്ട്. കേരളത്തിൽ തൊട്ടുകൂടായ്മ, തീണ്ടിക്കൂടായ്മ എന്നീ ദുഷിച്ച ആചാരങ്ങൾ ഒരു പരിധിവരെ അവസാനിപ്പിക്കാൻ ശിക്ഷകൾക്കു കഴിഞ്ഞിട്ടുണ്ട്. സമൂഹചിന്തയിൽ മാറ്റങ്ങൾ വരുത്താൻ കാലതാമസം വേണ്ടിവരും. ശിക്ഷയോടൊപ്പം ബോധവല്ക്കരണംകൂടി കൊടുക്കേണ്ടതായി വരും. ഉന്നതജാതിക്കാരും താഴ്ന്നജാതിക്കാരും തമ്മിലുള്ള അകലം കുറയ്ക്കാനും ജാതിചിന്തയ്ക്ക് അറുതി വരുത്താനും മിശ്രവിവാഹങ്ങൾ നടപ്പിലാക്കാനും ശിക്ഷകൾക്കു കഴിഞ്ഞുവെന്നതൊരു ചരിത്രസത്യം. തൊഴിൽമേഖലയിൽ ഒത്തിരി മാറ്റങ്ങൾ വന്നത് ശിക്ഷകൊണ്ടാണ്. ഭൂപരിഷ്കരണ നിയമവും മറ്റും നടപ്പാക്കുന്നതിൽ ശിക്ഷകൾക്കുള്ള പ്രാധാന്യം കുറച്ചു കാണാനാവില്ല. സമൂഹപുനഃനിർമ്മാണം കൊണ്ടുവരാൻ ശിക്ഷകൾക്കാവും എന്ന കാര്യത്തിൽ തർക്കം ഇല്ല. എന്നാൽ എത്ര നാൾക്കിടയിലാവും അവ നടപ്പിലാകുമെന്നതിൽ നിശ്ചയം പറയാനാവില്ല. സമൂഹ പുനഃനിർമ്മാണം നടപ്പാക്കാൻ ശിക്ഷകൾക്ക് കഴിയുമെന്ന് സമ്മതിച്ചാൽതന്നെ, കൊലപാതകം, ബലാൽസംഗം, കളവ്, കവർച്ച, കള്ളരേഖ ചമയ്ക്കൽ തുടങ്ങിയ കുറ്റകൃത്യങ്ങൾ കുറയ്ക്കാൻ സമൂഹ പുനർനിർമ്മാണംകൊണ്ടാവില്ലായെന്ന് സമ്മതിക്കേണ്ടിവരുന്നു. സമൂഹ പുനർനിർമ്മാണത്തിന് പിഴശിക്ഷയേക്കാൾ കൂടുതൽ ശക്തി ജയിൽശിക്ഷയ്ക്ക് ഉണ്ടെന്ന് സമ്മതിക്കാം. ആദിവാസികൾ, അധഃകൃതർ, ദരിദ്രർ, നിസ്സഹായർ, സ്ത്രീകൾ, അബലകൾ, വൃദ്ധർ, കുഞ്ഞുങ്ങൾ തുടങ്ങി സമൂഹത്തിൽ അവശത അനുഭവിക്കുന്നവരുടെ അവകാശങ്ങൾ സ്ഥാപിച്ചെടുക്കാൻ ശിക്ഷകൾക്കാവുമെന്ന് കണ്ടുവരുന്നു.

7. കുറ്റം ചെയ്തവരോട് പകരം വീട്ടുക–ഭാവിയിൽ കുറ്റം ചെയ്യാൻ സാദ്ധ്യതയുള്ളവരെ ഭയപ്പെടുത്തുക

'Retributive - Deterrent' എന്ന ലക്ഷ്യം ശിക്ഷാശാസ്ത്രത്തിൽ കാണാം. കുറ്റം ചെയ്തവരോട് പകരം വീട്ടുക–എങ്ങനെ? കുറ്റം ചെയ്യാത്തവർ ആരാണ്? കുറ്റം അന്വേഷിക്കുന്ന പൊലീസ് 600ലേറെ കുറ്റങ്ങൾ ജോലിക്കിടയിൽ ചെയ്യുന്നുണ്ടെന്നാണ് ഗവേഷണനിഗമനം. അഭിഭാഷകരോ? അവരും നീതിനിർവ്വഹണം എന്ന പേരിൽ കുറ്റകൃത്യങ്ങൾ ചെയ്യു

ന്നുണ്ട്. കോടതികളെപ്പറ്റിയും ആക്ഷേപങ്ങൾ കേൾക്കുന്നു. മാധ്യമ പ്രവർത്തനങ്ങളിൽ തുടങ്ങി പല മേഖലകളിലും വിവിധതരം കുറ്റകൃത്യങ്ങൾ കാണുന്നതിനാൽ എങ്ങനെയാണ് അവരോടൊക്കെ പകരം വീട്ടുന്നത്? അസാദ്ധ്യം തന്നെ! ശിക്ഷിക്കുന്നതുകൊണ്ട് ഭാവിയിൽ കുറ്റം ചെയ്യാൻ സാദ്ധ്യതയുള്ള ദുർബ്ബലമനസ്സിനുടമകളായവരെ ഭയപ്പെടുത്താനാവുമെന്ന് നേരത്തെ സൂചിപ്പിച്ചിരുന്നു. എന്നാൽ, വൻസ്രാവുകളെ- കുറ്റകൃത്യമന്നന്മാരെ-കോർപ്പറേറ്റുകൾ പോലെയുള്ള വമ്പൻമാരെ എങ്ങനെ ഭയപ്പെടുത്താനാവും? അതുകൊണ്ടുതന്നെ ഒരർത്ഥവുമില്ലാത്തയൊരു ഉദ്ദേശ ലക്ഷ്യമാണത് എന്ന് പല ഗവേഷകരും പറയുന്നു. ഒരു രാജ്യത്തെ തന്നെ കൊള്ളയടിക്കുന്നവർ, കൊള്ളമുതലുമായി രാജ്യം വിടുന്നവർ, ബാങ്കുവെട്ടിപ്പുകാർ, കള്ളപ്പണക്കാർ, വിദേശരാജ്യങ്ങളിൽ പണം നിക്ഷേപിക്കുന്നവർ, വൻ വ്യാപാര-വ്യവസായ മുതലാളിമാർ, നികുതിവെട്ടിപ്പുകാർ എന്നീ കുറ്റകൃത്യഭീമന്മാരെ സ്പർശിക്കാൻപോലും ശിക്ഷകൾക്കോ ശിക്ഷ വിധിക്കുന്നവർക്കോ ആകുന്നില്ലെന്ന സത്യം അംഗീകരിച്ചേ പറ്റൂ.

8. കുറ്റം ചെയ്തവരെ തടവിലിടുക, ഭാവിയിൽ കുറ്റം ചെയ്യാൻ സാദ്ധ്യതയുള്ളവരെ പിൻതിരിപ്പിക്കുക

'Preventive - Reformative' എന്നൊരു ഉദ്ദേശ്യലക്ഷ്യവും ശിക്ഷാശാസ്ത്രത്തിൽ കാണുന്നുണ്ട്. കുറ്റം ചെയ്തവരെ ജയിൽവാസത്തിനയച്ച് അവരിൽ-അവരുടെ ചിന്താഗതിയിൽ മാറ്റങ്ങൾ വരുത്തി കുറ്റകൃത്യങ്ങളിൽനിന്നും അവരെ പിൻതിരിപ്പിക്കുക. ഈ നയം സ്വീകരിക്കുന്നതിനു പുറകിലൊരു വാദഗതിയുണ്ട്. കുറ്റം ഒരു രോഗമാണെന്നും കുറ്റവാളികളെല്ലാം രോഗികളാണെന്നും അതുകൊണ്ട് കുറ്റവാളികളെ സമൂഹത്തിൽ ജീവിക്കാൻ പ്രാപ്തരാക്കുംവിധം-പര്യാപ്തരാക്കും വിധം അവരെ നല്ലവരാക്കി മാറ്റുകയെന്നതാണ് ശിക്ഷയുടെ ലക്ഷ്യം എന്ന് അവർ പറയുന്നു. അതിനായി പലവിധ മാർഗ്ഗങ്ങളും അവർ നിർദ്ദേശിക്കുന്നുണ്ട്. മനഃശാസ്ത്രപരമായും മറ്റു തരത്തിലുമുള്ള ചികിത്സാരീതികളും കൗൺസലിങ്, സാംസ്കാരിക-വിദ്യാഭ്യാസ-തൊഴിൽ മേഖലകളിലുള്ള പലതരം ക്രമീകരണങ്ങളും ജയിലിലെ അന്തേവാസികളിൽ അറിവും മനമാറ്റവും ഉണ്ടാകുംവിധം സജ്ജമാക്കുകയാണ് വേണ്ടതെന്നും അക്കൂട്ടർ കരുതുന്നു. മറ്റേതുരോഗം പോലെ, കുറ്റകൃത്യപ്രവണതയും ചികിത്സിച്ച് ഭേദമാക്കാനാവുമെന്നവർ വാദിക്കുന്നു.

ജയിൽവാസം കുറ്റം ചെയ്തവർക്ക് ശിക്ഷയായി നല്കുന്നതിനാൽ ആ ജയിൽശിക്ഷ ഭാവിയിൽ കുറ്റകൃത്യങ്ങളിൽ ഏർപ്പെടാൻ സാദ്ധ്യതയുള്ളവരെ പിൻതിരിപ്പിക്കുമെന്ന് കരുതുന്നവരാണ് ഈ ചിന്താഗതിക്കാർ. കുറ്റകൃത്യങ്ങൾ ചെയ്യുന്നത് രോഗമാണെന്ന വാദം അംഗീകരിക്കാനാവില്ലയെന്നും മനോരോഗങ്ങളിൽ ചിലതുമാത്രമേ (ഉദാഹരണത്തിന്, Mania) കുറ്റകൃത്യങ്ങളുമായി ബന്ധിപ്പിക്കാനാകൂ എന്നും മനഃശാസ്ത്ര-കുറ്റകൃത്യശാസ്ത്രഗവേഷണങ്ങളിൽ കാണുന്നു. ഇന്ത്യയിൽ ഇപ്പോൾ നിലവിലുള്ള ശിക്ഷാനിയമങ്ങൾ അനുസരിച്ച് മാനസിക രോഗികൾ ചെയ്യുന്ന

തൊന്നുംതന്നെ കുറ്റമായി കണക്കാക്കുന്നില്ല. കുറ്റങ്ങളുമായി ബന്ധപ്പെടുത്തുന്ന മാനസികരോഗങ്ങൾക്കടിമകളായ കുറ്റവാളികളെ (ഉദാ: Kleptomania- കട്ടെടുക്കാനുള്ള അനിയന്ത്രിത ആഗ്രഹവും പ്രവൃത്തിയും) ശിക്ഷിച്ച ശേഷം മനോരോഗചികിത്സയ്ക്കായി ആശുപത്രികളിലേക്ക് അയക്കുകയാണ് പതിവ്. പലവിധ കാരണങ്ങളാൽ ജയിൽവാസം അനുഭവിക്കുന്ന പലരിലും മനഃപരിവർത്തനം ഉണ്ടാകുന്നില്ലെന്നും ജയിൽശിക്ഷ പലരേയും കുറ്റം ചെയ്യാതിരിക്കാൻ പ്രേരിപ്പിക്കുന്നില്ലയെന്ന ദുഃഖസത്യവും അംഗീകരിക്കേണ്ടതായിവരുന്നുണ്ട്.

9. കുറ്റവാളികളുടെ മനഃപരിവർത്തനം, പുനരധിവാസം

വധശിക്ഷയ്ക്ക് വിധേയരാകുന്നവരുടെ മനഃപരിവർത്തനവും പുനരധിവാസവും ഇവിടെ ചർച്ചാവിഷയമാകുന്നില്ല. പിഴശിക്ഷയ്ക്ക് വിധേയരാകുന്നവരുടെ മനഃപരിവർത്തനവും പുനരധിവാസവും ഉദിക്കുന്നില്ല. ജയിൽശിക്ഷ അനുഭവിക്കുന്നവരിൽ മനഃപരിവർത്തനം ഉണ്ടാക്കുക–അവരെ സമൂഹത്തിലേക്കയച്ച് പുനരധിവസിപ്പിക്കുകയെന്ന ലക്ഷ്യങ്ങൾ മാത്രമേ ജയിൽശിക്ഷയ്ക്ക് ഉള്ളതെന്ന് ശിക്ഷാശാസ്ത്രം കരുതുന്നു. അതിനായി ജയിലുകളിൽ മന:പരിവർത്തനം ഉണ്ടാക്കാനും മൂല്യബോധം വളർത്താനുമായി പ്രത്യേക ഉദ്യോഗസ്ഥരെ നിയമിക്കുന്നുണ്ട്. ചില വികസിതരാജ്യങ്ങളിൽ ജയിൽ ഉദ്യോഗസ്ഥരിൽ 33 ശതമാനവും മാനസാന്തരം ഉണ്ടാവാനായി നിയമിക്കപ്പെടുന്നവരാണെങ്കിലും ഇന്ത്യയിൽ അവർ കേവലം 3% ത്തിൽ താഴെയാണെന്ന് പറയപ്പെടുന്നു. ജയിലിനകത്തെ വിദ്യാഭ്യാസം, തൊഴിൽ പരിശീലനം, മത–ധാർമ്മിക മൂല്യങ്ങൾ വളരാനുള്ള വിവിധതരം കർമ്മപദ്ധതികൾ, സമൂഹജീവിതം, സഹവർത്തിത്വം, സാംസ്കാരിക പരിപാടികൾ, കൗൺസലിങ് തുടങ്ങി വിവിധതരം ക്രിയാത്മക രീതികളിലൂടെ ജയിൽവാസികളിൽ മാനസാന്തരം ഉണ്ടാക്കാൻ കഴിയുമെന്ന് ശിക്ഷാശാസ്ത്രം കരുതുന്നു. അന്താരാഷ്ട്രതലത്തിൽ ഐക്യരാഷ്ട്രസംഘടനയുടെ പ്രവർത്തനങ്ങൾ ഈ ചിന്താഗതിക്ക് ഊന്നൽ കൊടുക്കുന്നുണ്ട്. അതിനായുള്ള അന്താരാഷ്ട്രനിയമങ്ങളും ഇപ്പോൾ നിലവിലുണ്ട്. സർവ്വകലാശാലാതലത്തിൽ ജയിലുകൾക്കകത്തും ജയിൽവാസികൾക്കിടയിലും ജോലി ചെയ്യാനാഗ്രഹിക്കുന്നവർക്കായി പ്രത്യേക ബിരുദ ബിരുദാനന്തര കോഴ്സുകൾ നടത്തുന്നുണ്ട്. ജയിൽജോലിക്കായി നിയമിക്കപ്പെടുന്ന ഉദ്യോഗസ്ഥർക്കായി പ്രത്യേക പരിശീലനവും തൊഴിലിനുള്ളിൽത്തന്നെ പഠിക്കാനുള്ള ഹ്രസ്വകാല പഠനപദ്ധതികളും നിലവിലുണ്ട്. മറ്റേതു സാമൂഹ്യപ്രശ്നങ്ങൾ പോലെയൊരു സാമൂഹ്യപ്രശ്നമാണ് കുറ്റകൃത്യങ്ങളെന്നും അതുകൊണ്ടുതന്നെ കുറ്റവാളികളെ പുനരധിവസിപ്പിക്കേണ്ടത് സമൂഹത്തിന്റെ കടമയും കർത്തവ്യവുമാണെന്ന് ശിക്ഷാശാസ്ത്രം കരുതുന്നു. അക്കാരണത്താൽ ജയിൽജീവിതത്തിനിടയിൽ അന്തേവാസികൾ സമൂഹവുമായുള്ള ബന്ധം വിച്ഛേദിക്കാൻ ഇടവരുത്താതിരിക്കാനുള്ള പലതരം പദ്ധതികളും ഇന്ന് നിലനില്ക്കുന്നുണ്ട്. ജയിൽജീവിതം കഴിഞ്ഞ് വെളിയിൽ വരുന്ന

വർ സമൂഹത്തിൽ മറ്റുള്ളവരുമായി സഹകരിച്ച് ജീവിക്കുന്നത് ചിലപ്പോൾ കാണാനാവുന്നുണ്ട്. കൊലപാതകികളിൽ പലരും പിന്നീട് ആ കുറ്റം ആവർത്തിക്കുന്നതായി കാണുന്നില്ല എന്നതിലുപരി അവർ കുടുംബവും കുഞ്ഞുങ്ങളുമായി പ്രശ്നരഹിതമായി കഴിയുന്നുവെന്നതിനാൽ ആ നയം ലോകത്ത് ഇപ്പോൾ കൂടുതൽ അംഗീകാരം നേടുന്നതായി കാണപ്പെടുന്നു.

10. വ്യക്തിത്വവികസനം

ഒരാളുടെ വ്യക്തിത്വവളർച്ചയിൽ വന്ന തകരാറാണ് കുറ്റകൃത്യത്തിന് കാരണമെന്ന് ശിക്ഷാശാസ്ത്രം കരുതുന്നതിനാൽ വിവിധതരം ശിക്ഷകളിലൂടെ കുറ്റവാളികളുടെ വ്യക്തിത്വവികസനം ഉറപ്പാക്കണമെന്ന ചിന്തയാണ് ഇപ്പോൾ കാണുന്നത്. ശരിയായ രീതിയിൽ-ശരിയായ ദിശയിലേക്ക്-മൂല്യബോധചിന്തയിൽ വളരുന്ന വ്യക്തിത്വം കുറ്റകൃത്യങ്ങളിൽ നിന്നും മനുഷ്യരെ പിന്തിരിപ്പിക്കണമെന്ന്-പിന്തിരിപ്പിക്കുമെന്ന് ശിക്ഷാശാസ്ത്രം അടിയുറച്ച് വിശ്വസിക്കുന്നു. ശിക്ഷിക്കപ്പെട്ട് ജയിലുകളിൽ വരുന്നവരിൽ മാത്രമല്ല, ജയിലിന് വെളിയിൽ വസിക്കുന്നവരിലും ശരിയായ വ്യക്തിത്വവളർച്ച ഉറപ്പാക്കണമെന്നാണ് ശിക്ഷാശാസ്ത്രം ഊന്നിപ്പറയുന്നത്. അതിനായി, കുടുംബം, കൂട്ടുകാർ, വിദ്യാലയങ്ങൾ, അദ്ധ്യാപകർ, ആത്മീയ സ്ഥാപനങ്ങൾ, ധാർമ്മികമൂല്യം വളർത്തുന്ന സംവിധാനങ്ങൾ, സർക്കാർ, മാധ്യമങ്ങൾ തുടങ്ങിയെല്ലാവരും കൂട്ടായി ശ്രമിക്കണമെന്നാണ് ശിക്ഷാശാസ്ത്രമതം. ഒരാളുടെ വ്യക്തിത്വവികസനം ശിക്ഷിക്കപ്പെട്ടു അയാൾ ജയിലിൽ വന്നശേഷം തുടങ്ങേണ്ടതല്ലെന്നും കുറ്റവാളിയായി ഒരാൾ ജയിലിലേക്ക് ശിക്ഷിക്കപ്പെട്ടു വരാതിരിക്കാനുള്ള പദ്ധതികൾക്കും പരിപാടികൾക്കും ഊന്നൽ കൊടുക്കുകയാണ് വേണ്ടതെന്നും ശിക്ഷാശാസ്ത്രം പഠിപ്പിക്കുന്നു. കുറ്റരഹിതസമൂഹം അചിന്ത്യമാണെങ്കിലും കുറ്റങ്ങളെ നിയന്ത്രിക്കാനും കുറയ്ക്കാനും മൂല്യവളർച്ച സംവിധാനങ്ങൾക്കാകും. പൊലീസും കോടതികളും ജയിലുകളുമല്ല അതിന്റെ ഉത്തരവാദിത്വം ഏറ്റെടുക്കേണ്ടതെന്നും ശിക്ഷാശാസ്ത്രം ഊന്നിപ്പറയുന്നു. കുറ്റവാളിയായി കണ്ടെത്തി ജയിലുകളിൽ വന്നാൽ അവരുടെ വ്യക്തിത്വവളർച്ചയ്ക്കും ശരിയായ മൂല്യബോധചിന്തയ്ക്കും സഹായകമായ പ്രവർത്തനങ്ങൾ ഉറപ്പു വരുത്തേണ്ടതാവശ്യമാണ്. അതിനും പൊതുജനസഹകരണവും സമൂഹപിന്തുണയും അനിവാര്യമാണ്. അക്കാര്യങ്ങൾ തുടർന്നുള്ള അദ്ധ്യായങ്ങളിൽ വിശദമായി ചർച്ച ചെയ്യുന്നുണ്ട്.

മനുഷ്യരെ ശിക്ഷിക്കുന്നതിന് പരിധികളും പരിമിതികളുമുണ്ട്. ഒരു മനുഷ്യന്റെ ശരീരത്തോട്-മനസ്സിനോട് ശിക്ഷയായി എന്തുതന്നെ ചെയ്താലും- എന്തുതന്നെ കൊടുത്താലും അവയെല്ലാം അയാളുടെ മരണത്തോടുകൂടി അവസാനിക്കുന്നു. അതിനപ്പുറം ശിക്ഷകൾക്ക് എന്ത് ചെയ്യാനാവും? ഒരു കുറ്റത്തിന് എന്ത് ശിക്ഷ കൊടുക്കണം? പല രാജ്യങ്ങളിലും പല ദേശങ്ങളിലും പല കാലങ്ങളിലും പലതരം ശിക്ഷകൾ കൊടുത്തിരുന്നു/ഇപ്പോഴും കൊടുക്കുന്നു. ഒരേതരം കുറ്റത്തിനുതന്നെ

ചില സ്ഥലത്ത് വധശിക്ഷ, വേറെ സ്ഥലങ്ങളിൽ ജീവപര്യന്തം, മറ്റു സ്ഥലങ്ങളിൽ 10 വർഷം നീളുന്ന തടവുശിക്ഷ. ചില സ്ഥലങ്ങളിൽ കുറ്റത്തിന് ഇരയാവുന്നവർക്ക് നഷ്ടപരിഹാരം.

കുറ്റവാളികൾ എല്ലാവരും ശിക്ഷിക്കപ്പെടണമെന്നില്ല. നിരപരാധികൾ ചിലപ്പോൾ ശിക്ഷിക്കപ്പെട്ടെന്നും വരാം. ഒരു കോടതി ശിക്ഷിച്ച കേസുകളിൽ മറ്റൊരു കോടതി ചിലപ്പോൾ പ്രതികൾക്കു വിധിച്ച ശിക്ഷ ലഘൂകരിക്കുന്നു; ശിക്ഷ വർദ്ധിപ്പിക്കുന്നു; ശിക്ഷ വേണ്ടെന്ന് വെക്കുന്നു. സംശയത്തിന്റെ ആനുകൂല്യം നല്കി കോടതികൾ കുറ്റവാളികളെ ശിക്ഷിക്കുന്നില്ല. പല ന്യായാധിപന്മാരും പലതരം ശിക്ഷകൾ നല്കുന്നു. ഒരാൾ രണ്ടു കൊല്ലം തടവുശിക്ഷ വിധിക്കുന്നു; മറ്റൊരാൾ നാലുവർഷം ശിക്ഷിക്കുന്നു; മൂന്നാമതൊരാൾ ആറുവർഷം ശിക്ഷിക്കുന്നു. എന്തടിസ്ഥാനത്തിലാണങ്ങനെ ചെയ്യുന്നത്?

കോടതികൾ തടവുശിക്ഷക്കു വിധിക്കുന്ന കേസുകളിൽ തുടർന്നുള്ള ജയിൽജീവിതവും ജയിൽവാസികളുടെ പ്രശ്നങ്ങളും പല കോടതികളും ശ്രദ്ധിക്കാറുപോലുമില്ല. എല്ലാം ഒരുതരം ചടങ്ങ് എന്ന നിലയിൽ പോകുന്നു. എന്തിനാണ് ഒരാളെ ശിക്ഷിച്ചതെന്നും ശിക്ഷയുടെ ലക്ഷ്യം ജയിലുകളിൽ നടപ്പാകുന്നുണ്ടോയെന്നും കോടതികൾ ശ്രദ്ധിക്കാറില്ലയെന്ന ആക്ഷേപം കേൾക്കാം. നീതിയെപ്പറ്റിത്തന്നെ വിവിധ കോടതികൾക്ക് പലതരം ചിന്തകളാണ്, വീക്ഷണങ്ങളാണ്; വിലയിരുത്തലുകളാണ്. ഓരോ ന്യായാധിപന്റെ മൂല്യബോധവും വ്യക്തിത്വചിന്താഗതിയും അവരുടെ വിധിന്യായങ്ങളെ കാര്യമായി ബാധിക്കുന്നുണ്ടെന്ന് ഗവേഷണപഠനങ്ങളിൽ വ്യക്തമാകുന്നുണ്ട്.

ശിക്ഷ വിധിക്കുന്നത് ന്യായാധിപനാണ്. അക്കാര്യത്തിൽ അദ്ദേഹത്തിനൊത്തിരി സ്വാതന്ത്ര്യമുണ്ട്. വിവേചനാധികാരം ഉണ്ട്. മനുഷ്യർ മനുഷ്യർക്കെതിരെ വിധിയെഴുതുമ്പോൾ മാനുഷിക ദുർബ്ബലതകൾ കടന്നുകൂടാം. ഒരു മനുഷ്യനും അമാനുഷികനല്ല; ദൈവമല്ല. അക്കാരണം കൊണ്ടുതന്നെ നീതി, ന്യായം, സത്യം, മൂല്യബോധം ഉള്ളവർ മാത്രമേ ന്യായാധിപന്മാരായി നിയമിക്കപ്പെടാവൂ. ന്യായാധിപന്മാരിലും പലവിധ ന്യൂനതകൾ ഉണ്ടെന്ന സത്യം നീതിനിർവ്വഹണസമൂഹത്തിൽനിന്നുതന്നെ പരാതികളായും വിമർശനങ്ങളായും ഉണ്ടാകുന്നുവെന്നത് നിർഭാഗ്യകരം തന്നെ. പല തരത്തിലും വിധത്തിലുമുള്ള സ്വാധീനങ്ങൾക്ക് ന്യായാധിപന്മാർ വശംവദരാകുന്നുണ്ടെന്നും ഗവേഷണ പഠനങ്ങളിൽ കാണുന്നു.എന്തുകൊണ്ട് സാമ്പത്തികമായി ദാരിദ്ര്യം അനുഭവിക്കുന്നവർ അധികമായി ശിക്ഷിക്കപ്പെടുന്നു? എന്തുകൊണ്ട്, കീഴ്ജാതിക്കാരായ വളരെപേർ വധശിക്ഷയ്ക്ക് അർഹരാകുന്നു? എന്തുകൊണ്ട്, രാഷ്ട്രീയക്കാർ ആരുംതന്നെ ശിക്ഷിക്കപ്പെടുന്നില്ല? എന്തുകൊണ്ട് കോർപ്പറേറ്റുകളും വൻസാമ്പത്തിക കുറ്റങ്ങളിലേർപ്പെടുന്നവരും ശിക്ഷയനുഭവിക്കുന്നതിനായി ജയിലുകളിലേക്ക് വരുന്നില്ല? എന്തുകൊണ്ട് ആൾദൈവങ്ങൾ, അവതാരപുരുഷന്മാർ, മതപുരോഹിതർ–പൂജാരികൾ–കുറ്റവാളികളായി പിടിക്കപ്പെടുന്നില്ല? കഷ്ടം!

ശിക്ഷകളുടെ വഴിത്താര

നിയമലംഘനം ഉണ്ടായ നാൾമുതൽ ശിക്ഷകളും ഉണ്ടായെന്നു കാണാം. ഏതുതരം കുറ്റകൃത്യങ്ങൾക്കും ശിക്ഷയൊരു ഒറ്റമൂലിയെന്ന കണക്കെ മനുഷ്യർ കരുതിയിരുന്നു. ശിലായുഗം മുതൽ ശൂന്യാകാശയുഗം വരെ നീണ്ടകാല ദൈർഘ്യത്തിൽ മനുഷ്യർ സ്വീകരിച്ച ശിക്ഷാരീതികൾ അചിന്ത്യമാണ്. ശിക്ഷകൊണ്ട് മാത്രമെ മനുഷ്യർ കുറ്റകൃത്യങ്ങൾ ചെയ്യാതിരിക്കൂ എന്നൊരു തെറ്റായ ധാരണ പ്രാചീനകാലം മുതലേ നാം കണ്ടുകൊണ്ടിരുന്നു. കുറ്റകൃത്യങ്ങൾക്ക് കാരണം ദുഷ്ടപിശാചുക്കളാണെന്ന് മനുഷ്യർ വിശ്വസിച്ചിരുന്ന ആ കാലത്ത് പിശാചിനെ മനുഷ്യനിൽനിന്നും ഓടിച്ചുകളയാനായി ബാധയൊഴിപ്പിക്കൽ **(Exorcism)** എന്നൊരു മൃഗീയരീതി മനുഷ്യർ സ്വീകരിച്ചിരുന്നു. ഇന്നും അത് നിലനില്ക്കുന്നുണ്ട്. പിശാചിനെ ഓടിച്ച് കളയാനായി പച്ചമനുഷ്യനെ ദേഹോപദ്രവം ഏല്പിക്കുകയെന്ന കിരാതരീതി 'ശിക്ഷ' യായിട്ടല്ല നടപ്പാക്കിയിരുന്നതെങ്കിലും അത് വൻശിക്ഷയേക്കാൾ കഠിനമായിരുന്നു. കുറ്റകാരണമായ പിശാചിനെ ഒഴിപ്പിക്കുന്നതുമൂലം കുറ്റംചെയ്യുന്നയാൾ രക്ഷപ്പെടും; രക്ഷപ്പെടണമെന്ന് മനുഷ്യർ കരുതിയിരുന്നു. അതിൽനിന്നും ഒരു കാര്യം വ്യക്തമാണ്. അതായത് കുറ്റം ചെയ്യുന്നയാൾ രക്ഷപ്പെടണമെന്ന ചിന്താഗതിക്ക് കുറ്റകൃത്യങ്ങളോളംതന്നെ പ്രായമുണ്ടെന്ന്.

കാലത്തിന്റെ നീക്കത്തിൽ, കുറ്റകാരണങ്ങൾ പിശാചിൽനിന്നും എടുത്തുമാറ്റിയവ മനുഷ്യരിൽത്തന്നെ കണ്ടെത്താൻ ശ്രമിച്ചു. അതുകൊണ്ട് പിശാചുബാധയല്ല ഒഴിപ്പിക്കേണ്ടത്. മറിച്ച് കുറ്റം ചെയ്യുന്ന മനുഷ്യനെ ശിക്ഷിക്കുകയാണ് വേണ്ടതെന്ന ചിന്താഗതിയുണ്ടായി. കുറ്റം ചെയ്യുന്ന മനുഷ്യരോട് പ്രതികാരം ചെയ്യുക; പകരംവീട്ടുകയെന്ന നയം അതിപുരാതനകാലം മുതലേ കണ്ടുവരുന്നുണ്ട്. ധർമ്മശാസ്ത്രം (Dharmasatra) അനുസരിച്ച്, കൊലപാതകിയെ കൊന്നുകളയുകയെന്നത് ഒരാളുടെ

കർത്തവ്യമായിരുന്നു. കൊലയാളി ഗുരുവായാലും കുട്ടിയായാലും വൃദ്ധനായാലും വിജ്ഞാനിയായ ബ്രാഹ്മണനായാലും കൊലയാളിയെ വധിച്ചിരിക്കണം. കൊലയാളിയുടെ പ്രവൃത്തി പുണ്യമായാലും നീചമായാലും അയാളെ ഉടനെതന്നെ കൊന്നിരിക്കണമെന്ന് ഹിന്ദുനിയമം അനുശാസിച്ചിരുന്നുവെന്ന് കാണാം; കരുതാം.

മനഃശാസ്ത്രവും കുറ്റകൃത്യശാസ്ത്രവും ഇല്ലാതിരുന്ന പ്രാചീന കാലഘട്ടത്തിൽ, കുറ്റകൃത്യകാരണം മനുഷ്യശരീരത്തിലെ അവയവങ്ങളാണെന്ന ധാരണ അക്കാലത്തെ പണ്ഡിതരായവർക്ക് ഉണ്ടായിരുന്നു. മരം, ചൂരൽ, പുല്ല്, കളിമണ്ണ്, മുള, എല്ല്, തുകൽ, പച്ചക്കറികൾ, ഉപ്പ്, പാൽ, പാകംചെയ്ത ഭക്ഷണം, എണ്ണ, മദ്യം തുടങ്ങിയവ കട്ടെടുത്താൽ കുറ്റകൃത്യത്തിന്റെ ഗൗരവം കണക്കിലെടുത്ത് കളവുമുതലിന്റെ അഞ്ചിരട്ടി തുക പിഴ ശിക്ഷയായി നല്കണമെന്ന് നാരദമഹർഷി നിർദ്ദേശിച്ചിരുന്നുവെന്ന് 1–ാം അദ്ധ്യായത്തിൽ പറഞ്ഞിരുന്നല്ലൊ. ഇതിൽനിന്നും ഒരു കാര്യം വ്യക്തം. പിഴശിക്ഷയ്ക്ക് പോലും ഇന്ത്യയിൽ പഴക്കമേറെയുണ്ടെന്ന വസ്തുത. സ്വർണ്ണം, വിലപിടിപ്പുള്ള കല്ലുകൾ, രത്നം, തുണിയൊക്കെ കട്ടെടുത്താൽ ശാരീരിക പീഡനം മുതൽ വധശിക്ഷവരെ കൊടുക്കണമെന്നതായിരുന്നു പുരാതനകാല ശിക്ഷാരീതി. എന്നുവച്ചാൽ വധശിക്ഷയ്ക്കും കാലപ്പഴക്കമേറെയുണ്ടെന്നാണ്.

വളർത്തുമൃഗങ്ങളെ കട്ടെടുത്താൽ, അവയുടെ വലുപ്പവും വിലയുമനുസരിച്ചുള്ള പിഴ ചുമത്തണമെന്ന് നാരദമഹർഷി ആവശ്യപ്പെട്ടിരുന്നു. മനുഷ്യരെ തട്ടിക്കൊണ്ടു പോയാൽ (Kidnapping)കുറ്റവാളിക്ക് വൻപിഴ തന്നെ ചുമത്തണമെന്നദ്ദേഹം പറഞ്ഞു. ജയിൽശിക്ഷ അക്കാലത്ത് ഇല്ലായിരുന്നു. സ്ത്രീയെ കട്ടുകൊണ്ടുപോയാൽ (Abduction) കള്ളന്റെ വസ്തുവകകളെല്ലാം കണ്ടുകിട്ടണമെന്നായിരുന്നു നിയമം. കന്യകയെയാണ് കട്ടുകൊണ്ടുപോയതെങ്കിൽ ശാരീരികപീഡനം അനിവാര്യമായിരുന്നു. അടിമയായ സ്ത്രീയാണെങ്കിലോ? പകുതി പാദം മുറിച്ചുകളയുമായിരുന്നു. ബൃഹസ്പതിയുടെ അഗ്നിപുരാണവും മനുഷ്യരെ (ആണായാലും പെണ്ണായാലും) കട്ടുകൊണ്ടുപോയാൽ പിഴശിക്ഷയും വധശിക്ഷയും നല്കണമെന്നും നിർദ്ദേശിച്ചിരുന്നു. ഇക്കാര്യങ്ങളെല്ലാം നേരത്തെ സൂചിപ്പിച്ചിരുന്നു.

ഭവനഭേദനം അക്കാലത്തും ഉണ്ടായിരുന്നു. കളവുമുതൽ പിടിച്ചെടുത്ത ശേഷം വധശിക്ഷ വിധിക്കണമെന്ന് ബൃഹസ്പതി ആവശ്യപ്പെട്ടിരുന്നു. ആദ്യമായി കുറ്റം ചെയ്യുന്നവരുടെ ചെറുവിരലും തള്ളവിരലും മുറിച്ചുകളയണമെന്നായിരുന്നു യജനാവല്യാ (Yajanavalya) യും നാരദമഹർഷിയും നിർദ്ദേശിച്ചിരുന്നത്. രണ്ടാമത് ഒരാൾ കുറ്റംചെയ്താൽ കാലും കൈയും വെട്ടിക്കളയാനും മൂന്നാം പ്രാവശ്യം കുറ്റം ആവർത്തിച്ചാൽ വധിക്കാനും ആയിരുന്നു നിർദ്ദേശം. എന്നാൽ കൊള്ള ചെയ്യുന്നവരുടെ കൈകാലുകൾ വെട്ടിമാറ്റാനുമാണ് പ്രാചീന ഭാരതത്തിൽ നിർദ്ദേശമുണ്ടായിരുന്നത്.

കുറ്റം (അപമാന) ത്തിന്റെ മുദ്ര (Branding) കുറ്റം ചെയ്തെന്ന് കാണിക്കാൻ–ജനങ്ങളെ അറിയിക്കാനായിട്ടുള്ള ഒരു അടയാളം കുത്തുകയെന്ന രീതി പ്രാചീന ഇന്ത്യയിൽ ശിക്ഷയായി കൊടുത്തിരുന്നു. ചുട്ടുപഴുപ്പിച്ച ഇരുമ്പു അതിനായി ഉപയോഗിച്ചിരുന്നു. തലമൊട്ടയടിക്കുക, കഴുതപ്പുറത്ത് കയറ്റിയിരുത്തി കുറ്റം ചെയ്തവനെന്ന് കാണിക്കാനായി കൊണ്ടു നടക്കുകയെന്ന ശിക്ഷാരീതികളും ചെറിയതരം കുറ്റകൃത്യങ്ങൾക്ക് ശിക്ഷയായി നല്കിയിരുന്നു. പൊതുജനമദ്ധ്യെ മനുഷ്യരെ കൊച്ചാക്കുക–എളിമപ്പെടുത്തുക എന്നതായിരുന്നു ലക്ഷ്യം. ജയിൽവാസം എന്നൊരു ശിക്ഷരീതിയെന്ന് നിലവിൽ ഇല്ലായിരുന്നു. എന്നാലും എല്ലാത്തരം ഭരണാധികാരികൾക്കും പലതരം തടവറകൾ ഉണ്ടായിരുന്നു. അവയെ 'കാരാഗൃഹം' എന്നത്രെ വിളിച്ചിരുന്നത്. അവിടെ കുറ്റം ചെയ്തവരേയും രാജാവിന് ഇഷ്ടമില്ലാത്തവരെയും ഭരണത്തെ എതിർത്തിരുന്നവരേയും താമസിപ്പിച്ചിരുന്നു. അതൊന്നും ശിക്ഷയെന്ന വിധത്തിലല്ലായിരുന്നു.

ക്രിസ്തുവിന് മുമ്പ് 18–ാം നൂറ്റാണ്ടിൽ (1800 B C) ബാബിലോണിയായിലെ രാജാവായിരുന്ന ഹമുറബി (Hammurabi) യെന്ന രാജാവിന്റെ നിയമപുസ്തകത്തിൽ (Code of Hammurabi) കുറ്റകൃത്യങ്ങൾക്ക് കഠിനമായ –മൃഗീയ ശിക്ഷകളാണ് വിധിച്ചിരുന്നത്. *Lex Talionis* എന്ന തത്ത്വമായിരുന്നു ആ നിയമത്തിൽ ഉണ്ടായിരുന്നത്. അതായത്, പ്രതികാരത്തിന്റെ നിയമം (Law of Retaliation) എന്നാണ് ആ തത്ത്വത്തിന്റെ അർത്ഥം. എന്ത് കുറ്റമാണോ ഒരാൾ ചെയ്തത്, അതുതന്നെ കുറ്റവാളിക്കെതിരെ ചെയ്യുക. കൊല്ലുന്നവനെ കൊന്നുകളയുക എന്ന രീതി. ക്രിസ്തുവിന് മുമ്പ് 1551–1200 കാലഘട്ടത്തിൽ ഇസ്രായേൽക്കാർ ഈജിപ്റ്റിൽ അടിമകളായിരുന്നു. മോശയുടെ നേതൃത്വത്തിൽ കാനാൻ ദേശത്തേക്ക് ഈജിപ്റ്റിൽ നിന്നും ഇസ്രായേൽക്കാർ നടത്തിയ **പുറപ്പാടു (exodus)** കാലത്തിൽ മോശയുടെ നിയമങ്ങൾ ഹമുറബിയുടെ തത്ത്വത്തിന്റെ അടിസ്ഥാനത്തിലുള്ളതായിരുന്നു. ക്രിസ്തുവിന് മുമ്പ് 1250–1230 കാലഘട്ടത്തിൽ നടന്ന മോചനത്തിലും പിന്നീട്, ജോഷ്വയുടെ നേതൃത്വത്തിൽ കാനാൻ പ്രവേശനം (1220 –1200) നടന്നപ്പോഴും സ്വീകരിച്ചിരുന്നത് കണ്ണിന് കണ്ണ്, പല്ലിന് പല്ല് എന്ന തത്ത്വമായിരുന്നു; നിയമമായിരുന്നു.

പാശ്ചാത്യർക്കിടയിൽ, പ്രാചീനകാലം മുതൽ മുകളിൽ പറഞ്ഞ പ്രതികാര നിയമമായിരുന്നു നിലനിന്നിരുന്നത്. ചാട്ടകൊണ്ടോ വടികൊണ്ടോ അടിക്കുക (Flogging),അംഗച്ഛേദം ചെയ്യുക (Mutilation), കുറ്റ (അപമാന) മുദ്ര കുത്തുക (Branding), ദണ്ഡനയന്ത്രത്തിൽ നിർത്തുക (Pilory), ചങ്ങലയ്ക്കിടുക–ഇത്തരത്തിലുള്ള, ശിക്ഷകൾ നിലനിന്നിരുന്നു. പാശ്ചാത്യ ശിക്ഷാശാസ്ത്രം തന്നെ മനുഷ്യരെ ഭയപ്പെടുത്തുന്ന തരത്തിലുള്ള ശിക്ഷകളുടെ ഒരു കൂമ്പാരമായിരുന്നു. മനുഷ്യഭാവനയിൽ മാത്രം കാണാൻ കഴിയുന്നതരം ക്രൂരവും പൈശാചികവും മൃഗീയവും മനുഷ്യത്വരഹിതവും പ്രാകൃതവുമായ ശാരീരികപീഡനങ്ങളായിരുന്നു അവയിൽ പലതും.

(i) കൂത്ത് കുറ്റി (കൊലക്കുറ്റി) യിൽ മനുഷ്യരെ കുത്തിയിറക്കി ജീവനോടെ കത്തിക്കുക;
(ii) ശരീരത്തെ (ശരീരഭാഗങ്ങളെ വലിച്ചുനീട്ടി) ശരീരഭാഗങ്ങൾ ഉരിഞ്ഞുകളയുക;
(iii) മനുഷ്യരെ തിളച്ച വെള്ളത്തിലിടുക;
(iv) ശരീരഭാഗങ്ങൾ പിച്ചിച്ചീന്തുക;
(v) അംഗവിച്ഛേദം ചെയ്യുക. ഉദാഹരണത്തിന്, ഈശ്വരനിന്ദ, മതവിദ്വേഷം ഉണ്ടാക്കുക, രാജദ്രോഹം എന്നീ കുറ്റങ്ങൾക്ക് കൈവെട്ടിയും നാക്ക് പിഴുതെടുത്തും ശിക്ഷിക്കുക;
(vi) കണ്ണ് ചുഴുതു കളയുക (ചാരന്മാരുടെ കണ്ണ് ചുഴുതെടുക്കുമായിരുന്നു);
(vii) ലിംഗം ഛേദിക്കുക ലൈംഗിക കുറ്റവാളികളുടെ ലിംഗം മുറിച്ചുമാറ്റുമായിരുന്നു. ചിലരെ വന്ധീകരിക്കുമായിരുന്നു. സ്ത്രീകളാണെങ്കിൽ മുഖം വികൃതമാക്കിയിരുന്നു. അംഗച്ഛേദം പലപ്പോഴും മരണത്തിലെത്തുമായിരുന്നു. ഇപ്പോഴും ഈ കാടൻ മനുഷ്യത്വ രഹിതമായ ശിക്ഷകൾ വിധിക്കുന്ന ചുരുക്കം ചില രാജ്യങ്ങളുണ്ട്;
(viii) **കുറ്റ (അപമാന) മുദ്ര കുത്തുകയെന്നത്** കുറ്റവാളികളെ അപമാനിക്കുകയെന്ന ഉദ്ദേശ്യത്തോടെ ചെയ്തിരുന്നതായിരുന്നു:
(1) കൊലപാതകിയെ M (Murder-M)
(2) മോഷ്ടാക്കളെ T (Thief-T)
(3) ശണ്ഠക്കാരെയും വഴക്കാളികളെയും F (Fighting-F)
(4) വ്യഭിചാരം ചെയ്യുന്നവരേയും A (Adulatry-A)-

ഇത്തരത്തിലായിരുന്നു മുദ്രകുത്തിയിരുന്നത്. മുദ്രകുത്തൽ മാനസിക വേദനയും മനഃപ്രയാസവും ഉണ്ടാക്കിയിരുന്നു. സമൂഹമദ്ധ്യത്തിലക്കൂട്ടർ ഒറ്റപ്പെട്ടിരുന്നു; പരിഹാസപാത്രങ്ങളായി മാറിയിരുന്നു. സിന്ദൂരനിറമുള്ള (Scarlet) Aയെന്ന അക്ഷരം വ്യഭിചാരത്തിന് ശിക്ഷിക്കപ്പെട്ടവർക്കുള്ളതായിരുന്നു;

(ix) **വെള്ളത്തിൽ മുക്കുന്ന കൈയില്ലാകസേര (Ducking Stool)**: വഴക്കാളികളായ സ്ത്രീകളെ ശിക്ഷിക്കാനുപയോഗിച്ചിരുന്നു. നീളമുള്ളൊരു ഉത്തോലക ദണ്ഡിൽ ഉറപ്പിച്ച കൈയില്ലാത്ത കസേരയിൽ കുറ്റവാളികളെ ഇരുത്തി വെള്ളത്തിൽ മുക്കുക; മുക്കിപ്പിടിക്കുക ഈ ശിക്ഷ കാണാൻ വളരെയേറെയാളുകൾ കൂട്ടമായി വരുമായിരുന്നു. വഴക്കടിക്കുന്ന ഭാര്യാഭർത്താക്കന്മാരെ പുറത്തോട്ട് പുറം ചേർത്തുവച്ചു കെട്ടിയത്തരം കസേരയിലിരുത്തി വെള്ളത്തിൽ മുക്കുമായിരുന്നു. താഴ്ന്ന തരം മദ്യം, വ്യാജമദ്യം ഉണ്ടാക്കുന്നവരേയും ശിക്ഷിച്ചിരുന്നതും അങ്ങനെതന്നെ;
(x) **മരച്ചട്ടകൂടും ദണ്ഡയന്ത്രവും (Stock and pillory)** കുറ്റവാളികളുടെ കണങ്കാൽ തളയ്ക്കാനുപയോഗിച്ചിരുന്ന മരച്ചട്ടക്കൂടും കുറ്റവാളികളെ മരച്ചട്ടത്തിൽ കയറ്റിനിറുത്തി അപമാനിക്കുന്ന യന്ത്രവും

മൃഗീയ ശിക്ഷകളായിരുന്നു. കാലും കൈയും അകറ്റി നിർത്തുന്ന മരച്ചട്ടക്കൂട് – തലയും കൈകളും ദണ്ഡയന്ത്രത്തിൽ പൂട്ടിയിടുക: അതുവഴി അനുഭവിക്കുന്ന മാനസികവേദന അസ്സഹനീയമായി രുന്നു. അങ്ങനെ വേദനിക്കുന്നയാളെ കല്ലെറിയുക, അടിക്കുക, പതി വായിരുന്നു. ചിലപ്പോൾ ചെവി ആണികൊണ്ട് മരത്തിൽ അടിച്ചു വെക്കും. അതിനുശേഷം ബലമായി ചെവി വലിച്ചെടുത്ത് വേദനി പ്പിക്കുക അല്ലെങ്കിൽ കത്തികൊണ്ട് മുറിക്കുകയെന്നതും കാണാ മായിരുന്നു. മരച്ചട്ടക്കൂടത്തിൽ ബന്ധിച്ചയാളെ റോഡുകളിലൂടെ പ്രദർശിപ്പിച്ച് അപമാനിക്കുമായിരുന്നു. അങ്ങനെ ചെയ്യുമ്പോൾ കാണികൾ കല്ലെറിയുകയും മാലിന്യങ്ങൾ (മനുഷ്യമലം, ചീഞ്ഞ മുട്ട) വലിച്ചെറിയുമായിരുന്നു;

(xi) **കടിഞ്ഞാൺ അല്ലെങ്കിൽ നാക്ക് പൂട്ട് (Scold's Bridle or Bank)**: ഇതൊരുതരം ഭീകരതയുണ്ടാക്കുന്ന–ഞെട്ടിപ്പിക്കുന്ന ഉപകരണ മാണ്. ഒരു തരം ഇരുമ്പുകൂട് (Iron-cage) -നല്ല ഭാരം ഉണ്ടതിന്. തല മുഴുവനും ആവരണം ചെയ്തുവക്കുന്നു. ആ കൂടിലുള്ള ലോഹ പലക വായിൽ കയറ്റിവക്കുമ്പോൾ അത് നാവിന് മുകളിൽ വരു ന്നു. സംസാരിച്ചാൽ വായിൽ മുറിവുണ്ടാകുന്നു. നുണ പറയുന്ന വർക്കും ദൈവനിന്ദ പ്രചരിപ്പിക്കുന്നവർക്കും കള്ളസാക്ഷി പറയു ന്നവർക്കും ഇത്തരത്തിലുള്ള ശിക്ഷ കൊടുത്തിരുന്നു. ചിലപ്പോൾ ചുട്ടുപഴുത്ത ഇരുമ്പുദണ്ഡുകൊണ്ട് നാക്കിൽ ദ്വാരം ഉണ്ടാക്കിയ ശേഷമായിരുന്നു പേടിപ്പിക്കുന്ന ആ ഉപകരണം വഴി ശിക്ഷിച്ചിരു ന്നത്. അതുതന്നെ പേടിയുണ്ടാക്കുമായിരുന്നു;

(xii) **സാമൂഹ്യഅപകീർത്തി അല്ലെങ്കിൽ അപമാനം (Social Disgrace or humiliation):** വ്യഭിചാരക്കുറ്റം ചെയ്യുന്ന പുരുഷനും സ്ത്രീയും ഇരുമ്പുകൊണ്ടുള്ള കഴുത്തുപട്ട (Collar) ധരിച്ച് ദേവാലയത്തിൽ/ ദൈവാലയത്തിൽ ജനമദ്ധ്യേ നില്ക്കണമായിരുന്നു. പുരോഹിതൻ ചോദിക്കുന്ന ചോദ്യങ്ങൾക്കുത്തരം പറയുകയും വേണം. അങ്ങനെ ചെയ്യേണ്ടിവരുമ്പോൾ ഉണ്ടാകുന്ന അപമാനം /അപകീർത്തി സഹി ക്കാനാവാതെ പല സ്ത്രീകളും ഭ്രൂണഹത്യ/ശിശുഹത്യ ചെയ്ത് വധശിക്ഷയ്ക്ക് വിധേയമാകുമായിരുന്നു;

(xiii) **നാടുകടത്തുക (Transportation):** ഇംഗ്ലണ്ടിൽ നിന്നും അമേരി ക്കയിലേക്ക് കുറ്റവാളികളെ നാടുകടത്തുമായിരുന്നു. അങ്ങനെ ചെയ്യുമ്പോൾ കുറ്റവാളികളെ കൂട്ടിക്കെട്ടുകയോ ഇരിക്കാൻ അനു വദിക്കാതെ, നിർത്തിക്കൊണ്ടുപോകുകയോ പതിവായിരുന്നു. ആവശ്യത്തിന് ഭക്ഷണം പോലും കൊടുക്കാതെ അവരെ അതിദ യനീയമായ സാഹചര്യത്തിൽ കഴിയാൻ മാത്രമേ അനുവദിച്ചിരു ന്നുള്ളൂ. പലരും രോഗബാധിതരായി മരിക്കുമായിരുന്നു;

(xiv) **ചാട്ടകൊണ്ടോ വടികൊണ്ടോ പ്രഹരിക്കുക (Flogging or whip-ping)**: കുടുംബവഴക്കുകൾ, വിദ്യാഭ്യാസകാര്യത്തിലും പട്ടാള ജീവി

ത്തിലും അച്ചടക്കം പാലിക്കാതിരിക്കുക- ഇവയ്ക്ക് ചാട്ട കൊണ്ടോ വടികൊണ്ടോ അടിക്കുക പതിവായിരുന്നു. പല സ്ഥല ങ്ങളിലും പലതരം ചാട്ടകളും വടികളുമായിരുന്നു ഉപയോഗിച്ചിരു ന്നത്. കുറ്റവാളികൾ ചെയ്ത കുറ്റകൃത്യങ്ങളുടെ സ്വഭാവം അനു സരിച്ച് ചാട്ടയും വടിയും മാറുമായിരുന്നു. സ്കൂളുകളിൽ ഒരു ചാട്ട വാറുള്ള ചാട്ടയായിരുന്നു ഉപയോഗിച്ചിരുന്നത്. കുപ്രസിദ്ധരായ കുറ്റവാളികൾക്ക് 9 ചാട്ടവാറുള്ള ചാട്ടകൊണ്ട് അടിക്കുമായിരുന്നു. പലപ്പോഴും അങ്ങനെ അതിക്രൂരമായ വിധത്തിൽ അടിക്കുന്നതിന്റെ ഫലമായി മരണം സംഭവിക്കുമായിരുന്നു.

(xv) **കൂട്ടിലടയ്ക്കുക (Caging)**: കൂട്ടിലടച്ചിടുക, കുറ്റവാളികളെ കൂട്ട മായി കെട്ടിയിടുക, കുടുസ്സുമുറിയിൽ പാർപ്പിക്കുക- ഇവയൊക്കെ പതിവായിരുന്നു;

(xvi) **കല്ലെറിയുക (Stoning)**: കല്ലെറിഞ്ഞു കൊല്ലുക- ലൈംഗിക കുറ്റ കൃത്യങ്ങൾ ചെയ്തവരെയായിരുന്നു ഇങ്ങനെ കല്ലെറിഞ്ഞു കൊന്നിരുന്നത്;

മുകളിൽ പറഞ്ഞ മൃഗീയ-ക്രൂര മനുഷ്യത്വമില്ലാത്ത രീതിയിലുള്ള അതികഠിന-കഠോരശിക്ഷകൾക്കെതിരെ വ്യാപകമായ തരത്തിൽ എതിർപ്പുകൾ ഉണ്ടായിരുന്നു. അവയുടെയൊക്കെ ഫലമായി ബഹു ഭൂരിപക്ഷം രാജ്യങ്ങളിലും ശാരീരിക പീഡനശിക്ഷാരീതികൾക്ക് അറുതി വന്നുവെന്നതൊരു ശിക്ഷാശാസ്ത്ര ചരിതം വസ്തുത.

വധശിക്ഷ ഇന്ത്യയിലും വിദേശത്തും

ശാരീരിക പീഡന ശിക്ഷാരീതികൾ കുറ്റവാളികളുടെ മരണത്തിൽ കലാശിക്കുമായിരുന്നു. എന്നിരുന്നാലും , അവയെ വധശിക്ഷയായി കണ ക്കാക്കുകയില്ലായിരുന്നു. അതിപുരാതനകാലം മുതലേ ഇന്ത്യയിൽ വധശിക്ഷ ഉണ്ടായിരുന്നുവെന്നാണ് കാണാൻ കഴിയുന്നത്. ഹീനമായ കുറ്റകൃത്യങ്ങൾക്ക് വധശിക്ഷ വിധിക്കുകയെന്നതായിരുന്നു പതിവ്. രാജാ വിന്റെ (ഭരണാധികാരിയുടെ) ഉത്തരവാദിത്വമായിരുന്നു മനുഷ്യരുടെ ജീവൻ സംരക്ഷിക്കുകയെന്നത്- അങ്ങനെ ഭാരതീയർ കരുതിയിരുന്നു. ഭരണാധികാരിയുടെ ഉത്തരവാദിത്വമില്ലായ്മക്ക് മനുഷ്യരെ കൊല്ലുകയോ? അതുകൊണ്ട് വധശിക്ഷ വിധിക്കുന്നത് പൊതുവേ പ്രോത്സാഹിപ്പിച്ചിരു ന്നില്ല. ചിലർ വധശിക്ഷയെ എതിർത്തുമിരുന്നു. ഹീനമായകുറ്റമാണെ ങ്കിലും വധശിക്ഷ വേണ്ടയെന്ന അഭിപ്രായമായിരുന്നു കമൻണ്ടക (Kamandaka) യുടേത്. എന്നിരുന്നാലും രാജദ്രോഹ കുറ്റം ചെയ്യുന്നവർക്ക് വധശിക്ഷ കൊടുക്കുകതന്നെ വേണമെന്ന് അദ്ദേഹവും വാദിച്ചിരുന്നു. അങ്ങനെ വിധിക്കുന്ന വധശിക്ഷ പരസ്യമായോ രഹസ്യമായോ നടപ്പാ ക്കാവുന്നതാണെന്നും അദ്ദേഹം പറഞ്ഞു. രാജ്യത്തിന്റെ ശത്രുക്കളെ പര സ്യമായിത്തന്നെ വധിക്കണമെന്ന് അദ്ദേഹം ഊന്നിപ്പറഞ്ഞിരുന്നു.

വധശിക്ഷ നടപ്പിലാക്കാൻ പല രീതികളും ഇന്ത്യയിലുണ്ടായിരുന്നു.

ആനയെക്കൊണ്ട് ചവിട്ടിച്ച് കൊല്ലുകയെന്നതായിരുന്നു ഒരു രീതി. മർദ്ദിച്ചുകൊല്ലുകയെന്നതായിരുന്നു മറ്റൊരു രീതി. ജീവനോടെ കത്തിക്കുക, തിളപ്പിച്ച എണ്ണ വായിലും ചെവിയിലും ഒഴിച്ച് കൊല്ലുക, ചുട്ടു പഴുത്ത ഇരുമ്പ് ദണ്ഡ് വായിലൂടെ കുത്തിയിറക്കി കൊല്ലുക, കല്ലുകെട്ടി വെള്ളത്തിൽ താഴ്ത്തി കൊല്ലുക, മൃഗങ്ങളുടെ കൊമ്പുകൊണ്ട് കുത്തിക്കൊല്ലുക, അടിച്ചുകൊല്ലുക, തലവെട്ടിയെടുക്കുക, തൂക്കിക്കൊല്ലുക തുടങ്ങിയ കിരാത രീതികൾ പ്രാചീന ഭാരതത്തിൽ വളരെയേറെ കണ്ടിരുന്നു.

ഇന്ത്യയിലേതുപോലെ തന്നെ വിദേശ രാജ്യങ്ങളിലും വധശിക്ഷ പല തരത്തിലും വിധത്തിലും നടപ്പാക്കിയിരുന്നു. വെള്ളത്തിൽ മുക്കിക്കൊല്ലുക, കല്ലെറിഞ്ഞുകൊല്ലുക, കൊലക്കുറ്റിയിൽ കെട്ടി തീ വെച്ച് കത്തിക്കുക, തല വെട്ടുക, വൈദ്യുതാഘാതമേല്പിച്ചു കൊല്ലുക, വിഷവാതകം ശ്വസിപ്പിച്ചുകൊല്ലുക, കുരിശിൽ തറച്ചുകൊല്ലുക, തോലുരിഞ്ഞു(മാംസം വലിച്ചൂരി)കൊല്ലുക, ഉയരത്തിൽനിന്നും ഉന്തിയിട്ടുകൊല്ലുക, കഴുത്ത് ഞെക്കി ഞെരിച്ചു കൊല്ലുക, വിഷം കൊടുത്തു കൊല്ലുക, തൂക്കിക്കൊല്ലുക, അടിച്ച് കൊല്ലുക, വെടിവെച്ചു കൊല്ലുക– തുടങ്ങി വന്യമൃഗങ്ങളോടും ക്രൂരജന്തുക്കളോടും പോലും മനുഷ്യർ കാണിക്കാത്തയത്ര നിഷ്ഠുര രീതിയിൽ മനുഷ്യരെ വധിക്കുമായിരുന്നു. മൃഗങ്ങളെ കൊല്ലുന്നതിൽ ഒരുതരം 'മാന്യത' പുലർത്തിയിരുന്ന മനുഷ്യർ കുറ്റവാളികളോട് യാതൊരു വിധ 'മാന്യത'യും കാണിച്ചിരുന്നില്ല എന്നതൊരു ശിക്ഷാശാസ്ത്ര ചരിത്രസത്യം.

നേരത്തെ പറഞ്ഞതുപോലെ 'ശിക്ഷ'യുടെ മുമ്പിൽ 'വധ'മെന്നു എഴുതിയാൽ കൊലപാതകം കൊലപാതകമല്ലാതാകുമോ? മാലിന്യത്തിനു മുമ്പിൽ 'തിരു','വിശുദ്ധ' എന്ന് എഴുതിയാൽ മാലിന്യം വിശുദ്ധവസ്തുവായി മാറുമോ? ഏതാണ്ടതുപോലെയാണ് വധശിക്ഷയും എന്ന് പറയുന്നവരുണ്ട്. അക്കാരണംകൊണ്ടു തന്നെ വധശിക്ഷയോടുള്ള എതിർപ്പ് അതുണ്ടായകാലം മുതലേ ലോകത്ത് കാണുന്നുണ്ട്.

1 ജീവിക്കുന്ന മനുഷ്യനാണ് സമൂഹത്തിന്റെ അന്തസ്സ്. മനുഷ്യജീവന്റെ മാഹാത്മ്യം അംഗീകരിക്കാത്ത മനുഷ്യർ മനുഷ്യനെന്ന പേരിനർഹരല്ല. ഒരു നിയമത്തിനും മനുഷ്യജീവനെ നശിപ്പിക്കാൻ അവകാശമില്ല.

2 ആൾക്കൂട്ടക്കൊലപോലെ ഒരുകൂട്ടം മനുഷ്യർ (അവർ ജനപ്രതിനിധികളോ രാജാവോ പട്ടാളഭരണാധികാരിയോ, ജനാധിപത്യത്തിലുള്ള കോടതികളോ ആരായാലും) തീരുമാനിക്കുന്നതു പോലെ മനുഷ്യജീവനെ ഇല്ലായ്മ ചെയ്യരുത്. മനുഷ്യർക്കെതിരെ മനുഷ്യർ തന്നെ മനുഷ്യരെ വധിക്കണമെന്ന് വിധിയെഴുതി നടത്തുന്ന ആ കൊലപാതകങ്ങൾ നരഹത്യ തന്നെയാണ്.

3 ഒരാൾക്ക് കൊടുക്കാൻ കഴിയാത്തത് എടുത്ത് കളയാൻ അയാൾക്ക് അവകാശമില്ല. ജീവൻ കൊടുക്കാൻ കഴിയാത്തവൻ അതെടുക്കരുത്. നിയമം അങ്ങനെയുണ്ടെങ്കിലത് നിയമമല്ല.

4 കൊലപാതകത്തെ 'വധശിക്ഷ' എന്ന് പറയുന്നതുകൊണ്ട് അത് കൊലപാതകമല്ലാതാകുന്നില്ല. 'ശിക്ഷ'യെന്നത് മനുഷ്യരക്ഷയ്ക്കാണ്. മനുഷ്യനെ വധിക്കുന്നത് എങ്ങനെയാണ് അയാളുടെ രക്ഷയ്ക്കാണെന്ന് പറയാനാകുന്നത്?

5. കുറ്റനീതി സംവിധാനത്തിൽ ജോലി ചെയ്യുന്ന പൊലീസ്, അഭിഭാഷകർ, കോടതി, ജയിൽ–അവരെല്ലാം പരിശുദ്ധരാണോ? അവർ ചെയ്യുന്ന കുറ്റങ്ങൾക്ക് വധശിക്ഷകൊടുത്താൽ അവരിലെത്രപേർ ജീവിച്ചിരിക്കും?

6. വധശിക്ഷ അഥവാ നിയമദ്വാരായുള്ള കൊലപാതകത്തിനു വിധിക്കപ്പെടുന്നയാളിൽ മനഃപരിവർത്തനം നടത്താനാവില്ല. ആധുനിക യുഗത്തിൽ ശിക്ഷയുടെ ഉദ്ദേശലക്ഷ്യം തന്നെ കുറ്റം ചെയ്യുന്നയാളെ ബോധവല്ക്കരിച്ച് വേണ്ടത്ര മാനസിക ചികിത്സ നല്കി അയാളെ നിയമങ്ങൾ അനുസരിച്ച് ജീവിക്കുന്ന നല്ലൊരു വ്യക്തിയാക്കി മാറ്റുകയെന്നതാണ്. വികലമായ ഒരാളുടെ വ്യക്തിത്വത്തെ നേർവഴിയിൽ വികസിപ്പിച്ച് അയാളെ നല്ലൊരു വ്യക്തിയാക്കി മാറ്റാൻ നിയമദ്വാരായുള്ള കൊലപാതകത്തിനാവില്ല.

7. നിയമദ്വാരായുള്ള കൊലപാതകം ഭാവിയിൽ കുറ്റം ചെയ്യാൻ സാദ്ധ്യതയുള്ളവരെ ഭയപ്പെടുത്തുമെന്ന് കരുതുന്നത് ശരിയല്ല. മുമ്പ് സൂചിപ്പിച്ചതു പോലെ, തിരുവിതാംകൂറിൽ 1944–1950 കാലഘട്ടത്തിൽ വധശിക്ഷ നിർത്തലാക്കിയിരുന്നു. പിന്നീട് നടത്തിയ പഠനങ്ങളിൽ വധശിക്ഷയ്ക്ക് നേരത്തെ വിധിച്ചിരുന്ന കുറ്റകൃത്യങ്ങളിൽ കുറവും വർദ്ധനവും കണ്ടില്ല. വധശിക്ഷയുണ്ടായാലും ഇല്ലെങ്കിലും കുറ്റകൃത്യങ്ങളുടെ എണ്ണത്തെയത് ബാധിക്കില്ല എന്ന് തെളിയിക്കപ്പെട്ടു.

8 ഇന്ത്യയിലും വിദേശത്തും വളരെയേറെ കുറ്റകൃത്യങ്ങൾക്ക് വധശിക്ഷ വിധിക്കുമായിരുന്നു. എന്നാൽ വധശിക്ഷയ്ക്ക് കുറ്റകൃത്യങ്ങളെ നിയന്ത്രിക്കാനോ കുറയ്ക്കാനോ ശക്തിയില്ലെന്ന് മനസ്സിലാക്കിയതോടെ വളരെക്കുറച്ച് കുറ്റകൃത്യങ്ങൾക്കു മാത്രമാണ് വധശിക്ഷ ഇപ്പോൾ വിധിക്കുന്നത്. ഇന്ത്യയിൽ വധശിക്ഷ വിധിക്കുന്ന കുറ്റകൃത്യങ്ങൾ .

ഇന്ത്യൻ ശിക്ഷാനിയമത്തിലെ–

(i) 121–ാം വകുപ്പ്: രാജ്യത്തിനെതിരെ യുദ്ധം പ്രഖ്യാപിക്കുക.

(ii) 132–ാം വകുപ്പ്: പട്ടാള ലഹളയ്ക്ക് പ്രേരിപ്പിക്കുക.

(iii) 194–ാം വകുപ്പ്: വധശിക്ഷ കിട്ടാവുന്ന കുറ്റത്തിന് ശിക്ഷിക്കാനായി കള്ളത്തെളിവുകൾ ഉണ്ടാക്കുക.

(iv) 302–ാം വകുപ്പ്: കൊലപാതകമാകുന്ന നരഹത്യ.

(v) 305–ാം വകുപ്പ്: കുഞ്ഞുങ്ങളെ, ഭ്രാന്തന്മാരെ ആത്മഹത്യചെയ്യാൻ പ്രേരിപ്പിക്കുക.

(vi) 307–ാം വകുപ്പ്: ജീവപര്യന്തം ശിക്ഷിക്കപ്പെട്ട് ജയിലിൽ വസിക്കുന്നയൊരു അന്തേവാസിയുടെ കൊലപാതക ശ്രമത്തിനിടെ മുറിവു

കൾ ഏല്പിക്കുന്നുവെങ്കിൽ.

(vii) 364-ാം വകുപ്പ്: മോചനദ്രവ്യത്തിനായി ഒരാളെ തട്ടിക്കൊണ്ട് പോവുക.

(viii)396-ാം വകുപ്പ്: കൂട്ടായ്മ കവർച്ച (Dacoity)ക്കിടയിൽ നടത്തുന്ന കൊലപാതകമാകുന്ന നരഹത്യ.

ഇന്ത്യൻ ശിക്ഷാനിയമത്തിൽ വധശിക്ഷ വിധിക്കാൻ വകുപ്പുകൾ ഉണ്ടെങ്കിലും അത്യപൂർവ്വങ്ങളിൽ അപൂർവ്വം കേസുകളിൽ മാത്രം വധശിക്ഷ നല്കിയാൽ മതിയെന്ന നയമാണ് ഇപ്പോൾ സ്വീകരിച്ചിരിക്കുന്നത്. ലോകത്ത് 150 ഓളം രാജ്യങ്ങളിൽ വധശിക്ഷ നിർത്തലാക്കി കഴിഞ്ഞു. ഐക്യരാഷ്ട്രസംഘടന വധശിക്ഷ നിലനിർത്തുന്നതിനോട് അനുകൂലമായ സമീപനമല്ല സ്വീകരിച്ചിരിക്കുന്നത്. വധശിക്ഷ നിലവിലുള്ള രാജ്യങ്ങളെ ആ ശിക്ഷ നടപ്പാക്കുന്നതിൽ നിന്നും പിന്തിരിപ്പിക്കാനാണ് ശിക്ഷാശാസ്ത്ര പണ്ഡിതർ ശ്രമിക്കുന്നത്. 1973 ൽ ഇന്ത്യയിൽ നിലവിൽ വന്ന ക്രിമിനൽ നടപടിക്രമം അനുസരിച്ച് ജീവപര്യന്തം ശിക്ഷയെന്നത് പൊതുതത്ത്വം ആയി കണക്കാക്കണമെന്നു പറയുന്നു. അത്യപൂർവ്വമായി മാത്രം എന്തുകൊണ്ട് വധശിക്ഷ വിധിക്കുന്നുവെന്നതിന്റെ കാരണങ്ങൾ വ്യക്തമാക്കണമെന്നുള്ള ഒരു നയമാണ് ഇപ്പോൾ സ്വീകരിച്ചിരിക്കുന്നത്. കാരണം? കുറ്റം ചെയ്യുന്നവരിൽ മനഃപരിവർത്തനം വരുത്തിയവരെ നല്ലവഴിക്ക് കൊണ്ടുവരണം; കൊണ്ടുവരാമെന്ന് ആധുനിക ശിക്ഷാശാസ്ത്ര ചിന്താഗതി അടിവരയിട്ട് സമർത്ഥിക്കുന്നു.

വസ്തുവകകൾ കണ്ടുകെട്ടൽ

കുറ്റവാളികളുടെ വസ്തുവകകൾ കണ്ടുകെട്ടുക -ഇന്ത്യൻ ശിക്ഷാനിയമത്തിലെ 53-ാം വകുപ്പ് അത്തരത്തിലുള്ള ശിക്ഷയെപ്പറ്റി പ്രതിപാദിക്കുന്നുണ്ട്. പ്രസ്തുത നിയമത്തിലെ 126 ഉം 169 ഉം വകുപ്പുകൾ പിഴയോടുകൂടിയോ പിഴകൂടാതെയോ ഉള്ള ജയിൽശിക്ഷയ്ക്ക് പുറമെ ഒരാൾക്കുള്ള സ്വത്ത് കണ്ടുകെട്ടാനുള്ള അധികാരവും നല്കുന്നുണ്ട്. ഒരു സർക്കാർ ജീവനക്കാരൻ (Public Servant) സ്വന്തം പേരിലോ മറ്റൊരാളുടെ പേരിലോ കൂട്ടുചേർന്നോ സ്വന്തമാക്കാൻ അവകാശമില്ലാത്ത/അധികാരമില്ലാത്ത സ്വത്ത് കൈവശമാക്കിയാൽ ആ വസ്തുവകകൾ സർക്കാരിലേക്ക് കണ്ടു കെട്ടാവുന്നതാണെന്ന് 129-ാം വകുപ്പ് പറയുന്നു. 126-ാം വകുപ്പ് കൊള്ളമുതൽ കണ്ടുകെട്ടുന്നതിനുള്ള അധികാരമാണ്

നാടുകടത്തുക

ഒരാൾ ജനിച്ച് വളർന്ന നാട്ടിൽനിന്നും- സാഹചര്യങ്ങളിൽനിന്നും- ബന്ധുമിത്രാദികളിൽനിന്നും സ്ഥിരമായി അയാളെ അകറ്റിനിർത്തുക -ഈ രീതി ബ്രിട്ടീഷ് ഇന്ത്യയിൽ നിലനിന്നിരുന്നു. അത് ഏതാണ്ട് എല്ലാ അർത്ഥത്തിലും ഒരു തരം വധശിക്ഷതന്നെ. കാലാപാനി (Kalapani)എന്ന്

ബ്രിട്ടീഷ് ഇന്ത്യയിൽ അറിയപ്പെട്ടിരുന്ന നാടുകടത്തൽ ആൻഡമാൻ നിക്കോബാർ ദീപസമൂഹത്തിലേക്കായിരുന്നു. പൊതുവേ അപകടകാരികളായ കുറ്റവാളികളെ ആയിരുന്നു നാടുകടത്തിയിരുന്നത്. ജയിൽശിക്ഷയാണെങ്കിൽ, വല്ലപ്പോഴുമൊക്കെ വീട്ടുകാരെയും സ്വന്തക്കാരെയും ബന്ധുജനങ്ങളെയും കാണാം. എന്നാൽ, കടൽ കടന്ന് വിദൂര ദീപുകളിലേക്ക് വിട്ടാൽ അത് മരണതുല്യം തന്നെ. ഉപരിയായി, ബ്രിട്ടീഷ് ഇന്ത്യയിൽ ഒരു അന്ധവിശ്വാസവും നിലനിന്നിരുന്നു. കടൽ കടന്നു (കടത്തി) പോകുന്നത് സമുദായത്തിൽനിന്നും പുറത്താക്കുന്നതുപോലെയുള്ള ഹിതകരമല്ലാത്ത ഒന്നാണെന്ന്. ആൻഡമാൻ നിക്കോബാർ ദീപസമൂഹത്തിലേക്കുള്ള നാടുകടത്തൽ എന്ന ശിക്ഷ 1955 വരെ നിലനിന്നിരുന്നു. 1940 കളിൽ ആ ദീപസമൂഹം ജപ്പാൻകാരുടെ അധീനതയിലായെന്നത് നാടുകടത്തൽ ശിക്ഷ നിർത്തലാക്കാൻ ഒരു കാരണവുമായിരുന്നു.

ലോകത്ത് പല രാജ്യങ്ങളിലും നാടുകടത്തൽ ശിക്ഷ നിലനിന്നിരുന്നു. യുദ്ധത്തടവുകാരെ Austro- African കോളനികളിലേക്ക് നാടുകടത്തിയിരുന്നു. Guiana, New Calendonia എന്നീ ഫ്രഞ്ചു കോളനികളിലേക്ക് ഫ്രഞ്ചു കുറ്റവാളികളെ പത്തൊമ്പതാം നൂറ്റാണ്ടിന്റെ ആദ്യകാലം വരെ നാടുകടത്തിയിരുന്നു. രാഷ്ട്രീയത്തടവുകാർ, മനുഷ്യനായി നന്നാകുമെന്ന് ഒട്ടും പ്രതീക്ഷയില്ലാത്ത ക്രൂരകുറ്റക്കാർ തുടങ്ങിയവരെയായിരുന്നു നാട്കടത്തിയിരുന്നത്. അങ്ങനെ നാടുകടത്തപ്പെട്ടവർ തിരിച്ചുവരുന്ന സാഹചര്യങ്ങൾ ഇല്ലെന്നതിലുപരികൂട്ടർ മരണപ്പെടുക പതിവായിരുന്നു. ഘോരവനങ്ങളിലേക്കെറിയപ്പെടുന്നവർ രക്ഷപ്പെടുന്ന സ്വരിതി വിശേഷം ഉണ്ടായിരുന്നില്ല. ഫ്രഞ്ചുകാരുടെ കിരാതവും മൃഗീയവുമായ നാടുകടത്തൽ എന്ന കാടൻ ശിക്ഷാരീതി രണ്ടാം ലോക മഹായുദ്ധത്തിനുശേഷം നിർത്തലാക്കി.

സൈബീരിയൻ കോളനിയെന്ന് കേൾക്കുന്നതുപോലും ജനങ്ങളിൽ ഭീതിയുണർത്തിയിരുന്നു. റഷ്യക്കാർ നാടുകടത്തിയിരുന്ന സൈബീരിയ നരകതുല്യമായിരുന്നുവെന്ന് ശിക്ഷാശാസ്ത്രചരിത്ര പഠനങ്ങളിൽ കാണുന്നു. അതുകൊണ്ടുതന്നെയാണ് 'മൃതരായവരുടെ വസതി' എന്ന അർത്ഥത്തിൽ സൈബീരിയായിലെ ശിക്ഷാകോളനികളെ 'The House of the Dead'എന്ന് വിളിച്ചിരുന്നത് (Dostoevksi).

അമേരിക്കയിലേക്ക് കുറ്റവാളികളെ കയറ്റി അയക്കുമായിരുന്നു. അത്തരത്തിലുള്ള ഒരു പ്രദേശം എനിക്ക് കാണാനൊത്തു. തണുത്ത് വിറയ്ക്കുന്ന അവിടത്തെ കാറ്റിൽ അല്പംനേരം പോലും നില്ക്കാൻ എനിക്ക് കഴിഞ്ഞില്ല. പകരം വീട്ടാനും മൃഗീയമായി പെരുമാറാനും ശിക്ഷകളെ ദുരുപയോഗിക്കാമെന്ന് വാദിച്ചിരുന്ന ചുരുക്കം ചില കുറ്റ-ശിക്ഷ ശാസ്ത്രജ്ഞർ (Ceaser Lombroso, RaÅale Garofalo) നാടുകടത്തലിനെ ഭാഗികമായി അംഗീകരിച്ചിരുന്നു. എന്നാലത് പ്രായോഗികതലത്തിൽ വൻ പരാജയമായിരുന്നുവെന്നായിരുന്നു അനുഭവസാക്ഷ്യം. ചില രാജ്യങ്ങളിലേക്ക് നാടുകടത്തപ്പെട്ടവരുടെ അനന്തരതലമുറ ഇപ്പോഴത്തെ വൻപണക്കാരുടെ

പട്ടികയിൽ ഉൾപ്പെടുന്നുവെന്നതും തള്ളിക്കളയാനാവില്ല. മുൻതലമുറക്കാർ ചെയ്ത കുറ്റങ്ങളെ അവരുടെ പിൻതലമുറക്കാർ അനുഗൃഹീത കുറ്റങ്ങൾ (Blessed Crimes)എന്നും വിശേഷിപ്പിക്കുന്നുണ്ട്.

പിഴശിക്ഷ

പണത്തിനു മനുഷ്യർ വളരെ ബുദ്ധിമുട്ട് അനുഭവിച്ചിരുന്ന ഒരു കാലം ഉണ്ടായിരുന്നു. അക്കാലത്ത് 'പിഴശിക്ഷ' മനുഷ്യരിൽ ശിക്ഷയാണെന്ന ഒരു തോന്നൽ ഉണ്ടാക്കിയിരുന്നു. ഇന്ത്യയിൽ, അന്നൊക്കെ അഞ്ചുരൂപ വരെ വലിയ തുകയായിരുന്നു. അതുകൊണ്ടുതന്നെ പഴയ നമ്മുടെ നിയമങ്ങളിൽ അഞ്ചുരൂപ പിഴശിക്ഷയായി വിധിക്കാവുന്ന വകുപ്പുകൾ ഉണ്ടായിരുന്നു. രൂപയുടെ മൂല്യം കുറയുമ്പോൾ പിഴത്തുക കൂടുന്നതായി കാണുന്നില്ല. അതുകൊണ്ടുതന്നെ പല കേസുകളിലും കോടതികൾ ചുമത്തുന്ന പിഴ ഒരു ശിക്ഷയായിപ്പോലും പലരും കണക്കാക്കാറില്ല. പണമുണ്ടെങ്കിൽ കുറ്റം ചെയ്യാം എന്ന് കരുതുന്നവരുമുണ്ട്. ഇപ്പോൾ പിഴത്തുക വളരെ വർദ്ധിപ്പിക്കുന്നത് കാണാനാവുന്നുണ്ട്. എന്നിട്ടും പലർക്കും 'ശിക്ഷ' എന്ന തോന്നൽ ഉണ്ടാകുന്നില്ല. കാരണം? രൂപയ്ക്ക് ഉണ്ടായിക്കൊണ്ടിരിക്കുന്ന 'മൂല്യശോഷണം' പിഴയെ പിഴയല്ലാതാക്കുന്നു. ആശുപത്രിബില്ല് ലക്ഷ കണക്കിന് വരുമ്പോൾ അതടയ്ക്കുന്ന ലാഘവത്തോടെയാണ് ചിലർ പിഴ ശിക്ഷയുടെ തുക അടയ്ക്കുന്നത് എന്ന് പറയുന്നവരും ഉണ്ട്. 2019 ൽ പ്ലമ്പർ, ഇലക്ട്രീഷ്യൻ, മരപ്പണിക്കാരൻ തുടങ്ങിയ ജോലിക്കാർക്ക് 1000 രൂപയോ അതിലേറെയോ തുക ഒരു ദിവസം വേതനമായി കേരളത്തിൽ ലഭിക്കുന്നുണ്ട്. അതുകൊണ്ടുതന്നെ 100 ഓ 200 ഓ 500 ഓ രൂപ പിഴയായി അടയ്ക്കേണ്ടിവന്നാൽപ്പോലും അതൊന്നും വലിയ ശിക്ഷയായി പലർക്കും തോന്നാറില്ല. എന്തിനധികം? സസ്യാഹാരം ഒരുനേരം (ഊണ്) ഹോട്ടലിൽ നിന്നും കഴിക്കണമെങ്കിൽ 100 ഉം 150 ഉം രൂപാ കൊടുക്കണം; മാംസാഹാരമാണെങ്കിൽ അത് 250 ഉം 500 ഉം ആയെന്നും വരാം. പല പച്ചക്കറികൾക്കും പഴവർഗ്ഗങ്ങൾക്കും കിലോക്ക് 100 ഉം 150 ഉം രൂപ വിലയുണ്ട്. പെട്രോൾ വില ഒരു ലിറ്ററിന് (2018 സെപ്തംബറിൽ) 90 രൂപയ്ക്ക് അടുത്ത് കൊടുക്കേണ്ടിവന്ന സംസ്ഥാനത്ത് പിഴശിക്ഷയെന്നത് ഒരു ശിക്ഷയേ അല്ലന്നൊരു തോന്നൽ ഉണ്ടായിട്ടുണ്ട്; ഉണ്ടാകുന്നുണ്ട്.

വൻകിട പണക്കാർക്ക്, വ്യവസായികൾക്ക്, കള്ളക്കടത്തുകാർക്ക്, കരിഞ്ചന്തക്കാർക്ക്, ആസൂത്രിത കുറ്റവാളികൾക്ക്, മാഫിയാക്കാർക്ക്, 'ക' സംസ്കാരകുറ്റവാളികൾക്ക്, (ഉദാ: കടലാസ് പ്രസ്ഥാനം, കമ്പ്യൂട്ടർകുറ്റങ്ങൾ, കറങ്ങും കസേരകുറ്റവാളികൾ, കള്ള (വ്യാജൻ) കച്ചവടക്കാർ, കക്ഷിരാഷ്ട്രീയ കുറ്റക്കാർ– എന്നീ കൂട്ടർ) ആൾദൈവങ്ങൾക്ക്, അവതാര പുരുഷൻമാർക്ക്, അഴിമതിക്കാർക്ക്, നികുതി വെട്ടിപ്പുകാർക്ക്, പിഴശിക്ഷയെന്നത് ഒരു തരം 'കളിതമാശ' പോലെയാണ്. പറ്റുമെങ്കിൽ നീതിയെ വിലക്ക് വാങ്ങാൻ ശക്തിയും കഴിവുമുള്ളവരാണ് അക്കൂട്ടർ.

1860 ൽ നിലവിൽ വന്ന ഇന്ത്യൻ ശിക്ഷാനിയമത്തിൽ പിഴശിക്ഷയ്ക്കും ജയിൽശിക്ഷയ്ക്കും വൻപ്രാധാന്യമാണ് കൊടുത്തിരുന്നത്. കൈകാൽ വെട്ടുക, നാക്ക് മുറിച്ചുകളയുക എന്നീ വികലാംഗരാക്കുകയെന്ന മൃഗീയരീതിയപ്പോൾ യൂറോപ്പിൽ പൊതുവേ നിർത്തലാക്കിയിരുന്നു. ബ്രിട്ടീഷ് നിയമത്തെയും ശിക്ഷാശാസ്ത്രതത്ത്വങ്ങളെയും അടിസ്ഥാനമാക്കി ഇന്ത്യയിൽ മെക്കാളെപ്രഭു ഉണ്ടാക്കിയ ശിക്ഷാനിയമത്തിൽ തടവുശിക്ഷയ്ക്ക് വൻപ്രാധാന്യം കൊടുത്തുവെന്നത് സത്യം തന്നെ.

ജയിൽശിക്ഷ അഥവാ തടവുശിക്ഷ

'ബന്ധുരകാഞ്ചനക്കൂട്ടിലാണെങ്കിലും ബന്ധനം ബന്ധനം തന്നെ പാരിൽ' എന്ന ചിന്ത യുറോപ്പിൽ ഒരു കാലത്ത് ജയിൽശിക്ഷ (തടവ് ശിക്ഷ) വിധിക്കാൻ കാരണമായിയെന്ന് കാണാം. മനുഷ്യരെ അംഗപരിമിതരാക്കുന്ന അക്കാലത്തെ (18–ാം നൂറ്റാണ്ടുവരെ) കാട്ടുരീതി ദൈവിക ചിന്താഗതിക്ക് എതിരാണെന്ന് റോമൻ കത്തോലിക്കസഭയുടെ തലവനായ ക്ലമന്റ് പതിനൊന്നാം മാർപ്പാപ്പ കരുതി; അംഗീകരിച്ചു. അതിന്റെ അടിസ്ഥാനത്തിൽ, നാളതുവരെ ശിക്ഷയായി നല്കാതിരുന്ന ജയിൽവാസം -തടവുശിക്ഷ-ശിക്ഷയായി വിധിക്കണമെന്ന് വാദിക്കാൻ തുടങ്ങി. ഫലമോ? 1704 ൽ ജയിൽവാസം -കാരഗൃഹവാസം എന്ന തടവു ശിക്ഷ കത്തോലിക്കാസഭ അംഗീകരിച്ച് 'മാർപ്പാപ്പയുടെ ജയിൽ' (Papal Prison) എന്ന നാമവിധേയത്തിൽ, മുമ്പ് സൂചിപ്പിച്ചതുപോലെ, ലോകത്തിലാദ്യമായി ഒരു ശിക്ഷാജയിൽ റോമിൽ പണിയുകയുണ്ടായി. തടവുശിക്ഷ മാനുഷിക പരിഗണനയോടെ- മനുഷ്യന്റെ സത്തയെ അംഗീകരിക്കുന്ന ശിക്ഷാരീതിയാണെന്ന് മനസ്സിലാക്കിയ യൂറോപ്പിലെ രാജ്യങ്ങൾ ഓരോന്നോരോന്നായി ജയിൽവാസമെന്ന തടവുശിക്ഷ വിധിക്കാൻ നിയമങ്ങളിൽ ഭേദഗതിവരുത്തുകയും ജയിലുകൾ പണിയുകയും ചെയ്തു. അങ്ങനെ നോക്കുമ്പോൾ ഇപ്പോൾ വ്യാപകമായി വിധിക്കുന്ന തടവ് ശിക്ഷയ്ക്ക് 300 വർഷത്തിലേറെ പ്രായമേ ഉള്ളു എന്നർത്ഥം. ജയിൽശിക്ഷ 1704 ൽ അംഗീകരിച്ചെങ്കിലും പിന്നേയും 70 വർഷത്തോളം കാലതാമസം വേണ്ടിവന്നു തടവുശിക്ഷയെ യുറോപ്യൻരാജ്യങ്ങളിൽ നടപ്പിലാക്കാൻ. 1773 ൽ ബൽജീയത്തിലും 1776 ൽ ഇംഗ്ലണ്ടിലും ശിക്ഷാജയിലുകൾ പണിയുകയുണ്ടായി, പിന്നീടത് പല രാജ്യങ്ങളിലേക്കും വ്യാപിച്ചു. 1860 ൽ നിലവിൽവന്ന ഇന്ത്യൻ ശിക്ഷാ നിയമത്തിൽ ജയിൽശിക്ഷയ്ക്ക് വൻപ്രാധാന്യം നല്കിയിരുന്നു. 1846 ൽ ആഗ്രയിൽ ആദ്യമായി ഒരു സെൻട്രൽ ജയിൽ പണികഴിപ്പിച്ചു. തുടർന്ന് ബറേലി (1848), അലഹബാദ്(1848) ലാഹോർ (1852), മദ്രാസ് (1857) ബോംബെ (1864), ആലിപോർ (1864) ബനാറസ് (1864), ഫറ്റേഗർ (1864) ലഖ്നൗ (1867) എന്നിവിടങ്ങളിൽ പണിയുകയുണ്ടായി, കേരളത്തിൽ പൂജപ്പുരയിലും അക്കാലത്ത് സെൻട്രൽ ജയിൽ പണികഴിപ്പിച്ചു.

യൂറോപ്പിലും ഇന്ത്യയിലും ഉണ്ടായ ജയിലുകളോടൊപ്പം അമേരിക്കയിലും മാറ്റങ്ങൾ വന്നു. 1862 ൽ അമേരിക്കയിൽ പാസാക്കിയ പെൻസ് ചാർട്ടർ (Pen's Charter of 1862) കുറ്റവാളികൾക്കു വിധിച്ചിരുന്ന മൃഗീയ ശിക്ഷകൾക്ക് അറുതിവരുത്തി. മാനുഷിക പരിഗണന കൊടുത്തുകൊണ്ടുള്ള ശിക്ഷകൾക്ക് അങ്ങനെ പ്രസക്തി ഏറുകയുണ്ടായി. മുകളിൽ പറഞ്ഞ ചാർട്ടർ പ്രകാരം–

(i) തടവുകാർക്ക് ജാമ്യം അനുവദിക്കാൻ തുടങ്ങി.
(ii) നിരപരാധികളെ തടവിലിട്ടാൽ അവർക്ക് നഷ്ടപരിഹാരം കൊടുക്കാൻ വ്യവസ്ഥയുണ്ടാക്കി.
(iii) തടവുകാരുടെ ഭക്ഷണകാര്യങ്ങളിൽ മാറ്റങ്ങൾ വന്നു.
(iv) തടവുകാരുടെ താമസസൗകര്യങ്ങളിൽ മാനുഷിക പരിഗണനയ്ക്ക് പ്രാധാന്യം കിട്ടി.
(v) കുറ്റവാളികളെ പരസ്യമായി ശിക്ഷിക്കുന്ന രീതി (pillory) നിർത്തലാക്കി.

മനുഷ്യർ മനുഷ്യരാണെന്ന് അംഗീകരിച്ചതോടെ കുറ്റവാളികളുടെ സ്വഭാവരൂപികരണത്തിൽ–മാനസാന്തരത്തിൽ –ഊന്നൽ കൊടുത്തുകൊണ്ടുള്ള പലതരം പദ്ധതികൾക്കും പ്രാധാന്യം ഏറുകയുണ്ടായി. 1862 ലായിരുന്നു പെൻസ് ചാർട്ടർ വന്നതെങ്കിലും 1775 ൽ ഉണ്ടായ ക്വാക്കേർസ് മൂവ്മെന്റ് (Quakers Movement) തടവുശിക്ഷയിലും തടവുകാരോടുള്ള മനോഭാവത്തിലും വ്യതിയാനങ്ങൾ വേണമെന്ന ആവശ്യം ഉന്നയിക്കുകയുണ്ടായി. അങ്ങനെ–

തടവുകാരെ രണ്ടായി വേർതിരിക്കാൻ തുടങ്ങി. അതായത് (1) മനഃപരിവർത്തനം ഉണ്ടാകാത്ത ക്രൂരസ്വഭാവക്കാർ, (2) മാനസാന്തരം ഉണ്ടാക്കാൻ കഴിയുന്ന സാധാരണക്കാർ. രണ്ടാമത്തെ കൂട്ടരിൽ സ്വഭാവമാറ്റം ഉണ്ടാക്കാനാവുമെന്ന് കരുതിയതനുസരിച്ചുള്ള പദ്ധതികൾ രൂപകല്പന ചെയ്തു.

ആദ്യവിഭാഗത്തിൽപ്പെട്ട തടവുകാരെ (മനഃപരിവർത്തനം അസാദ്ധ്യമായവരെ) ഏകാന്തതടവിൽ പാർപ്പിക്കാൻ (മറ്റാരും ഇല്ലാതെ ഒറ്റയ്ക്ക് കഴിയാനുള്ള മുറിയിൽ) തീരുമാനിച്ചു. അത്തരക്കാർക്ക് തൊഴിൽ ചെയ്യാൻപോലും അനുവാദമില്ലായിരുന്നു. രണ്ടാമത്തെ വിഭാഗക്കാർക്ക് ഒരു മുറിയിൽ ഒന്നിച്ച് പാർക്കാനും പകൽസമയം ജോലിചെയ്യാനും കഴിയുമായിരുന്നു. സ്ത്രീകൾക്കായി പ്രത്യേകം വേർതിരിച്ച സ്ഥലവും ജയിലുകളിൽ ഉണ്ടായിരുന്നു. ഫിലോഡൽഫിയായിൽ നടപ്പാക്കിയ പുതിയ രീതി കാലത്തിന്റെ നീക്കത്തിൽ ഇല്ലാതെയായി. അനന്തരഫലമായി രണ്ടു മാതൃകാജയിലുകൾ പണിയാൻ തീരുമാനിച്ചു. അവയിലൊരെണ്ണം പെൻസിൽവാനിയായിലും രണ്ടാമത്തേത് ഔബേണി(Auburn) ലും ആയിരുന്നു. അവ പെൻസിൽവാനിയരീതി (The Pennsylvania System) യെന്നും ഔബേൺ രീതി (The Aururn System) എന്നും അറിയപ്പെട്ടു.

1790 ൽ ഫിലോഡൽഫിയായിലെ വാൾനട്ടു സ്ട്രീറ്റിലാണ് ആദ്യമായി മുകളിൽ പറഞ്ഞ പെൻസിൽവാനിയ രീതി തുടങ്ങിയത്. അതിന്റെ പ്രത്യേകതകൾ–

i) തടവുകാരെ ഒറ്റയ്ക്ക് മുറികളിൽ പാർപ്പിച്ചിരുന്നു. രാത്രിയും പകലും അവർക്ക് മനുഷ്യരെ കാണാനാവില്ലായിരുന്നു.
ii) ഭക്ഷണം പോലും അവരുടെ മുറികളിൽ കൊണ്ടുകൊടുക്കുമായിരുന്നു.
iii) ഒറ്റയ്ക്ക്–മനുഷ്യരെ കാണാതെ – ഒരു മുറിയിൽ തൊഴിൽ ചെയ്യാതെയിരുന്നാൽ പെട്ടെന്ന് അവരിൽ മനഃപരിവർത്തനവും സ്വഭാവ നവീകരണവും ഉണ്ടാകുമെന്ന് അധികാരികൾ കരുതി.
iv) ഒറ്റയ്ക്ക് 'മൗനി'യായി കഴിയുന്നത് മനുഷ്യരിൽ പൊതുവെ ഭീതിയുണ്ടാക്കുമെന്ന് അധികാരികൾ വാദിച്ചു.

എന്തായിരുന്നു ഫലം? മനോവേദനയും വിഷമവും സഹിക്കവയ്യാതെ പലരും അകാലമരണത്തിന് കീഴടങ്ങി. ഒറ്റയ്ക്കുള്ള ജീവിതം അസ്സഹനീയമായതിനാൽ, മരണപ്പെടാതിരുന്നവർ ഭ്രാന്തന്മാരോ കൂടുതൽ ദുർഗ്ഗുണമുള്ളവരോ ആയി മാറി. അതുകൊണ്ട് പെൻസിൽവാനിയ രീതി പൂർണ്ണ പരാജയമാണെന്ന് വിലയിരുത്തപ്പെട്ടു. തുടർന്ന്, അതിനെ മെച്ചപ്പെടുത്താനായി തൊഴിൽ ചെയ്യാൻ തടവുകാരെ അനുവദിച്ചു. തൊഴിൽ ഒറ്റയ്ക്ക് ഒരു മുറിയിലിരുന്ന് ചെയ്യണമായിരുന്നു. കൂട്ടമായിരുന്ന് തൊഴിൽ ചെയ്യാനാവില്ലായിരുന്നു. ഒരിടത്തുനിന്നും മറ്റൊരിടത്തേക്ക് തടവുകാരെ തൊഴിൽ ചെയ്യിക്കാൻ കൊണ്ടുപോകുമ്പോൾ അവരുടെ ഓരോരുത്തരുടെ മുഖം മറയ്ക്കുമായിരുന്നു. അതുമൂലം അവർക്ക് പരസ്പരം കാണുക അസാദ്ധ്യമായിരുന്നു. സന്ദർശകരെ അനുവദിച്ചിരുന്നില്ല. ജയിൽ ചാപ്ലിൻ കൂടാതെ സാമൂഹ്യ പ്രവർത്തനങ്ങളിൽ ഏർപ്പെട്ടിരുന്ന ചുരുക്കം ചിലരെ മാത്രമേ തടവുകാരെ കാണാൻ അനുവദിച്ചിരുന്നുള്ളു. സുഹൃത്തുക്കൾ, സ്വന്തക്കാർ, വീട്ടുകാർ, ബന്ധുക്കൾ – ഇവർക്കെല്ലാം സന്ദർശനം നിഷേധിച്ചിരുന്നു. പ്രാർത്ഥിക്കാൻ മാത്രം അനുവാദമുണ്ടായിരുന്നു. മൃഗീയതയും ക്രൂരതയും കൊണ്ടു ജയിലന്തരീക്ഷം പൂരിതമായിരുന്നു. പരിഷ്കരിച്ച രീതി തികച്ചും പരാജയമെന്ന് കണ്ടെത്തിയതോടെ–പത്തൊമ്പതാം നൂറ്റാണ്ടിന്റെ മദ്ധ്യത്തോടെ–പെൻസിൽവാനിയൻ രീതി വേണ്ടെന്നുവച്ചു.

1818–19 കാലഘട്ടത്തിൽ ന്യൂയോർക്കിലെ ഔബണിൽ തുടങ്ങിയ ജയിലിൽ തടവുകാർക്ക് നിശ്ശബ്ദരായിനിന്ന് ജോലിചെയ്യാമെന്ന നയം നടപ്പാക്കി. കൊടുംകുറ്റവാളികളെയായിരുന്നു ആരംഭദശയിൽ അവിടെ തടവുകാരായി പാർപ്പിച്ചിരുന്നത്. എന്നാൽ അവരെ ഒറ്റയ്ക്ക് നിന്നു ജോലി ചെയ്യാൻ അനുവദിച്ചിരുന്നില്ല. അതേസമയം അവർ ഒറ്റയ്ക്ക് ഒരു മുറിയിൽ കഴിയാൻ നിർബ്ബന്ധിതരുമായിരുന്നു. അത്തരത്തിലുള്ള നരകജീവിതം അവരിൽ പലരേയും മാനസികരോഗികളാക്കി. അവരിൽ ചിലർ ആത്മഹത്യ ചെയ്തുവെന്നത് അത്തരത്തിലുള്ള ജയിൽവാസത്തിന്റെ

വികൃതരൂപം വെളിപ്പെടുത്തി. അതൊക്കെ കണ്ടപ്പോൾ 1823 ൽ അവിടെ താമസിച്ചിരുന്ന തടവുകാർക്ക് മാപ്പു നല്കി ജയിൽ വിമുക്തരാക്കി അവരെ വിട്ടയച്ചു. വീണ്ടുവിചാരം ഉണ്ടായതിന്റെ അടിസ്ഥാനത്തിൽ താഴെ പറയുന്ന പരിഷ്കാരങ്ങളോടുകൂടി പുതിയൊരു ജയിൽ സംവിധാനത്തിന് രൂപകല്പന കൊടുത്തു. അതാണ്, ഔബൺരീതിയെന്ന് പിന്നീട് അറിയപ്പെട്ടത്. അതിന്റെ പ്രത്യേകതകൾ എന്തൊക്കെയായിരുന്നു?

i) കൊടുംകുറ്റവാളികളെ ഒറ്റയ്ക്ക് ഒരു മുറിയിൽ പാർപ്പിക്കുക.
ii) മറ്റ് തടവുകാരുമായി സമ്പർക്കം അനുവദിക്കാതിരിക്കുക. പ്രായശ്ചിത്തവും പ്രാർത്ഥനയുമായി സമയം ചെലവിടുക. അതുവഴി ചെയ്ത തെറ്റിനെപ്പറ്റി ദുഃഖിക്കുക.
iv) മാനസാന്തരം ഉണ്ടാകുമെന്ന് തോന്നുന്നവരെ ജോലി ചെയ്യാൻ അനുവദിക്കുക. നിശ്ശബ്ദരായി പകൽ ജോലി ചെയ്തിരുന്ന തടവുകാരെ രാത്രിയിൽ ഒറ്റയ്ക്ക് ഒരു മുറിയിൽ കിടത്തുക.
v) സന്ദർശകരെ അനുവദിക്കാതിരിക്കുക. തടവുകാരുടെ വികാരങ്ങളെ അടിച്ചമർത്തി–കഠിനജോലി ചെയ്യിപ്പിക്കുക. അതുവഴി അവരിൽ ഭീതിയുണ്ടാക്കുക.

തടവുകാരിൽ യാതൊരുവിധ മാനസാന്തരമോ സ്വഭാവനവീകരണമോ ഉണ്ടാക്കിയില്ലയെന്നത് ആ രീതിയുടെ പരാജയം കാണിച്ചുവെന്ന് ശിക്ഷാശാസ്ത്ര ചരിത്രത്തിൽ പറയുന്നു. എന്നാൽ, 'എൽമിരാ' പരിഷ്കാരങ്ങൾ 1870 ന് ശേഷം അമേരിക്കയിൽ വന്നതോടെ വിപ്ലവകരമായ മാറ്റങ്ങൾ കാണാനായിയെന്നു സമ്മതിക്കാം. എൽമിര റിഫോർമറ്ററി (Elmira Reformatory) വന്നതോടെ തടവുകാർക്ക് 'പകൽ ജോലി', രാത്രി ഒറ്റയ്ക്ക് ഒരു മുറിയിൽ കഴിയുക. പൂർണ്ണമായ നിശ്ശബ്ദത, പ്രാർത്ഥന, പ്രായശ്ചിത്തം എന്നിവകൊണ്ടുമാത്രം സ്വഭാവനവീകരണമുണ്ടാവില്ല എന്ന തത്ത്വം അംഗീകരിക്കപ്പെട്ടു. പരോൾ സംവിധാനം, പ്രൊബേഷൻ (നല്ല നടപ്പ് രീതി) എന്നിവ സ്വീകരിക്കുന്നത് കുറ്റവാളികളെ നിയമങ്ങളനുസരിച്ച് ജീവിക്കാൻ സഹായകമാണെന്ന ബോദ്ധ്യം വന്നു. ഇരുപതാം നൂറ്റാണ്ടിന്റെ ആരംഭദിശയിൽ തടവുകാരുടെ വായ മൂടിക്കെട്ടിയുള്ള ജോലി സംവിധാനം ഗുണകരമല്ലയെന്ന നയം സ്വീകരിച്ചു. അവരെ തൊഴിൽശാലകളിലേക്ക് അയക്കണമെന്നും അതുവഴി ജയിൽവാസാനന്തരം അവർക്കൊരു ജീവിതമാർഗ്ഗം കണ്ടെത്താനാകുന്ന തരത്തിലുള്ള ഏതെങ്കിലുമൊരു തൊഴിൽ പഠിപ്പിക്കണമെന്നും തീരുമാനിക്കുകയുണ്ടായി. അതോടെ തടവുകാർക്ക് മാനസികമായും ശാരീരികമായും ഉണർവ്വ് ഉണ്ടായി. അത് സ്വഭാവനവീകരണത്തിന് ഗുണകരമായിത്തീർന്നു. 1930 തോടെ തടവുകാരെ അവരുടെ വ്യക്തിഗത ആവശ്യങ്ങളുടെ അടിസ്ഥാനത്തിൽ വേർതിരിച്ച് സ്വഭാവ രൂപീകരണം സാദ്ധ്യമാക്കണമെന്ന ആശയത്തിന് വലിയ പ്രാധാന്യവും പ്രസക്തിയും കിട്ടി.

1933 ലാണ് ജയിലുകളിൽ റിസപ്ഷൻ (Reception Centre) സെന്റർ തുടങ്ങിയത്. തടവുകാരെ അവിടെ സ്വീകരിച്ച് അവരെപ്പറ്റി കൂടുതൽ പഠിച്ച് അവരുടെ ആവശ്യങ്ങളനുസരിച്ച് അവരെ വേർതിരിച്ച് അവർക്കനുയോജ്യമായ രീതിയിലുള്ള സംവിധാനങ്ങൾ ക്രമീകരിക്കാൻതുടങ്ങി. ജയിൽ മുറികളുടെ രൂപകല്പനയ്ക്കുതന്നെ മാറ്റങ്ങൾ വന്നു. നല്ല പ്രകാശവും വായു സഞ്ചാരവും ഉള്ള മുറികൾ പണിത് അവകളിൽ തടവുകാരെ താമസിപ്പിക്കാനായി തീരുമാനിച്ചു. തടവുകാരുടെ ആരോഗ്യത്തിനും വൃത്തിയോടെയുള്ള ജീവിതത്തിനും മുൻതൂക്കം നല്കി. അന്തേവാസികൾക്ക് വായിക്കാനും എഴുതാനും തുടർ വിദ്യാഭ്യാസം നടത്താനുമുള്ള സൗകര്യങ്ങൾ ഉണ്ടാക്കി. ഉല്ലാസത്തിനും ശാരീരിക എക്സർസൈസ് ചെയ്യുന്നതിനുമുള്ള സൗകര്യങ്ങൾ ഉണ്ടാക്കി. ഒന്നിച്ചിരുന്ന് ഭക്ഷണം കഴിക്കാനും സന്ദർശകരെ സ്വീകരിക്കാനും അനുവദിച്ചു. ഒറ്റയ്ക്ക് ഒരു മുറിയിൽ അടച്ചിടുകയെന്ന മാനുഷികമല്ലാത്ത രീതിക്കറുതിവന്നു. ജയിലിനു പുറത്തുള്ള ജീവിതവും ജയിലിനകത്തുള്ള ജീവിതവും തമ്മിലുള്ള വിടവ് കുറയ്ക്കാൻ പ്രസ്തുത പരിഷ്കാരങ്ങൾ സഹായിച്ചു.

ഇന്ത്യൻ ജയിൽ സംവിധാനം ബ്രിട്ടീഷ് സംവിധാനവുമായി വളരെ ബന്ധിച്ചുകിടക്കുന്നു. അമേരിക്കയിലേതുപോലെ ബ്രിട്ടനിലും തടവുകാരോടു ക്രൂരമായി തന്നെയായിരുന്നു പെരുമാറിയിരുന്നത്. 18-ാം നൂറ്റാണ്ടിലെ ജയിലുകൾ നരകത്തേക്കാൾ ദുഷ്കരമായിരുന്നു. മാലിന്യമുക്തമായ ജയിലുകളിൽ അഴിമതി കൊടികുത്തി വാണിരുന്നു. ലൈംഗികാഭാസത്തരങ്ങളുടെ കൂത്തരങ്ങായിരുന്നു. പല തരത്തിലുള്ള ദുഷ്ചെയ്തികളുടെ കൂമ്പാരംതന്നെയായിരുന്നു ബ്രിട്ടീഷ് ജയിലുകൾ. 1776 ൽ ഹെർഷാമിൽ (Hersham) പണി കഴിപ്പിച്ച ജയിലുകളിൽ ഒറ്റയ്ക്ക് താമസിക്കാനുള്ള മുറികളാണുണ്ടായിരുന്നത്. അവിടെ ഒറ്റപ്പെട്ടുകഴിഞ്ഞിരുന്ന തടവുപുള്ളികൾ അവരുടെ മുൻകാല ചെയ്തികളെക്കുറിച്ച് ചിന്തിച്ച് പശ്ചാത്തപിക്കുമെന്ന് ബ്രിട്ടീഷ് ഭരണാധികാരികൾ കരുതി. ഒറ്റയ്ക്കുള്ള താമസത്തിന്റെ ക്രൂരതയ്ക്കൊരു ആശ്വാസം കൊടുക്കാനായി അന്തേവാസികളെ കഠിന തൊഴിൽ ചെയ്യാനായി നിർബ്ബന്ധിക്കുമായിരുന്നു.

1778 ൽ ബ്രിട്ടീഷ് പാർലമെന്റ് പാസാക്കിയ നിയമമനുസരിച്ച് പലവിധ ജയിൽ പരിഷ്കാരങ്ങൾ അവിടെ നടപ്പാക്കാൻ തുടങ്ങി. ജയിൽ കെട്ടിടങ്ങൾക്ക് പുത്തൻ രൂപകല്പനയുണ്ടായത് അപ്പോഴാണ്. പകൽ കഠിനാദ്ധ്വാനം; രാത്രി ഒറ്റയ്ക്ക് ഒരു മുറിയിൽ അടച്ചിട്ട ജീവിതം-ഇതായിരുന്നു അവിടെ സ്വീകരിച്ചിരുന്ന രീതി. 1833 ലാണ് ജയിൽവാസികൾക്ക് സ്വന്തക്കാരെയും സുഹൃത്തുക്കളെയും കാണാമെന്ന നിയമം നടപ്പിലാക്കിയത്. 19-ാം നൂറ്റാണ്ടിന്റെ മദ്ധ്യത്തിൽ കൊണ്ടുവന്ന Ticket to Leave എന്ന പരിഷ്കാരം വന്നതനുസരിച്ച് അന്തേവാസികൾക്ക് അധികാരികളുടെ അനുവാദപ്രകാരം ജയിലിൽ നിന്നും വീടുകളിലേക്ക് കുറച്ച് ദിവസത്തേക്ക് പോകാൻ സൗകര്യം കൊടുത്തു. ആ കാലത്ത് കുറ്റകൃത്യങ്ങ

ളിൽ ഏർപ്പെടരുതെന്ന നിർബ്ബന്ധം ഉണ്ടായിരുന്നു. 1877 ൽ നിലവിൽ വന്ന നിയമം അനുസരിച്ച് ജയിലുകൾ ബ്രിട്ടീഷ് സർക്കാരിന്റെ നേരിട്ടുള്ള അധികാരത്തിൽ വന്നു. 1894 ൽ നിയമിതനായ Gladstone Committee കൊണ്ടു വന്ന നിർദ്ദേശങ്ങൾ ബ്രിട്ടീഷ് ജയിൽ സംവിധാനത്തിൽ വലിയ മാറ്റങ്ങൾ ഉണ്ടാക്കി. ആ കമ്മിറ്റിയുടെ നിർദ്ദേശപ്രകാരം ആയിരുന്നു 1898 ൽ Prisons Act അവിടെ പാസാക്കിയത്.

ജയിലുകളിൽ എന്ത് സംഭവിക്കുന്നുവെന്നറിയാനുള്ള അവകാശം പൊതുജനത്തിനുണ്ടെന്നും അതുകൊണ്ട് സുതാര്യത അനിവാര്യമാണെന്നും അംഗീകരിച്ചതോടെ ജയിൽഭരണത്തിൽ വലിയ മാറ്റങ്ങൾ വന്നു. ജയിൽ സന്ദർശിക്കാനും അന്തേവാസികളെ കാണാനും സ്വന്തക്കാർക്കും ബന്ധക്കാർക്കും സുഹൃത്തുക്കൾക്കും അവകാശമുണ്ടെന്നും വന്നതോടെ ജയിൽ സന്ദർശിക്കാൻ വളരെ പേർക്ക് അവസരങ്ങൾ കിട്ടി. അതോടെ മാധ്യമങ്ങളും സാമൂഹ്യപ്രവർത്തകരും ജയിൽ സന്ദർശനം അവരുടെ ഉത്തരവാദിത്വങ്ങളിൽ ഉൾപ്പെടുത്തി. 1960 ൽ Prison Service Manual ന്റെ പ്രസിദ്ധീകരണം ആരംഭിച്ചു. ജയിൽവാസം ഭീതിയുണർത്തുന്നുവെന്നത് അംഗീകരിക്കുന്നതോടൊപ്പം അന്തേവാസികളിൽ സ്വഭാവരൂപീകരണവും സ്വഭാവനവീകരണവും അനിവാര്യമാണെന്ന് ലോകത്തെ അറിയിച്ചു. തുറന്ന ജയിലുകളുടെ അനിവാര്യത ബോദ്ധ്യപ്പെട്ടതോടെ അത്തരത്തിലുള്ള സ്ഥാപനങ്ങൾ ഇംഗ്ലണ്ടിൽ പണിയുകയുണ്ടായി. സ്ത്രീകൾക്കായി പ്രത്യേകം തുറന്ന ജയിലുകൾ സ്ഥാപിച്ചു. കുട്ടികൾക്കായി ബോസ്റ്റൺ സ്കൂൾ തുടങ്ങി. പരോൾ നല്കി അന്തേവാസികളെ ജയിൽ വിമുക്തരാക്കാൻ തയ്യാറായതോടെ തടവുശിക്ഷയിൽ വൻ മാറ്റങ്ങൾ ദർശിക്കാൻ തുടങ്ങി. ജയിൽവാസികളുടെ അവകാശങ്ങൾ അംഗീകരിച്ച് അവരിൽ മനഃപരിവർത്തനം ഉണ്ടാകാനുള്ള പലതരം കർമ്മപദ്ധതികൾ അങ്ങനെ നിലവിൽ വന്നു. തൊഴിൽ പരിശീലനം, ധാർമ്മികപഠനം, ശാരീരികക്ഷമത വർദ്ധിപ്പിക്കാനുള്ള സംവിധാനങ്ങൾ, മാനസികോല്ലാസത്തിനായുള്ള പ്രത്യേക പരിപാടികൾ ഇപ്പോഴുണ്ട്. ജയിൽ വിമുക്തരായവർക്കായി സേവനം ചെയ്യുന്ന ധാരാളം സ്ഥാപനങ്ങളും വ്യക്തികളും സംഘടനകളും ഇംഗ്ലണ്ടിൽ ഇപ്പോൾ പ്രവർത്തിക്കുന്നുണ്ട്.

റഷ്യയിലും *Miesta Lischenja Svobadi* എന്ന പേരിൽ ജയിലുകൾ പ്രവർത്തിക്കുന്നു. അവിടേയും അന്തേവാസികൾക്ക് മാനസിക പരിവർത്തനം- സ്വഭാവനവീകരണം ഉണ്ടാകുന്ന/ഉണ്ടാക്കുന്ന വിധത്തിലുള്ള പലവിധ പദ്ധതികൾ നിലവിലുണ്ട്. അവരെ നിയമങ്ങൾ അനുസരിച്ച് ജീവിക്കാൻ പ്രാപ്തരാക്കുകയെന്നതാണ് ഉദ്ദേശ്യലക്ഷ്യം. അതിനായുള്ള തൊഴിൽ പരിശീലനം, തുടർ വിദ്യാഭ്യാസം, ധാർമ്മികചിന്തയൊക്കെ ഉണ്ടാക്കാനുള്ള ശ്രമങ്ങൾ അവിടെ കാണാം. പരോൾ സംവിധാനത്തിലൂടെ നല്ല സ്വഭാവം കാണിക്കുന്നവരെ ജയിൽവിമുക്തരാക്കുന്നുണ്ട്. തൊഴിൽ ചെയ്യുന്നവർക്ക് വേതനം കൊടുക്കുന്ന സമ്പ്രദായം നിലനില്ക്കുന്നു.

IPPC യും ജയിൽ പരിഷ്കാരങ്ങളും

IPPC (International Penal and Penitentiary Commission) 1929 ൽ ജയിൽ സംവിധാനം മെച്ചപ്പെടുത്താനായി നിയമങ്ങൾ ഉണ്ടാക്കാൻ തീരുമാനിച്ചു. അവർ ഉണ്ടാക്കിയ നിയമം ലോകം മുഴുവനും നടപ്പാക്കാൻ ശ്രമിച്ചെങ്കിലും പരാജയപ്പെടുകയാണുണ്ടായത്. ഭൂമിശാസ്ത്രപരമായ- രാഷ്ട്രീയ-പരിസ്ഥിതി-മനോഭാവ കാരണങ്ങളൊക്കെ പരാജയകാരണമായി കണ്ടെത്താനായി.എന്തായാലും 1949 ൽ ഐക്യരാഷ്ട്ര സംഘടന ആഗോളതലത്തിൽ ജയിൽ സംവിധാനം മെച്ചപ്പെടുത്താനായി നിയമങ്ങൾ ഉണ്ടാക്കാൻ ഒരു വിദഗ്ദ്ധസമിതിയെ നിയോഗിച്ചു. അങ്ങനെ തയ്യാറാക്കിയ നിയമങ്ങൾ/ചട്ടങ്ങൾ 1955 ൽ നക്കൽ രൂപത്തിൽ നിലവിൽ വന്നു. വേണ്ടത്ര മാറ്റങ്ങൾ വരുത്തി അത് അംഗീകരിക്കപ്പെട്ടു. ഇന്ന്, ആ നിയമങ്ങൾ ഇന്ത്യ ഉൾപ്പെടെ പല രാജ്യങ്ങളും നടപ്പിലാക്കിക്കൊണ്ടിരിക്കുന്നു. ഇപ്പോൾ ആ നിയമങ്ങളും കാലഹരണപ്പെട്ടു കഴിഞ്ഞതിനാൽ അവ പരിഷ്കരിക്കുന്നതിനുള്ള ശ്രമം ഐക്യരാഷ്ട്ര സംഘടന നടത്തിവരുന്നു. അതിനിടയിൽ, ഞാൻ അതിന്റെ പരിഷ്കരിച്ച ഒരു പതിപ്പ് എന്റെ സ്വന്തം നിലയിൽ തയ്യാറാക്കി പ്രസിദ്ധീകരിക്കുകയും ചെയ്തു.

ഇന്ത്യ ഉൾപ്പെടെ എല്ലാ രാജ്യങ്ങളിലും കുറ്റവാളികളോട് അനുകമ്പ കാണിക്കാൻ പലരും തയ്യാറല്ല. കുറ്റവാളികളോടുള്ള സമീപനം എങ്ങനെയായിരിക്കണം? കുറ്റവാളികളുടെ സ്വന്തക്കാരും ബന്ധക്കാരും അനുയായികളും അനന്തര തലമുറക്കാരുപോലും കുറ്റം ചെയ്യുന്നവരല്ലയെന്ന മിഥ്യാധാരണയിൽ കുറ്റം ചെയ്യുന്നവർക്ക് പരമാവധി ശിക്ഷ-യാതൊരു അനുകമ്പയും ഇല്ലാതെ-നല്കണമെന്നാണ് എല്ലാവരും ആവശ്യപ്പെടുന്നത്. കുറ്റവാളികളോടുള്ള സമീപനത്തിൽ അനുകമ്പ പാടില്ലയെന്ന നിയമങ്ങൾ പാസാക്കുന്ന ഇന്ത്യൻ പാർലമെന്റിൽ കാണുന്ന ജനപ്രതിനിധികളിൽ വളരെ പേർ ക്രൂരമായ കുറ്റകൃത്യങ്ങൾ ചെയ്തവരും വിചാരണ നേരിടുന്നവരുമാണെന്ന് സ്ഥിതിവിവരക്കണക്കുകളിൽ കാണുന്നുണ്ട്. കുറ്റകൃത്യങ്ങളിൽ പ്രതിയായവർക്കും വിചാരണ നേരിടുന്നവർക്കും തെരഞ്ഞെടുപ്പിൽ മത്സരിക്കുന്നതിന് നിയമപരമായ തടസ്സങ്ങൾ ഇല്ലെന്ന് ഇന്ത്യയുടെ സുപ്രീംകോടതി വിധി പ്രസ്താവിച്ചത് ഈയിടെ (2018 സെപ്തംബർ) യാണ്. കുറ്റവാളികൾ മനുഷ്യരാണ്. അവർക്കും മനുഷ്യാവകാശങ്ങൾ ഉണ്ടെന്നും-ലോകം അംഗീകരിച്ചിരിക്കുന്ന സ്ഥിതിക്ക് ഇനി മേൽ അവരോടുള്ള സമീപനത്തിൽ മാറ്റങ്ങൾ ഉണ്ടാകും.-ഉണ്ടായേ പറ്റൂ എന്ന് കരുതാം.

ശിക്ഷാവിധികൾ ഭാരതത്തിൽ

ശിക്ഷകൾ - കുറ്റകൃത്യങ്ങൾക്ക് ശിക്ഷ എന്ന നയം മനുവിന്റെ കാലം മുതൽ ഇന്ത്യയിൽ നിലനിന്നിരുന്നു. കൗടില്യ (Kautilya) ശാസ്ത്രം ലോകത്തെല്ലാവർക്കും അറിയാം. രാജധർമ്മം (Rajdharma) എന്താണെന്ന് അറിയാവുന്ന ഭരണാധികാരികളായിരുന്നു പ്രാചീനഭാരതത്തിൽ ഉണ്ടായിരുന്നത്. 'കർമ്മ', 'ദണ്ഡ്' (Karma and Dand) - ഇവയിലധിഷ്ഠിതമായ ഭരണം: അതായിരുന്നു ഭാരതീയദർശനം. കുറ്റം ചെയ്യുന്നവരെ ശിക്ഷിക്കുക തന്നെ വേണം. കാരണം? ശിക്ഷ കുറ്റകൃത്യങ്ങളെ കുറയ്ക്കുന്നു; കുറ്റവാളികളെ നിയന്ത്രിക്കുന്നുവെന്നു ഇന്ത്യക്കാർ കരുതിയിരുന്നു. ബൃഹസ്പതിശാസ്ത്രം (Brihaspati Shastra) പൊതുജനഅഭിപ്രായവും അംഗീകാരവും ശിക്ഷാവിധികൾക്ക് അനിവാര്യമാണെന്ന് അടിവരയിട്ടു പറയുന്നു. അതിനെയാണ് ലോകനീതി (Lokniti) എന്ന് പറഞ്ഞിരുന്നത്. കൗടില്യന്റെ *അർത്ഥശാസ്ത്ര*ത്തിൽ സാമൂഹ്യഘടകങ്ങളും പാരമ്പര്യവും ആചാരങ്ങളും കണക്കിലെടുത്തുള്ള ശിക്ഷാവിധികൾ വേണമെന്ന് ഊന്നിപ്പറയുന്നുണ്ട്. കഠിനമായ ശിക്ഷകൾ മനുഷ്യരെ ഭയപ്പെടുത്തുന്നു; നിസ്സാരമായവ മനുഷ്യരെ നിരാശരാക്കുന്നു എന്ന് കൗടില്യ വിശ്വസിച്ചിരുന്നു. അതിനാൽ ശിക്ഷകൾ ശരിയായി തീരുമാനിച്ച് കുറ്റവാളികൾക്ക് കൊടുക്കേണ്ടതാവശ്യമാണെന്നും അതിനെയാണ് ധർമ്മ അഥവാ ശരിയായ പ്രവൃത്തിയെന്ന് വിളിക്കുന്നതെന്നും അദ്ദേഹം കരുതിയിരുന്നു. നിയമത്തിന്റെ പ്രവർത്തനം (Vyavhar) കുറ്റവാളിയുടെ ചിന്തയിലും മാനസികപ്രവർത്തനങ്ങളിലും മാറ്റങ്ങൾ വരുത്തി അവനെ നേർവഴിക്ക് കൊണ്ടുവരാനായിരിക്കണമെന്നാണ് കൗടില്യശാസ്ത്രത്തിൽ പറയുന്നത്. അത്യാധുനികചിന്ത–മനഃപരിവർത്തനം–പ്രാചീന ഭാരതത്തിൽ നിലനിന്നിരുന്നുവെന്നു വേണം കരുതുവാൻ. ശിക്ഷ വിധിക്കുന്നതിൽ ബ്രാഹ്മ

ണർക്ക് ചില ആനുകൂല്യങ്ങൾ ഉണ്ടായിരുന്നു. അവർ ആത്മീയ നേതാക്കളും പൂജ ചെയ്യുന്നവരുമായിരുന്നതിനാൽ അവർക്ക് ശിക്ഷയുടെ കാര്യത്തിൽ ചില ആനുകൂല്യങ്ങൾ കിട്ടിയിരുന്നു. ഉദാഹരണത്തിന് കൊലപാതകത്തിന് വധശിക്ഷയായിരുന്നു സാധാരണക്കാർക്ക് വിധിച്ചിരുന്നതെങ്കിൽ ബ്രാഹ്മണർക്ക് തലമുണ്ഡനം ചെയ്താൽ മതിയായിരുന്നു. നമ്മുടെ നാട്ടിൽ നിലനിന്നിരുന്ന ശുചീന്ദ്രം കൈമുക്ക് (തിളച്ച എണ്ണയിൽ കൈമുക്കുക) തുടങ്ങിയ പ്രാകൃതരീതികൾ ബ്രാഹ്മണർക്ക് ആവശ്യമില്ലായിരുന്നു.

പ്രാചീനഭാരതത്തിൽ നിലനിന്നിരുന്ന ചില ശിക്ഷാരീതികൾ.

i) *Vakdanda* (ശാസന)
ii) *Prayaschitta* (പ്രായശ്ചിത്തം ചെയ്യുക)
iii) *Arthadanda* (പിഴശിക്ഷ)
iv) *Vadhadanda* (വധശിക്ഷ)
v) *Mritudanda* (കാരാഗൃഹവാസം)
vi) *Aung Vichheda* (അംഗപരിമിതരാക്കുക/അംഗച്ഛേദം നടത്തുക)

ആദ്യമായി കുറ്റം ചെയ്യുന്നവരെ ശാസിക്കുക പതിവായിരുന്നു. സാമൂഹ്യതിന്മ ചെയ്യുന്നവർ പ്രായശ്ചിത്തം ചെയ്യണമായിരുന്നു. മറ്റുള്ളവരുടെ ജീവനും സ്വത്തിനും എതിരായ കുറ്റകൃത്യങ്ങൾക്ക് അവയുടെ ഗൗരവം കണക്കിലെടുത്ത് പിഴശിക്ഷ മുതൽ–അംഗച്ഛേദം മുതൽ–വധശിക്ഷ വരെ വിധിക്കുമായിരുന്നു.

മദ്ധ്യകാലഘട്ടത്തിൽ ഇന്ത്യ ഭരിച്ചിരുന്ന മുസ്ലീം ഭരണാധികാരികൾ വിധിച്ചിരുന്ന ശിക്ഷകൾ ക്രൂരവും മൃഗീയവുമായിരുന്നു. 'പകരം വീട്ടുക' എന്ന നയമായിരുന്നു പൊതുവെ കണ്ടിരുന്നത്. ചിലപ്പോഴവ വിവേചനത്തോടെ നടപ്പാക്കിയിരുന്നുവെന്ന് കാണുന്നു. മുസ്ലീം ഭരണാധികാരികൾ പൊതുവെ വിധിച്ചിരുന്ന ശിക്ഷകൾ–

(i) Kisa (കിസ)
(ii) Diya (ദിയ)
(iii) Hadd (ഹദ്)
(iv) Tazeer (തസീർ)

ഈ ശിക്ഷകൾ വിധിച്ചിരുന്നപ്പോൾ ഹിന്ദുക്കളോട് വിവേചനം കാണിച്ചിരുന്നുവെന്ന ആക്ഷേപം പലരിൽ നിന്നും കേട്ടിരുന്നു. എന്താണ് കിസാ? കണ്ണിനു കണ്ണ്, പല്ലിന് പല്ല് എന്ന പകരം വീട്ടൽ *(Lex Talionis)* തത്വത്തെ അടിസ്ഥാനമാക്കി നടപ്പിലാക്കിയിരുന്ന ശിക്ഷകളാണവ. കൊലപാതകിയെ കൊന്നുകളയുക. കൈകൊണ്ടു തെറ്റു ചെയ്താൽ, കൈ വെട്ടിക്കളയുക. നാക്കുകൊണ്ടാണെങ്കിൽ നാക്ക് മുറിച്ചു കളയുക അതായിരുന്നു രീതി. ദിയ അഥവാ diyut എന്നാൽ 'രക്തപണം' (Blood Money) എന്നർത്ഥം. കൊല ചെയ്യപ്പെട്ട ഒരാളുടെ അനന്തരാവകാശിക്ക് 'രക്തപണം' സ്വീകരിക്കുകയോ വേണ്ടായെന്ന് വക്കുകയോ ചെയ്യാം. മതത്തിനെതിരായോ

സമൂഹത്തിനെതിരെയോ ചെയ്യുന്ന കുറ്റകൃത്യങ്ങൾക്ക് 'ഹദ്' എന്ന ശിക്ഷ വിധിക്കുമായിരുന്നു. വളരെ ക്രൂരവും മൃഗീയവും കിരാതവുമായ ശിക്ഷകളായിരുന്നു 'ഹദ്' എന്ന പേരിൽ വിധിച്ചിരുന്നത്. ചാട്ടവാറടി മുതൽ കല്ലെറിയുകയെന്ന ശിക്ഷകളൊക്കെ അതിൽ ഉൾപെട്ടിരുന്നു. 'തസീർ' എന്നാൽ അനന്തമായ കാലത്തേക്ക് – വിവേചനാധികാരത്തോടെ–ഭരണാധികാരി കൊടുത്തിരുന്ന ശിക്ഷകളായിരുന്നു.

ബ്രിട്ടീഷ് ഭരണം ഇന്ത്യയിൽ വന്നതോടെ–മുഗൾഭരണം അവസാനിച്ചതോടെ–മുസ്ലീം ഭരണത്തിൽ കണ്ട മൃഗീയ–കിരാത–മനുഷ്യത്വരഹിതമായ ശിക്ഷകൾക്ക് അറുതിവന്നു. ബ്രിട്ടീഷ് നീതിശാസ്ത്രവും ശിക്ഷാതത്വങ്ങളും ഇന്ത്യക്കാരുടെ വികാരങ്ങൾക്ക് മുറിവുണ്ടാക്കാതെ നടപ്പിലാക്കാൻ ബ്രിട്ടീഷുകാർ ശ്രദ്ധിച്ചു. ബ്രിട്ടീഷ്ഭരണം ഇന്ത്യയിൽ നടപ്പാക്കിയ ശിക്ഷകൾ–

(i) വധശിക്ഷ
(ii) നാടുകടത്തൽ
(iii) തടവുശിക്ഷ – ഏകാന്തതടവ്, ജീവപര്യന്ത തടവ്, വെറും തടവ്, കഠിനതടവ്
(iv) പിഴശിക്ഷ
(v) വസ്തുവകകൾ കണ്ടുകെട്ടൽ

ബ്രിട്ടീഷുകാർ ഒരു പൊലിസ് സംവിധാനം ഇവിടെ കൊണ്ടുവന്ന് കുറ്റത്തെയും കുറ്റവാളികളെയും നിയന്ത്രിക്കാൻ ശ്രമിച്ചുവെന്നത് ശരിയാണ്. എന്നാൽ, അവർ കൊണ്ടുവന്ന ആ പൊലീസ് സംവിധാനം അവരുടെ സ്വാർത്ഥ താല്പര്യങ്ങൾ ലക്ഷ്യമിട്ടായിരുന്നുവെന്നുകൂടി അംഗീകരിക്കണം. മർദ്ദകരായ പൊലീസ് ഉദ്യോഗസ്ഥർ ഇന്ത്യക്കാരെ അടിച്ചമർത്തി ബ്രിട്ടീഷ് ഭരണം സുഗമമാക്കി കൊണ്ടുപോകാൻ ശ്രമിക്കുകയാണുണ്ടായത്. ഇന്ത്യൻ ശിക്ഷാനിയമം ഉണ്ടാക്കാനായി മെക്കാളെ പ്രഭുവിനെ ചുമതലപ്പെടുത്തി. 18 ഉം 19 ഉം നൂറ്റാണ്ടിൽ ബ്രിട്ടനിലും അമേരിക്കയിലും നിലനിന്നിരുന്ന (Anglo-American) ശിക്ഷാരീതികൾ ഇന്ത്യയിൽ കൊണ്ടുവരാൻ അവർ തീരുമാനിച്ചതിന്റെ അടിസ്ഥാനത്തിൽ അംഗഛേദം ചെയ്യൽ, പരസ്യശിക്ഷ നല്കൽ തുടങ്ങിയ കിരാതരീതികൾ നിർത്തലാക്കി. 1860 ൽ നിലവിൽ വന്ന ഇന്ത്യൻ ശിക്ഷാനിയമത്തിൽ കൊണ്ടുവന്ന ശിക്ഷകൾ.

(i) വധശിക്ഷ, (ii) നാടുകടത്തൽ, (iii) ജീവപര്യന്തം ഉൾപ്പെടെയുള്ള തടവുശിക്ഷ, (iv) പിഴശിക്ഷ, (v) സ്വത്തുകണ്ടുകെട്ടൽ – ആയിരുന്നുവെന്ന് നേരത്തെ സൂചിപ്പിച്ചിരുന്നുവല്ലൊ. അവയിൽ നാടുകടത്തൽ ഇപ്പോഴില്ല.

ഇന്ത്യയിൽ നിലവിലുള്ള ശിക്ഷകൾ

വധശിക്ഷ ഇന്ത്യയിൽ അത്യപൂർവ്വങ്ങളിൽ അപൂർവ്വം കേസുകളിൽ വിധിക്കുന്നുണ്ട്. 1973 ലെ ക്രിമിനൽ നടപടിക്രമം അനുസരിച്ച് വധശിക്ഷ

പൊതുവേയും ജീവപര്യന്തം ചുരുക്കമായും വിധിക്കുമായിരുന്നു. എന്നാൽ 1973 ന് ശേഷം ആ ചിന്താഗതിയിലും നയത്തിലും മാറ്റങ്ങൾ വന്നു. ഇപ്പോൾ വധശിക്ഷവിധിക്കുന്ന ചുരുക്കം ചില രാജ്യങ്ങളിലൊന്നാണ് ഇന്ത്യ. വധശിക്ഷ നിർത്തലാക്കണമെന്ന ആവശ്യവുമായി മനുഷ്യാവകാശ പ്രവർത്തകരും ശിക്ഷാശാസ്ത്രഗവേഷകരും വരുന്നുണ്ടെങ്കിലും അത് ഭരണഘടനാവിരുദ്ധമല്ലെന്ന സമീപനമാണ് സുപ്രീംകോടതിക്കുള്ളത് (Jagmohan Singh V State of Uttar Pradesh, 1973 Cr L J 370 കാണുക). കുറ്റം ചെയ്തവരുടെ കാലുകൾ രണ്ട് കുതിരകളുടെ കാലിൽ കെട്ടി രണ്ട് ദിശയിലേക്ക് അവയെ ഓടിച്ച് മനുഷ്യശരീരത്തെ പിളർത്തികൊന്നിരുന്ന ഒരു കാലം ഇവിടെ ഉണ്ടായിരുന്നു. അത്തരത്തിലുള്ള പൈശാചിക–മൃഗീയ രീതികളിൽ നിന്നും മനുഷ്യർക്ക് വേദന ഒട്ടുംതന്നെ കൊടുക്കാതെ കൊല്ലുകയെന്ന നയത്തിലെത്തിയിട്ടുണ്ട്. ഗ്യാസ് ചേമ്പറിൽ കയറ്റിയും വിഷം കൊടുത്തും വൈദ്യുതി കയറ്റിയും തൂക്കുമരത്തിലേറ്റിയും മനുഷ്യർക്ക് ശിക്ഷയായി വിധിക്കുന്ന രീതികൾ ചില രാജ്യങ്ങളിൽ ഇപ്പോൾ നിലവിലുണ്ട്. അവയിൽ വേദന ഒട്ടും ഇല്ലാത്ത രീതി തൂക്കികൊല തന്നെയെന്ന് കണ്ടെത്തിയിട്ടുണ്ട്. സത്യത്തിൽ 'വധശിക്ഷ'യല്ല 'തൂക്കികൊല' യാണ് ശരിയായ പ്രയോഗം എന്ന് വാദിക്കുന്നവരുണ്ട്. കാരണം? 'കൊല്ലുക' യെന്നത് 'കൊല്ലുക' എന്നല്ലാതെ അതിനെ ശിക്ഷയെന്ന് വിളിക്കാനാവില്ല എന്നതുതന്നെ.

'കൊല്ലാൻ' വിധിക്കപ്പെട്ടയൊരാൾ അയാളുടെ മരണവുമായി താദാത്മ്യപ്പെടുന്നതായി എനിക്ക് കാണാൻ കഴിഞ്ഞിട്ടുണ്ട്. കാൻസർ രോഗി മരണദിനം കാത്തുകഴിയുന്നതുപോലെയാണ് 'കൊല്ലാൻ' വിധിക്കപ്പെടുന്നവരും മരണം കാത്തുകഴിയുന്നത്. കൊലമരം ആദ്യം കാണുമ്പോൾ മനോദു:ഖം ഉണ്ടായാലും മരണദിനം നീളുന്നതോടെ ആ ചിന്തയുടെ നീറ്റൽ കുറയുമെന്നതാണ് ഗവേഷണപഠനങ്ങൾ കാണിക്കുന്നത്. 'കൊല്ലാൻ' ഒരു കോടതി വിധിച്ചാൽതന്നെ–ആ വിധിയെ തുടർന്നുള്ള മേൽനടപടികളും അപ്പീലും പ്രസിഡന്റിനോടുള്ള അനുകമ്പാ അപേക്ഷയുമെല്ലാം കണക്കിലെടുത്ത് ഒരു അന്തിമ തീരുമാനം വരുമ്പോൾ കാലം കുറേ കഴിഞ്ഞിരിക്കും. ആ കാലമത്രയും 'കൊല്ലാൻ' വിധിക്കപ്പെട്ടവൻ തന്റെ മരണത്തെക്കുറിച്ച് ആകുലനായിരിക്കില്ലയെന്നതാണ് എന്റെ പഠനങ്ങളിൽ നിന്നും ഞാൻ മനസ്സിലാക്കുന്നത്. ആത്മഹത്യ ചെയ്യാൻ തീരുമാനിച്ചവർ, ചാവേറുകളായി മാറാൻ തയ്യാറായവർ, തീവ്രവാദികൾ, ഭീകരവാദികൾ, സാഹസികതയ്ക്ക് ഒരുങ്ങുന്നവരാരും മരണത്തെ ഭയപ്പെടുന്നില്ല. വരുന്നത് വരുന്നിടത്ത് വച്ചു വരുമ്പോലെ കാണാമെന്ന ചിന്താഗതിയിലവർ കഴിയുന്നു. അതുപോലെയാണ് വധശിക്ഷയ്ക്ക് വിധിക്കപ്പെട്ടവരുടെ മാനസികാവസ്ഥയും.

'വധശിക്ഷ' ഭാവികുറ്റവാളികളെ ഭീതിയിലാക്കുമെന്ന വാദഗതിക്ക് യാതൊരു അടിസ്ഥാനവുമില്ല. മാധ്യമങ്ങളിൽ വാർത്തകൾ വന്നാലത് ആരേയും ഭയപ്പെടുത്തണമെന്നില്ല. പ്രകൃതിദുരന്തങ്ങളിൽ മരിക്കുന്ന നൂറു

കണക്കിനാളുകളുടെ മരണവാർത്ത മാധ്യമങ്ങളിൽ വായിക്കുകയും കാണുകയും ചെയ്യുന്നവർക്ക് മരണപ്പെടുന്നവരോട് അനുകമ്പയുണ്ടാകുമെന്നത് ശരിയാണ്. അതുപോലെ, വധശിക്ഷയ്ക്ക് വിധിക്കപ്പെടുന്നയാളോട് പൊതുവെ മനുഷ്യർക്ക് വിദ്വേഷവും വെറുപ്പും സഹതാപവും സന്തോഷവുമൊക്കെ ഉണ്ടാകുമെങ്കിലും ആ ശിക്ഷ ആരേയുംതന്നെ അത്രയങ്ങ് ഭയപ്പെടുത്തുന്നില്ല. ആരിലും വലിയ ഭീതിയുണ്ടാക്കുന്നുമില്ല. കുറ്റം ചെയ്യാനൊരാൾ ഉറച്ച തീരുമാനമെടുത്തിട്ടുണ്ടെങ്കിൽ അയാളത് ചെയ്തിരിക്കും. വർഷങ്ങൾ കാത്തിരുന്നു തീരുമാനം വിജയപൂർവ്വം നടപ്പാക്കിയ എത്രയോ പേരുടെ വാർത്തകളാണ് നമ്മൾ മാധ്യമങ്ങളിൽ കാണുന്നത്. ഉറച്ച തീരുമാനത്തെ ഒരുതരം ശിക്ഷയ്ക്കും മാറ്റിമറിക്കാനാവില്ല. 'തീരുമാനിക്കുക–നടപ്പിലാക്കുക' എന്നതാണ് കുറ്റകൃത്യശാസ്ത്രപാഠം. 'തീരുമാനിക്കുക–പിന്മാറുക' എന്നത് വസ്തുതാവിരുദ്ധമാണ്.

വാഹനാപകടങ്ങളിൽ വളരെ പേർ റോഡിൽ ചതഞ്ഞരഞ്ഞ് ചാകുന്നുണ്ട്. വളരെ പേർ ശരീരം ഛിന്നഭിന്നമായി മരിക്കുന്നുണ്ട്. ആയിരക്കണക്കിനാളുകൾ വികലാംഗരാകുന്നുണ്ട്. ഈ സത്യം ആരെയാണ് ഭയപ്പെടുത്തുന്നത്? വാഹനാപകടങ്ങൾ മനുഷ്യരെ ഭീതിയിലാക്കുന്നില്ല. കൺമുമ്പിൽ വാഹനാപകടം കണ്ടാൽപ്പോലും മനുഷ്യരത് അവഗണിക്കുന്നു. നാൾക്കുനാൾ വാഹനാപകടങ്ങൾ പെരുകുന്നു. സത്യം ഇതായിരിക്കേ, ജയിലിന്റെ നാലുമതിൽകെട്ടുകൾക്കുള്ളിൽ–പൊതുജനങ്ങൾ കാണാതെ ഒരു കുറ്റവാളിയെ തൂക്കിലേറ്റുന്നത് ഒരാളേയും അങ്ങനെയങ്ങു ഭയപ്പെടുത്തുന്നില്ല; ഭയപ്പെടുത്തുകയുമില്ല. പരസ്യമായി വധശിക്ഷ നടപ്പിലാക്കിയിരുന്നപ്പോൾ ആ കാഴ്ച ഒരു കൗതുകമാണെന്ന് കണ്ട് മനുഷ്യർ കൂട്ടമായി അത് കണ്ടാസ്വദിച്ചുവെന്നതാണ് ചരിത്രത്തിൽ കാണുന്നത്. പോക്കറ്റടിക്കാരെ പരസ്യമായി വധശിക്ഷയ്ക്ക് വിധേയമാക്കിയിരുന്ന ഒരു രാജ്യത്ത് ഓരോ വധശിക്ഷ കഴിയുമ്പോൾ വളരെയേറെ 'പോക്കറ്റടി' കേസുകൾ രജിസ്റ്റർ ചെയ്യേണ്ടതായിവന്നു. അതോടെ പോക്കറ്റടിക്ക് വധശിക്ഷ വിധിക്കണ്ടെയെന്ന തീരുമാനമെടുക്കുകയാണുണ്ടായത്.

കുറ്റവാളികൾ സമൂഹനന്മയ്ക്ക് തുരങ്കം വയ്ക്കുന്നു. അതുകൊണ്ടുതന്നെ അവരെ ഇല്ലായ്മ ചെയ്യേണ്ടതാവശ്യമാണെന്ന ചിന്താഗതി ഒരു കാലത്ത് ഉണ്ടായിരുന്നു. വധശിക്ഷ അതിന് നല്ലൊരു മാർഗ്ഗമാണെന്ന് കരുതി വളരെയേറെ കുറ്റകൃത്യങ്ങൾക്ക് വധശിക്ഷ കൊടുത്തിരുന്ന ഒരു കാലഘട്ടവും ശിക്ഷാചരിത്രത്തിൽ കാണാം. ശരിയാണ്. കുറ്റവാളികൾ സമൂഹനന്മ ഉറപ്പാക്കുന്നില്ല. അതുകൊണ്ടുമാത്രം അവരെ കൊന്നുകളയുന്നതിൽ എന്ത് നേട്ടമാണുള്ളത്? ജീവിക്കുന്ന മനുഷ്യനാണ് ഏതൊരു സമൂഹത്തിന്റേയും മാഹാത്മ്യം. കുഷ്ഠരോഗികൾ, മന്ദബുദ്ധികൾ, ഭ്രാന്തന്മാർ, എയ്ഡ്സ് രോഗം ബാധിച്ചവർ, വൃദ്ധർ, അംഗപരിമിതർ തുടങ്ങി അനേകം ആൾക്കാരെ കൊന്നുകളഞ്ഞാൽ സമൂഹനന്മ പെട്ടെന്ന് ഉറപ്പാക്കാനാകും എന്നുവച്ച്, അവരെയൊക്കെ കൊന്നുതള്ളാനാവുമോ? ജന

ങ്ങളുടെ നികുതിപ്പണം സമൂഹനീതി ഉറപ്പാക്കാൻ വേണ്ടി ഉപയോഗിക്കുക. ജീവൻ നിലനിർത്തുക-അതിനെ സമൃദ്ധമായി ഉണ്ടാകാൻ അനുവദിക്കുകയെന്നതാവണം ഏതൊരു ഭരണത്തിന്റെയും ഉദ്ദേശ്യലക്ഷ്യം. മനുഷ്യരെ കൊല്ലാൻ എളുപ്പമാണ്. മനുഷ്യരെ വളർത്താൻ വിഷമമാണ്. 1792 ൽ കൊണ്ടു വന്ന ഗില്ലറ്റിൻ (Guillotine) നൂറുകണക്കിന് മനുഷ്യാത്മാക്കളെ നിഷ്ഠുരം കൊലചെയ്യാൻ ദുരുപയോഗിച്ചു. ഇന്ന് അത് ക്രൂരതയുടെ-മൃഗീയതയുടെ ഉപകരണമായി മാത്രം മനുഷ്യസമൂഹം വിലയിരുത്തുന്നതിന്റെ കാരണം വധശിക്ഷയോടുള്ള മനുഷ്യന്റെ വെറുപ്പും എതിർപ്പും ആണ്. ഇംഗ്ലണ്ട്, സ്കോട്ട്ലണ്ട്, ഫ്രാൻസ് എന്നിവിടങ്ങളിൽ ഉപയോഗിച്ചിരുന്ന ഗില്ലറ്റിനും യു എസ് എ, നാസി ജർമ്മനി എന്നിവിടങ്ങളിൽ ഉപയോഗിച്ചിരുന്ന ഗ്യാസ് ചേമ്പറുകളും റഷ്യയിലും ചൈനയിലും പൂർവ്വയൂറോപ്യൻ രാജ്യങ്ങളിലും ഉപയോഗിക്കുന്ന തോക്കുകളും ജനം വെറുപ്പോടെ-വിദ്വേഷത്തോടെ നോക്കിക്കാണുന്നു. ബ്രിട്ടീഷുകാർ ഇന്ത്യ ഭരിച്ചിരുന്നപ്പോൾ വധശിക്ഷ വളരെയേറെ കുറ്റകൃത്യങ്ങൾക്ക് വിധിച്ചിരുന്നു. ഇംഗ്ലണ്ടിൽ, ഹെൻറി VIII-ാ മന്റെ ഭരണകാലത്ത് വളരെ ക്രൂരമായി കുറ്റവാളികളെ വധിച്ചിരുന്നു. ജീവനുള്ള മനുഷ്യരെ തിളച്ച എണ്ണയിൽ വറുത്ത് കൊല്ലുമായിരുന്നു. അദ്ദേഹത്തിന്റെ മകളായ എലിസബത്ത് രാജ്ഞിയുടെ കാലത്തും വധശിക്ഷ വളരെ മൃഗീയരീതിയിൽ നടപ്പിലാക്കിയിരുന്നു. 18-ാം നൂറ്റാണ്ടിന്റെ അന്ത്യഘട്ടത്തിൽ, ഇംഗ്ലണ്ടിൽ ഇരുന്നൂറോളം കുറ്റകൃത്യങ്ങൾക്ക് വധശിക്ഷയായിരുന്നു വിധിച്ചിരുന്നത്. 19-ാം നൂറ്റാണ്ടായതോടെ വധശിക്ഷയ്ക്കെതിരെ വ്യാപകമായ തോതിൽ എതിർപ്പുണ്ടായി. ആ എതിർപ്പ് വളർന്ന്-ജനരോഷം തടുക്കാനാവാതെ വന്നപ്പോൾ 1949 ൽ ഇംഗ്ലണ്ടിൽ വധശിക്ഷ നിലനിർത്തണമോ എന്ന് തീരുമാനിക്കാൻ റോയൽ കമ്മീഷനെ നിയമിച്ചു. അതിന്റെ ഫലമായി 1965 മുതൽ വധശിക്ഷ നടപ്പാക്കുന്നത് ഇംഗ്ലണ്ടിലും വെയിൽസിലും തടഞ്ഞു. 1969 ൽ വധശിക്ഷ നിർത്തലാക്കുകയും ചെയ്തു. ഇപ്പോൾ വധശിക്ഷ ഇംഗ്ലണ്ടിൽ നിറുത്തലാക്കിയെങ്കിലും ഇന്ത്യയിലത് തുടർന്നുകൊണ്ടിരിക്കുന്നു. മനുഷ്യജീവൻ വളരെ വിലപ്പെട്ടതാണെന്ന് ലോകം അംഗീകരിക്കുന്നതിന്റെ ലക്ഷണമാണ് ബഹുഭൂരിപക്ഷം രാജ്യങ്ങളിലും അത് നിർത്തലാക്കുന്നതിന്റെ കാരണവും. നമുക്കു തൊട്ടടുത്ത ശ്രീലങ്കയിൽ വധശിക്ഷ 1956 ൽതന്നെ നിർത്തലാക്കി. എന്നിട്ടും എന്തുകൊണ്ട് വധശിക്ഷ ഇന്ത്യയിൽ ഇപ്പോഴും നിലനില്ക്കുന്നു?

വധശിക്ഷ ഇന്ത്യയിൽ : വേണോ? വേണ്ടയോ?

ശരിയാണ്. പ്രാചീനഇന്ത്യയിൽ വധശിക്ഷ വളരെയേറെ കുറ്റകൃത്യങ്ങൾക്ക് നല്കിയിരുന്നു. *മഹാഭാരത*ത്തിലും *രാമായണ*ത്തിലും അതേക്കുറിച്ചുള്ള പരാമർശങ്ങളുണ്ട്. വധദണ്ഡു *(Vadhadand)* ചില കുറ്റവാളികൾക്ക് കൊടുത്തിരുന്നുവെന്ന് കാണാം. ഒരാളിൽ അംഗഛേദം പല

പ്പോഴായി ചെയ്തുചെയ്ത് അയാളെ കൊന്നുകളയുകയെന്നാണ് vadhadand എന്ന രീതി. പതിനാലുവിധത്തിൽ അംഗഛേദം ചെയ്തു കൊന്നിരുന്നതായി പറയുന്നു. യഥാർത്ഥ അഹിംസയെന്നാൽ ജീവിക്കാൻ അയോഗ്യരായ കുറ്റവാളികളെ വധശിക്ഷയ്ക്ക് വിധേയമാക്കുകയെന്നാണെന്ന് *Dyumatsena* രാജാവ് കരുതി. അതുകൊണ്ട് അത്തരക്കാരെ കൊന്നുകളയുകയെന്നത് പൂർണ്ണമായും ന്യായീകരിക്കാമെന്നു അദ്ദേഹം വിശ്വസിച്ചിരുന്നു. (*മഹാഭാരതം*-ശാന്തിപർവ്വം, അദ്ധ്യായം (CLXVII, verses 4-13). അന്നും വധശിക്ഷയെ എതിർത്തിരുന്നവരും ഉണ്ടായിരുന്നു. *Dyumatsena* ന്റെ മകൻ Satyketu അത്തരത്തിലൊരാളായിരുന്നു. മനുഷ്യജീവനെ കൂട്ടത്തോടെ ഇല്ലാതാക്കുന്നത് ന്യായീകരിക്കാനാവാത്ത ക്രൂരതയാണെന്ന് മകൻ പറഞ്ഞുവെങ്കിലും അച്ഛനത് അവഗണിക്കുകയാണുണ്ടായത്. മനുഷ്യർ പാപകരമായ കൊലപാതകങ്ങൾ ചെയ്യാതിരിക്കാൻ വധശിക്ഷ അനിവാര്യമാണെന്ന് മനു കരുതി. അങ്ങനെ ചെയ്തില്ലെങ്കിൽ രാജ്യം അരാജകത്വത്തിലേക്ക് നീങ്ങുമെന്നും മത്സ്യം വെള്ളത്തിൽ ജീവിക്കുന്ന മീനുകളെ പിടിച്ച് ഭക്ഷിക്കുന്നതുപോലെ മനുഷ്യർ മനുഷ്യരോട് പെരുമാറുമെന്നും മനു കരുതി. ശക്തരായവർ അശക്തരായവരെ കൊന്നുകളയുമെന്നർത്ഥം.

മദ്ധ്യകാലഘട്ട മുഗൾ ഭരണാധികാരികൾ ദയ ഒട്ടും ഇല്ലാതെ മനുഷ്യരെ വധശിക്ഷയ്ക്ക് വിധേയരാക്കിയിരുന്നുവെന്ന് നേരത്തെ സൂചിപ്പിച്ചിരുന്നല്ലോ. കൊന്ന പോത്തിന്റെ തോൽ ഉരിഞ്ഞെടുത്ത ഉടനെ അതുകൊണ്ട് ശരീരം വരിഞ്ഞു പൊതിഞ്ഞു പൊള്ളുന്ന വെയിലിൽ കൊണ്ടിടുമായിരുന്നു. തുകൽ വെയിലിൽ ഉണങ്ങുന്നതോടെ ശരീരം മുറുകി കുറ്റവാളി വേദനയിൽ മരണപ്പെടുമായിരുന്നു. ചുമരിൽ കുറ്റവാളികളുടെ ശരീരം ആണിയടിച്ച് നിർത്തി കൊല്ലുകയെന്ന മൃഗീയരീതിയും നിലനിന്നിരുന്നു. പത്തൊമ്പതാം നൂറ്റാണ്ടിന്റെ ആരംഭദശയിൽ ബ്രിട്ടീഷുകാർ തൂക്കികൊല കൊണ്ടുവരുന്നതുവരെ മനുഷ്യരെ കിരാതരീതിയിൽ ആയിരുന്നു വധശിക്ഷയ്ക്ക് ഇന്ത്യയിൽ വിധേയമാക്കിയിരുന്നത്.

ശിക്ഷാശാസ്ത്രചരിത്രത്തിൽ ഒരു കാര്യം അംഗീകരിച്ചേ പറ്റൂ. നാളിതുവരെ വധശിക്ഷ പരിപൂർണ്ണമായി ഇല്ലാതിരുന്ന-നിർത്തി വച്ച ഒരു ദിനം ലോകത്ത് ഉണ്ടായിട്ടില്ല. ലോകത്തെവിടെയെങ്കിലും വധശിക്ഷ നടപ്പിലാക്കിയിരുന്നതായാണ് കാണുന്നത്. ഇന്ത്യയിൽ 'അത്യപൂർവ്വങ്ങളിൽ അപൂർവ്വമായ' കേസുകളിൽ (Rarest of rare cases) വധശിക്ഷയ്ക്ക് വിധിക്കാമെന്ന്-വിധിക്കണമെന്ന് സുപ്രീംകോടതി പറയുന്നുണ്ട്. സത്യത്തിൽ പലർക്കും നാളിതുവരെ മനസ്സിലാവാത്ത ഒരുതരം ഭാഷാപ്രയോഗമാണത്. 'അത്യപൂർവ്വങ്ങളിൽ അപൂർവ്വം' എന്നു പറഞ്ഞാൽ ഒന്നിനും വേണ്ടയെന്ന അർത്ഥമാണുള്ളതെന്ന് കരുതുന്ന ശിക്ഷാശാസ്ത്രഗവേഷകർ ഉണ്ട്. ഈ 'അത്യപൂർവ്വങ്ങളിൽ അപൂർവ്വം' നിശ്ചയിക്കാൻ ഉപയോഗിക്കുന്ന-ഉപയോഗിക്കേണ്ട അളവുകോൽ എന്താണെന്ന് പല ന്യായാധിപന്മാർക്കും അറിയില്ലെന്ന നഗ്നസത്യം നിലനില്ക്കുന്നു. വ്യക്തി

പരമായ ചില അളവുകോലുകൾ ഉപയോഗിച്ച് പല ന്യായാധിപന്മാരും കുറ്റവാളികളെ വധശിക്ഷയ്ക്ക് വിധിക്കാറുണ്ട്. അവരിൽ ചിലർ പറയുന്നത് ഇപ്രകാരമാണ്. തങ്ങൾ വിധിക്കുന്ന വധശിക്ഷ ഉയർന്ന കോടതികൾ വിലയിരുത്തുമ്പോൾ–അപ്പീലിൽ പരിഗണിക്കുമ്പോൾ–അല്ലെങ്കിൽ ദയാഹർജി പ്രസിഡന്റ് പരിശോധിക്കുമ്പോൾ വധശിക്ഷകളെല്ലാംതന്നെ പലപ്പോഴും ജീവപര്യന്തതടവുകളായി മാറുമെന്നുള്ളതിനാൽ ഇന്ത്യയിൽ വധശിക്ഷ വളരെ വിരളമായേ നടപ്പിലാക്കുന്നുള്ളൂ എന്നാണ്. വധശിക്ഷ നടപ്പാക്കാൻ ഇപ്പോൾ 'ആരാച്ചാരന്മാർ' ഇല്ലാത്ത ദുർഗ്ഗതി നിലനില്ക്കുന്നുവെന്ന യാഥാർത്ഥ്യവും രഹസ്യമായി സൂക്ഷിക്കുന്നതിൽ അർത്ഥമില്ല.

വധശിക്ഷ ഇനിയും നിലനിർത്തണമെന്ന വാദഗതികൾക്ക് ഒട്ടും തന്നെ മൂർച്ചയില്ലാതാകുന്ന സ്ഥിതിവിശേഷമാണ് ലോകത്ത് മുഴുവനും കാണാൻ കഴിയുന്നത്. 'നാടുകടത്തൽ' എന്ന ശിക്ഷാരീതി ലോകത്ത് പല സ്ഥലങ്ങളിലും ശിക്ഷാചരിത്രത്തിൽ സ്വീകരിച്ചതിന്റെ പ്രധാനകാരണങ്ങളിൽ ഒന്ന് വധശിക്ഷയോടുള്ള മനുഷ്യരുടെ എതിർപ്പുതന്നെയായിരുന്നു. ഭയപ്പെടുത്താൻ വധശിക്ഷയ്ക്കാകുമെന്ന തേഞ്ഞുപോയ ആ വാദഗതി കാലഹരണപ്പെട്ടതാണ്. അതൊന്നും ഇന്നാരും തന്നെ അധികമായി പറയാറില്ല. വധശിക്ഷ നല്കിയതുകൊണ്ട് കുറ്റത്തിന് ഇരയായവരും അവരുടെ സ്വന്തക്കാരും ബന്ധക്കാരും ചിലപ്പോൾ സന്തോഷിച്ചെന്ന് വരാം. എന്നാൽ പൊതുജനത്തിനതൊന്നും വലിയ കാര്യമല്ല. കുറ്റവാളിയെ കൊന്നാലും വളർത്തിയാലും പൊതുജനത്തിനതൊന്നും പ്രശ്നമേയല്ല. വധശിക്ഷ വേണമെന്ന് വാദിക്കാൻ വേണ്ടി വാദിക്കുന്നവരാണു പൊതുജനങ്ങളിൽ അധികവും എന്ന വാദവും കേൾക്കാം.

ഇന്ത്യൻ ലോ കമ്മീഷൻ എന്താണ് പറയുന്നത്? കമ്മീഷന്റെ 35 -ാമത്തെ റിപ്പോർട്ടിൽ വധശിക്ഷ ഇന്ത്യയിൽ നിലനിർത്തണമെന്ന നിർദ്ദേശമാണ് കാണുന്നത്. 1980 ൽ സുപ്രീം കോടതി (Bachan Singh V State of Punjab, AIR, 1980 S C 898) വിധിച്ചതും വധശിക്ഷ നിലനിർത്തണമെന്നു തന്നെയാണ്. ലോകമ്മീഷനും പരമോന്നത നീതിപീഠവും മുന്നോട്ടുവക്കുന്ന വാദഗതികൾ അപ്പാടെ സ്വീകരിക്കുക വിഷമകരമാണ്. ഒരാളെ ഉന്തുന്ന ശക്തികൾ (Push Factors) മനുഷ്യനിൽ പ്രവർത്തിക്കുന്നു. അവനെ വലിക്കുന്ന ശക്തികൾ (Pull Factors) അയാൾക്ക് വെളിയിൽ പ്രവർത്തിക്കുന്നു. അവയിൽ നിന്നും രൂപീകൃതമാകുന്ന 'ഈഗൊ' മനുഷ്യരെ കുറ്റവാളികൾ ആക്കുന്നു. ഒരു ശിക്ഷയ്ക്കും മനുഷ്യന്റെ തീരുമാനിച്ചുറച്ച കുറ്റകൃത്യങ്ങളെ നിയന്ത്രിക്കാനോ ഇല്ലായ്മ ചെയ്യാനോ കഴിയില്ല. കുറ്റകൃത്യങ്ങളെ സ്വയം നിയന്ത്രിക്കാൻ മനുഷ്യനാകും; മനുഷ്യനേ ആകൂ. ഒരാളുടെ കുറ്റകൃത്യങ്ങൾ അയാളുടെ സ്വന്തമാണ്. അതിന്റെ മേൽ മറ്റാർക്കും ഒന്നും ചെയ്യാനാവില്ല.

ഇന്ത്യൻ പാർലമെന്റിൽ പലവട്ടം വധശിക്ഷ നിർത്തലാക്കണോ എന്ന വിഷയത്തിൽ ചർച്ചകൾ നടന്നിട്ടുണ്ട്. 1949 ൽ ലോകസഭയിൽ,

1958 ൽ രാജ്യസഭയിൽ, 1962 ൽ വീണ്ടും രാജ്യസഭയിൽ ചർച്ചകൾ നടന്നു. വധശിക്ഷ നിലനിർത്തണമെന്ന ചിന്താഗതിയാണ് അപ്പോഴെല്ലാം ഉണ്ടായത്. രാജ്യത്തിന്റെ വിവിധഭാഗങ്ങളിൽ സെമിനാറുകളും ചർച്ചകളും ഇപ്പോഴും നടന്നുകൊണ്ടിരിക്കുന്നു. ചർച്ച ചെയ്യുന്നവരാരുംതന്നെ വധശിക്ഷയ്ക്ക് വിധിക്കപ്പെടാൻ–വിധേയരാവാൻ–വിദൂരസാദ്ധ്യതയുള്ളവരല്ല എന്ന സത്യം അംഗീകരിക്കണം. നേരത്തെ സൂചിപ്പിച്ചതുപോലെ 'അത്യപൂർവ്വങ്ങളിൽ അപൂർവ്വം' (Rarest of Rare cases) എന്നത് മനുഷ്യർക്ക് മനസ്സിലാവാൻ–മനസ്സിലാക്കാൻ പറ്റാത്ത ഒരു ഭാഷാപ്രയോഗമാണ്. ഇപ്പോഴും വധശിക്ഷ നിലനിർത്തിയിരിക്കുന്ന ചുരുക്കം ചില രാജ്യങ്ങളിലൊന്നാണ് ഇന്ത്യ. തൂക്കികൊല്ലുക (Hanging by neck until death) എന്ന രീതിയാണ് ഇന്ത്യയിൽ സ്വീകരിച്ചിരിക്കുന്നത്.

നാടുകടത്തുക

ഒരുകാലത്ത് ഇന്ത്യയിൽ ഉണ്ടായിരുന്ന ശിക്ഷയാണത്. ഇന്ത്യയിലേതുപോലെ പല രാജ്യങ്ങളിലും ഉണ്ടായിരുന്നു. കുറ്റം ചെയ്തതിനു നാടുകടത്തപ്പെട്ടവരിൽ അധികവും പുരുഷന്മാർ ആയിരുന്നു. അവർ ധാരാളം ഒരു ദേശത്ത് ചെന്നെത്തുന്നതോടെ അവിടങ്ങളിൽ സ്ത്രീ–പുരുഷ അനുപാതം താറുമാറാകുക സ്വാഭാവികം മാത്രം. ധാരാളം പുരുഷന്മാർ, അവർക്കാവശ്യമായ സ്ത്രീകൾ ഇല്ല. ഫലമോ? ലൈംഗീകാതിക്രമങ്ങൾ പെരുകി; കൊലപാതകങ്ങൾ കൂടി; അരാജകത്വം അരങ്ങേറി. 'പിടിച്ചതിലും വലുത് അളയിൽ' എന്ന അവസ്ഥാവിശേഷത്തിൽ ഭരണച്ചെലവും ക്രമസമാധാനപ്രശ്നങ്ങളും കൂടാൻതുടങ്ങി.

ഇന്ത്യയിൽനിന്നും നാടുകടത്തിയിരുന്നത് ആൻഡമാൻ നിക്കോബാർ ദീപസമൂഹത്തിലേക്കായിരുന്നു. അവിടേക്ക് കടത്തിവിട്ടവരിൽ ചിലർ രോഗത്തിനടിമകളായി ചികിത്സ കിട്ടാതെ മരണപ്പെട്ടു. പ്രകൃതിയുമായി മല്ലടിച്ച് ചിലർക്ക് ഉണ്ടായതു നരകതുല്യജീവിതം. അവിടെയുണ്ടായിരുന്ന സെല്ലുലാർ ജയിലിൽ ഒറ്റയ്ക്ക് വസിക്കേണ്ടി വന്നവർ ഭ്രാന്തന്മാരായി. കുറ്റവാളികളെ ഒരു ദേശത്തേക്ക് കയറ്റി അയക്കുകയെന്നത് ഒരുത്തർക്കും ഇഷ്ടപ്പെടുന്ന ഒന്നല്ല. 1956 മുതൽ 1971 വരെയുള്ള കാലയളവിൽ ആൻഡമാൻ നിക്കോബാർ ദീപസമൂഹത്തിലുണ്ടായ കുറ്റകൃത്യങ്ങളുടെ സ്ഥിതിവിവരക്കണക്കുകൾ എടുത്ത് പരിശോധിച്ചപ്പോൾ അവിടെയുണ്ടായ കുറ്റകൃത്യങ്ങളുടെ വർദ്ധനവ് ഇന്ത്യയിലെ ബഹുഭൂരിപക്ഷം ഇതരസംസ്ഥാനങ്ങളിലുണ്ടായ/കേന്ദ്രഭരണപ്രദേശങ്ങളിലുണ്ടായതിനേക്കാൾ വളരെ കൂടുതലായിരുന്നു എന്നു എനിക്ക് കണ്ടെത്താനായി. ശരീരശാസ്ത്രം അല്ലെങ്കിൽ ജനിതകകാരണങ്ങളാലാണോ അങ്ങനെ സംഭവിച്ചതെന്ന് ഗവേഷണം നടത്തേണ്ടതായിരിക്കുന്നു. ഇന്നു ജയിലുകളിൽ കാണുന്ന ഏകാന്തത്തടവ് (solitary confinement in prisons) എന്ന ക്രൂരശിക്ഷ ഒരുപക്ഷേ, പണ്ടുണ്ടായിരുന്ന നാടുകടത്തൽ ശിക്ഷയുടെ പരിഷ്കരിച്ച രൂപ

മായിരിക്കുന്നു. ഒരു കാര്യം അംഗീകരിച്ചേ പറ്റൂ. കുറ്റകൃത്യങ്ങൾക്ക് ശിക്ഷ നിശ്ചയിക്കുന്ന ഭരണാധികാരികളും ജനപ്രതിനിധികളും കുറ്റകൃത്യങ്ങൾ അന്വേഷിക്കുന്ന പൊലീസുദ്യോഗസ്ഥരും കേസ് വാദിക്കുന്ന അഭിഭാഷ കരും ശിക്ഷ വിധിക്കുന്ന 'ന്യായാധിപന്മാരും' ശിക്ഷ നടപ്പാക്കുന്ന ജയി ലധികാരികളും 'ഇരകളുടെ' സ്ഥാനത്തു നില്ക്കുന്നവരല്ല. ശീതീകരിച്ച മുറികളിൽ ഇരുന്നു നിയമം എഴുതുന്നവർക്കും പാസാക്കുന്നവർക്കും ശീതീകരിച്ച രമ്യഹർമ്മങ്ങളിൽ കഴിയുന്ന ഉന്നതർക്കും ആഡംബരക്കാ റുകളിൽ സഞ്ചരിക്കുന്ന ഉദ്യോഗസ്ഥർക്കും ഇഷ്ടഭക്ഷണം ആസ്വദിക്കു ന്നവർക്കും എളുപ്പത്തിൽ മനസ്സിലാവുന്നതല്ല തടവുകാരുടെ–നാടുകട ത്തപ്പെട്ടവരുടെ–വധശിക്ഷയ്ക്ക് വിധിക്കപ്പെട്ട് ഏകാന്തത്തടവ് അനുഭവി ക്കുന്നവരുടെ വേദനയും യാതനയും. കള്ളകേസുകളും ഇല്ലാക്കേസു കളും വരെ ഉണ്ടാക്കി പ്രതികളെ സൃഷ്ടിച്ച് കള്ളത്തെളിവുകൾ കണ്ടെത്തി- കള്ളസാക്ഷികളെ കൊണ്ടുവന്ന് മനുഷ്യരെ ശിക്ഷിക്കുന്ന/ ശിക്ഷിപ്പിക്കുന്ന ദുഷ്ടശക്തികൾക്കെതിരെ പ്രതികരിക്കുന്നവർ ഉണ്ട്. അത്ത രക്കാരെ എങ്ങനെ ശിക്ഷിക്കണമെന്ന് ഗവേഷണം നടത്തുന്ന ഒരു ഗവേ ഷണമേഖലയും ഇപ്പോൾ ഉദയം ചെയ്തിട്ടുണ്ട്. നിരപരാധികൾ ശിക്ഷി ക്കപ്പെടാൻ പാടില്ല എന്നതാണ് ശിക്ഷാശാസ്ത്രത്തിന്റെ അടിസ്ഥാ നതത്ത്വം തന്നെ.

പിഴശിക്ഷയും സ്വത്ത് കണ്ടുകെട്ടലും

5 രൂപ പിഴശിക്ഷ വിധിക്കാവുന്ന കുറ്റം ഇന്ത്യയിലുണ്ടെന്നത് അധികം പേർക്കും അറിയില്ല. 50 രൂപാ ശിക്ഷിക്കാവുന്ന കുറെ കുറ്റ ങ്ങൾ ഉണ്ട്. 1000 രൂപാ ശിക്ഷിക്കാവുന്ന ഒട്ടേറെ കുറ്റങ്ങൾ ഉണ്ട്. അത്രയും തുക പിഴയായി വസൂലാക്കാൻ ചെലവിടുന്ന തുക എത്രയാണെന്ന് ആരും നോക്കാറില്ല. 'രോഗത്തേക്കാൾ വിഷമങ്ങൾ ഉണ്ടാക്കുന്ന ചികിത്സാരീ തി' എന്ന തോതിലാണ് ചില പിഴശിക്ഷകൾ. തുച്ഛമായ പിഴയുടെ ശിക്ഷാ മൂല്യം എത്രയാണ്? വട്ടപ്പൂജ്യം.

ഇന്ത്യൻ രൂപയുടെ മൂല്യം നാൾക്കുനാൾ കുറഞ്ഞുകൊണ്ടിരി ക്കുന്നു. അക്കാരണം കൊണ്ടുതന്നെ, പിഴശിക്ഷയെന്ന ഒരുതരം 'നേര മ്പോക്ക്' ആയിട്ട് കണക്കാക്കുന്നവരുണ്ട്. ചെറിയ തുകയാണെങ്കിൽ അതാരും ഗൗരവമായി കണക്കാക്കാറില്ല. നല്ലൊരു ഭക്ഷണം ഹോട്ടലിൽ നിന്നും കഴിച്ചാൽ അതിനായി ചെലവിടുന്ന പണം 'പിഴശിക്ഷ' യേക്കാൾ ചിലപ്പോൾ കൂടുതലായിരിക്കും. വലിയതുക ശിക്ഷയായി വിധിക്കുന്ന കേസുകളിൽ ഉൾപ്പെട്ടിട്ടുള്ളവർ ചിലപ്പോൾ വമ്പന്മാരായിരിക്കും. അണി യറയിൽ നിന്നു പ്രവർത്തിക്കുന്ന ആ കൂട്ടർക്ക് പണം പ്രശ്നമേയല്ല. പണം വാരിവിതറി, 'നീതി' യെതന്നെ വിലയ്ക്ക് വാങ്ങുന്നവരാണവർ. വാദിയും പ്രതിയുമായി ഉണ്ടാക്കുന്ന അവിഹിത–അധാർമ്മിക ബന്ധ ങ്ങളിലൂടെ കേസുകൾ തന്നെ രമ്യതയിൽ തീർക്കുന്ന ഒട്ടനവധി സംഭവ

ങ്ങൾ റിപ്പോർട്ടു ചെയ്യപ്പെടുന്നു. അഭിഭാഷകരും കുറ്റാന്വേഷകരുംവരെ അതിൽ പങ്കുവഹിക്കുന്നു. കോടതികൾവരെ വിമർശിക്കപ്പെടുന്നു. അപ്പോൾ 'പണം' എന്നത് 'പിഴ' യായി വിധിക്കുന്നതിൽ ശിക്ഷാമൂല്യം ഇല്ലെന്ന് അംഗീകരിക്കേണ്ടിവരുന്നു. 'ശിക്ഷിച്ചില്ലെങ്കിൽ സന്തോഷം; പിഴ ശിക്ഷയാണെങ്കിൽ അതിലേറെ സന്തോഷം' എന്ന പരിഹാസം കേൾക്കാവുന്നതാണ്.

രണ്ടുവർഷം വരെ തടവോ 5000 രൂപാവരെ പിഴയോ; ഒരു വർഷം വരെ തടവോ 10,000 രൂപാ വരെ പിഴയോ, 6 മാസം വരെ തടവോ 2000 രൂപാവരെ പിഴയോ; അഞ്ചുവർഷം വരെയാകാവുന്ന തടവോ 15,000/– രൂപാ പിഴയോ –ഇങ്ങനെ ഒരു 'ന്യായാധിപന്' തോന്നുന്ന രീതിയിൽ പിഴശിക്ഷയും അല്ലെങ്കിൽ തടവുശിക്ഷയും വിധിക്കാമെന്ന് നിയമപുസ്തകങ്ങളിൽ പറഞ്ഞാൽ? 5 വർഷ തടവിന് തുല്യം 15,000/– രൂപയോ? 15,000/– രൂപ എങ്ങനെയെങ്കിലും അടച്ച് തടവിൽനിന്നും രക്ഷപ്പെടാനാവും ഒരാൾ ശ്രമിക്കുക. ഒരാളെ തടവിൽ പാർപ്പിക്കാൻ പ്രതിവർഷം 1-1½ ലക്ഷം സർക്കാരിനു ഇപ്പോൾ ചെലവുണ്ട്. അക്കാരണത്താൽ തടവുശിക്ഷ നികുതിദായകർക്ക് അധികച്ചെലവുണ്ടാക്കുന്നതാണ്. അക്കാരണത്താൽത്തന്നെ, പിഴശിക്ഷ കിട്ടുന്നതായിരിക്കും പൊതുവെ ഖജനാവിന് ലാഭകരം. എന്നാൽ ആ തുച്ഛമായ 'പിഴശിക്ഷ' കിട്ടണമെങ്കിൽ നികുതിദായകർക്ക് ചെലവാക്കേണ്ടിവരുന്ന തുക ഭീമവുമാണ്. പൊലീസിനെ–അഭിഭാഷകരെ–കോടതികളെ–സംവിധാനത്തെ പ്രവർത്തിപ്പിക്കണമെങ്കിൽ ചെലവ് അചിന്ത്യമാണ്. സാമ്പത്തികശാസ്ത്രത്തിലെ Input-Output തത്ത്വമനുസരിച്ച് ഒട്ടും ലാഭകരമല്ലാത്ത–നഷ്ടം മാത്രം ഉണ്ടാക്കുന്ന–സംവിധാനമായി നീതിനിർവ്വഹണസ്ഥാപനങ്ങൾ മാറിയിരിക്കുന്നുവെന്ന സത്യം മറച്ചുവക്കുന്നതിൽ അർത്ഥമില്ല. അക്കാരണം കൊണ്ടുതന്നെ 'പിഴശിക്ഷ' ഇന്നത്തെ വിധത്തിൽ തുടർന്നുകൊണ്ടു പോകുന്നതിൽ അർത്ഥമുണ്ടോയെന്ന് ശിക്ഷാശാസ്ത്രഗവേഷകർ ചിന്തിക്കുന്നു. പിഴശിക്ഷ കോടതിയിൽ അടയ്ക്കുന്നവരിൽ പലരും അക്കാര്യം വെളിയിൽ പറയില്ല. ഉപരിയായി അക്കാര്യം വെളിയിലധികം പേരും അറിയില്ല. അറിഞ്ഞാൽത്തന്നെ പലരും അതൊക്കെ നിസ്സാരമായി കണക്കാക്കുകയും ചെയ്യുന്നു.

നേരത്തെ സൂചിപ്പിച്ചതുപോലെ, വളരെക്കുറച്ച് കുറ്റകൃത്യങ്ങൾക്ക് മാത്രമാണ് സ്വത്ത് കണ്ടുകെട്ടുകയെന്ന ശിക്ഷയുള്ളത്. പല കേസുകളും വിചാരണയ്ക്ക് ശേഷം ശിക്ഷിക്കാതെ വരുന്നുവെന്നതിനാൽ കുറ്റകൃത്യങ്ങൾക്ക് ജാമ്യം കിട്ടരുതെന്നാഗ്രഹിക്കുന്നവർ ധാരാളമുണ്ട്. ജാമ്യം കിട്ടാതെ ജയിലിൽ കുറച്ച് ദിവസം കിടക്കുന്നതാണ് പലർക്കും ഇപ്പോൾ കിട്ടുന്ന ഏക'ശിക്ഷ' യെന്ന് പറഞ്ഞ് ആശ്വസിക്കുന്നവരെ കാണാനാവും. കുറ്റവും ചെയ്ത് ജാമ്യവും കിട്ടി തല ഉയർത്തി കുറ്റവാളികൾ സമൂഹത്തിൽ നടക്കുന്നത് അസ്സഹനീയമായി തോന്നുന്നവർ നമുക്കിടയിൽ ധാരാളം ഉണ്ട്. ശിക്ഷിക്കുന്നതുവരെ 'കുറ്റാരോപിതൻ' മാത്രമാണെന്ന് വാദിച്ച് വലിയ വായയിൽ വർത്തമാനം പറയുന്ന വമ്പന്മാരേയും കാണാ

വുന്നതാണ്. കീഴ്കോടതി ശിക്ഷിച്ചാൽതന്നെ അപ്പീൽകോടതിയിൽ നിന്നും രക്ഷപ്പെടുന്നവരും ഉണ്ട്. അങ്ങനെ വരുമ്പോൾ കീഴ്കോടതിയാണോ–മേൽക്കോടതിയാണോ നീതി ചെയ്തതെന്നറിയാൻ കഴിയുന്നില്ല. എന്തിനധികം? ഗവേഷണം ഒട്ടുംതന്നെ ഇല്ലാത്തൊരു മേഖലയാണ് ശിക്ഷാശാസ്ത്രമേഖല.

തടവുശിക്ഷയാണ് ഇന്ന് പലരും ശിക്ഷയായി കണക്കാക്കുന്നത്. 'അകത്താക്കും, അഴിയെണ്ണിക്കും' എന്നൊക്കെ ആളുകൾ പറയുന്നത് തടവുശിക്ഷ ലഭിക്കുമെന്ന അർത്ഥത്തിലാണ്. ജയിൽശിക്ഷയെ രണ്ടായി തരം തിരിക്കുന്നു (i) ഹ്രസ്വകാല ജയിൽശിക്ഷ, (ii) ജീവപര്യന്തം തടവുശിക്ഷ. ജീവപര്യന്തം തടവുശിക്ഷയെ വീണ്ടും രണ്ടായി തിരിക്കാം. അതായത്, (1) ഇന്ത്യൻ ശിക്ഷാനിയമത്തിലെ 55–ാം വകുപ്പുപ്രകാരം, സർക്കാർ നിശ്ചയിക്കുന്ന 14 വർഷത്തിൽ കുറയാത്ത കാലഘട്ടം; (2) ജീവിതാവസാനം വരെ ജയിലിൽ കഴിയേണ്ട ജീവപര്യന്തം ശിക്ഷ. ജയിൽശിക്ഷയെ വീണ്ടും രണ്ടായി തരംതിരിക്കാം. (1) വെറുംതടവ്, (2) കഠിനതടവ് എന്നാണവ. വെറുംതടവിന് ശിക്ഷിക്കപ്പെട്ടവർക്ക് തൊഴിൽ ചെയ്യാതെ ജയിലിൽ കഴിയാം. എന്നാൽ, കഠിനതടവിന് ശിക്ഷിക്കപ്പെട്ടവർക്ക് ജോലി ചെയ്യേണ്ടതായിവരും. കുറ്റകൃത്യശാസ്ത്രചരിത്രത്തിലെ ക്ലാസിക്കൽ ചിന്താഗതിയാണതിന് അടിസ്ഥാനം. അതായത്, ഒരാൾ ചെയ്ത കുറ്റത്തിന്റെ ഗൗരവം കണക്കിലെടുത്ത് ഹീനമായ കുറ്റമാണെങ്കിൽ അയാൾക്ക് കഠിനതൊഴിൽ ചെയ്യേണ്ടിവരുന്ന തടവുശിക്ഷ വിധിക്കുക–അല്ലെങ്കിൽ തൊഴിൽ ചെയ്യാതെ ശിക്ഷയനുഭവിക്കാൻ അനുവദിക്കുകയെന്ന നയം 18–ാം നൂറ്റാണ്ടിന്റെ അന്ത്യകാലഘട്ടത്തിൽ വന്നതാണ്. അതിനൊരു കാരണവുമുണ്ട്. 1704 ൽ ജയിൽവാസം ശിക്ഷയായി രൂപാന്തരം പ്രാപിച്ചുവെങ്കിലും (നാളിതുവരെ ജയിൽവാസം ശിക്ഷയായി കണക്കാക്കിയിരുന്നില്ല) ജയിലിലുള്ള താമസം നരകതുല്യമായിരുന്നു. മനുഷ്യഭാവനയ്ക്ക് ചിന്തിക്കാൻപ്പോലും കഴിയാത്ത തരത്തിലുള്ള പീഡനങ്ങൾക്ക് ജയിൽവാസികളെ വിധേയരാക്കിയിരുന്നുവെന്നതു ദുഃഖകരമായിരുന്നു. അമേരിക്കയിലും യൂറോപ്പിലും ഉണ്ടായിരുന്ന ജയിലുകളിൽ കഴിഞ്ഞിരുന്നവർ ഭ്രാന്തന്മാരായി–രോഗികളായി–നിത്യരോഗങ്ങൾക്കടിമകളായി മാറിയ അവസ്ഥയിൽ ചിലർ ആത്മഹത്യചെയ്തുവെന്ന സത്യം ബോദ്ധ്യപ്പെട്ടതോടെ തടവുശിക്ഷയനുഭവിക്കുന്നവരോടുള്ള സമീപനത്തിൽ മാറ്റങ്ങൾ വന്നു. അങ്ങനെയാണ് ജയിൽശിക്ഷയനുഭവിക്കുന്നവരുടെ മനഃപരിവർത്തനവും പുനരധിവാസവും സ്വഭാവരൂപീകരണവും ലക്ഷ്യമാക്കിയുള്ള സംവിധാനങ്ങൾ വേണമെന്ന ചിന്തതന്നെ ഉണ്ടായത്. അമേരിക്കയിലും ഇംഗ്ലണ്ടിലും വന്നിരുന്ന സമീപനമാറ്റങ്ങൾ ബ്രിട്ടീഷ് ഭരണത്തിലായിരുന്ന ഇന്ത്യയിലും പ്രതിഫലിച്ചു. 20–ാം നൂറ്റാണ്ടിന്റെ ആദ്യപകുതിയിൽ ജയിൽശിക്ഷയിൽ–തടവുശിക്ഷയിൽ പിന്നെയും പല മാറ്റങ്ങൾ അമേരിക്കയിലും യൂറോപ്പിലും വന്നു. അവയുടെ അംശങ്ങൾ കുറേയൊക്കെ ഇന്ത്യയിലും കാണാൻ കഴിഞ്ഞു. 1947 ൽ

ഇന്ത്യ സ്വതന്ത്രയായപ്പോൾ ജയിൽ സംവിധാനത്തിൽ മാറ്റങ്ങൾ വരുത്താൻ ഐക്യരാഷ്ട്രസഭയുടെ സഹായം ഇന്ത്യാ ഗവൺമെന്റ് ആവശ്യപ്പെട്ടു. അത്തരത്തിൽ കിട്ടിയ ഉപദേശങ്ങളുടെ വെളിച്ചത്തിൽ പല മാറ്റങ്ങൾ ഇന്ത്യയിലെ ജയിൽഭരണത്തിലും സംവിധാനത്തിലും വന്നു. എല്ലാ ശിക്ഷകളുടെയും ഉദ്ദേശ്യം കുറ്റവാളികളെ നല്ല പൗരന്മാരാക്കുകയെന്നതു മാത്രമാണെന്നും അവരുടെ പുനരധിവാസമാണ് ജയിൽശിക്ഷയുടെ പരമോന്നതലക്ഷ്യമെന്നും സുപ്രീംകോടതി അടിവരയിട്ടു വ്യക്തമാക്കി (Nadella Venkatakrishna Rao V State of Andra Pradesh, AIR 1978 S C 480)

കുറ്റവാളികളുടെ സ്വഭാവരൂപീകരണം-പുനരധിവാസം: അവയൊക്കെയാണ് ജയിൽവാസത്തിന്റെ ഉദ്ദേശ്യശുദ്ധിയെന്ന് താത്ത്വികമായി പറയുന്നുണ്ടെങ്കിലും പ്രായോഗിക തലത്തിൽ അതൊക്കെ എത്രമാത്രം യാഥാർത്ഥ്യമാണെന്ന കാര്യത്തിൽ തർക്കം നിലനില്ക്കുന്നു. വ്യക്തിത്വ വികസനമാണ് ജയിൽവാസത്തിന്റെ അന്തിമലക്ഷ്യമെന്ന് വാദിക്കുമ്പോഴും തടവുശിക്ഷ കഴിഞ്ഞു വെളിയിൽ വരുന്നവരിൽ എത്രപേർ വ്യക്തിത്വവികസനം സിദ്ധിച്ചവരാണെന്ന ചോദ്യത്തിനു ഉത്തരമില്ല. തടവറയെന്നും തടവറ തന്നെ. തടവുശിക്ഷയെപ്പോഴും തടവുശിക്ഷ തന്നെ. ജയിൽവാസി ജയിൽപുള്ളിയായി മരണം വരെ കഴിയുന്നു. ഇവയൊക്കെയാണ് പലരും കാണുന്നത്.

ഇന്ത്യൻശിക്ഷാനിയമം തടവുകാരുടെ സ്വഭാവരൂപീകരണം-സ്വഭാവനവീകരണം ലക്ഷ്യമാക്കിയുണ്ടാക്കിയ നിയമമല്ല. ഏകാന്തത്തടവ് മനുഷ്യരെ നിരാശരാക്കുന്നുവെന്നും-ചിലപ്പോഴത് ക്രൂരരാക്കുന്നുവെന്നും ഭ്രാന്തരാക്കുന്നുവെന്നും തെളിയിക്കപ്പെട്ടിട്ടുണ്ട്. ഇന്ത്യൻ ശിക്ഷാനിയമത്തിലെ 73-ാം വകുപ്പ് ഏകാന്തത്തടവിനെക്കുറിച്ചാണ്. കഠിനതടവിന് ശിക്ഷിക്കുമ്പോൾ ശിക്ഷാകാലാവധിയുടെ ഒരുഭാഗം-ഒന്നിലേറെ ഭാഗങ്ങൾ-ഏകാന്തത്തടവിന് അയാളെ വിധേയമാക്കാൻ കോടതിക്കധികാരം നല്കുന്നുണ്ട്. 6 മാസത്തെ കഠിനതടവാണെങ്കിൽ ഒരു മാസത്തിൽ കൂടാതെ; 6 മാസത്തിനും ഒരു വർഷത്തിനും ഇടയിലാണെങ്കിൽ രണ്ടു മാസത്തിൽ കൂടാതെ; ഒരു വർഷത്തിൽ കൂടുതലാണെങ്കിൽ മൂന്നു മാസത്തിൽ കൂടാതെയുള്ള ഏകാന്തത്തടവ് വിധിക്കാൻ കോടതിക്കധികാരം നല്കിയതിന് പിന്നിലുള്ള ശിക്ഷാശാസ്ത്രതത്ത്വമെന്താണ്? ജയിലിലെ അന്തേവാസികളുടെ ജീവിതരീതിയോ പ്രവർത്തനമോ പെരുമാറ്റമോ നേരിൽ കാണാതെ ഒരു ന്യായാധിപൻ ശിക്ഷാവിധിക്കുമ്പോൾതന്നെ മനുഷ്യരെ ക്രൂരരാക്കി മാറ്റാൻ സാദ്ധ്യതയുള്ള ഏകാന്തത്തടവ് വിധിക്കുന്നതിലെ യുക്തിയെന്താണ്?

ഇന്ത്യയിലെ കോടതികൾ പൊതുവെ ഏകാന്തത്തടവിനു എതിരാണ്. എന്നിട്ടും, നിയമത്തിലത് നിലനില്ക്കുന്നു. ഏകാന്തത്തടവ് നിയമാനുസൃതമാണെങ്കിലും വിരളമായി മാത്രമേ അത്ര ക്രൂരമായ ശിക്ഷ വിധിക്കാവൂ എന്നു മദ്രാസ് ഹൈക്കോടതി പറഞ്ഞിട്ട് (1948 ൽ) ഇപ്പോൾ

60 വർഷമായെങ്കിലും നിയമത്തിൽ മാറ്റം വന്നില്ല. 1980 ൽ സുപ്രീംകോടതിയും ഏകാന്തതടവിന് അനുകൂലമല്ല (Sunil Batra V State, 1980 Cr L J 1099 SC) എന്ന് കാണിച്ച് വിധി പുറപ്പെടുവിച്ചു. ജയിലിലെ അന്തേവാസികളായ മറ്റു തടവുകാരിൽ നിന്നും മാറ്റി ഏകാന്തത്തടവിന് ഒരാളെ വിധേയനാക്കുന്നത് സ്വഭാവരൂപീകരണത്തിന് ഒട്ടും സഹായകമല്ല. മാനസികമായി ഒരാളെ തളർത്തിക്കളയാനേ അത് സഹായിക്കൂ എന്ന് സുപ്രീംകോടതി പലവട്ടം പറഞ്ഞിട്ടുണ്ട്. ശിക്ഷാശാസ്ത്രഗവേഷകർ ഏകാന്തതടവ് നിയമത്തിൽ നിന്നും മാറ്റിക്കളയണമെന്ന്–അത് ഐക്യരാഷ്ട്രസഭയുടെ മനുഷ്യാവകാശചട്ടങ്ങൾക്ക് എതിരാണ്– പല പ്രാവശ്യം ആവശ്യപ്പെട്ടിട്ടും ഇന്ത്യയിലെ നിയമത്തിൽ മാറ്റം വരാതെ അത് ഇപ്പോഴും നിലനില്ക്കുന്നു. കഷ്ടം!

ജയിൽവാസം–അത് പലതരത്തിലും വിധത്തിലും രൂപത്തിലും ഉണ്ട്. കുറ്റവാളിയാണെന്ന് സംശയിച്ച് ഒരാളെ അറസ്റ്റു ചെയ്താൽ അയാളെ 24 മണിക്കൂറിനകം കോടതിയിൽ ഹാജരാക്കുന്നു. അയാളെ ജുഡീഷ്യൽ കസ്റ്റഡിയിൽ–ജാമ്യം കൊടുക്കാതെ–പാർപ്പിച്ചാൽ അയാൾ റിമാണ്ട് തടവുകാരനാകുന്നു. കുറ്റപത്രം കൊടുത്തശേഷവും ഒരാൾ ജാമ്യത്തിൽ പോകാതെ ജയിലിൽ കഴിഞ്ഞാൽ അയാൾ വിചാരണ തടവുകാരനാകുന്നു. കോടതിയാൽ ശിക്ഷിക്കപ്പെട്ട് ജയിൽവാസം അനുഭവിക്കേണ്ടി വന്നാലയാൾ ശിക്ഷിക്കപ്പെട്ട തടവുകാരനാവുന്നു. ചിലപ്പോൾ, മുൻകരുതൽ എന്ന നിലയിൽ ചിലരെ അറസ്റ്റ് ചെയ്ത് ജയിലിൽ താമസിപ്പിക്കാറുണ്ട്. അങ്ങനെയെങ്കിൽ, അയാൾ കരുതൽതടവുകാരനാകുന്നു. സിവിൽ കേസുകളിൽ ചിലർ ജയിലുകളിൽ താമസിക്കേണ്ടതായി വരുന്നുണ്ട്. അങ്ങനെ നോക്കുമ്പോൾ, പലതരം തടവുകാരുണ്ട്. അവരെല്ലാം കഴിയുന്നത് ജയിലുകളിലും. 'പാപി ചെല്ലുന്നിടം പാതാളം' എന്നു പറയുന്നതുപോലെ, ജയിലുകളിൽ വസിക്കുന്നവരെല്ലാം ജയിൽപ്പുള്ളികളാണ്–ശിക്ഷാശാസ്ത്രത്തിലവരെ ജയിലുകളിലെ അന്തേവാസികളെന്ന് അനുകമ്പയോടെ വിളിക്കുന്നു.

സമൂഹവുമായുള്ള ബന്ധം വിഛേദിക്കുകയെന്നതാണ് ജയിൽവാസത്തിന്റെ പ്രധാന ലക്ഷ്യം. കള്ളത്തെളിവുകൾ ഉണ്ടാക്കാതിരിക്കാനും സാക്ഷികളെ സ്വാധീനിക്കാതിരിക്കാനുമാണ് റിമാണ്ടുതടവുകാരെ ജയിലിൽ താമസിപ്പിക്കുന്നത്. ജാമ്യം നേടാതെ വിചാരണത്തടവുകാരായി ജയിലിൽ കഴിയുന്നവരുടെ സാന്നിദ്ധ്യം ഉറപ്പുവരുത്തുകയാണ് അത്തരത്തിലുള്ള ജയിൽവാസത്തിന്റെ ഉദ്ദേശ്യം. നീതിയോ അനീതിയോ എന്ന് പറയാനാവുന്നില്ല. അങ്ങനെ ജയിൽവാസം അനുഭവിക്കുന്ന (സാമ്പത്തികമായി ദരിദ്രർ) അഞ്ചും ആറും അതിൽ കൂടുതൽ വർഷങ്ങൾ ജയിലുകളിൽ പാർക്കേണ്ട ദുരവസ്ഥ ഇപ്പോൾ ഇന്ത്യയിൽ നിലനില്ക്കുന്നുണ്ട്. കേസന്വേഷണത്തിലും വിചാരണയ്ക്കും വേണ്ടിവരുന്ന കാലതാമസം അത്തരത്തിലുള്ള ദുരവസ്ഥയ്ക്ക് ഇടം നല്കുന്നുണ്ട്. ശിക്ഷാനിയമങ്ങളിൽ കാണിക്കുന്ന ജയിൽശിക്ഷാ കാലാവധിയിൽ കൂടുതൽ കാലം ജയി

ലുകളിൽ കഴിയുന്നവരേയും കാണാം. ചില കേസുകളിൽ, വിധി പ്രസ്താവിക്കുമ്പോൾ പ്രതികൾ കുറ്റക്കാരല്ലെന്നും-തീർത്തും നിരപരാധികളാണെന്നും തീർപ്പ് കല്പിക്കുന്നതായും കണ്ടുവരുന്നു. അത്തരം സന്ദർഭങ്ങളിൽ ഒരാൾക്കുണ്ടായ വേദനയും യാതനയും ആരുടെ കണക്കുപുസ്തകത്തിലെഴുതും? ചിലർ മാനസികരോഗികളായും മാറുന്നതായി കണ്ടുവരുന്നു.

ജയിൽശിക്ഷയെന്ന വിധത്തിൽ ശിക്ഷ അനുഭവിക്കേണ്ടത് കുറ്റവാളികളെന്ന് കോടതി കണ്ടെത്തി ശിക്ഷിച്ചവർ മാത്രമാണ്. ശിക്ഷിക്കപ്പെട്ടു ജയിലുകളിൽ പോകുന്നവരെ 'രക്ഷി'ക്കുകയെന്നതാണ് ഇപ്പോഴത്തെ നയവും ചിന്താഗതിയും. അതിനായി, പലവിധ കർമ്മപദ്ധതികൾക്കും രൂപം കൊടുക്കുന്നുണ്ടെങ്കിൽ അവയെല്ലാം ഫലപ്രദമാണോ എന്ന കാര്യത്തിൽ തർക്കം നിലനില്ക്കുന്നു. ജയിലിലെ അന്തേവാസികൾ ഒരു കാരണവശാലും വെളിയിൽച്ചാടിപ്പോകരുതെന്ന ലക്ഷ്യത്തോടെയുള്ള പ്രവർത്തനങ്ങൾക്കാണ് കൂടുതൽ ഊന്നൽകൊടുക്കുന്നതെന്ന ആക്ഷേപം കേൾക്കാം. അവരുടെ സ്വഭാവരൂപീകരണം, വ്യക്തിത്വവികസനം, മാനസികമാറ്റം, പുനരധിവാസം എന്നിവയ്ക്ക് കാര്യമായ പ്രാധാന്യമോ പ്രസക്തിയോ ഇപ്പോൾ പ്രായോഗികതലത്തിൽ കാണുന്നില്ലെന്ന പരാതിയും കേൾക്കാം. ജയിലുകളിൽ ജോലി ചെയ്യുന്നവരിൽ നാമമാത്രമായ ഉദ്യോഗസ്ഥർ അന്തേവാസികളുടെ വ്യക്തിത്വ വികസനത്തിനായി നിയമിക്കപ്പെടുന്നുള്ളുവെന്ന് കാണാനാവുന്നുണ്ട്. ഇന്ത്യയിൽ 3% ജയിലുദ്യോഗസ്ഥർ പോലും അന്തേവാസികളുടെ വ്യക്തിത്വവികസന മേഖലയിൽ നിയമിക്കപ്പെടുന്നില്ലെന്ന് പറയാനാകും. വികസിതമായ രാജ്യങ്ങളിൽ ജയിലുകളിൽ ജോലി ചെയ്യുന്നവരിൽ 33% പേർ അന്തേവാസികളുടെ വ്യക്തിത്വവികസനത്തിനായി പ്രവർത്തിക്കുന്നവരാണെന്ന് നേരത്തെ സൂചിപ്പിച്ചിരുന്നു. അതിനുള്ള വിദ്യാഭ്യാസ യോഗ്യതയും അഭിരുചിയും പ്രത്യേക പരിശീലനവും അവിടങ്ങളിൽ കൊടുക്കുന്നതാണ്. ഇന്ത്യയിലെ ജയിൽസംവിധാനവും പ്രവർത്തനരീതിയുമാണ് അടുത്ത അദ്ധ്യായത്തിൽ പ്രതിപാദിക്കുന്നത്.

ജയിൽശിക്ഷ ഇന്ത്യയിൽ

കുറ്റവാളികൾക്ക് ജയിൽശിക്ഷ (തടവുശിക്ഷ) നല്കാമെന്ന് അംഗീകരിച്ചതോടെ (1704 ൽ) ഓരോ കുറ്റകൃത്യങ്ങൾക്ക് എങ്ങനെ തടവുശിക്ഷയുടെ കാലദൈർഘ്യം നിശ്ചയിക്കാമെന്നത് ചർച്ചാവിഷയമായി. നാളിതുവരെ കൈവെട്ടിയും കാലുമുറിച്ചും കണ്ണ് ചൂഴ്ന്നെടുത്തും ശിക്ഷിക്കാൻ പ്രയാസമില്ലായിരുന്നു. 1860 ൽ നിലവിൽവന്ന ഇന്ത്യൻ ശിക്ഷാനിയമത്തിലെ 510–ാം വകുപ്പ്–അതായത് പൊതുസ്ഥലത്തോ മറ്റോ ലഹരി പിടിച്ച തരത്തിൽ പ്രത്യക്ഷപ്പെട്ട് ഏതെങ്കിലും വ്യക്തിക്ക് അലോസരം–അലട്ട് ഉണ്ടാക്കിയാൽ– അതനുസരിച്ച് 24 മണിക്കൂർ നേരത്തെ വെറുംതടവോ, 10 രൂപ പിഴയോ, അല്ലെങ്കിൽ രണ്ടും കൂടിയോ ശിക്ഷയായി വിധിക്കാമെന്ന് കാണാം. അതിന്റെ അർത്ഥം? ഒരു ദിവസം (24 മണിക്കൂർ) സമം പത്ത് രൂപായെന്നാണോ? അങ്ങനെയെങ്കിൽ,

6 മാസം വരെ തടവോ, 1000 രൂപ വരെ പിഴയോ രണ്ടുംകൂടിയോ.

(4–ാം വകുപ്പ് E S M A അഥവാ അവശ്യസർവ്വീസ് സംരക്ഷണ നിയമം, 1994)

6 മാസം = 365/2= 182½ ദിവസം. ഒരു ദിവസത്തിന് (24 മണിക്കൂർ) 10 രൂപാ എന്ന കണക്കിൽ 1820/– രൂപയെങ്കിലും പിഴ ചുമത്തേണ്ടതാണ്. അതെങ്ങനെ 1000/– രൂപയായി ചുരുങ്ങി?

2. പൊതുവഴിയിലോ, അല്ലെങ്കിൽ
ഏതെങ്കിലും പൊതുസ്ഥലത്തോ
വച്ച് ആദായത്തിന് വേണ്ടി ചീട്ട്,
പകിട മുതലായവ ഉപയോഗിച്ച്
ചൂതുകളിക്കുന്നതായോ,
അല്ലെങ്കിൽ പക്ഷികളേയും

മൃഗങ്ങളേയും തമ്മിൽ
മത്സരിപ്പിക്കുന്നതായോ കാണപ്പെട്ടാൽ
(15-ാം വകുപ്പ്, The Kerala Gaming Act, 1960)

1 മാസം=30 ദിവസം. ഒരു ദിവസത്തിന് 10/-രൂപാ കണക്കിൽ 300/- രൂപാ എന്നാൽ ശിക്ഷ 200/- രൂപാ. എങ്ങനെയാണ് ആ തുക നിശ്ചയിച്ചത്?

3. The Immoral TraÅic (Prevention) Act-(Act no.104 of 1956) ലെ വകുപ്പ് 3(b) അനുസരിച്ച് 2 വർഷം വരെയുള്ള തടവും 2000/- രൂപ പിഴയും ശിക്ഷയായി വിധിക്കാം. 5-ാം വകുപ്പ് (e) അനുസരിച്ച് 7 വർഷം ആകാവുന്ന (എന്നാൽ 3 വർഷത്തിൽ കുറയാൻ പാടില്ലാത്തതുമായ) തടവും 2000/-രൂപ പിഴയും വിധിക്കാവുന്നതാണ്. വകുപ്പ്7(2) അനുസരിച്ച് കുറ്റവാളിക്ക് 3 മാസം വരെ ആകാവുന്ന തടവോ 200/- രൂപ പിഴയോ വിധിക്കാം.

4. Sheduled Castes and the Sheduled Tribes (Prevention of Atrocities) Act_1989 (Act No 33/89)അനുസരിച്ച് ഒരു പട്ടികജാതിക്കാരനെയോ പട്ടികവർഗ്ഗക്കാരെയോ കൃത്രിമ തെളിവ് ഉണ്ടാക്കി ജീവപര്യന്തം ശിക്ഷിക്കാൻ ഇടയായാൽ പട്ടികജാതിയിൽ/പട്ടികവർഗ്ഗത്തിൽപ്പെടാത്തയാൾക്ക് വധശിക്ഷ വിധിക്കാം. (വകുപ്പ് 3(2) പ്രസ്തുത നിയമത്തിലെ 7-ാം വകുപ്പനുസരിച്ച് കുറ്റവാളിയുടെ വസ്തുവകകൾ കണ്ടുകെട്ടാവുന്നതാണ്. 18-ാം വകുപ്പ് അനുസരിച്ച് മുൻകൂർ ജാമ്യം നല്കാൻ പാടില്ല.

5. The Transplantation of Human Organs Act-1994 (Act No 42 of 1994) ലെ വകുപ്പ് 3 r/w 18 of T O H O Act അനുസരിച്ച് 10 വർഷം വരെയാകാവുന്ന തടവോ 25 ലക്ഷം രൂപാവരെയുള്ള പിഴയോ ശിക്ഷയായി വിധിക്കാവുന്നതാണ് എന്നാൽ 19-ാം വകുപ്പ് അനുസരിച്ച് 7 വർഷം വരെയാകാവുന്ന തടവോ 20,000/- രൂപാ വരെയുള്ള പിഴയോ വിധിക്കാവുന്നതാണ്. 20-ാം വകുപ്പ് പ്രകാരം 3 വർഷം വരെ ആകാവുന്ന തടവോ 5000/- രൂപാവരെയുള്ള പിഴയോ വിധിക്കാവുന്നതാണ്.

ഇന്ത്യയിൽ ഇപ്പോൾ നിലവിലുള്ള നിയമങ്ങളിൽ പറയുന്ന ശിക്ഷകൾക്ക് പിന്നിലുള്ള പിഴ നിശ്ചയിക്കൽ തത്ത്വങ്ങൾ-മൂല്യങ്ങൾ-ഉദ്ദേശ്യങ്ങൾ-ലക്ഷ്യങ്ങൾ എന്തൊക്കെയാണെന്ന് പറയാൻ കഴിയുന്നില്ല. 24 മണിക്കൂർ മുതൽ ജീവിതാവസാനം വരെയുള്ള തടവുശിക്ഷ കൊടുക്കാം. 10/- രൂപാ മുതൽ 25 ലക്ഷം വരെയുള്ള പിഴശിക്ഷ വിധിക്കാം. ഒരുമാസത്തെ തടവിന് ചില നിയമങ്ങളിൽ 200/- രൂപയാണെങ്കിൽ വേറെ നിയമങ്ങളിലത് 2,000/- രൂപയോ 20,000/- രൂപയോ 2,00,000/- രൂപയോ ആയെന്നിരിക്കും. ആരാണ് ഈ തടവും പിഴയും ശിക്ഷയായി നിശ്ചയിക്കുന്നത്? നിയമനിർമ്മാണ സഭയാണെന്ന് താത്ത്വികമായി പറയാമെങ്കിലും ശിക്ഷ നിർണ്ണയിക്കുന്നവർക്ക് ശിക്ഷാശാസ്ത്രതത്ത്വങ്ങൾ വ്യക്തമായി അറി

യാമോ എന്നറിയില്ല. ഒരു കുറ്റം നിർവ്വചിച്ച് എഴുതുമ്പോൾ അതിന് അപ്പോൾ അവർക്ക് തോന്നുന്ന ശിക്ഷയും എഴുതിവയ്ക്കുന്നു. അത്ര തന്നെ.

നിയമങ്ങളിൽ കാണിക്കുന്ന ശിക്ഷകൾ വിധിക്കുന്ന കോടതി എങ്ങനെ കുറ്റവാളികൾക്ക് കൊടുക്കുന്നു? ശിക്ഷ ശിക്ഷയ്ക്കുവേണ്ടി യാണോ അത് രക്ഷയ്ക്ക് വേണ്ടിയാണോ എന്ന ചോദ്യത്തിന് ഇപ്പോഴും ഉത്തരം കിട്ടാതെ അത് ചോദ്യമായിത്തന്നെ നിലനില്ക്കുന്നു. ജഡ്ജി പറയുന്നതാണ് നിയമം എന്ന് സമ്മതിക്കുന്ന നീതിന്യായ വ്യവസ്ഥിതി യിൽ ജഡ്ജി വിധിക്കുന്നതാണ് ശിക്ഷയെന്ന് സമ്മതിക്കുന്നു. വധശിക്ഷ ചിലപ്പോൾ ജീവപര്യന്തംവരെയാവാം; ജീവപര്യന്തശിക്ഷ ചിലപ്പോൾ ഏതാനും വർഷത്തിലൊതുക്കുന്ന തടവാകാം, ഏതാനും വർഷത്തിലേത് ഏതാനും മാസമായി ചുരുങ്ങാം-ചിലപ്പോഴത് പഴശിക്ഷയായി മാറാം. പിഴശിക്ഷ 10 രൂപാ മുതൽ 25 ലക്ഷം വരെയാവാം. ജഡ്ജിക്കിഷ്ടമാ ണെങ്കിൽ, ശിക്ഷിക്കാതെ വിടാം. സംശയത്തിന്റെ ആനുകൂല്യം കൊടു ക്കാം. എല്ലാ മാന്യതയും കുറ്റവാളിക്ക് നല്കി അയാൾ തികഞ്ഞ നിരപ രാധിയാണെന്ന് വിധിക്കാം. ഇവയ്ക്കെല്ലാം പിന്നിൽ, വിധിയെഴുതുന്ന ജഡ്ജിയുടെ വ്യക്തിത്വം, മാനസികാവസ്ഥ, മൂല്യബോധം, ചിന്താഗതി, സാമൂഹ്യപശ്ചാത്തലം, നിയമത്തിലും ശിക്ഷാശാസ്ത്രത്തിലുമുള്ള അറി വ്, അധികാര മനസ്സ്-തുടങ്ങി പലതും കാരണമാകാം. മറ്റുള്ളവരുടെ ചെയ്തികളെക്കുറിച്ച് വിധിയെഴുതാൻ എല്ലാവർക്കും കഴിയും. എന്നാൽ ഒരാൾ എഴുതുന്ന വിധി നീതിയാണോ എന്നതാണ് പലപ്പോഴും തർക്ക വിഷയമാകുന്നത്. പലവിധികളും അപ്പീലിൽ മാറ്റപ്പെടുന്നുവെന്നത് കാണുമ്പോൾ ആരുടെ വിധിയാണ് യഥാർത്ഥ നീതിയെന്ന ചോദ്യം ഉത്ത രമില്ലാതെ അവിടെ നിലകൊള്ളുന്നു.

ഭാര്യയുമായി പിണങ്ങിക്കഴിയുന്ന ഒരു ജഡ്ജിയുടെ കോടതിയിൽ വരുന്ന വിവാഹമോചനക്കേസുകളുടെ വിധികൾ എങ്ങനെയായിരിക്കും? ഭാര്യയുമായി ഇണങ്ങി ജീവിക്കുന്ന ജഡ്ജിയുടെ വിധികളോ? സ്ത്രീകൾ ക്കെതിരെയുള്ള കുറ്റകൃത്യങ്ങൾ വിചാരണചെയ്തു വിധി പറയേണ്ടത് സ്ത്രീകളായ ജഡ്ജിമാരാണെങ്കിൽ അവരുടെ വിധിന്യായം എങ്ങനെ യായിരിക്കും?- പുരുഷന്മാരായ ജഡ്ജിമാരാണെങ്കിലോ? മുംബെയിൽ നടത്തിയ ഒരു പഠനത്തിൽ കണ്ടത് ആരേയും അത്ഭുതപ്പെടുത്തുംവിധ മുള്ള നിഗമനങ്ങൾ ആയിരുന്നു. വനിതാ ജഡ്ജിമാർ പൊതുവേ (പുരുഷ ജഡ്ജിമാരെ താരതമ്യപ്പെടുത്തിയപ്പോൾ) കൂടുതൽ കഠിനമായ ശിക്ഷ വിധിച്ചിരുന്നില്ല എന്ന് കണ്ടെത്തിയിരുന്നു. എന്തിനധികം? അഴിമതിക്കാ രായ ജഡ്ജിമാർ അഴിമതിക്കേസുകളിൽ എങ്ങനെയുള്ള വിധിന്യായങ്ങ ളാവും പുറപ്പെടുവിക്കുക? വിവരവും വിജ്ഞാനവും വായനയും കുറവു ള്ള ന്യായാധിപന്മാർ പ്രഗത്ഭരായ അഭിഭാഷകർ വാദിക്കുന്ന കേസുക ളിൽ പറയുന്ന വിധി ആർക്ക് അനുകൂലമായിരിക്കും? ശിക്ഷിക്കപ്പെട്ടു ജയി ലുകളിൽ വരുന്നവരിൽ അധികംപേരും നിർദ്ധനരായ സാധാരണക്കാർ

ആകുന്നത് എന്തുകൊണ്ടാണ്? വധശിക്ഷയ്ക്ക് വിധിക്കപ്പെട്ടു ജയിലുകളിൽ കഴിയുന്നവരിൽ ഭൂരിപക്ഷവും ദളിതരോ കീഴ്ജാതിക്കാരോ ആണെന്ന് വന്നാൽ? അമേരിക്കയിൽ വധശിക്ഷയ്ക്ക് വിധിക്കപ്പെട്ടവരിൽ ബഹുഭൂരിപക്ഷവും കറുത്തവർഗ്ഗക്കാരായിരുന്നു. വിധിയെഴുതുന്ന ന്യായാധിപന്റെ തൊലിയുടെ നിറം വിധിന്യായങ്ങളുടെ ഗുണമേന്മ നിശ്ചയിക്കുമായിരുന്നോ? ഇന്ത്യയിൽ ജാതി-ഉപജാതി വ്യവസ്ഥ നിലനില്ക്കുന്നുണ്ട്. അത് വിധിന്യായങ്ങളെ ബാധിക്കുന്നുണ്ടോ? എന്തായാലും, ഒരു കാര്യം തീർച്ചയാണ്. ചില ജഡ്ജിമാർ ശിക്ഷിക്കണമെന്ന് മനസ്സുള്ളവരും വേറെ കുറെപേർ ശിക്ഷ ആവശ്യത്തിനുമാത്രം മതിയെന്ന് കരുതുന്നവരുമാണ്. രാഷ്ട്രീയക്കാരെ അധികമായി ശിക്ഷിക്കാത്തതിന്റെ കാരണം? മത-സമുദായ നേതാക്കൾക്കെതിരെയുള്ള കേസുകൾ ശിക്ഷിക്കപ്പെടാതെയിരിക്കാൻ കാരണം? ചില ന്യായാധിപന്മാർ പൊലീസിനെ വളരെ കൂടുതൽ അനുകൂലിക്കുന്നവരാണോ? സുപ്രീം കോടതിയിലെ ഒരു മുഖ്യ ന്യായാധിപൻ എന്താണ് പറഞ്ഞത്? ഇന്ത്യയിലെ 20% ന്യായാധിപന്മാരും അഴിമതിക്ക് വിധേയരാകുന്നവരാണെന്ന്. എന്താണ് ഇതിൽനിന്നും മനസ്സിലാക്കേണ്ടത്?

അവ്യക്തമായ നിയമങ്ങൾ-ന്യായീകരണമില്ലാത്ത ശിക്ഷകൾ-നീതീകരിക്കാനാവാത്ത നിധിന്യായങ്ങൾ! ഈ സാഹചര്യത്തിൽ ജയിൽ ശിക്ഷയ്ക്ക് വിധേയരായി ശിക്ഷയനുഭവിക്കുന്നവർക്ക് സ്വഭാവരൂപീകരണം വരുമെന്ന് കരുതാനാകുമോ?- സ്വഭാവ നവീകരണം ഉറപ്പാക്കാനാവുമോ? വിധിന്യായങ്ങളിൽ കാണുന്ന തുല്യത-അന്തരങ്ങൾ ജയിലുകളിലെ അന്തേവാസികളിൽ അസ്വസ്ഥതയുണ്ടാക്കുന്നു. അത് അവരുടെ മാനസാന്തരത്തിന് വിഘാതം സൃഷ്ടിക്കുന്നുവെന്ന് ഇന്ത്യയുടെ പരമോന്നത നീതിപീഠം തന്നെ ഒരിക്കൽ നിരീക്ഷിക്കുകയുണ്ടായി. ആയിരം കുറ്റവാളികൾ വെറുതെപോയാലും ഒരു നിരപരാധിപോലും ശിക്ഷിക്കപ്പെടരുതെന്ന തത്ത്വം സ്വീകരിച്ച് വിധിയെഴുതുന്ന ന്യായാധിപന്മാർ ശിക്ഷിച്ച് ജയിലുകളിലേക്ക് അയക്കുന്നവരിൽ നിരപരാധികൾ ഉണ്ടെന്ന് വന്നാൽ? 5% ൽ കൂടുതൽ അന്തേവാസികൾ നിരപരാധികളാണെന്ന് ചില ശിക്ഷാശാസ്ത്രഗവേഷണങ്ങളിൽ കാണുന്നു. ജഡ്ജിമാരും ഉന്നതഉദ്യോഗസ്ഥരും രാഷ്ട്രീയ നേതാക്കളും തമ്മിലുള്ള അവിഹിതകൂട്ടുകെട്ട് മാധ്യമങ്ങളിൽ ചർച്ച ചെയ്യപ്പെടുന്നുണ്ട്. അവർ നടത്തുന്ന ചങ്ങാത്ത കുറ്റങ്ങൾ (Nexus Crimes) ഇന്ന് രഹസ്യമല്ലാതായിട്ടുണ്ട്. ഉദ്യോഗസ്ഥരും അവരിൽ ഉന്നതരും തങ്ങളുടെ ജോലിക്കിടയിൽ നടത്തുന്ന 'നിയമം നടപ്പാക്കൽ കുറ്റങ്ങൾ' (Enforcement Crimes) അവഗണിക്കപ്പെടുന്നതായി കണ്ടുവരുന്നു. പൊലീസ് വകുപ്പിൽ അത്തരത്തിലുള്ള 600 ഓളം കുറ്റകൃത്യങ്ങളുണ്ടെന്ന് പറയപ്പെടുന്നു. പ്രൊസിക്യൂഷൻ വിഭാഗത്തിലോ? വിചാരണവേളയിലോ? വിധിന്യായം പറയുന്നതിലോ? ശിക്ഷിക്കപ്പെടാതെ പോകുന്ന കുറ്റങ്ങൾ ശിക്ഷിക്കപ്പെടുന്നവയുടെ പല ഇരട്ടിയാണെന്നാണ് ശിക്ഷാശാസ്ത്രപഠനങ്ങളിൽ കാണുന്നത്. വിധിയെഴുതുന്ന ന്യായാധി

പന്റെ മനഃസാക്ഷി-മൂല്യബോധം-ആദർശമേന്മ-ധാർമ്മികചിന്ത-നീതി ബോധം എങ്ങനെ? അതാണ് ശിക്ഷാശാസ്ത്രഗവേഷകർ ചോദിക്കുന്നത്.

മനുഷ്യനിർമ്മിതമായ കോടതികളിൽ വിധി പ്രസ്താവിക്കുന്ന ഏതൊരു ജഡ്ജിയും മനുഷ്യനാണ്. എല്ലാ മനുഷ്യരുടെ ശക്തിയും ദുർബ്ബലതയും അദ്ദേഹത്തിനുണ്ട്. അദ്ദേഹത്തെ ചുറ്റിപ്പറ്റി നില്ക്കുന്ന ലോകം-പൊലീസ്, പ്രോസിക്യൂട്ടർ, പ്രതിഭാഗം, മാധ്യമങ്ങൾ, ശിക്ഷാ സംവിധാനങ്ങൾ, നിയമങ്ങൾ, പരിശീലനം, വിജ്ഞാനം-നീതി നിർവ്വ ഹണത്തിൽ വലിയ പങ്കുവഹിക്കുന്നുണ്ട്. ജഡ്ജിമാരുടെ നിയമനം മുതൽ അവരുടെ പ്രതിബദ്ധത-പ്രവർത്തനങ്ങളിലെ സുതാര്യത ഇവ യൊക്കെ ചർച്ച ചെയ്യപ്പെടുന്നു. കോടതികളിൽ നടക്കുന്നത് ജനം കാണ ത്തക്കവിധത്തിലുള്ള സുതാര്യതയാണ് ഇന്നിന്റെ ആവശ്യം.

ജയിൽശിക്ഷയ്ക്ക് വിധിക്കപ്പെടുന്ന ഒരാൾ തടവുശിക്ഷയനുഭവിച്ചേ തീരൂ. ഒരാളെ തടവിലിടാൻ വേണ്ടിയുള്ള ജയിലുകൾ-കാരാഗൃഹങ്ങൾ-പണ്ടുകാലം മുതൽ ഭാരതത്തിൽ ഉണ്ടായിരുന്നുവെന്ന് മുൻ അദ്ധ്യായ ങ്ങളിൽ പറഞ്ഞിരുന്നു. സീതാദേവിയെ രാവണൻ കട്ടുകൊണ്ടുപോയി തടവിലാക്കിയ രാമായണജയിൽ സംവിധാനം മുതൽ ഇന്നു നാം കാണുന്ന കരുതൽ തടങ്കൽ വരെ-സിവിൽ തടവുകാർ ഉൾപ്പെടെയുള്ള സംവിധാ നങ്ങൾ ശിക്ഷാശാസ്ത്രപഠനത്തിൽ ഉൾപ്പെടുന്നു. കുറ്റവാളികളുടെ വിചാ രണ കഴിയുന്നതുവരെ-നാടുകടത്തൽ വരെ-ചാട്ടവാറടി തീരുന്നതുവ രെ-കൈകാലുകൾ വെട്ടിയെടുക്കുന്നതുവരെ-കണ്ണു ചൂഴുതു മാറ്റുന്നതു വരെ-ലിംഗം ഛേദിക്കുന്നതുവരെ-കാരാഗൃഹവാസം വേണ്ടെന്ന് കരുതു ന്നതുവരെ ജയിലുകളിൽ പാർപ്പിച്ചിരുന്ന ആ പഴയ കാലം വിടപറഞ്ഞു വെങ്കിലും ഇന്നും അവയുടെ പരിവർത്തനം വന്ന രീതികൾ നിലനില്ക്കു ന്നു. നേരത്തെ സൂചിപ്പിച്ചതുപോലെ 1704 ൽ ശിക്ഷാജയിലുകൾ യൂറോ പ്പിൽ വന്നുവെങ്കിലും ഇന്ത്യയിലത് എത്താൻ വീണ്ടും കാലമെടുത്തു. 1846 ലാണ് ഇന്ത്യയിൽ ആദ്യമായൊരു ശിക്ഷാജയിൽ ആഗ്രയിൽ പണി തീർത്തത്. 1860 നും 1900 നും ഇടയിൽ പല സ്ഥലങ്ങളിൽ ശിക്ഷാജയി ലുകൾ പണികഴിപ്പിച്ചു. 1846 നു മുമ്പും ഇന്ത്യയിൽ ജയിലുകൾ ഉണ്ടായി രുന്നു. എന്നാൽ, അവയിലെ ജീവിതം വളരെ കഷ്ടത അനുഭവിക്കും വിധമായിരുന്നു. ബ്രിട്ടീഷുകാരുടെ വരവോടെ ജയിൽ സംവിധാനത്തിൽ പല മാറ്റങ്ങൾ വരാൻ തുടങ്ങി. 1858 ൽ ഉണ്ടായ രാജകീയ വിളംബരം (Royal Proclamation) ഇന്ത്യയിലെ കുറ്റനീതി സംവിധാനത്തിന്റെ ഉത്തര വാദിത്വം ബ്രിട്ടീഷ് ഭരണത്തിന്റെ കീഴിലാക്കി. അങ്ങനെ 1860 ൽ ഇന്ത്യൻ ശിക്ഷാനിയമവും 1861 ൽ ക്രിമിനൽ നടപടിക്രമവും നിലവിൽ വന്നു. അതോടെ, ഇന്ത്യയിൽ 'ശിക്ഷാജയിലുകൾ' പ്രവർത്തനമാരംഭിച്ചു.

വെറുംതടവുകാർ, കഠിനതടവുകാർ, ജീവപര്യന്തം തടവുകാർ ജയി ലുകളിൽ വരാൻ തുടങ്ങിയതോടെ ജയിൽ പരിഷ്കരണം ആവശ്യമായി വന്നു. 1835 ൽതന്നെ ജയിലുകൾ പരിഷ്കരിക്കണമെന്ന ചിന്താഗതി ഉണ്ടാ യിയെങ്കിലും ഈസ്റ്റിന്ത്യാകമ്പനി ജയിലുകൾക്കായി പണം ചെലവിടാൻ

തയ്യാറായിരുന്നില്ല. അരുചിയുള്ള ഭക്ഷണം-അതുപോലും ആവശ്യത്തിനു കൊടുക്കാത്ത ജയിലിലെ വൃത്തിഹീനമായ സാഹചര്യത്തിൽ മൃഗതുല്യമായി മനുഷ്യർ ജീവിക്കേണ്ടി വന്നു. ആരും ശ്രദ്ധിക്കാനില്ലാത്ത-മതിയായ വസ്ത്രം പോലും കൊടുക്കാതിരുന്ന-രോഗം ചികിത്സിക്കാൻ പറ്റാത്ത ദുരവസ്ഥയിൽ കഴിയേണ്ടി വന്ന മനുഷ്യരുടെ ദുരിതങ്ങൾ കണ്ട മെക്കാളെ പ്രഭു സർക്കാരിന്റെ അടിയന്തര ശ്രദ്ധ മനുഷ്യത്വരഹിതമായ, ഭയാനക-അനുകമ്പാർഹമായ-അഹിതജയിൽ സാഹചര്യങ്ങളിലേക്ക് ക്ഷണിച്ചു. ഫലമോ? 1836 ൽ ജയിൽ സാഹചര്യങ്ങൾ പഠിച്ച് റിപ്പോർട്ട് നല്കാൻ ഒരു കമ്മിറ്റിയെ നിയോഗിച്ചു. ഇതായിരുന്നു ഇന്ത്യയിൽ ജയിൽ നവീകരണത്തിനായി നിയമിച്ച ആദ്യത്തെ കമ്മിറ്റിയും. 1838 ൽ പ്രസ്തുത കമ്മിറ്റി അതിന്റെ റിപ്പോർട്ടു സമർപ്പിച്ചു. ജയിലുകളിൽ ഉണ്ടായിരുന്ന അഴിമതികൾ, അച്ചടക്കരാഹിത്യം, തടവുകാരെ ജോലിക്ക് വിടുന്നതിലുള്ള നീതികേട് തുടങ്ങിയവയെ നിശിതമായി വിമർശിച്ച് തയ്യാറാക്കിയ റിപ്പോർട്ടിന്റെ അടിസ്ഥാനത്തിലായിരുന്നു 1846 ൽ ആഗ്രയിൽ ആദ്യത്തെ സെൻട്രൽ ജയിൽ പണി കഴിപ്പിച്ചത്. 1860 ൽ ഇന്ത്യൻ ശിക്ഷാനിയമം നടപ്പിൽ വന്നതോടെ തടവുശിക്ഷക്ക് കിട്ടിയ അമിതപ്രാധാന്യം കണക്കിലെടുത്ത് 1864 ൽ രണ്ടാമതൊരു ജയിൽ പരിഷ്കരണ കമ്മിറ്റി നിയമിക്കപ്പെട്ടു. അത് ജയിൽഭരണം (Jail Management) എങ്ങനെയായിരിക്കണമെന്ന് പഠിച്ച് നിർദ്ദേശങ്ങൾ കൊടുക്കാനായിരുന്നു. 1870 ൽ അന്നത്തെ ഇന്ത്യൻ സർക്കാർ പ്രിസൺസ് ആക്ട് (The Prisons Act) പാസാക്കി. 1894 ൽ, രണ്ടാമതൊരു പ്രിസൺസ് ആക്ട് പാസാക്കി. സത്യത്തിൽ, മുകളിൽ കാണിച്ച രണ്ട് ആക്ടുകൾ ആയിരുന്നു ഇന്ത്യൻ ജയിൽ സംവിധാനത്തിന്റെ അടിസ്ഥാനം തന്നെ. 1877 ൽ നിയമിച്ച മൂന്നാം ജയിൽ പരിഷ്കരണകമ്മിറ്റിയും 1889 ൽ നിയമിക്കപ്പെട്ട നാലാം ജയിൽ പരിഷ്കരണകമ്മിറ്റിയും നിർദ്ദേശിച്ച പരിഷ്കാരങ്ങൾ കൂടി കണക്കിലെടുത്ത് 1894 ൽ ഇന്ത്യയിൽ പ്രിസൺസ് ആക്ട് (The Prisons Act) പാസാക്കുകയുണ്ടായി.

1897 ൽ കുട്ടികൾക്കായി The Reformatory Act പാസാക്കി. ഉത്തർപ്രദേശിലെ ചുനാറിൽ ആദ്യത്തെ ദുർഗ്ഗുണ പരിഹാര പാഠശാല (The Reformatory School) പണി കഴിപ്പിച്ചു. 1919 ൽ അഖിലേന്ത്യാ ജയിൽ കമ്മിറ്റിയെ നിയമിച്ചു. പ്രസ്തുത കമ്മിറ്റിയുടെ നിർദ്ദേശങ്ങൾ അനുസരിച്ച് ബോസ്റ്റൽ സ്കൂൾ ആക്ട്, പ്രൊബേഷൻ ആക്ട് എന്നിവ പാസാക്കി.

1919 ൽ നിലവിൽ വന്ന ഗവൺമെന്റ് ഓഫ് ഇന്ത്യ ആക്ട് അനുസരിച്ച് ജയിലുകളുടെ ഭരണം ഇന്ത്യാഗവൺമെന്റിൽനിന്നും പ്രാദേശിക സർക്കാരിലേക്ക് വന്നു. അതോടെ, ജയിൽ പരിഷ്കാരങ്ങൾ തന്നെ ഏതാണ്ട് നിലച്ച അവസ്ഥയിൽ ആയി. 1935 ൽ പാസാക്കിയ ഗവൺമെന്റ് ഓഫ് ഇന്ത്യ ആക്ട് പ്രകാരം ജയിലുകൾ മന്ത്രിമാരുടെ നിയന്ത്രണത്തിൽ വന്നു. അതോടെ ജയിൽ പരിഷ്കാരങ്ങൾ വീണ്ടും തുടങ്ങി. നാളതുവരെ അവഗണിക്കപ്പെട്ടു കിടന്ന ജയിൽ പരിഷ്കാരങ്ങൾ പുനർജ്ജീവി

പ്പിച്ചതിന്റെ ഫലമായി മൂന്നു കമ്മിറ്റികൾ തുടർച്ചയായി നിയമിക്കപ്പെട്ടു. അങ്ങനെ മൂന്നു ആക്ട് നിലവിൽ വന്ന് നിയമമായി. അവയിൽ ആദ്യത്തെ കമ്മിറ്റി വിദഗ്ദ്ധർ ഉൾക്കൊണ്ടതായിരുന്നു. രണ്ടാമത്തെ കമ്മിറ്റിയിൽ പ്രാദേശിക സർക്കാരിലെ പ്രതിനിധികൾ ഉണ്ടായിരുന്നു. 1939 ൽ നിയമിക്കപ്പെട്ട മൂന്നാമത്തെ കമ്മിറ്റിയായിരുന്നു. 'Departmental Jail Committee.' അതോടെ, ഇന്ത്യയിലെ ജയിലുകൾക്ക് ഏതാണ്ടൊരു രൂപമൊക്കെയുണ്ടായി എന്ന് ശിക്ഷാശാസ്ത്രഗവേഷകർ വിലയിരുത്തുന്നു.

1951 ൽ ഇന്ത്യാഗവൺമെന്റ് ഐക്യരാഷ്ട്രസഭയുടെ വിദഗ്ദ്ധ സേവനം ആവശ്യപ്പെട്ടതനുസരിച്ച് ഒരു യു എൻ വിദഗ്ദ്ധൻ നിർദ്ദേശങ്ങൾ സമർപ്പിക്കാനായി ഇന്ത്യയിൽ വന്നു. അദ്ദേഹം ജയിൽ ഉദ്യോഗസ്ഥർക്കായി ഒരു പരിശീലന പദ്ധതിക്ക് രൂപം നല്കി. അദ്ദേഹം നല്കിയ പരിശീലനത്തോടൊപ്പം സർക്കാരിന് ജയിൽഭരണം പരിഷ്കരിക്കാനായി ചില ക്രിയാത്മകനിർദ്ദേശങ്ങൾ കൂടി സമർപ്പിച്ചു. അങ്ങനെ ഇവിടെ ജയിൽ പരിഷ്കരണവും ആധുനികവല്ക്കരണവും തുടങ്ങി. ഐക്യരാഷ്ട്ര സംഘടന അപ്പോഴേക്കും അംഗീകരിച്ച Standard Minimum Rules for the Treatment of Prisoners പിന്നീടുള്ള പരിഷ്കാരങ്ങൾക്ക് സഹായമായി. ഐക്യരാഷ്ട്ര സംഘടനയുടെ വിദഗ്ദ്ധ ഉപദേശപ്രകാരം ഡൽഹിയിൽ Central Bureau of Correctional Services സ്ഥാപിക്കപ്പെട്ടു. തുടർന്ന് ജയിൽ മാനുവൽ പരിഷ്കരിക്കാൻ തുടങ്ങി. 1957 ൽ ഇന്ത്യാസർക്കാർ ജയിൽ മാനുവൽ ഉണ്ടാക്കാൻ അഖിലേന്ത്യാ ജയിൽ കമ്മിറ്റിയെ നിയമിച്ചു. ആ കമ്മിറ്റിയോട് പ്രിസൺ ആക്ട് പരിഷ്കരിക്കാനുള്ള നിർദ്ദേശങ്ങൾ കൂടി സമർപ്പിക്കാൻ ആവശ്യപ്പെട്ടു. 1959 ൽ കമ്മിറ്റി റിപ്പോർട്ടു സമർപ്പിച്ചു. അങ്ങനെ 1960 മുതൽ പലവിധത്തിലുള്ള പരിഷ്കാരങ്ങളും ഇന്ത്യൻ ജയിലുകളിൽ നടപ്പാക്കാൻ തുടങ്ങി. അതിന്റെ ഫലമായി തുറന്ന ജയിലുകൾ ആരംഭിച്ചു. ജയിലുകളിൽ ചെയ്യുന്ന ജോലികളുടെ സ്വഭാവത്തിൽ മാറ്റങ്ങൾ വന്നു. സംസ്ഥാനങ്ങളിൽ മാതൃകാജയിലുകൾ തുടങ്ങി. ക്രിയാത്മകമായ പല പരിവർത്തനങ്ങളും ജയിൽസംവിധാനത്തിൽ ആവശ്യമാണെന്നു അംഗീകരിച്ചു. അതനുസരിച്ചുള്ള കർമ്മപദ്ധതികൾക്കു രൂപം നല്കി. നയത്തിൽ വ്യത്യാസങ്ങൾ കാണാൻ തുടങ്ങി. സർക്കാരിന്റെ നയമാറ്റത്തോടൊപ്പം ഇന്ത്യയിലെ സുപ്രീം കോടതിയെടുത്ത പല തീരുമാനങ്ങളും ജയിൽ പരിഷ്കരണത്തിന് ഉപകാരപ്പെട്ടു. അന്തേവാസികളുടെ മാനസാന്തരം–അതാണ് ജയിൽ ശിക്ഷയുടെ ലക്ഷ്യമെന്ന് വന്നതോടെ വിദ്യാഭ്യാസം, തൊഴിൽ, തൊഴിൽ പരിശീലനം, അച്ചടക്കം, ധാർമ്മികമൂല്യവളർച്ച എന്നിവയ്ക്ക് വലിയ ഊന്നൽ നല്കിയുള്ള പല പദ്ധതികളും നടപ്പാക്കാൻ തുടങ്ങി. അതിനായുള്ള ഉദ്യോഗസ്ഥരെ പ്രത്യേകം നിയമിക്കാൻ തീരുമാനിക്കുകയും ചെയ്തു.

മുതിർന്ന പൗരന്മാർക്കുള്ള ജയിലുകൾ കൂടാതെ കുട്ടികൾക്കായുള്ള പ്രത്യേക സ്ഥാപനങ്ങൾ നിർമ്മിക്കാൻ തീരുമാനമായി. 1960 ൽ കേന്ദ്ര സർക്കാർ കുട്ടികൾക്കു നീതി നല്കാനായി സെൻട്രൽ ചിൽഡ്രൻസ്

ആക്ട് പാസാക്കി. പ്രത്യേക കോടതികൾ കുട്ടികൾക്കായി സ്ഥാപിക്കപ്പെട്ടു. കാര്യങ്ങൾ അത്തരത്തിലൊക്കെയാക്കാൻ ശ്രമം നടന്നുവെങ്കിലും അവയൊന്നും സംതൃപ്തി തരുന്ന വിധത്തിലായിരുന്നില്ല എന്ന വസ്തുത നിർഭാഗ്യകരമാണെന്ന് ശിക്ഷാശാസ്ത്ര പഠനങ്ങളിൽ കാണുന്നു. പരോൾ സമ്പ്രദായം, പ്രൊബേഷൻ പദ്ധതി, തടവുകാലത്ത് വീട്ടിൽ പോകാനുള്ള അനുവാദം, ജയിൽവാസാനന്തരമുള്ള സേവനങ്ങൾ തുടങ്ങി ലോകത്തിന്റെ പലഭാഗങ്ങളിലും നടപ്പിലാക്കുന്ന നല്ല പരിപാടികളും പദ്ധതികളും ഇന്ത്യയിൽ കൊണ്ടുവരുന്നുണ്ടെങ്കിലും അവ ഉദ്ദേശിക്കുന്ന വിജയം ഉറപ്പായി തരുന്നുണ്ടോയെന്ന കാര്യത്തിൽ തർക്കം നിലനില്ക്കുന്നു.

ഇന്ത്യയിലെ ജയിലുകളെ രണ്ടായി തരംതിരിക്കുന്നു. (i) സെൻട്രൽ ജയിൽ, (ii) അനുബന്ധ ജയിൽ (Central Jails, Subsidiary Sub Jails) എന്നാണവ അറിയപ്പെടുന്നത്. 1000 അന്തേവാസികളെ താമസിപ്പിക്കാൻ സൗകര്യങ്ങളുള്ള ജയിലുകളെയാണ് സെൻട്രൽ ജയിലുകൾ എന്ന് പൊതുവേ പറയുന്നത്. ഒരു വർഷമോ അതിൽ കൂടുതലോ തടവുശിക്ഷ അനുഭവിക്കാൻ വിധിക്കപ്പെട്ടവരെയാണ് സാധാരണ സെൻട്രൽ ജയിലുകളിലേക്ക് അയക്കാറ്. തത്ത്വത്തിൽ അങ്ങനെയൊക്കെയാണെങ്കിലും ഇന്ത്യയിലെ പല സെൻട്രൽ ജയിലുകളിലും 1000 ൽ അധികം അന്തേവാസികളെ കാണാവുന്നതാണ്. ചിലപ്പോഴവർ 1700–1800 പേർ വരെ ആകാറുമുണ്ട്.

സെൻട്രൽ ജയിലുകൾ പൊതുവെ നഗരങ്ങളുടെ പ്രാന്തപ്രദേശങ്ങളിലാണ് കാണപ്പെടുന്നത്. എന്നാൽ ജില്ലാതലങ്ങളിലും താലൂക്ക് അടിസ്ഥാനത്തിലും ജയിലുകൾ പണിയേണ്ട സാഹചര്യങ്ങൾ നിലനില്ക്കുന്നു. അവയെ ജില്ലാ ജയിലുകൾ- അനുബന്ധ (sub.jail) ജയിലുകൾ എന്നറിയപ്പെടുന്നു. അനുബന്ധ ജയിലുകളെ അഞ്ചായി തരംതിരിച്ചിട്ടുണ്ട്. അനുബന്ധ ജയിൽ–ക്ലാസ് 1 ആണെങ്കിൽ അതിൽ 500 നും 1000 നും ഇടയിൽ അന്തേവാസികളെ പാർപ്പിക്കാനുള്ള സൗകര്യങ്ങൾ ഉണ്ടായിരിക്കണം. അനുബന്ധ ജയിൽ–ക്ലാസ് 2 ആണെങ്കിൽ 300–500 അന്തേവാസികളും അനുബന്ധജയിൽ–ക്ലാസ് 3 ആണെങ്കിൽ 150–300 അന്തേവാസികളും അനുബന്ധ ജയിൽ–4 ആണെങ്കിൽ 100–150 അന്തേവാസികളും അനുബന്ധജയിൽ–5 ആണെങ്കിൽ 100 ൽ താഴെ അന്തേവാസികളും ഉണ്ടായിരിക്കും. അവർക്കാവശ്യമായ ശൗചാലയങ്ങൾ, കുളിസൗകര്യങ്ങൾ, ഭക്ഷണശാല, കിടപ്പുമുറികൾ, ഉദ്യോഗസ്ഥർ വേണമെന്നർത്ഥം.

ജയിലുകളിൽ വസിക്കുന്നവരിൽ വിചാരണത്തടവുകാരാണ് ശിക്ഷിച്ച് കിടക്കുന്നവരേക്കാൾ കൂടുതൽ എന്ന യാഥാർത്ഥ്യം നിലനില്ക്കുന്നു. വിചാരണത്തടവുകാർ ഹ്രസ്വകാലത്തേക്ക് വരുന്നവരാണ്. പലരും ജാമ്യം നേടി ജയിലിന് വെളിയിൽ പോകുന്നു. കുറേ പേർ ജാമ്യം കിട്ടാതെ, ജാമ്യത്തിൽ കൊണ്ടുപോകാൻ ജാമ്യക്കാരില്ലാതെ അവിടെ വസിക്കുന്നവരായിരിക്കും. അഞ്ചും ആറും വർഷം അത്തരത്തിൽ വിചാരണത്തടവുകാ

രായി കഴിയുന്നവരുമുണ്ട്.

ജയിൽസൂപ്രണ്ട് ആണ് ജയിലിന്റെ മേലധികാരി. അദ്ദേഹത്തെ സഹായിക്കാനായി ഡോക്ടർ, ജയിലർ, ഡപ്യൂട്ടി ജയിലർ, അസി. ജയിലർ, വെൽഫെയർ ഓഫീസർ, അദ്ധ്യാപകർ, ഹെഡ് വാർഡർ, വാർഡന്മാർ, തൊഴിൽ പരിശീലകർ തുടങ്ങിയ ഉദ്യോഗസ്ഥവൃന്ദം ജയിലുകളുടെ വലുപ്പചെറുപ്പമനുസരിച്ച് പ്രവർത്തിക്കുന്നുണ്ട്. അന്തേവാസികളിൽ–അവരുടെ സ്വഭാവത്തിന്റെ മേന്മയും പെരുമാറ്റത്തിന്റെ മഹിമയും അനുസരിച്ച്–തെരഞ്ഞെടുക്കപ്പെട്ടവർ ഉദ്യോഗസ്ഥരെ സഹായിക്കാനായി നിയമിക്കപ്പെടുന്നുണ്ട്. അത്തരക്കാരെ ജയിലുകളിലെ പല സ്ഥലത്തും –ആഫീസിൽ, ആശുപത്രിയിൽ, തൊഴിൽശാലകളിൽ, സാധനസാമഗ്രികൾ സൂക്ഷിക്കുന്നിടത്ത്, ഭക്ഷണം പാകം ചെയ്യുന്ന അടുക്കളയിൽ – കാണാവുന്നതാണ്.

ജയിൽസംവിധാനം കേരളത്തിൽ

കേരളത്തിലെ ജയിൽസംവിധാനത്തിന് നൂറ്റാണ്ടുകളുടെ പഴക്കമുണ്ട്. 1862 തിരുവിതാംകൂറിൽ അത് തുടങ്ങുന്നു. 1873 ൽ തിരുവനന്തപുരത്ത് ഒരു സെൻട്രൽ ജയിൽ അനുവദിച്ചു. കോട്ടക്കകത്ത് നായർ ബ്രിഗേഡിയർ താമസിച്ചിരുന്ന കെട്ടിടത്തിൽ അത് പ്രവർത്തനമാരംഭിച്ചു. 1886 സെപ്തംബറിൽ പൂജപ്പുരയിലേക്ക് മാറ്റി. അതുകൂടാതെ, ഒരു മാസത്തിൽ താഴെയാണ് തടവുശിക്ഷയ്ക്കു വിധിക്കപ്പെട്ടതെങ്കിൽ അക്കൂട്ടരെ പൊലീസ് സ്റ്റേഷനിൽ ഉണ്ടായിരുന്ന ലോക്കപ്പുകളിൽ താമസിപ്പിച്ചിരുന്നു.

1949 ൽ തിരുവിതാംകൂർ–കൊച്ചി സംസ്ഥാനം രൂപീകരിച്ചപ്പോൾ തിരുവനന്തപുരത്തും വിയ്യൂരും രണ്ട് സെൻട്രൽ ജയിലുകൾ പ്രവർത്തിച്ചു. കൊച്ചിയിൽ 7 സബ് ജയിലുകളും കൂടാതെ അവിടെയുണ്ടായിരുന്ന പൊലീസ് ലോക്കപ്പുകളും അപ്പോൾ ഉണ്ടായിരുന്നു. 1956 ൽ കേരളം രൂപീകരിച്ചപ്പോൾ മലബാർ മേഖലയും കൂട്ടിച്ചേർക്കപ്പെട്ടു. 1869 ൽ സ്ഥാപിതമായ കണ്ണൂർ സെൻട്രൽ ജയിലും അതോടെ കേരളത്തിന്റേതായി. 1861 ലാണ് കോഴിക്കോട് ജില്ലാ ജയിൽ പ്രവർത്തിക്കാൻ തുടങ്ങിയത്. 1961 ൽ തിരുവനന്തപുരത്തിനടുത്ത് നെട്ടുകാൽത്തേരിയിൽ ആദ്യത്തെ തുറന്ന ജയിലും 1962 ൽ നെയ്യാറ്റിൻകരയിൽ ആദ്യത്തെ വനിതാജയിലും പ്രവർത്തനം ആരംഭിച്ചു. 1953 ലാണ് ആദ്യത്തെ ഇൻസ്പെക്ടർ ജനറൽ ഓഫ് പ്രിസൺസ് ജയിൽ മേധാവിയായി നിയമിതനായത്.

19–ാം നൂറ്റാണ്ടിന്റെ ആരംഭദശയിൽ തലശ്ശേരിയിൽ ജയിലുകൾ പ്രവർത്തിച്ചിരുന്നു. തടവുകാരെ റോഡ് പണിക്കായി വിടുക പതിവായിരുന്നു. 19–ാം നൂറ്റാണ്ടിന്റെ മദ്ധ്യത്തിൽ, ആ പ്രദേശത്ത് പടർന്നു പിടിച്ച മസൂരിരോഗവും കോളറയും മൂലം വളരെയേറെ തടവുകാർ മരണപ്പെട്ടു. 1885 ൽ തലശ്ശേരിയിലെ ജയിൽ നിറുത്തലാക്കി. 1869 ൽ പണി കഴിപ്പിച്ച കണ്ണൂർ സെൻട്രൽ ജയിലിൽ കൂടുതൽ തടവുകാരെ പാർപ്പിക്കാൻ തീരു

മാനിച്ചു. 1062 പേരെ താമസിപ്പിക്കാനുള്ള സൗകര്യമേ ഉണ്ടായിരുന്നുള്ളൂ. സൗത്ത് കാനറ (South Canara) ജില്ലയിലുള്ള തടവുകാരേയും കണ്ണൂർ സെൻട്രൽ ജയിലിൽ സ്വീകരിക്കേണ്ടിവന്ന സ്ഥിതിവിശേഷം വന്നപ്പോൾ 1930 കളിൽ കണ്ണൂർ സെൻട്രൽ ജയിൽ വികസിപ്പിച്ച് 1684 തടവുകാരെ പാർപ്പിക്കാൻ കഴിയുംവിധം വലുതാക്കി. ശിക്ഷിക്കപ്പെട്ടു ജയിലിൽ കഴിയുന്നവരെ കൂടാതെ വിചാരണത്തടവുകാരെയും സിവിൽ തടവുകാരെയും പാർപ്പിക്കാനുള്ള പ്രത്യേക സൗകര്യങ്ങളും കണ്ണൂർ ജയിലിനുണ്ട്.

വിയ്യൂർ (തൃശൂർ) ജയിലിൽ 520 തടവുകാരെ പാർപ്പിക്കാനുള്ള സൗകര്യമാണുള്ളത്. ദീർഘകാലത്തേക്ക് ശിക്ഷിക്കപ്പെടുന്ന സ്ഥിരം കുറ്റവാളികളെയാണ് പൊതുവെ വിയ്യൂർ ജയിലിൽ താമസിപ്പിക്കുന്നത്. അവിടെ വേറൊരു സ്പെഷ്യൽ ജയിലും അനുബന്ധ (sub jail) ജയിലും ഉണ്ട്. 300 വർഷം മുൻപ് ശ്രീ വടക്കുംനാഥൻ ക്ഷേത്രത്തിന് മുൻപിൽ ഒരു ജയിൽ പ്രവർത്തിച്ചിരുന്നു. ശക്തൻ തമ്പുരാന്റെ ഭരണകാലത്ത് കൊച്ചിരാജ്യത്തിൽ 'കുടമാറ്റം' നടത്തിയിരുന്നത് തടവുകാരുടെ ആവശ്യപ്രകാരം ആ ജയിൽ പരിസരത്തായിരുന്നു. 1914 ൽ ക്ഷേത്ര അധികാരികളുടെ നിർബ്ബന്ധംമൂലം അവിടെ പ്രവർത്തിച്ചിരുന്ന ജയിൽ തൊട്ടടുത്തുള്ള വിയ്യൂരിലേക്കുമാറ്റി. രാമവർമ്മ മഹാരാജാവിന്റെ ഭാര്യ നല്കിയ 1000 ഏക്കറോളം സ്ഥലത്തായിരുന്നു വിയ്യൂർ ജയിൽ സ്ഥാപിച്ചത്. ഒരു തടവുകാരന് 3.72 ചതുരശ്രമീറ്റർ തറയും 17 ഘനമീറ്റർ വായുവും കിട്ടത്തക്ക നിലയിലാണ് താമസസൗകര്യം ക്രമീകരിച്ചിരുന്നത്. 420 പുരുഷന്മാർക്കും 100 സ്ത്രീകൾക്കും താമസിക്കാമെങ്കിലും ശരാശരി 630 പുരുഷന്മാരും 30 സ്ത്രീകളുമാണ് തടവുകാരായി ജയിലിൽ ഒരു സമയത്ത് ഉണ്ടാവുക.

തിരുവനന്തപുരത്ത് പൂജപ്പുരയിലുള്ള സെൻട്രൽ ജയിലിൽ പലപ്പോഴും തടവുകാരുടെ ബാഹുല്യം കാണാനാകുന്നുണ്ട്. മൂന്നു സെൻട്രൽ ജയിലുകൾ കൂടാതെ സംസ്ഥാനത്തിപ്പോൾ 42 അനുബന്ധ ജയിലുകളും ഉണ്ട്. അവയിൽ തിരുവനന്തപുരം, കൊല്ലം, എറണാകുളം, കണ്ണൂർ, വിയ്യൂർ, ആലപ്പുഴ, കോട്ടയം, മാനന്തവാടി, ഹോസ്ദുർഗ് എന്നിവിടങ്ങളിൽ സ്ഥാപിതമായ ജില്ലാ ജയിലുകൾ മുകളിൽ പറഞ്ഞ അനുബന്ധ (sub-jails) ജയിലുകളിൽ ഉൾപ്പെടുന്നു. ചീമേനിയിൽ പ്രവർത്തിക്കുന്ന തുറന്ന ജയിലും മറ്റൊരു അനുബന്ധ ജയിലാണ്. ഏതെങ്കിലും ഒരു സമയത്ത് തടവുകാരുടെ കണക്കെടുത്താൽ വിചാരണത്തടവുകാരും ശിക്ഷാതടവുകാരും തമ്മിലുള്ള അനുപാതം ഏതാണ്ട് 3:2 ആണെന്നു കണ്ടുവരുന്നു.

മുതിർന്ന പൗരന്മാർക്കുള്ളതാണ് ജയിൽ. അതുകൊണ്ട് പ്രായത്തിന്റെ വ്യത്യാസമനുസരിച്ച് കുട്ടികൾക്ക്, മുതിർന്ന കുട്ടികൾക്ക്, യുവാക്കൾക്ക്, പ്രായപൂർത്തിയായവർക്ക് പ്രത്യേകം പ്രത്യേകം സ്ഥാപനങ്ങൾ നിലവിലുണ്ട്. സ്ത്രീകൾക്കും പുരുഷന്മാർക്കും പ്രത്യേക ജയിലുകൾ സ്ഥാപിച്ചിട്ടുണ്ട്. സിവിൽ, ക്രിമിനൽ, സുരക്ഷ, കരുതൽ തടങ്കൽ, രാഷ്ട്രീയം എന്നീ തലത്തിലും വിഭജിച്ചിട്ടുണ്ട്. സ്ഥിരം കുറ്റവാളികൾ

ആദ്യമായി കുറ്റം ചെയ്തവർ, ഹീനമായ കുറ്റം ചെയ്തവർ, നിസ്സാരകുറ്റകൃത്യങ്ങളിൽ ഏർപ്പെട്ടവർ, പ്രൊഫഷണൽ കുറ്റവാളികൾ, ഗുണ്ടകൾ, ബലാൽസംഗം ചെയ്തവർ, കൊലയാളികൾ, ഭവനഭേദനക്കാർ, പോക്കറ്റടിച്ചവർ തുടങ്ങി സമൂഹത്തിൽ കാണുന്ന കുറ്റവാളികളുടെ ഒരു കൂട്ടായ്മയാണ് ജയിലുകളിൽ കാണുന്നത്. തടവുശിക്ഷ വിധിച്ചതുകൊണ്ട് ആർക്ക്, എന്ത് ഗുണമെന്ന് കുറ്റകൃത്യശാസ്ത്രപണ്ഡിതരും ശിക്ഷാശാസ്ത്രഗവേഷകരും ചോദിക്കുന്നുണ്ട്. ഒരു കോടതിവിധിക്ക് നല്കാവുന്നതെന്താണ്? പ്രതികാരം മനസ്സിലുള്ളവർക്കുമാത്രം കിട്ടുന്ന ഒരു തരം മാനസിക സംതൃപ്തി! അതല്ല, കുറ്റവാളികളെ നല്ലവരാക്കി മാറ്റാൻ മനുഷ്യർ ഒരുമിക്കുന്ന ഒരു സൽപ്രവൃത്തി എന്നും കരുതുന്നവർ ഉണ്ട്.

ശിക്ഷാജയിലുകൾ വിശ്രമസ്ഥലങ്ങളല്ല, ചെയ്ത കുറ്റത്തിന്റെ ഗൗരവസ്വഭാവമനുസരിച്ച് കോടതികൾ വെറുംതടവും (ജോലി ചെയ്യണ്ട) കഠിനതടവും (ജോലി ചെയ്യണം) വിധിക്കാറുണ്ട്. ജോലിതന്നെ പല തരത്തിലുള്ളതാണ്. ചിലതിന് ജോലിഭാരം കൂടുതലാണെന്നർത്ഥം. ശാസ്ത്രീയ അടിസ്ഥാനത്തിൽ അന്തേവാസികളെ തരംതിരിക്കണമെന്നൊക്കെ അന്താരാഷ്ട്രതലത്തിൽ നിയമമുണ്ടെങ്കിലും ഇന്ത്യയിൽ അതൊന്നും പ്രായോഗികമാക്കിയിട്ടില്ല എന്നതാണ് സത്യം. അങ്ങനെയൊക്കെ ചെയ്യാനാവശ്യമായ വിദഗ്ദ്ധരായ ഉദ്യോഗസ്ഥരുമില്ല. വികസിതരാജ്യങ്ങളിൽ ആകെ ജയിലുകളിൽ ജോലിചെയ്യുന്നവരുടെ 30–35% പേർ വിദഗ്ദ്ധരായ മനഃശാസ്ത്രജ്ഞർ, സാമൂഹ്യ പ്രവർത്തകർ, തൊഴിൽ പരിശീലകർ, അദ്ധ്യാപകർ, ആരോഗ്യരംഗത്ത് പ്രവർത്തിക്കുന്നവരാണെങ്കിൽ ഇന്ത്യയിൽ 3–4% വരെയാണ് അത്തരത്തിലുള്ള വിദഗ്ദ്ധർ ഉള്ളതെന്ന പരാതി കേൾക്കാം. അങ്ങനെ വരുമ്പോൾ തടവുശിക്ഷ തടവുശിക്ഷയ്ക്കായി മാത്രം എന്ന രീതിയിലായിത്തീരുന്നു.

സ്ത്രീകൾക്കായുള്ള ജയിലുകൾ

സ്ത്രീകൾക്കായുള്ള പ്രത്യേക ജയിലുകൾ കേരളത്തിലുണ്ട്. അവ സെൻട്രൽ ജയിലുകൾക്ക് അനുബന്ധമായോ അല്ലാതെയോ പ്രവർത്തിക്കുന്നു. പുരുഷതടവുകാരെ അപേക്ഷിച്ച് സ്ത്രീത്തടവുകാർ വളരെ കുറവാണ്. അതുകൊണ്ടുതന്നെ അവർക്കായി പ്രത്യേക സ്വഭാവ നവീകരണ പദ്ധതികളൊന്നും നിലവിലില്ല. പ്രസവത്തിനു മുമ്പ് പ്രസവാനന്തര ശുശ്രൂഷകൾക്കുമുള്ള സൗകര്യങ്ങൾ ജയിലുകളിൽ ഉണ്ട്. സ്ത്രീകളുടെ ജയിലുകളുടെ ചുമതല ഒരു വനിതാസൂപ്രണ്ടിനാണ്. അവകളിൽ ജോലി ചെയ്യുന്നവരെല്ലാം സ്ത്രീകൾ ആണ്. പുരുഷന്മാർക്ക് അനുവാദമില്ലാതെ പ്രവേശനമില്ല. പ്രവേശിക്കുമ്പോൾ മറ്റു സ്ത്രീകളായ ഉദ്യോഗസ്ഥകൾ വേണമെന്ന് നിർബ്ബന്ധവും ഉണ്ട്.

വനിതാതടവുകാരെ അവരുടെ കുഞ്ഞുങ്ങളെ കാണാൻ അനുവദിക്കുകയെന്ന നയമാണ് പൊതുവെ സ്വീകരിച്ചു കാണുന്നത്. അതുകൊണ്ടു

തന്നെ സ്ത്രീകളെ ദീർഘകാലത്തേക്ക് ജയിലിലിടുകയെന്ന നയം ഗുണത്തേക്കാളേറെ ദോഷമേ ചെയ്യൂ. കുടുംബബന്ധങ്ങളിൽ നിന്നും -സ്വന്തം കുഞ്ഞുങ്ങളിൽ നിന്നും സ്ത്രീകൾ അകന്നു ദീർഘകാലം ജയിൽവാസം അനുഭവിക്കുകയെന്നത് അഭിലഷണീയമായ നയമായി കണക്കാക്കുന്നില്ല. ലൈംഗിക കുറ്റകൃത്യങ്ങൾക്ക് ശിക്ഷിക്കപ്പെട്ടു കിടക്കുന്ന സ്ത്രീകളുടെ കുഞ്ഞുങ്ങൾ അവിഹിത സന്തതികളാണെങ്കിലും അവർ കുറ്റരഹിത സാഹചര്യത്തിൽ ജീവിക്കേണ്ടവരാണ്. അവർക്ക് നല്ലൊരു ജീവിതസാഹചര്യം സമൂഹത്തിൽ ലഭിക്കേണ്ടതാണ്. വിചാരണത്തടവുകാരായ സ്ത്രീകൾക്ക് അവരുടെ കുഞ്ഞുങ്ങളെ കാണാനും അവരുമായി സമ്പർക്കപ്പെടാനും സാഹചര്യം കൊടുക്കേണ്ടതാണ്.

ജയിലിൽ കഴിയുന്ന തടവുകാരികളോടൊത്തു കഴിയുന്നവരുടെ കുഞ്ഞുങ്ങൾക്കാവശ്യമായ ഭക്ഷണം, താമസസൗകര്യങ്ങൾ, വൈദ്യസഹായം, വസ്ത്രം, വിദ്യാഭ്യാസം, ഉല്ലാസം-ഇവയൊക്കെ അന്താരാഷ്ട്രതത്ത്വങ്ങൾ അനുസരിച്ച് കൊടുക്കേണ്ടതാണ്. കുട്ടികളുടെ അവകാശങ്ങൾ അംഗീകരിച്ച രാജ്യമാണ് ഇന്ത്യ. ജയിലിലെ അന്തേവാസിയായ ഒരു അമ്മയിൽനിന്നും ജനിച്ച കുഞ്ഞിന്റെ ജനനസർട്ടിഫിക്കറ്റിൽ ജയിലിലാണ് ജനിച്ചതെന്ന് രേഖപ്പെടുത്താൻ പാടില്ലയെന്ന് സുപ്രീംകോടതി ഒരു വിധിയിൽ പറയുന്നു (R D Upadhyaya v state of Andhra Pradesh and others, AIR 2006 SC 1946). ആറുവയസ്സിനു മുകളിൽ പ്രായമായ കുഞ്ഞുങ്ങളെ അന്തേവാസികൾക്കൊപ്പം താമസിപ്പിക്കുകയില്ല. ജയിലിൽ നിലനില്ക്കുന്ന സാഹചര്യങ്ങൾ കുഞ്ഞുങ്ങളുടെ ശരിയായ വളർച്ചയ്ക്ക് ഗുണകരമല്ല എന്ന നയമാണുള്ളത്.

വനിതാതടവുകാരുടെ വിദ്യാഭ്യാസം, തൊഴിൽ പരിശീലനം, ധാർമ്മികമൂല്യവളർച്ച എന്നിവയ്ക്ക് വലിയ പ്രാധാന്യം കൊടുക്കുന്നില്ലെന്ന ആക്ഷേപം കേൾക്കാം. തയ്യൽ, നെല്ലുപുഴുങ്ങൽ, അരിയാക്കൽ, പാവനിർമ്മാണം, ചിത്രത്തയ്യൽ, ചിത്ര തുന്നലലങ്കാരം എന്നീ തൊഴിലുകളിൽ പരിശീലനം നല്കുന്നുണ്ടെങ്കിൽ അവയൊക്കെ ജയിൽവാസാനന്തരം അവരുടെ ജീവിതമാർഗ്ഗത്തിന് ഉപകാരപ്രദമാണോ എന്ന കാര്യത്തിൽ സംശയങ്ങൾ നിലനില്ക്കുന്നു.

തുറന്ന ജയിലുകൾ

ജയിലുകളെ മൂന്നായി തരംതിരിക്കാം. അവ (i) പരമാവധി സുരക്ഷിതത്വജയിൽ, (ii) തീവ്രത കുറഞ്ഞ സുരക്ഷിതത്വ ജയിൽ (iii) അല്പമാത്ര സുരക്ഷിതത്വജയിൽ. അവയിൽ ആദ്യവിഭാഗത്തിലാണ് തീവ്രവാദികൾ, ഭീകരവാദികൾ, മൗലികവാദികൾ എന്നീ കൂട്ടരെ അയക്കുന്നത്. കാരണം? അവർ ഒരു തരത്തിലും വിധത്തിലും ബാഹ്യലോകവുമായി ബന്ധം സ്ഥാപിക്കാൻ പാടില്ല. വളരെ പൊക്കമുള്ള ചുറ്റുമതിലുകളും അവയ്ക്ക് മുകളിൽ വൈദ്യുതി പ്രവഹിക്കുന്ന കമ്പികളുമൊക്കെ കൊടു

ത്തുള്ള അതീവ സുരക്ഷിതത്വം ഉറപ്പാക്കുന്ന ജയിലുകൾ. കേരളത്തിൽ അത്തരത്തിൽ-പൂർണ്ണരൂപത്തിലുള്ള അതീവ സുരക്ഷിതത്വജയിലുകൾ ഇല്ലെങ്കിലും വൻചുറ്റുമതിലുകൾ ഉള്ള ജയിലുകളുണ്ട്. സെൻട്രൽ ജയിലുകൾ അതീവസുരക്ഷ ഉറപ്പാക്കുന്നതാണെന്ന് കാണാം. മാവോയിസ്റ്റുകൾ, നക്സൽബാരികൾ, ഭീകരവാദികൾ തുടങ്ങി അതീവസുരക്ഷയിൽ വസിക്കുന്നവരുടെ സുരക്ഷ ഉറപ്പാക്കാനുള്ള സൗകര്യങ്ങൾ കേരളത്തിലെ ജയിലുകളിൽ ഉണ്ട്. എന്നാൽ, വിദേശ രാജ്യങ്ങളിൽ കാണുന്ന വിധത്തിലുള്ള തീവ്രത കുറഞ്ഞ സുതാര്യത കൂടുതലുള്ള-സുരക്ഷിത ജയിലുകൾ കേരളത്തിലില്ല. നെട്ടുകാൽത്തേരിയിലും ചീമേനിയിലും തുറന്ന ജയിലുകൾ പ്രവർത്തിക്കുന്നുണ്ട്. വൻചുറ്റുമതിലുകൾ, സായുധരായ സുരക്ഷാഭടന്മാർ, അതീവസുരക്ഷ ഉറപ്പാക്കുന്ന താഴുകളൊക്കെ ഇല്ലാതെ അന്തേവാസികൾ ഉത്തരവാദിത്വബോധത്തോടെ-അച്ചടക്കമുള്ളവരായി വസിക്കുന്ന ജയിലുകളെയാണ് തുറന്ന ജയിൽ എന്ന് പൊതുവെ വിളിക്കുക. അവരിൽ അർപ്പിച്ച വിശ്വാസവും അവർ അനുഭവിക്കുന്ന സ്വാതന്ത്ര്യവും നശിപ്പിക്കാതെ-ദുരുപയോഗിക്കാതെ ജീവിക്കാൻ പ്രാപ്തരാക്കുന്ന സംവിധാനമാണത്. അന്തേവാസികളുടെ വ്യക്തിത്വവികസനം-മാനസാന്തരം-സ്വഭാവരൂപീകരണം-നവീകണം എന്നിവ മാത്രമാണ് ഇത്തരത്തിലുള്ള ജയിലുകളുടെ ലക്ഷ്യം. ജയിൽവാസാനന്തരം അവർക്ക് സമൂഹത്തിൽ മാന്യമായ തരത്തിൽ പുനരധിവസിക്കാനുള്ള സൗകര്യങ്ങൾ പ്രദാനം ചെയ്യുകയെന്നതും മറ്റൊരു ഉദ്ദേശ്യം ആണ്. സുരക്ഷ കൂടുതലുള്ള ഏതെങ്കിലും ജയിലുകളിൽ താമസിച്ച് വേണ്ടത്ര സ്വഭാവമാറ്റം വന്ന -മൂല്യബോധം സിദ്ധിച്ച-അന്തേവാസികളെയാണ് സാധാരണയായി തുറന്ന ജയിലുകളിലേക്കയക്കുക. തുറന്ന ജയിലിലേക്കയക്കാനുള്ള യോഗ്യതയുള്ളവരാണ് എന്നു തെളിയിക്കണം. മാനസികവും സാമൂഹ്യവുമായ പരിശോധനകൾ നടത്തി ജയിൽ അധികാരികൾക്ക് ഉത്തമബോദ്ധ്യം വന്നാൽ മാത്രമേ ഒരാളെ തുറന്ന ജയിലിലേക്ക് അയക്കുകയുള്ളൂ.

അന്തേവാസികളുടെ പുനരധിവാസത്തിനായി-സമൂഹത്തിൽ മറ്റുള്ളവരുമായി ഇണങ്ങിപ്പോകാൻ പ്രാപ്തരാക്കുംവിധമുള്ള തൊഴിൽ സംവിധാനങ്ങൾക്ക് പ്രാധാന്യം കൊടുക്കുന്നു. കേരളത്തിൽ കൃഷി ചെയ്യാൻ വേണ്ട സൗകര്യങ്ങൾ ഉണ്ട്. ക്രിയാത്മകമായ പുനരധിവാസ പദ്ധതികളാണ് ആവശ്യം. പത്തൊമ്പതാം നൂറ്റാണ്ടിന്റെ അന്ത്യഘട്ടത്തിൽ സ്വിറ്റ്സർലണ്ടിൽ വിറ്റ്സ്‌വിൽ സ്ഥാപനങ്ങൾ എന്ന പേരിൽ- മിതമായ സുരക്ഷിതത്വം ഉറപ്പാക്കിയുള്ള ഒരുതരം തുറന്ന ജയിലുകൾ പ്രവർത്തിക്കാൻ തുടങ്ങി. അവ semi-open prisons എന്നാണ് അറിയപ്പെട്ടത്. ആ സംവിധാനം വിജയമാണെന്ന് പൊതുവെ അംഗീകരിക്കപ്പെട്ടു. മനുഷ്യർ എല്ലാവരും പൊതുവേ നല്ലവരാണ്- അവരെ വിശ്വസിക്കുകയെന്ന നയമാണ് കൂടുതൽ ഗുണകരം എന്ന് ബോദ്ധ്യപ്പെട്ടപ്പോൾ 1930 കളിൽ ഇംഗ്ലണ്ടിലും (യു കെ) 1940 കളിൽ അമേരിക്കയിലും തുറന്ന

ജയിൽ സംവിധാനത്തിന് തുടക്കമിട്ടു. അതിന് അടിസ്ഥാനപരമായി അവർ സ്വീകരിച്ച തത്ത്വങ്ങൾ–

1. കുറ്റം ചെയ്ത ഒരാളെ ശിക്ഷയ്ക്കുവേണ്ടി മാത്രല്ല ജയിലുകളിലേക്ക് അയക്കുന്നത്. ശിക്ഷയിലൂടെ രക്ഷ ഉറപ്പാക്കുകയാവണം ലക്ഷ്യം.
2. കുറ്റം ചെയ്തയാൾക്ക് സ്വഭാവ നവീകരണം ഉണ്ടാവണമെങ്കിൽ അതിന് അനുയോജ്യമായ അന്തരീക്ഷം കൊടുക്കണം. പൂർണ്ണസ്വാതന്ത്ര്യം ഇല്ലാതാക്കുകയെന്നത് ദോഷമേ ചെയ്യൂ.
3. ജയിൽവാസശേഷം, ശിക്ഷിക്കപ്പെട്ട ഒരാൾ സമൂഹത്തിലേക്ക് തിരിച്ചുപോകണം. അതിന് പ്രാപ്തരാക്കുക. ജയിലിൽ വന്നതിനേക്കാൾ മോശമായ വിധത്തിൽ വെളിയിലേക്ക് പോകുന്നതുകൊണ്ട് പ്രയോജനമില്ല.
4. കുറ്റവാളികളിലുള്ള നന്മയെന്നും അംഗീകരിക്കുക, വിശ്വസിക്കുക. കുറച്ച് സ്വാതന്ത്ര്യം കൊടുക്കുമ്പോൾ അതിനോടവർ നന്നായി പ്രതികരിക്കുമെന്ന് വിശ്വസിക്കുക.

അമേരിക്കയിൽ ആരംഭിച്ച ആദ്യകാല തുറന്ന ജയിലുകളിൽ സത്യത്തിൽ ഒരുതരം 'അടിമപ്പണി' ചെയ്യിക്കുന്ന കൃഷിസ്ഥലങ്ങളായിരുന്നു ഉണ്ടായിരുന്നത്. കർശനമായ നിരീക്ഷണത്തിൽ കഠിന ഹൃദയരായ കാവല്ക്കാർക്ക് മുമ്പിൽ അവർ ചെയ്തിരുന്ന അടിമജോലി കൂടുതൽ ദൂഷ്യഫലങ്ങൾ ഉണ്ടാക്കി. 'അന്തേവാസികളെ വിശ്വസിക്കുക' എന്ന നയമാറ്റം വരുത്തിയതോടെ തുറന്ന ജയിൽ സംവിധാനം കൂടുതൽ ഗുണകരമായി മാറി. അന്തേവാസികൾ ഒളിച്ചോടി പോകുമെന്ന് കരുതിയവർക്ക് തെറ്റുപറ്റിയതായി ബോദ്ധ്യപ്പെട്ടു. ഒളിച്ചോടിപ്പോയവർ വളരെ വിരളമായിരുന്നു. അന്തേവാസികളിൽ ആത്മവിശ്വാസം വളർത്താൻ തുറന്ന ജയിലുകൾക്കായി. അവരുടെ പുനരധിവാസത്തിനും ശിക്ഷാനന്തരം സമൂഹത്തിൽ വന്ന് നിയമാനുസൃതം ജീവിക്കാനും തുറന്ന ജയിൽ സംവിധാനം സഹായകമായി. 1960 ൽ തുറന്ന ജയിൽ എന്നത് കുറ്റവാളികളുടെ പുനരധിവാസത്തിന് ഏറ്റവും യോജിച്ചതാണെന്ന് അന്താരാഷ്ട്രതലത്തിൽ ത്തന്നെ അംഗീകരിക്കപ്പെട്ടു. അതോടെ, പല രാജ്യങ്ങളിലും ആ സത്യം അംഗീകരിക്കപ്പെട്ടു. അതോടെ, പല രാജ്യങ്ങളിലേക്കത് വ്യാപിക്കാൻ തുടങ്ങി. ഫ്രാൻസ്, നെതർലാൻഡ്സ്, നോർവെ, സ്യൂഡൻ, ഹങ്കറി, ബൽജിയം, ആസ്ട്രേലിയ, തായ്ലാന്റ്, ഇറാൻ, ഇറാഖ് തുടങ്ങി പല രാജ്യങ്ങളിൽ വളരെ വിജയപ്രദമായി തുറന്ന ജയിലുകൾ ഇപ്പോൾ പ്രവർത്തിക്കുന്നു.

ഇന്ത്യയിൽ 1949 ൽ ലഖ്നൗ (Lucknow, Uttar Pradesh) വിലാണ് ആദ്യമായി ഒരു തുറന്ന ജയിൽ ആരംഭിച്ചത്. 1954 ൽ ആന്ധ്രാപ്രദേശിൽ തുടങ്ങി. 1955 ൽ മഹാരാഷ്ട്രയിലെ യാർവാധ (Yarvada) യിലും 1964 ൽ ആസാമിലും 1968 ൽ ഗുജറാത്തിലും 1962 ൽ ഹിമാചൽ പ്രദേശിലും തുറന്ന ജയിൽ പ്രവർത്തനമാരംഭിച്ചു. 1962 ൽ കേരളത്തിൽ തിരുവനന്ത

പുരത്ത് കാട്ടാക്കടക്കടുത്തു നെട്ടുകാൽത്തേരിയിൽ തുറന്ന ജയിൽ പ്രവർത്തിക്കാൻ തുടങ്ങി. മദ്ധ്യപ്രദേശ് (1973), മഹാരാഷ്ട്ര (1955, 1968), കർണ്ണാടക (1968), പഞ്ചാബ് (1970), രാജസ്ഥാൻ (1955, 1963, 1964), തമിഴ്നാട് (1956, 1966), ഉത്തരാഞ്ചൽ (1960), ഉത്തർപ്രദേശ് (1949, 1952, 1956,) എന്നീ സംസ്ഥാനങ്ങളിൽ തുറന്ന ജയിലുകൾ ഉണ്ട്.

1962 ൽ നെട്ടുകാൽത്തേരിയിലും 2007 ൽ ചീമേനിയിലും തുറന്ന ജയിൽ (കേരളത്തിൽ) പ്രവർത്തിക്കാൻ തുടങ്ങി. തടവുശിക്ഷയ്ക്ക് വിധിക്കപ്പെട്ട് ജയിൽശിക്ഷയുടെ നല്ലൊരുഭാഗം മറ്റുതരത്തിലുള്ള ജയിലുകളിൽ ചെലവിട്ട ഒരാൾക്കേ തുറന്ന ജയിലുകളിൽ പ്രവേശനം കൊടുക്കൂ. അങ്ങനെ വസിക്കുന്നതിനിടയിൽ നല്ല സ്വഭാവം കാഴ്ചവച്ചവരായിരിക്കണം തുറന്ന ജയിലുകളിലേക്ക് പോവുക. അതാണ് ഇപ്പോൾ സ്വീകരിച്ചിരിക്കുന്ന നയം. തുറന്ന ജയിലുകൾക്ക് വൻപൊക്കമുള്ള ചുറ്റുമതിലുകൾ ഇല്ല. തടവുമുറികളുമില്ല എന്ന പ്രത്യേകതയുണ്ട്. എന്നിരുന്നാലും, രക്ഷപ്പെടാൻ അന്തേവാസികൾ പൊതുവെ തുനിയുന്നതായി കാണുന്നില്ല. ജയിൽവാസകാലാവധി കഴിഞ്ഞാൽ കുടുംബം സംരക്ഷിക്കുമെന്നുള്ളവർക്കും സ്വന്തമായി താമസസൗകര്യം ഉള്ളവർക്കും തുറന്ന ജയിലിൽ പ്രവേശിക്കാനും ശിക്ഷാകാലാവധിയുടെ ശിഷ്ടകാലം ചെലവിടാനും കഴിയും. പൊതുവെ, ജീവപര്യന്തം ശിക്ഷ അനുഭവിക്കുന്നവരെയാണ് അനക്കാറ്. സ്ത്രീകൾക്കെതിരെയുള്ള കുറ്റം ചെയ്തവരേയും മയക്കുമരുന്നുകേസിൽ ശിക്ഷിക്കപ്പെട്ടവരേയും പരിഗണിക്കാറില്ല. തുറന്ന ജയിലുകളിൽ തൊഴിൽചെയ്തുകിട്ടുന്ന വേതനം കുടുംബത്തെ സഹായിക്കാനും കുടുംബാംഗങ്ങളെ പോറ്റാനും ഉപയോഗിക്കാവുന്നതാണ്. 117 രൂപയാണ് ദിവസക്കൂലിയായി കൊടുക്കുന്നത്. രാവിലെ ആറര മണിയോടെ ജോലി തുടങ്ങാനുള്ള സാഹചര്യം ഇപ്പോഴുണ്ട്. കൃഷിപ്പണികൂടാതെ കോഴിവളർത്തൽ, പന്നിവളർത്തൽ, ആടുവളർത്തൽ തുടങ്ങി പലതരം ജോലികൾ ഇഷ്ടാനുസരണം ചെയ്യാവുന്നതാണ്. തുറന്ന ജയിലുകളിൽ അന്തേവാസികൾക്കായി ലൈബ്രറി, ടി വി എന്നിവ നല്കിയിട്ടുണ്ട്. പഠിക്കാനും പരീക്ഷയെഴുതാനും സൗകര്യങ്ങളുണ്ട്. കൊലപാതകക്കുറ്റങ്ങളിൽ ജീവപര്യന്തംശിക്ഷ അനുഭവിക്കുന്നവരാണ് കൂടുതലായി തുറന്ന ജയിലുകളിൽ വസിക്കുന്നത്.

തുറന്ന ജയിലുകളിൽ ദൈവവിശ്വാസികൾക്ക് പ്രാർത്ഥിക്കാനുള്ള സൗകര്യങ്ങൾ കൊടുക്കുന്നുണ്ട്. നെട്ടുകാൽത്തേരിയിലെ തുറന്ന ജയിലിൽ ക്രിസ്ത്യാനികൾക്കും ഹിന്ദുക്കൾക്കും പ്രത്യേകം പ്രത്യേകം ദൈവാലയങ്ങൾ/ദേവാലയങ്ങൾ ഉണ്ട്. തുറന്ന ജയിലുകളിൽ (300–400 ഏക്കർ) മരച്ചീനി, വാഴ, പച്ചക്കറികൾ കൃഷി ചെയ്യുന്നു. അവ മറ്റ് ജയിലുകളിലെ ആവശ്യത്തിനായി നല്കിവരുന്നുണ്ട്. നെട്ടുകാൽത്തേരിയിൽ 300 ൽ താഴെ അന്തേവാസികളും ചീമേനിയിൽ 200 ൽ താഴെ അന്തേവാസികളും താമസിക്കുന്നുണ്ട്. ഡോർമറ്ററി (Dormitory) സൗകര്യമാണ് രാത്രി ഉറങ്ങാൻ കൊടുക്കുന്നത്. എല്ലാവർക്കും കട്ടിലും പായയും പുതപ്പുമെല്ലാം

നല്കുന്നുണ്ട്. അങ്ങനെ നോക്കുമ്പോൾ, കുറ്റം ചെയ്യുന്നവരെ തീർത്തും അവഗണിച്ച് അവരുടെ കൈകാലുകൾ വെട്ടിയെടുത്തും കണ്ണു ചുഴുതു കളഞ്ഞും ശിക്ഷ നടപ്പാക്കിയിരുന്ന ഒരു കാലഘട്ടത്തിൽ നിന്നും ബഹു ദൂരം നമ്മൾ സഞ്ചരിച്ചു കഴിഞ്ഞു. ഇപ്പോൾ കുറ്റം ചെയ്യുന്നവരുടെ വ്യക്തിത്വം അംഗീകരിച്ച് അവരെ മൂല്യബോധമുള്ളവരാക്കി മാറ്റാൻ വേണ്ട കർമ്മപദ്ധതികൾക്ക് രൂപം നല്കിയെന്നത് അഭിമാനകരം തന്നെ. മറ്റു രാജ്യങ്ങളിലേതുപോലെ നമ്മളും ഉന്നതചിന്തയുള്ളവരാകുന്നു.

എന്നിരുന്നാലും, തുറന്ന ജയിലുകൾക്കെതിരെ ധാരാളം വിമർശനങ്ങൾ കേൾക്കാം. തുറന്ന ജയിലുകളിൽ കഠിനാദ്ധ്വാനം ചെയ്യുന്ന അന്തേവാസികൾക്ക് മതിയായ വേതനം നല്കുന്നില്ല. നാമമാത്രമായ വേതനം നല്കി അവരുടെ തൊഴിൽ ചൂഷണം ചെയ്യുന്നരീതി അന്താരാഷ്ട്രനിയമങ്ങൾക്കെതിരാണ്. കേരള ഹൈക്കോടതി തന്നെ ജയിലുകളിലെ അന്തേവാസികളുടെ ശമ്പളം ഉയർത്തണമെന്ന് നിർദ്ദേശിച്ചിരുന്നെങ്കിലും വേതനകാര്യത്തിൽ ഇപ്പോഴും നമ്മൾ പുറകിൽ തന്നെ നിലകൊള്ളുന്നു. ജയിലിനു വെളിയിൽ സ്വാതന്ത്ര്യം അനുഭവിച്ച് ജോലി ചെയ്യുന്നവരുടെ വേതനത്തിനുള്ള അർഹത അന്തേവാസികൾക്കുണ്ട്. തുല്യതൊഴിലിനു തുല്യ വേതനമെന്ന സാമാന്യതത്ത്വം ഇനിയും അംഗീകരിച്ചിട്ടില്ല. ഇത് ഒരു മനുഷ്യാവകാശപ്രശ്നമാണ്.

മറ്റു ജയിലുകളിൽ ജോലി ചെയ്യുന്ന ഉദ്യോഗസ്ഥരെപോലെ തുറന്ന ജയിലുകളിൽ ജോലി ചെയ്യുന്നവർക്കും വേണ്ടത്ര യോഗ്യതയോ ജയിൽസേവനം ചെയ്യാനുള്ള അഭിരുചിയോ മാനസികാവസ്ഥയോ ഇല്ലെന്ന പരാതി പരക്കെ കേൾക്കാം. ഉപരിയായി, തുറന്ന ജയിലുകളിൽ വസിക്കുന്നവർക്കായി പ്രത്യേക പഠനക്കളരികളും ജയിൽ സംവിധാനത്തിന്റെ ഉദ്ദേശലക്ഷ്യങ്ങൾ പഠിപ്പിക്കുന്ന ക്ലാസുകളും സംഘടിപ്പിക്കേണ്ടതാണ്. ഭീഷണിക്കും ഭയപ്പെടുത്തലിനും സ്ഥാനമില്ലെന്നറിയുക. പല തരം പോരായ്മകൾ ഉണ്ടെങ്കിലും തുറന്ന ജയിൽസംവിധാനം വിജയമാണെന്ന് ശിക്ഷാശാസ്ത്രപഠനങ്ങൾ അടിവരയിട്ടു പറയുന്നു. ചട്ടങ്ങളും നിയമങ്ങളും ലഘൂകരിച്ച് -ജയിൽ ജീവിതത്തിലെ പിരിമുറുക്കങ്ങൾക്ക് അയവു വരുത്തി-അച്ചടക്കം പാലിച്ച്-സ്വഭാവനവീകരണം സാദ്ധ്യമാക്കാൻ അടഞ്ഞ ജയിൽ സംവിധാനത്തേക്കാൾ പലമടങ്ങ് മെച്ചമാണ് തുറന്ന ജയിലുകൾ എന്ന് തെളിയിക്കപ്പെട്ടു കഴിഞ്ഞിരിക്കുന്നു. സാമ്പത്തികമായി പരിഗണിച്ചാൽപ്പോലും തുറന്ന ജയിൽ സർക്കാരിനു ലാഭകരമാണ്. ജയിലിനകത്തും പുറത്തും നിലനില്ക്കുന്ന സാഹചര്യങ്ങൾ ഏതാണ്ട് ഒരേ പോലെയായതിനാൽ തടവുശിക്ഷ കഴിഞ്ഞു വെളിയിൽ പോകുന്ന അന്തേവാസികൾക്ക് സമൂഹത്തിലുള്ള സ്ഥിതിവിശേഷങ്ങളുമായി ഇണങ്ങിപ്പോകാൻ വിഷമങ്ങൾ ഉണ്ടാകുന്നില്ലയെന്ന മേന്മയും തുറന്ന ജയിലുകൾക്കുണ്ട്. അത്തരത്തിൽ തുറന്ന ജയിൽ ജീവിതം ഒരു വിധത്തിലൊരു 'ഇടത്താവള' (Half-way Houses) ജീവിതം പോലെയാണ്.

മെച്ചങ്ങൾ ഉണ്ടെങ്കിലും തുറന്ന ജയിലുകൾ അധികമായി ഇന്ത്യയിൽ പണിയുന്നില്ലെന്ന യാഥാർത്ഥ്യവും നിലനില്ക്കുന്നു. ഇപ്പോഴും സ്ത്രീകൾക്കായി തുറന്ന ജയിലുകൾ ഇല്ലെന്ന സത്യവും അംഗീകരിച്ചേ പറ്റൂ. പരിഷ്കാരങ്ങൾ കൂടുതൽ നടപ്പിലാക്കി തുറന്ന ജയിൽ സംവിധാനം കൂടുതലായി ഉപയോഗപ്പെടുത്തണമെന്നു തന്നെയാണ് ശിക്ഷാശാസ്ത്ര ഗവേഷണമതം.

കുട്ടികൾക്കായുള്ള തടവ്

കുട്ടികൾക്കായുള്ള പ്രത്യേക തടവ് സംവിധാനത്തിന് ഏതാണ്ട് ഒന്നര നൂറ്റാണ്ട്കാലം പഴക്കമുണ്ട്. 1876 ൽ ആണ് Reformatory Schools Act നടപ്പിലാക്കിയത്. 1920 ൽ Madras Children Act നിലവിൽ വന്നു. അതോടെ, കുട്ടികൾക്കായി (i) Certified Schools, (ii) Balamandirs (iii) Special schools (iv) Industrial schools, (iv) Childrens Homes (v) Fit Persons Institutions തുടങ്ങി പല പേരുകളിൽ കുട്ടികളെ പാർപ്പിച്ച് അവരുടെ സ്വഭാവ രൂപീകരണം/നവീകരണം നടപ്പാക്കാനുള്ള സ്ഥാപനങ്ങളും ഉണ്ടായി. 'കുട്ടികളുടെ ജയിൽ' എന്ന പേരിൽ ഉത്തർപ്രദേശ്, പഞ്ചാബ്, ഒറീസ, ബംഗാൾ, ബീഹാർ എന്നീ സംസ്ഥാനങ്ങളിൽ പണ്ട് സംവിധാനങ്ങൾ ഉണ്ടായിരുന്നു. അതുകൂടാതെ 16–21 വയസ്സിനിടയിൽ പ്രായമായ 'ഇളം യുവാക്കളെ' പാർപ്പിക്കാനായി ബോസ്റ്റൽ സ്കൂളുകൾ രാജ്യത്തിന്റെ വിവിധ ഭാഗങ്ങളിൽ പ്രവർത്തിച്ചിരുന്നു. അവയുടെ ചരിത്രപശ്ചാത്തലം മനസ്സിലാക്കിയാലേ ഇന്നത്തെ പരിഷ്കരിച്ച രീതി വിലയിരുത്താനാവൂ.

മുകളിൽ സൂചിപ്പിച്ചതുപോലെ, 1876 ലെ Reformatory Schools Act അനുസരിച്ച് കുട്ടികൾക്കായി സ്ഥാപിച്ചതായിരുന്നു ദുർഗ്ഗുണപരിഹാര പാഠശാലകൾ. മുതിർന്നവർ താമസിച്ചിരുന്ന ജയിലുകളിൽ കുട്ടികൾ താമസിക്കാതിരിക്കാൻ –അതുവഴി കുഞ്ഞുങ്ങൾ വഴിതെറ്റി പോകാതിരിക്കാൻ – കുറ്റകൃത്യങ്ങളിൽപ്പെട്ടിരുന്ന കുട്ടികളെ രണ്ടു മുതൽ ഏഴു വർഷത്തേക്ക് താമസിപ്പിച്ച് അവർക്ക് ഗുണപ്രദമായ ഏതെങ്കിലും തൊഴിൽ പരിശീലനം ലഭിക്കാനായിട്ടായിരുന്നു മേൽപ്പറഞ്ഞ വിധത്തിലുള്ള ദുർഗ്ഗുണപരിഹാര പാഠശാലകളിലേക്ക് അയച്ചിരുന്നത്. എന്നാൽ 18 വയസ്സ് പൂർത്തിയായ കുട്ടികളെ അവിടെ താമസിപ്പിക്കാൻ പാടില്ലായിരുന്നു. 14 വയസ്സിനു മുകളിൽ പ്രായമായവരെ അവർക്ക് യോജിച്ച ജോലി കണ്ടെത്തിയാൽ അതിനായി നിയോഗിക്കാനും നിയമം അനുവദിച്ചിരുന്നു. ആൺകുട്ടികൾക്ക് മാത്രം ബാധകമായിരുന്ന നിയമത്തിനെതിരെ വിമർശനങ്ങൾ ഉണ്ടായിരുന്നു. പല സംസ്ഥാനങ്ങളിലും റിഫോർമേറ്ററി സ്കൂളുകളും സർട്ടിഫൈഡ് സ്കൂളുകളും ഒരേസമയം പ്രവർത്തിപ്പിച്ചിരുന്നു.

1920 ൽ നിലവിൽവന്ന മദ്രാസ് ചിൽഡ്രൻസ് ആക്ട് വളരെ ഗുണകരമാണെന്ന് കണ്ടതോടെ പല സംസ്ഥാനങ്ങളിലും അവരുടേതായ പ്രത്യേക നിയമങ്ങൾ നിലവിൽ വരാൻ തുടങ്ങി. കേരളത്തിൽ The Cochin

Children Act, The Travancore Children Act എന്ന രണ്ടെണ്ണം കൂടാതെ മലബാർ ഭാഗത്തേക്കായി Madras Children Act ഉം പ്രാബല്യത്തിൽ ഉണ്ടായിരുന്നു. 1972 ൽ മുന്ന് ആക്ടുകളും സംയോജിപ്പിച്ച് The Kerala Children Act നടപ്പിലാക്കി. 1960 ൽ കേന്ദ്രസർക്കാർ പാസാക്കിയ The Central Children Act ഉം അതിലെ നിയമങ്ങളും കേരള കുട്ടികൾ നിയമം പാസാക്കാൻ സഹായിച്ചു. കുട്ടികൾക്കായി പ്രത്യേക നിയമം പല സംസ്ഥാനങ്ങളിൽ വന്നതോടെ അവർക്കായി പല പേരുകളിൽ താമസ സൗകര്യങ്ങൾ ഉണ്ടായി. അങ്ങനെ Certified Schools (Junior & Senior), Fit Persons' Institutions, Industrial Schools, Children's Homes (Balamadirs) എന്നിവ നിലവിൽ വന്നു. വിചാരണവേളയിൽ കുട്ടികളെ പാർപ്പിക്കാനായി Remand Homes അവർക്ക് മാത്രമായി സ്ഥാപിക്കപ്പെട്ടു.

നേരത്തെ പറഞ്ഞതുപോലെ, 16 നും 18 നും ഇടയിലുള്ള കുട്ടികൾക്കായി ബോസ്റ്റൽ സ്കൂളുകൾ പണിയിക്കപ്പെട്ടു. അത്തരത്തിലൊന്നു കേരളത്തിൽ കാക്കനാട് ഉണ്ടായിരുന്നു. 1986 ൽ പാസാക്കിയ ജുവനൈൽ ജസ്റ്റിസ് ആക്ട് പ്രകാരം കുട്ടികൾ എന്നാൽ 18 വയസ്സിനു താഴെ പ്രായമായ പെൺകുട്ടികളും 16 വയസ്സിനു താഴെയുള്ള ആൺകുട്ടികളും ആയിരുന്നു. ആ നിയമപ്രകാരം അവർക്കായി പ്രത്യേകസ്ഥാപനങ്ങളും പ്രവർത്തിച്ചിരുന്നു. 2000 ൽ പ്രാബല്യത്തിൽ വന്ന Junvenile Justice (Care and Protection of Children) Act - 2000 അനുസരിച്ച് ആൺകുട്ടികളുടെയും പെൺകുട്ടികളുടെയും ഉയർന്ന പ്രായം 18 ആക്കിയിട്ടുണ്ട്. അവർക്കായി പ്രത്യേക ബോർഡുകളും കമ്മിറ്റികളും നടപ്പിലാക്കി. ജയിൽവകുപ്പിൽ നിന്നും കുട്ടികളെ പൂർണ്ണമായും എടുത്തുമാറ്റി അവരെ സാമൂഹ്യനീതി വകുപ്പിന്റെ കീഴിലാക്കി. അതോടെ കുഞ്ഞുങ്ങളെ ശിക്ഷിക്കുന്ന നടപടികൾ ഇല്ലാതായി. കുട്ടികളുടെ താല്പര്യം (Best Interest of the Child) മാത്രം കണക്കിലെടുത്ത് പരിഷ്കാരങ്ങൾ വരുത്തിയതിനാൽ ശിക്ഷാശാസ്ത്രഗവേഷണങ്ങൾ ആ തലത്തിൽ ഇപ്പോൾ ഇല്ല. അവയെല്ലാം സാമൂഹ്യനീതിവകുപ്പും അതിനോടനുബന്ധിച്ച പഠനങ്ങളുമായതിനാൽ ഈ പുസ്തകത്തിന്റെ ഉള്ളടക്കത്തിൽ അവ വരുന്നില്ല.

ജയിൽവാസം
ഭരണവും സ്വഭാവനവീകരണവും

ആയിരത്തി ഇരുന്നൂറോളം ജയിലുകൾ ഇപ്പോൾ ഇന്ത്യയിലുണ്ട്. അവകളിൽ 4–5 ലക്ഷത്തോളം അന്തേവാസികളും ഉണ്ട്. ശിക്ഷിക്കപ്പെട്ടവർ, വിചാരണ നേരിടുന്നവർ, അല്ലാത്ത തടവുകാർ, സ്ത്രീകൾ, വിദേശികൾ, മാനസികതകരാറുള്ളവർ, കൊടുംകുറ്റവാളികൾ, തീവ്രവാദികൾ, ഭീകരവാദികൾ, മൗലികവാദികൾ, ദരിദ്രർ, ധനവാന്മാർ, രാഷ്ട്രീയക്കാർ, സ്ത്രീകൾക്കെതിരെ കുറ്റം ചെയ്തവർ, കൊള്ളക്കാർ, സ്വാധീനശക്തിയുള്ളവർ, അഴിമതിക്കാർ, ആൾദൈവങ്ങൾ, തട്ടിപ്പുകാർ – എന്നു വേണ്ട ജയിലെന്നാൽ അതൊരു കൊച്ചുലോകം (Microcosm) തന്നെ. ജീവപര്യന്തം ശിക്ഷയ്ക്ക് വിധിക്കപ്പെട്ടവർ, വധശിക്ഷ കാത്ത് കഴിയുന്നവർ, ദീർഘകാലത്തേക്ക് ശിക്ഷിക്കപ്പെട്ടവർ, ഹ്രസ്വകാല ശിക്ഷയനുഭവിക്കുന്നവർ, വെറും തടവുകാർ, കഠിനതടവുകാർ, ഹിന്ദുക്കൾ, ക്രിസ്ത്യാനികൾ, ഇസ്ലാംമതവിശ്വാസികൾ, സിഖുകാർ, ജൈനമതക്കാർ, നിരീശ്വരർ, യുക്തിവാദികൾ, അജ്ഞാനവാദികൾ തുടങ്ങി സമൂഹത്തിന്റെ വിവിധ മേഖലകളിലുള്ളവർ ശിക്ഷിക്കപ്പെട്ടു ജയിലുകളിൽ എത്തുന്നു. അവരിൽ അഭ്യസ്തവിദ്യരും നിരക്ഷരരും ഉണ്ടാകും. വിവാഹിതരും അവിവാഹിതരും കാണും. മദ്യപിക്കുന്നവരും മയക്കുമരുന്നിനു അടിമകളായവരും മുൻ സർക്കാർ ഉദ്യോഗസ്ഥരും കണ്ടെന്നിരിക്കും. ഇന്ത്യയിലെ ഇതര സംസ്ഥാനക്കാരും വിവിധ രാഷ്ട്രീയപാർട്ടി അനുഭാവികളും കള്ളക്കടത്തുകാരും കരിഞ്ചന്തക്കാരും ചങ്ങാത്തക്കുറ്റത്തിന്റെ ചുക്കാൻ പിടിക്കുന്നവരും ഒത്തൊരുമിച്ചു കഴിയുന്നതു ഒരുപക്ഷേ, ജയിലുകളിലാണ്. ചെറുപ്പക്കാരും യുവാക്കളും മുതിർന്ന പൗരന്മാരും വൃദ്ധരും ഉള്ള ഒരു കൂട്ടായ്മയാണ് ജയിലുകളിൽ കാണുന്നത്. അത്തരത്തിലുള്ള ഒരു സ്ഥാപനത്തിന്റെ ഭരണം വളരെ ക്ലേശകരമാണ്; വിഷമമേറിയതാണ്.

വിചാരണത്തടവുകാർ

കേസിലെ വിചാരണ കാത്തു കഴിയുന്നവർ–(5 വർഷവും അതിലേറെ അങ്ങനെ അന്തേവാസികളായി കഴിയുന്നവർ ഇന്ത്യയിൽ 1000–1500 ന് ഇടയിലുണ്ടാകുന്നതായി കാണുന്നു) അനേകായിരങ്ങളാണ്. ഇവർ ജുഡീഷ്യൽ കസ്റ്റഡിയിൽ കഴിയുന്നുവെന്നാണ് നിയമം പറയുന്നത്. ഇക്കൂട്ടരിൽ രണ്ടു വിഭാഗക്കാരുണ്ട് (1) കുറ്റപത്രം സമർപ്പിക്കുന്നതിനുമുമ്പ് അറസ്റ്റു ചെയ്യപ്പെട്ടു ജയിലിൽ ജാമ്യം കിട്ടാതെ വസിക്കുന്നവർ. അവർ സാക്ഷികളെ സ്വാധീനിക്കാതിരിക്കാനും തെളിവുകൾ നശിപ്പിക്കാതിരിക്കാനും അക്കൂട്ടരെ ജയിലുകളിൽ താമസിപ്പിക്കേണ്ടതാവശ്യമാണ്. ക്രിമിനൽ നടപടിക്രമത്തിലെ 167 (2) (a) (i&ii)–ാം വകുപ്പുകൾ അനുസരിച്ച്–വധശിക്ഷയോ ജീവപര്യന്തമോ പത്തുവർഷത്തിൽ കുറയാത്ത തടവോ ആണ് കുറ്റത്തിനുള്ള ശിക്ഷയെങ്കിൽ 90 ദിവസം വരെയും അല്ലെങ്കിൽ 60 ദിവസം വരെയും ജുഡീഷ്യൽ കസ്റ്റഡിയിൽ–ജാമ്യം നല്കാതെ സൂക്ഷിക്കാവുന്നതാണ്. (2) കുറ്റപത്രം സമർപ്പിച്ചാലും ജാമ്യത്തിൽ പോകാൻ പറ്റാത്തവർ. അതായത്, ജാമ്യവ്യവസ്ഥകൾ പാലിക്കാനവർക്ക് കഴിയുന്നില്ല.

ജുഡീഷ്യൽ കസ്റ്റഡിയെന്നാണ് നിയമം പറയുന്നതെങ്കിലും ജാമ്യം കിട്ടാതെ തടവുകാരായി കഴിയുന്നവർ വസിക്കുന്നത് ജയിൽവകുപ്പിന്റെ കീഴിൽ പ്രവർത്തിക്കുന്ന പക്കാ ജയിലുകളിലാണ്. അവിടത്തെ ജീവിതത്തിനും ഭക്ഷണത്തിനും വായുവിനും ജയിൽജീവിതത്തിന്റെ സ്വാദും അനുഭവവുമാണുള്ളത്. എന്തുകൊണ്ടു ജുഡീഷ്യറിയുടെ കീഴിൽ–ഹൈക്കോടതിയുടെ മേൽനോട്ടത്തിൽ പ്രവർത്തിക്കുന്ന സ്ഥാപനങ്ങളിൽ–മുകളിൽ പറഞ്ഞവരെ താമസിക്കാൻ അനുവദിക്കുന്നില്ല? ജയിൽജീവിതത്തിനവർ ഒരുവിധത്തിലും അർഹരല്ല. അവർ കേസന്വേഷണം അവസാനിപ്പിച്ച് കുറ്റപത്രം സമർപ്പിക്കുന്നതുവരെ അല്ലെങ്കിൽ ജാമ്യം എടുക്കുന്നതുവരെ –വിചാരണ തീരുന്നതു വരെ ജുഡീഷ്യറി നേരിട്ടു നിയന്ത്രിക്കുന്ന സ്ഥാപനത്തിൽ കഴിയേണ്ടവരാണ്. അവരെ ജയിൽവകുപ്പിന്റെ കീഴിൽ പ്രവർത്തിക്കുന്ന ജയിലുകളിൽ ഇട്ട് ശിക്ഷയനുഭവിക്കാൻ ഇടവരുത്തുന്ന നിയമം കാലഹരണപ്പെട്ടതുതന്നെ. കേരളത്തിൽ ജുഡീഷ്യറിയുടെ കീഴിൽ പ്രവർത്തിക്കുന്ന ജയിലുകൾ ഇല്ല. വിദേശരാജ്യങ്ങളിൽ അത്തരത്തിലുള്ളവരെ താമസിപ്പിക്കാനുള്ള കസ്റ്റഡി സ്ഥാപനങ്ങൾ നടത്തുന്ന NGOs (Non Governmental Organizations) വരെയുണ്ട്. കാരണം ശിക്ഷിക്കുന്നതുവരെ അവർ ബാഹ്യലോകവുമായി ബന്ധപ്പെടരുത് എന്നതല്ലാതെ ജയിൽനിയമങ്ങൾ പാലിച്ച് ശിക്ഷയനുഭവിക്കാൻ ഇടയാക്കുന്നത് അനീതിയാണെന്നവർ കരുതുന്നു. ചില നിർഭാഗ്യവാന്മാരായവർ നിയമത്തിൽ കുറ്റത്തിന് പറയുന്ന ശിക്ഷാകാലാവധി കഴിഞ്ഞിട്ടും തടവുകാരായി കഴിയുന്ന ദയനീയാവസ്ഥയും നിലനില്ക്കുന്നു. അനന്തമായ വിധത്തിൽ കേസുകളുടെ അന്വേഷണവും വിചാരണയും നീണ്ടുപോയാൽ? തടവിലായവർ നിസ്സഹായതയിൽ ജയിലിൽ കഴിയാൻ വിധിക്കപ്പെട്ടവരോ ശപിക്കപ്പെട്ടവരോ

ആയി മാറുന്നുവെന്ന ദുരവസ്ഥ നിലനില്ക്കുന്നു. ഈ ദുരവസ്ഥ കേരളത്തിലെന്ന പോലെ ഇന്ത്യയിലെ ഇതരസംസ്ഥാനങ്ങളിലും നിലനില്ക്കുന്നതായി കണ്ടുവരുന്നു. അങ്ങനെ ജയിൽ ജീവിതം നയിക്കുന്നവരിൽ നിരപരാധികളും ഉണ്ട്. കേസിൽ വിധി പറയുമ്പോൾ നിരപരാധികളെന്ന് കണ്ട് അവർ ജയിൽവിമുക്തരാകുമ്പോൾ അവർ ജയിലുകളിൽ അനുഭവിക്കേണ്ടിവന്ന വേദനയും യാതനയും ആരുടെ കണക്കുപുസ്തകത്തിലെഴുതും? അവർക്ക് മതിയായ നഷ്ടപരിഹാരം നല്കണമെന്ന വാദഗതി ഇപ്പോഴുണ്ടെങ്കിലും അതിനായുള്ള പ്രത്യേക നിയമങ്ങൾ ഇതുവരെ നമ്മുടെ രാജ്യത്തില്ലെന്ന ദുരവസ്ഥയും നിലനില്ക്കുന്നു. ഇല്ലാകേസുകളിലും കള്ളക്കേസുകളിലും പ്രതിയാക്കുന്നത് കടുത്ത മനുഷ്യാവകാശ ലംഘനങ്ങളാണ്. യഥാർത്ഥത്തിൽ കുറ്റം ചെയ്തവരിൽ ചിലർ കുറ്റം ഏറ്റുപറയാൻ തയ്യാറാണെങ്കിൽപ്പോലും അതിനവർക്ക് കഴിയാതെ ജയിലുകളിൽ തടവുകാരായി കഴിയുകയെന്നത് അസ്സഹനീയമായ അനീതിയാണ്. അനന്തമായ പൊലീസ് അന്വേഷണം, കോടതികളിൽ കെട്ടിക്കിടക്കുന്ന കേസുകളുടെ ബാഹുല്യം, വികലമായ ജാമ്യനിയമങ്ങൾ/വ്യവസ്ഥകൾ തുടങ്ങി പലതും ന്യായീകരണങ്ങളായി കൊണ്ടുവരാമെങ്കിലും അനീതി എന്നും, എപ്പോഴും അനീതിതന്നെ. ഈ അനീതിക്കുള്ള പണം നികുതിദായകർ മുടക്കേണ്ടതായി വരുന്നു. ഒരാളെ ഒരു വർഷം ജയിലിൽ താമസിപ്പിക്കാനായി സംസ്ഥാനത്ത് ഏതാണ്ട് ഒന്നേകാൽ ലക്ഷം രൂപാ ഇപ്പോൾ ചെലവിടേണ്ടതായി വരുന്നുവെന്നാണ് ഗവേഷണങ്ങളിൽ കാണുന്നത്. പാപി ചെല്ലുന്നിടം പാതാളമെന്ന് പറയുന്നതുപോലെ ദരിദ്രർ ചെല്ലുന്നിടം ദുരിതപൂർണ്ണം തന്നെ. വിചാരണത്തടവുകാരായി ജയിലിൽ കഴിയുന്നവരിലേറെയും ദരിദ്രർ തന്നെ. അവർക്ക് വേണ്ടി ജാമ്യം നില്ക്കാൻ ആളില്ല. ജയിലിൽ കഴിയുന്ന നിർഭാഗ്യവാന്മാരുടെ കുടുംബവും വിവിധതരം കഷ്ടനഷ്ടങ്ങൾക്ക് ഇരയാവുന്നു. സുപ്രീം കോടതിവരെ ഇക്കാര്യങ്ങൾ സമ്മതിക്കുന്നുണ്ടെങ്കിലും കാര്യങ്ങൾ പഴയപടി പോലെ നീങ്ങുകയാണ്. 1981 ൽ സുപ്രീം കോടതിയുടെ (Hussainara Khatoon v Home Secretary, State of Bihar, AIR 1979 SC 1380') നിർദ്ദേശപ്രകാരം 18000 വിചാരണത്തടവുകാരെ ജയിൽവിമുക്തരാക്കി. പല സംസ്ഥാനങ്ങളും പിന്നീടതു ചെയ്യുകയുണ്ടായി. എന്നാലും, നിയമത്തിൽ മാറ്റങ്ങൾ വന്നിട്ടില്ല. ക്രിമിനൽ നടപടിക്രമത്തിലെ 167–ാം വകുപ്പൊന്നും വിചാരണത്തടവുകാരുടെ ഗതികെട്ട ജീവിതത്തിന് പരിഹാരമല്ല എന്ന് അനുഭവസാക്ഷ്യം.

ശിക്ഷാതടവുകാർ

2014 അവസാനം ഇന്ത്യയിൽ 4,18,536 പേർ തടവുകാരായി വിവിധ ജയിലുകളിൽ ഉണ്ടായിരുന്നു. അതായത് രാജ്യത്ത് ഒരുലക്ഷം പേരിൽ 33 പേർ ജയിലുകളിൽ വസിച്ചിരുന്നുവെന്നർത്ഥം. അവരിൽ 67.2% പേർ

വിചാരണത്തടവുകാർ ആയിരുന്നു. 4.3% പേർ സ്ത്രീകളും 1.5% പേർ വിദേശികളും ആയിരുന്നു. 1401 സ്ഥാപനങ്ങൾ ജയിലുകളായോ അനുബന്ധ ആവശ്യങ്ങൾക്കോ ഉപയോഗിച്ചിരുന്നു. സത്യത്തിൽ 3,56,561 പേർക്കു താമസിക്കാനുള്ള സൗകര്യങ്ങളേ ഇപ്പോൾ ഉള്ളൂ. എന്നാൽ തടവുകാരുടെ ബാഹുല്യം എന്നും ജയിലധികാരികൾക്കു തലവേദനതന്നെ. ഒരു പ്രദേശത്തെ ഏറ്റവും ധന്യമായ അടുക്കള അവിടത്തെ ജയിലുകളിലാണുള്ളത്. കാരണം? തടവുകാർക്കുവേണ്ട ഭക്ഷണസാധനങ്ങളും പണവും കൃത്യമായി ഉണ്ടെന്നതു തന്നെ. എന്നാൽ, തടവുകാർ കൂടുന്നതനുസരിച്ചുള്ള ടോയ്‌ലറ്റ് സൗകര്യം, കിടപ്പുമുറികൾ, ഭക്ഷണശാല, തൊഴിൽസൗകര്യങ്ങൾ ഉണ്ടാക്കുക വിഷമകരം തന്നെ. അസൗകര്യങ്ങൾ അനാവശ്യവഴക്കിനും വക്കാണത്തിനും ഇടവരുത്തുന്നു. ജയിലുകളിലുള്ള വഴക്കുകൾക്കുള്ള സ്ഥലവും ഉറവിടവും അവരുടെ ശൗചാലയ പരിസരങ്ങളും കുളിസ്ഥലങ്ങളുമാണെന്ന് പഠനങ്ങളിൽ കാണുന്നുണ്ട്. സമയവിവരപ്പട്ടികവച്ച് കാര്യങ്ങൾ ചെയ്തു തീർക്കേണ്ട ജയിൽജീവിതത്തിൽ ടോയ്‌ലറ്റിൽ പോകാനും കുളിക്കാനും മറ്റും ക്ലിപ്തസമയം മാത്രം ചെലവഴിക്കാനേ പറ്റൂ. ആവശ്യത്തിന് കക്കൂസുകൾ ഇല്ലാത്തതും ജലദൗർല്ലഭ്യവും തടവുകാർ അധികമായാൽ വൻപ്രശ്നങ്ങൾ ഉണ്ടാക്കുമെന്നത് വാസ്തവം തന്നെ.

'ജയിൽവല്ക്കരണം' – അതായത് ജയിലിലെ സാഹചര്യങ്ങളും സൗകര്യങ്ങളും അന്തേവാസികളുമായി ഒരുമയിൽ പോവുകയെന്ന പ്രക്രിയ ഒരാൾ ശിക്ഷിക്കപ്പെട്ട് ജയിലിൽ എത്തുന്ന ആ നിമിഷം മുതൽ ഉണ്ടാകുന്നു. ഏതൊരു സമൂഹത്തിൽ കാണുന്നതെല്ലാം ജയിൽ സമൂഹത്തിലും കാണാനാവും. ജയിലുദ്യോഗസ്ഥരെ അനുസരിക്കണം, നിയമങ്ങൾ പാലിക്കണം, സഹതടവുകാരുമായി സൗഹൃദത്തിൽ പോകണം. ഒരു കൂട്ടായ്മ ജീവിതമാണ് ജയിലുകളിൽ ഉള്ളത്.

അന്തേവാസികൾ സ്വയം അവരുടെ സുഹൃത് വലയം ഉണ്ടാക്കും. ഒരേ തൂവൽ പക്ഷികൾ ഒന്നിക്കുന്നുവെന്ന് പറയുന്നതുപോലെയാണ് അന്തേവാസികളും. തങ്ങളുടെ താല്പര്യം, മൂല്യബോധം, ചിന്താഗതി യാഥാർത്ഥ്യങ്ങളോടുള്ള സമീപനം, കുറ്റകൃത്യത്തിന്റെ സ്വഭാവം–ഇവയെല്ലാം അവരെ തമ്മിൽ അടുപ്പിക്കുന്ന ഘടകങ്ങളാവാം. നേതൃത്വസ്വഭാവമുള്ളവർ അവരുടെ സ്വഭാവസവിശേഷത പ്രകടിപ്പിക്കും. അത്തരത്തിലുള്ളവർ മറ്റുള്ളവരുടെ കാര്യത്തിൽ താല്പര്യം കാണിക്കുന്നവരായിരിക്കും. അങ്ങനെയുള്ള 'നേതാക്കൾ' ജയിലുദ്യോഗസ്ഥരുടെ പ്രീതി തേടി അവർ അനൗദ്യോഗികമായി ചില നേട്ടങ്ങൾ അനുഭവിച്ചെന്നിരിക്കും. ഭക്ഷണസാധനങ്ങൾ, ഭക്ഷണം, ടോയ്‌ലറ്റ് ആവശ്യത്തിനുള്ള സോപ്പ് തുടങ്ങിയവ അവർ കൈക്കലാക്കി ജയിൽജീവിതം ആസ്വദിക്കുന്നതായും കണ്ടുവരുന്നു. അത്തരക്കാരുടെ നേതൃത്വഗുണം ജയിലുദ്യോഗസ്ഥരും അന്തേവാസികളും തമ്മിൽ തമ്മിലുള്ള അപസ്വരങ്ങൾ കുറയ്ക്കാനും ആരോഗ്യപരമായ ബന്ധം പുലർത്താനും സഹായകമാണെന്ന് കണ്ടുവരുന്നു.

കേരളത്തിലെ ജയിലുകൾ

കേരളത്തിലെ ജയിൽസംവിധാനം താഴെപ്പറയും വിധമാണ്.

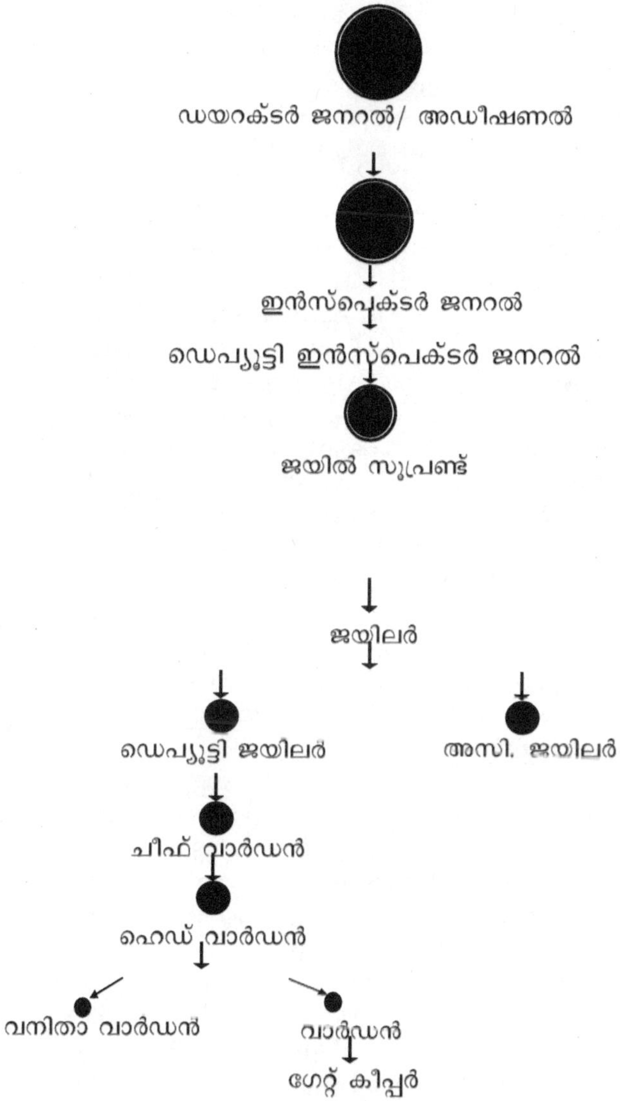

ജയിലിലെ അന്തേവാസികളുടെ സ്വഭാവനവീകരണം, വ്യക്തിത്വവികസനം, വിദ്യാഭ്യാസം, തൊഴിൽ പരിശീലനം, മൂല്യബോധവളർച്ച, മാന

സാന്തരം, പുനരധിവാസം, ആരോഗ്യം എന്നിവയ്ക്ക് ഊന്നൽ കൊടുത്ത് അന്തേവാസികളുടെ ക്ഷേമകാര്യങ്ങൾ ശ്രദ്ധിക്കാനായി വെൽഫെയർ ആപ്പീസർ, വനിതാവെൽഫെയർ ആപ്പീസർ (സ്ത്രീകൾക്കായി), അദ്ധ്യാപകർ, കൗൺസിലർമാർ, തൊഴിൽ പരിശീലകർ, നെഴ്സുമാർ, ഡോക്ടർമാർ തുടങ്ങി പലരും ജയിലുകളിൽ ജോലി ചെയ്യുന്നു. ജയിൽ സുരക്ഷയും അന്തേവാസികളുടെ അച്ചടക്കവും ലക്ഷ്യമാക്കി പ്രവർത്തിക്കുന്ന വിഭാഗത്തിൽപ്പെട്ട ഉദ്യോഗസ്ഥരെ അപേക്ഷിച്ച് സ്വഭാവരൂപീകരണത്തിനും വ്യക്തിത്വവികസനത്തിനുംവേണ്ടി പ്രവർത്തിക്കുന്ന വിഭാഗക്കാർ വളരെ കുറവാണ്.

ശിക്ഷിക്കപ്പെട്ട് ജയിലുകളിൽ വരുന്നവരെ A, B,C എന്നിങ്ങനെ മൂന്ന് വിഭാഗക്കാരായി വേർതിരിക്കുന്നുണ്ട്. അവരെ കൂടാതെ പ്രത്യേകവിഭാഗം (Special Class) എന്നൊരു കൂട്ടരുമുണ്ട്. കൊടുംക്രൂരത, ധാർമ്മികച്യുതി, ഗൗരവതരമായ ആക്രമണം, സ്ത്രീകൾക്കും കുട്ടികൾക്കും എതിരെയുള്ള കുറ്റകൃത്യങ്ങൾ, വസ്തുവകകൾക്കെതിരെയുള്ള ഗൗരവതരമായ കുറ്റങ്ങൾ, സ്ഫോടകവസ്തുക്കൾ ഉൾപ്പെട്ട കുറ്റങ്ങൾ തുടങ്ങിയവക്കല്ലാതെ ശിക്ഷിക്കപ്പെട്ട നിയമസഭാംഗങ്ങൾ (എം എൽ എ), പാർലമെന്റ് അംഗങ്ങൾ (എം പി) A വിഭാഗത്തിൽപ്പെടുന്നു. സാമൂഹ്യമായി ഉയർന്ന നിലവാരം പുലർത്തുന്നവർ, ഉന്നത വിദ്യാഭ്യാസം ഉള്ളവർ, ഉയർന്ന ജീവിതശൈലിയിൽ കഴിഞ്ഞവർ B വിഭാഗത്തിൽ കാണുന്നു. A, B വേർതിരിവിൽപെടാത്തവർ C വിഭാഗത്തിൽ ഉൾപ്പെടുന്നു. അന്തേവാസികൾ തമ്മിൽതമ്മിൽ ഇണങ്ങിച്ചേർന്ന് ഒരേ തൂവൽപ്പക്ഷികളെ പോലെ ഒത്തൊരുമിച്ച് പോകാൻ ഇത്തരത്തിലുള്ള വേർതിരിവ് ആവശ്യമാണ്. പ്രത്യേക സാഹചര്യങ്ങൾ കണക്കിലെടുത്ത് സർക്കാരിന് അന്തേവാസികളെ പ്രത്യേക വിഭാഗമായി (Special Class) കണക്കാക്കാവുന്നതാണ്.

രാഷ്ട്രീയത്തടവുകാർക്കും വിചാരണത്തടവുകാർക്കും ജയിലുകളിൽ തൊഴിൽ ചെയ്യണമെന്നില്ല.

തിരുവനന്തപുരത്ത് (പൂജപ്പുര) സ്ഥിതി ചെയ്യുന്ന സെൻട്രൽ ജയിലിൽ ശിക്ഷാകാലദൈർഘ്യം കണക്കിലെടുക്കാതെ എല്ലാ വിഭാഗത്തിൽപെടുന്നവരെയും പാർപ്പിക്കുന്നുണ്ട്. അക്കൂട്ടരെ കൂടാതെ വിചാരണത്തടവുകാരെയും സിവിൽ തടവുകാരെയും വനിതകളെയും അവിടെ പാർപ്പിക്കാൻ കഴിയും. സ്ഥിരം കുറ്റവാളികളല്ലാത്തവരെയും സിവിൽ കുറ്റവാളികളെയും സാധാരണ കുറ്റവാളികളെയും കണ്ണൂർ ജയിലിൽ താമസിപ്പിക്കുന്നുണ്ട്. അതുപോലെ തന്നെയാണ് വിയ്യൂർ ജയിലിലും. ഒരു ജയിലിൽ നിന്നും മറ്റൊരു ജയിലിലേക്ക് അന്തേവാസികളെ മാറ്റാവുന്നതാണ്. സുരക്ഷാതടവുകാരും സർക്കാരിന്റെ പ്രത്യേക ഉത്തരവിൻപ്രകാരം തടവുശിക്ഷ അനുഭവിക്കുന്നുണ്ട്. ജീവപര്യന്തം തടവുശിക്ഷ അനുഭവിക്കുന്നവരേയും കാണാം. ഹ്രസ്വകാല ജയിൽശിക്ഷയ്ക്ക് വിധിക്കപ്പെട്ടവരെയാണ് ജില്ലാ ജയിലുകളിൽ കാണുന്നത്. C ക്ലാസ് വിഭാഗത്തിൽപ്പെട്ട പുരുഷതടവുകാരെ (മറ്റു ജയിലുകളിലുള്ള ക്ലിപ്തകാല

താമസത്തിനുശേഷം) തുറന്ന ജയിലുകളിൽ കാണാനാകും. എന്നാൽ രാജ്യസുരക്ഷയ്ക്കെതിരെയുള്ള കുറ്റങ്ങൾ, സേന (പട്ടാളം) നിയമങ്ങൾക്കെതിരെയുള്ള കുറ്റങ്ങൾ, കള്ളനോട്ട് നിർമ്മാണം, ബലാൽസംഗം, പൊതുജനസമാധാനം തകർക്കൽ, പ്രകൃതിവിരുദ്ധ ലൈംഗികകുറ്റങ്ങൾ, ഭവനഭേദനം, കൊള്ള, ചതിക്കൽ എന്നീ കുറ്റങ്ങൾ ചെയ്തവരെ തുറന്ന ജയിലുകളിൽ കാണാനാവില്ല. അവസരോചിതമായ മാറ്റങ്ങൾ-നിയമങ്ങൾ അനുസരിച്ച്-വരുത്തി വേണ്ടതു വേണ്ടപ്പോൾ ചെയ്യാനുള്ള അധികാരം ജയിൽ അധികാരികൾക്കും സർക്കാരിനും ഉണ്ട്.

ജയിലിൽ കഴിയുന്ന അന്തേവാസികളുടെ വ്യക്തിത്വവികസനം ലക്ഷ്യമാക്കി-അവരെ നിയമങ്ങൾ അനുസരിച്ച് ജീവിക്കാൻ-മൂല്യബോധമുള്ളവരാക്കി മാറ്റുകയെന്നതാണ് ജയിൽശിക്ഷയുടെ പരമമായ ഉദ്ദേശ്യലക്ഷ്യം. ഇക്കാര്യം പല ആവർത്തി പറഞ്ഞതാണ്.

ജയിൽഭരണവും അച്ചടക്കവും

കൂട്ടായ്മ ജീവിതം നയിക്കുന്ന ഏതൊരു സ്ഥാപനത്തിലും സമൂഹജീവിതത്തിനും അച്ചടക്കത്തിനുമായി നിയമങ്ങൾ അനിവാര്യമാണ്. ശിക്ഷയെന്നാൽ അത് ശരിയാണോ തെറ്റാണോ എന്ന് പറയാനാവില്ലെങ്കിലും-ശിക്ഷിക്കപ്പെട്ടയാൾക്ക് ജയിലിൽ അച്ചടക്കസ്വഭാവം അനിവാര്യമാണ്. അതുകൊണ്ട് നിയമങ്ങൾ അനുസരിച്ച് ജീവിക്കുന്ന ഒരാളായി മാറ്റുകയെന്ന ദൗത്യം ജയിൽ അധികാരികൾ നിർവ്വഹിക്കണം. അതിനായി, ജയിൽനിയമങ്ങൾ സഹായിക്കും. താഴെ പറയുന്നവ ജയിൽ നിയമലംഘനങ്ങളായി കണക്കാക്കുന്നു.

(i) **തൊഴിൽ സംബന്ധിച്ചവ**: കൃത്യസമയത്ത് ജോലിക്കു ഹാജരാകാതിരിക്കുക, നഷ്ടം വരുത്തുക, സാധനങ്ങൾ പൊട്ടിക്കുക, സ്ഥാപനവസ്തുക്കൾ തകരാറിലാക്കുക, അധികാരികളുടെ അറിവോ സമ്മതമോ കൂടാതെ ഇഷ്ടസാധനങ്ങൾ ഉണ്ടാക്കുക, മറ്റുള്ളവരുടെ ജോലി ചെയ്യുക തുടങ്ങിയവ.

(ii) **വഴക്കും വക്കാണവും, അടിപിടിയും, കലാപവും ഉണ്ടാക്കുന്നതിനെതിരെ:** തനിക്കോ മറ്റൊരാൾക്കോ രോഗം വരുന്ന ജോലി ചെയ്യുക, മറ്റുള്ളവരെ ഉപദ്രവിക്കുക, അടിക്കുക, ജയിലുദ്യോഗസ്ഥരെ-അന്തേവാസികളെ ആക്രമിക്കുന്നത് തടയാതിരിക്കുക, ഉത്തരവുകൾ അനുസരിക്കാതിരിക്കുക.

(iii) **നിരോധിതവസ്തുക്കൾ കൈവശം വക്കുന്നതിനെതിരെ:** നിരോധിതവസ്തുക്കൾ ഭക്ഷിക്കുക, ഭക്ഷണം കട്ടെടുക്കുക, മറ്റുള്ളവരുടെ ഭക്ഷണം കൈക്കലാക്കുക, ആയുധങ്ങൾ സൂക്ഷിക്കുക, വസ്ത്രങ്ങൾ സ്വന്തമാക്കുക, അനുവാദം ഇല്ലാതെ-ആരും അറിയാതെ കൈവശമുള്ള ഭക്ഷണം കഴിക്കുക.

(iv) **പലവക:** ജയിലും പരിസരങ്ങളും മലിനമാക്കുക, അവിടെയുള്ള

എന്തെങ്കിലും വസ്തുക്കൾ എടുത്തുമാറ്റുക, വികൃതമാക്കുക, നശിപ്പിക്കുക, ജയിലിനകവും പുറവും വൃത്തിയായി സൂക്ഷിക്കാൻ മടി കാണിക്കുക, മറ്റുള്ളവർക്ക് അരോചകമുണ്ടാക്കുന്ന കാര്യങ്ങൾ ചെയ്യുക, പ്രദർശിപ്പിക്കുക.

ഒരാൾ ചെയ്യുന്ന പെരുമാറ്റ ദൂഷ്യത്തിന്റെ സ്വഭാവമനുസരിച്ച് ശിക്ഷ മാറിക്കൊണ്ടിരിക്കും. ശക്തമായ താക്കീത്, ചെയ്തുകൊണ്ടിരിക്കുന്ന ജോലിയിൽനിന്നും കൂടുതൽ കായക്ലേശമുണ്ടാക്കുന്ന തൊഴിലിലേക്ക് മാറ്റുക, നല്ല പെരുമാറ്റം കൊണ്ട് ആർജ്ജിച്ച 'മാപ്പ് ആനുകൂല്യം' (Remission) വെട്ടിക്കുറയ്ക്കുക, 14 ദിവസത്തിൽ കൂടാത്ത ഏകാന്തതടവ് നല്കുക-ഇവയൊക്കെ ശിക്ഷകളാണെങ്കിലും ഏകാന്തത്തടവ് നല്കുന്നത് അസാധാരണ സന്ദർഭങ്ങളിൽ മാത്രം. കാരണം? ഏകാന്തത്തടവ് ഒരിക്കലും സ്വഭാവ നവീകരണത്തിന് ഗുണകരമല്ല.

അന്തേവാസികളെ ദേഹോപദ്രവമേല്പിക്കുന്ന വിധത്തിലുള്ള ശിക്ഷകൾ അനുവദനീയമല്ല. കാലാകാലങ്ങളിൽ ഇന്ത്യയിൽ നിയമിക്കപ്പെട്ട ജയിൽ നവീകരണ കമ്മിറ്റികൾ/കമ്മീഷനുകൾ അത്തരത്തിലുള്ള ശിക്ഷകൾ പൂർണ്ണമായും നിർത്തലാക്കണമെന്ന നിർദ്ദേശങ്ങളാണ് കൊടുത്തിരുന്നത്. കാരണം? കെട്ടിയിട്ട നായയെ അടിക്കുന്നതു പോലെ തടവുശിക്ഷ അനുഭവിക്കുന്ന ഒരു അന്തേവാസിയെ ഉപദ്രവിക്കരുതെന്ന ചിന്താഗതി തന്നെ. I P P C എന്ന അന്താരാഷ്ട്ര സംഘടന (International Penal and Penitentiary Commission) ആവശ്യപ്പെടുന്നതും ശാരീരിക വേദന കൊടുക്കുന്ന ശിക്ഷകൾ അപ്പാടെ നിർത്തണമെന്നാണ്. ശാരീരികവേദനയുളവാക്കുന്ന ശിക്ഷകൾ അന്തേവാസികളെ കൂടുതൽ ക്രൂരന്മാരാക്കുന്നു. വെറുപ്പും വിദ്വേഷവും വൈരാഗ്യവും ജനിപ്പിക്കുന്നു. വ്യക്തികളുടെ മാന്യത തന്നെയില്ലാതാക്കുന്നു; മോഹഭംഗങ്ങൾക്കു കാരണമാകുന്നു. ഇന്ത്യയിലെ-കേരളത്തിലെ ജയിൽ രേഖകളിൽ ശാരീരികവേദന നല്കുന്ന ശിക്ഷകൾ കൊടുക്കുന്നതായി കാണുന്നില്ല. എന്നിരുന്നാലും, അതൊക്കെയുണ്ടെന്ന് രഹസ്യമായി പലരും സമ്മതിക്കുന്നു; പറയുന്നു. ബീഹാറിലെ 'അന്ധതസംഭവം' (Blinding Episode) മുതൽ പല അഹിതരീതികളും വാർത്തകളിൽ വരുന്നുണ്ട്.

ജയിലുകളിൽ അന്തേവാസികൾ പലവിധ മർദ്ദനമുറകൾക്ക് വിധേയരാകുന്നതായി കാണുന്നതിനാൽ അവർക്ക് സംരക്ഷണം കൊടുക്കേണ്ടതാവശ്യമാണ്. മൗലികാവകാശങ്ങൾ സംരക്ഷിച്ച് കൊണ്ട് മർദ്ദനങ്ങൾക്ക് വിധേയരാകാതെ (ഭരണഘടനയിലെ 21-ാം അനുച്ഛേദം) കഴിയാനുള്ള അന്തേവാസികളുടെ അവകാശം അംഗീകരിച്ച് കിട്ടാനായി കോടതികളെ നേരിട്ട് (Writ petition) സമീപിക്കാവുന്നതാണ്. ഐക്യരാഷ്ട്ര സഭയുടെ 'മർദ്ദനത്തിനെതിരെ' യുള്ള പ്രാമാണിക രേഖയിൽ (Convention Against Torture) അന്തേവാസികളുടെ മനുഷ്യാവകാശങ്ങൾ പൂർണ്ണമായി സംരക്ഷിക്കണമെന്നും അവരെ മർദ്ദനമുറകൾക്ക് വിധേയരാക്കരുതെന്നും ഊന്നിപ്പറയുന്നുണ്ട്. നിസ്സഹായരും നിരാലംബരുമായ അന്തേവാസികളെ

മർദ്ദിക്കുന്നതിനെതിരെ നിയമനടപടികൾ എടുക്കാൻ സർക്കാർ ചെലവിൽ തന്നെ ഇരകളായവർക്ക് നിയമസഹായം കൊടുക്കണമെന്നാണ് സുപ്രീം കോടതി ആവശ്യപ്പെടുന്നത് (Sheela Barse v State of Maharashtra, AIR 1983 S C 378). മനുഷ്യാവകാശങ്ങൾ സംരക്ഷിക്കാനുള്ള നിയമപരമായ ബാദ്ധ്യത ജയിലധികാരികൾക്കുണ്ടെന്ന് സുപ്രീം കോടതി വിധിക്കുകയുണ്ടായി (Sanjay Suri v Delhi Administration, (1988) Cr L J 705 (SC).

അന്തേവാസികൾ പൊതുവെ അശരണരാണ്; പ്രതീക്ഷയറ്റവരാണ്; പ്രത്യാശയില്ലാത്തവരാണ്. അവരെ കൈപിടിച്ചുയർത്താനും ഉന്മേഷമുള്ളവരാക്കാനും അവരിൽ ലക്ഷ്യബോധം സൃഷ്ടിക്കാനും ആത്മീയ പരിശീലനത്തിനാകുമെന്ന് ശിക്ഷാശാസ്ത്രഗവേഷണങ്ങൾ പഠിപ്പിക്കുന്നു. നിയമങ്ങൾ അനുസരിക്കാനും കൂട്ടായ്മ ജീവിതം ആസ്വദിക്കാനുമായി അന്തേവാസികൾക്ക് ആത്മീയ ഉണർവ്വും അറിവും ആവശ്യമാണ്. യോഗയും ധ്യാനവും നല്ലതാണ്. കാമ, ക്രോധ, മദ്, ലോഭാ (Kama, Krodha, Madh and Lobha) എന്നിവകളെ നിയന്ത്രിക്കാനും നിലയ്ക്ക് നിർത്താനും അവർക്കാകും; അവർക്കാവണം. ഭാരതത്തിലെ ചില ജയിലുകളിൽ ഈ മേഖലയിൽ പരിശീലനം ഇപ്പോൾ നല്കുന്നുണ്ട്. അത് വളരെ ഫലപ്രദവുമാണെന്നു കാണുന്നു. അത്തരത്തിലുള്ള പരിശീലനം സിദ്ധിക്കുന്നവർ ജയിൽ ജീവിതത്തിലും ജയിൽ വിമുക്തജീവിതത്തിലും ചട്ട/നിയമ ലംഘനങ്ങൾ ചെയ്യുന്നതായി അധികം കാണുന്നില്ല. സ്ഥിരം കുറ്റവാളികളിലും കൊടുംകുറ്റവാളികളിലും യോഗാഭ്യാസങ്ങൾ സ്വഭാവ നവീകരണത്തിന് സഹായകമായതിനാൽ അവ കൂടുതൽ-കൂടുതൽ ജയിലുകളിൽ അഭ്യസിപ്പിക്കണമെന്ന അഭിപ്രായം നിലവിലുണ്ട്.

ജയിലിനകത്ത് അന്തേവാസികൾക്ക് പ്രാർത്ഥിക്കാനും ഈശ്വരാരാധന നടത്താനും സൗകര്യങ്ങൾ കൊടുക്കുന്നത് അച്ചടക്കത്തിന് സഹായകമാണെന്ന് പറയാം. പല സെൻട്രൽ ജയിലുകളിലും-തുറന്ന ജയിലുകളിലും-സ്ത്രീകളുടെ ജയിലുകളിലും വിവിധ മതവിഭാഗക്കാർക്കായി പ്രത്യേകം പ്രത്യേകം പ്രാർത്ഥനാലയങ്ങൾ ഉണ്ടാക്കിയിട്ടുണ്ട്. അവയെല്ലാം തന്നെ അന്തേവാസികൾക്ക് ആശ്വാസകേന്ദ്രങ്ങളാണ്. അവിടെ സ്ഥിരം പോകുന്നവരിൽ അച്ചടക്കബോധം കൂടുതലായി കാണുന്നുണ്ട്. Push-Pull-Ego Factor Theory of Crime-Causation അനുസരിച്ച് മനുഷ്യരിലുള്ള മൃഗീയചോദനകൾക്ക് കുറ്റകൃത്യങ്ങൾ ചെയ്യാൻ വലിയ പ്രാധാന്യമാണുള്ളത്. ഓരോ ചോദനയുടെ ഫലമായുണ്ടാകുന്ന വികാരങ്ങൾ കുറ്റകൃത്യഹേതുവാകുന്നുണ്ട്. അവയെ നിയന്ത്രിക്കേണ്ടത് അച്ചടക്കം പാലിക്കുന്നതിനാവശ്യമാണ്. അതിന് യോഗയും ധ്യാനവും പ്രാർത്ഥനയും മൂല്യബോധവളർച്ച സാഹചര്യങ്ങളും സഹായിക്കുമെന്ന കാര്യത്തിൽ തർക്കമില്ല. അതോടൊപ്പം, ജയിലുകളിൽ നല്കുന്ന ഭക്ഷണത്തിന്റെ ഗുണമേന്മ, ജയിലിലെ സൗകര്യങ്ങൾ, വേതനസംവിധാനം, ആരോഗ്യപരിപാലനത്തിനുള്ള സൗകര്യങ്ങൾ തുടങ്ങിയ മേഖലകളിൽ

മാറ്റങ്ങൾ വരുത്തേണ്ടതാണ്. പണമില്ല എന്ന പതിവ് പല്ലവിക്കിവിടെ സ്ഥാനമില്ല. സമൂഹനന്മയ്ക്ക് പണം ചെലവാക്കിയേ പറ്റൂ. അന്തേവാസികളുടെ മാനസിക പിരിമുറുക്കങ്ങൾ കുറയ്ക്കാനും സാധാരണജീവിതം നയിക്കാനുമുള്ള സാഹചര്യങ്ങൾ പ്രദാനം ചെയ്യുന്നതും അച്ചടക്കം പരിപാലിക്കുന്നതിനാവശ്യമാണ്. വടിയും പിടിച്ച്–മസിലും കാണിച്ച്–മീശയും പിരിച്ച് നടക്കുന്ന ജയിലുദ്യോഗസ്ഥരെയല്ല ഇന്നുവേണ്ടത്.

അന്തേവാസികളിൽ ബഹുഭൂരിപക്ഷവും എത്രയും വേഗം ജയിൽവിമുക്തരാകണമെന്ന ആഗ്രഹമുള്ളവരാണ്. സ്വാതന്ത്ര്യത്തിന്റെ മഹത്ത്വം അവർ മനസ്സിലാക്കുന്നു. ജയിൽ ജീവിതശേഷം വീട്ടിൽ വന്നൊരാൾ മക്കളേയും ഭാര്യയേയും കാണുന്നതിനു മുമ്പുതന്നെ കിളിക്കൂടു തുറന്ന് പക്ഷിയേയും പട്ടിക്കൂടു തുറന്ന് നായയേയും വെളിയിൽ സ്വതന്ത്രരാക്കി വിട്ടുവെന്ന പത്രവാർത്ത സത്യമാണെങ്കിൽ അതിൽ സ്വാതന്ത്ര്യത്തിന്റെ മഹത്ത്വം–മഹനീയത നമ്മൾ കാണുന്നു. അതുകൊണ്ട്, ജയിലിൽ വസിക്കുന്നവരിൽ വളരെയേറെപ്പേർ തങ്ങളുടെ പെരുമാറ്റ സവിശേഷതകൊണ്ട് കൂടുതൽ മാപ്പ് മാർക്ക് (Remission Marks) നേടാൻ ശ്രമിക്കുക പതിവാണ്. അച്ചടക്ക ലംഘനം നടത്തുന്നവരുടെ 'മാപ്പ് മാർക്ക്' വെട്ടിക്കുറയ്ക്കുമെന്ന അറിവ് അവർക്ക് കൊടുക്കുന്നതും ജയിൽചട്ടങ്ങൾ എന്തൊക്കെയാണെന്ന് അവരെ പഠിപ്പിക്കുന്നതും അച്ചടക്കം പാലിക്കാൻ അനിവാര്യമാണ്. അന്തേവാസികളെ അജ്ഞതയുടെ കൂരിരുട്ടിൽ നിർത്തുന്നത് അഭിലഷണീയമായ പ്രവണതയല്ല. വളരെയേറെ കാര്യങ്ങൾ നടപ്പിലാക്കേണ്ടതായുണ്ട്. ഗവേഷണം അതുകൊണ്ട് അനിവാര്യവുമാണ്.

ജയിലിനുള്ളിലെ തൊഴിലും വേതനവും

ഒരു ജോലിയും ചെയ്യാതെ ഒരാൾക്ക് എങ്ങനെ വെറുതെ അങ്ങനെയിരിക്കാനാവും? ജയിലിനുള്ളിലെ പരിമിതസ്ഥലത്ത് എത്ര നേരമാണൊരാൾ ഒന്നും ചെയ്യാതെയങ്ങനെ സമയം കളയുന്നത്? വെറും തടവിനു ശിക്ഷിക്കപ്പെട്ടവർക്ക് യാതൊരുവിധ ജോലിയും ചെയ്യണ്ട; കഠിനതടവിന് വിധിക്കപ്പെട്ടവർക്ക് ജോലി ചെയ്യുകയും വേണം. ഹ്രസ്വകാലത്തേക്കാണ് ശിക്ഷയെങ്കിൽ എന്ത് തൊഴിൽ അവരെക്കൊണ്ടു ചെയ്യിക്കാനാവും? കുറ്റത്തിന്റെ ഗൗരവസ്വഭാവമനുസരിച്ച്–കണക്കിലെടുത്ത് കോടതികൾ വെറുംതടവിനും കഠിനതടവിനും ശിക്ഷിക്കുകയെന്നത് കാലഹരണപ്പെട്ട ചിന്താഗതിയും നയവുമാണെന്ന വാദഗതി നിലനില്ക്കുന്നു. ബന്താം–ബക്കാരിയ എന്നീ കുറ്റകൃത്യശാസ്ത്രജ്ഞരുടെ 'സുഖസിദ്ധാന്ത അളവുകോൽ' വച്ച് നൂറ്റാണ്ടുകൾക്കു മുമ്പുണ്ടായ ഈ ചിന്താഗതി മാറണമെന്നു തന്നെയാണ് ശിക്ഷാശാസ്ത്രഗവേഷണമതം. തൊഴിൽ ചെയ്യുന്നതാണ് തൊഴിലൊന്നും ചെയ്യാതെ ജയിലുകളിൽ കഴിയുന്നതിനേക്കാൾ സ്വഭാവനവീകരണത്തിനാവശ്യമെന്ന് സമ്മതിക്കേണ്ടിവരുന്നു.

തൊഴിലിന്റെ ഉദ്ദേശ്യലക്ഷ്യങ്ങൾ എന്തൊക്കെ?

(i) അന്തേവാസികളെ അച്ചടക്കമുള്ളവരാക്കുക.

(ii) സ്വയം അച്ചടക്കമുള്ളവരാകുന്നതോടൊപ്പം അന്തേവാസികൾ സ്വയം പര്യാപ്തരാകാൻ അവരെ സഹായിക്കുക.

(iii) അന്തേവാസികളുടെ ശാരീരികവും മാനസികവുമായ ആരോഗ്യം കാത്തുസൂക്ഷിക്കുക.

(iv) ഏതെങ്കിലും തൊഴിലിൽ വേണ്ടത്ര പരിശീലനം നേടി ജയിൽ വിമുക്തരായാൽ പരാശ്രയം കൂടാതെ ജോലി ചെയ്തു ജീവിക്കാൻ പര്യാപ്തരാക്കുക.

(v) മാന്യത പുലർത്തി – നിയമലംഘനം നടത്താതെ – കുടുംബം പോറ്റാൻ, കുഞ്ഞുങ്ങളെ വളർത്താൻ–കൂട്ടായ്മ ജീവിതം നന്നായി നയിക്കാൻ–വ്യക്തിത്വവികസനം ഉറപ്പാക്കാൻ–തൊഴിലിന്റെ മാഹാത്മ്യം ഉൾക്കൊള്ളാൻ....

(vi) ജയിൽവാസം സുഖവാസമല്ലെന്നും ജയിൽ ജീവിതത്തിന് ശിക്ഷയുടെ രുചിയുണ്ടെന്നും ബോദ്ധ്യപ്പെടുത്താൻ; കഠിനതടവ് എന്താണെന്ന് അനുഭവിക്കാൻ.

ശിക്ഷിക്കപ്പെട്ടവരുടെ 'തൊഴിൽചരിത്രം' ദുഃഖവും ദുരിതപൂരിതവുമായിരുന്നു. തടവുകാർക്കുള്ള 'ശിക്ഷാകോളനി' (Penal Colony) കളിലെ അവരുടെ ജീവിതവും കഷ്ടപ്പാടുകളും അചിന്ത്യമായിരുന്നു–മനുഷ്യഭാവനയ്ക്കുമപ്പുറമായിരുന്നു. 1838 ൽ മെക്കാളെ പ്രഭു ഇന്ത്യയിലെ ജയിലുകളിൽ 'വിരസമായ, മനസ്സു മുരടിപ്പിക്കുന്ന, ക്ലേശപൂർണ്ണമായ, ദുഃഖിപ്പിക്കുന്ന, അനിഷ്ടമുണ്ടാക്കുന്ന' തൊഴിലുകൾ മാത്രമേ അന്തേവാസികളെ കൊണ്ട് ചെയ്യിപ്പിക്കാവു എന്ന് നിർദ്ദേശിച്ചിരുന്നു. 'ശിക്ഷിക്കുക' എന്നതിനർത്ഥം 'ശിക്ഷിക്കുക' (ശാരീരികവും മാനസികവുമായ വേദനയുണ്ടാക്കുക) എന്ന് മാത്രമാണെന്ന് കരുതിയിരുന്ന ഒരു കാലത്ത് ഉണ്ടായ നിർദ്ദേശങ്ങൾ മനസ്സിൽവച്ച് തയ്യാറാക്കിയ ഇന്ത്യൻ ശിക്ഷാനിയമ (1860 ൽ) ത്തിൽ കഠിനതടവ് എന്നാൽ കഠിന അദ്ധ്വാനമുള്ള ജോലിചെയ്യാൻ നിർബ്ബന്ധിതമായ തടവ് എന്നുതന്നെയായിരുന്നു അർത്ഥം കൊടുത്തത്. അതുകൊണ്ടുതന്നെ, ഇന്ത്യയിൽ ശാരീരികഅദ്ധ്വാനം അങ്ങേയറ്റം ഉണ്ടായിരുന്ന വിവിധതരം ജോലികളായിരുന്നു ജയിലുകളിൽ വസിച്ചിരുന്നവർക്ക് നല്കിയിരുന്നത്. ഉദാഹരണത്തിന് (i) കുഴികുത്തി (കിണർ കണക്കെ) മണ്ണെടുത്ത് വെളിയിൽ ഇടുക. അതിനുശേഷം, ആ മണ്ണുതന്നെ വീണ്ടും ആ കുഴിയിലിട്ട് നിറയ്ക്കുക (ii) വലിയൊരു കല്ല് ഒരിടത്ത് നിന്നും ഉന്തി–ഉന്തി മറ്റൊരിടത്തേക്ക് ഉരുട്ടിക്കൊണ്ടു വരിക. പിന്നീട് ആ കല്ല് വീണ്ടും ആദ്യം കിടന്ന സ്ഥലത്തേക്ക് ഉരുട്ടുക (iii) കിണറിൽ നിന്നും വലിയ തൊട്ടിയിൽ വെള്ളം കോരിയശേഷം ആ വെള്ളം കിണറിലേക്കു തന്നെ ഒഴിക്കുക തുടങ്ങിയ അർത്ഥശൂന്യമായ തൊഴിൽ രാവിലെ മുതൽ വൈകുന്നേരം വരെ നിയന്ത്രിതസാഹചര്യത്തിൽ ക്രൂരരായ ഉദ്യോഗസ്ഥരുടെ ഇച്ഛാനുസരണം ചെയ്യുക; ചെയ്യാൻ നിർബ്ബന്ധിക്കുക.

കാലത്തിന്റെ നീക്കത്തിൽ ജയിൽജീവിതം വ്യക്തിത്വവികസനത്തിനും അന്തേവാസികളുടെ മനഃപരിവർത്തനത്തിനുമാണെന്ന് അംഗീകരിച്ചതോടെ ജയിലിനകത്തെ ജോലിക്ക്/തൊഴിലുകൾക്ക് വലിയ മാറ്റങ്ങൾ വരാൻ തുടങ്ങി. ലക്ഷ്യബോധമില്ലാതെ-അർത്ഥശൂന്യമായ-പ്രയോജനരഹിതമായ-ദുരിതപൂർണ്ണമായ ജോലികൾ അതോടെ ഇന്ത്യയിലെ ജയിലുകളിൽ വേണ്ടാ എന്ന ചിന്താഗതി ഉണ്ടായി. ജോലി ചെയ്യിക്കാനായി മാത്രം അല്ല- ജയിലിൽ ജോലി ചെയ്യുന്നത് ലാഭേച്ഛ കൂടാതെയായിരിക്കണം- അത് അന്തേവാസികളുടെ രക്ഷ ലാക്കാക്കി മാത്രമാവണമെന്ന വാദഗതിയുണ്ടായതോടെ ആ വഴിക്ക് ലോകം ചിന്തിക്കാൻ തുടങ്ങി. XII-ാം അന്താരാഷ്ട്ര സമ്മേളനം [International Penal and Penitentiary Conference, (IPPC) - 1950] 1950 ൽ അസന്ദിഗ്ദ്ധമായിത്തന്നെ പറഞ്ഞു: "അന്തേവാസികളുടെ കഴിവ് പ്രയോജനപ്രദമായ വിധത്തിൽ ഉപയോഗിക്കാനുതകും വിധമായിരിക്കണം ജയിലിനകത്തെ തൊഴിൽ" എന്ന് തീർച്ചയായും, അതങ്ങനെതന്നെയായിരിക്കണമെന്ന് ലോകം അംഗീകരിച്ചതോടെ ആ ദിശയിലേക്കായി പിന്നീടുള്ള പ്രവർത്തനങ്ങൾ. അന്തേവാസികളുടെ ശാരീരികവും മാനസികവുമായ വളർച്ചയ്ക്കത് അനിവാര്യമായിരുന്നു.

ഇന്ത്യയിലെ ജയിലുകളിൽ ഇപ്പോഴുള്ള തൊഴിലുകളെ മൂന്നായി തരംതിരിച്ചിരിക്കുന്നു. (i) കഠിന അദ്ധ്വാനം വേണ്ടവ; (ii) തീവ്രമായ അദ്ധ്വാനം വേണ്ടാത്തവ, (iii) അദ്ധ്വാനം വളരെ കുറഞ്ഞവ. കരിങ്കല്ല് പണി, വെള്ളം കോരൽ, തുകൽപ്പണി, കെട്ടിടങ്ങൾക്ക് പെയിന്റ് അടിക്കുക, തുണി നെയ്യൽ, പൂന്തോട്ടപ്പണി, എഴുത്തുകൂടുകളും അല്ലാത്ത കൂടുകളും ഉണ്ടാക്കൽ, ഗൃഹോപകരണനിർമ്മാണം (കട്ടിൽ, കസേര എന്നിവ) സോപ്പു നിർമ്മാണം, കയർ, പായ എന്നിവയുണ്ടാക്കൽ-ഇവയൊക്കെ പല ജയിലുകളിലും ഇപ്പോഴും നിലനില്ക്കുന്നു. ഓരോ സംസ്ഥാനത്തും കാണുന്ന സാഹചര്യങ്ങൾ, അസംസ്കൃതസാധനങ്ങളുടെ ലഭ്യത, വിപണിയിൽ വിറ്റഴിക്കാൻ എളുപ്പം, ആവശ്യകത എന്നിവ കണക്കിലെടുത്ത് കൃഷി, മരപ്പണി, കൈത്തറി, സോപ്പുനിർമ്മാണം, തയ്യൽജോലി, തുണിനെയ്ത്തു എന്നിവ ഇപ്പോഴുണ്ട്. കേരളത്തിൽ 'ചപ്പാത്തി' നിർമ്മാണവും കോഴിക്കറി തയ്യാറാക്കി വിപണിയിൽ വിറ്റഴിക്കുകയെന്നതും വളരെ ലാഭകരമായ തൊഴിലായി കണക്കാക്കുന്നു. ചപ്പാത്തി നിർമ്മാണം കൊണ്ട് ജയിലിന് പണമുണ്ടാക്കാമെന്നല്ലാതെ അന്തേവാസികൾക്ക് അതുകൊണ്ട് ജയിൽ ജീവിതാനന്തരമെന്ത് പ്രയോജനമെന്ന് ഗവേഷകർ ചോദിക്കുന്നു. ജയിൽ വിമുക്തരായവർ നാട്ടിൻപുറങ്ങളിൽ ചപ്പാത്തി ഉണ്ടാക്കി വിറ്റ് ജീവിക്കുന്നതായി കാണുന്നുമില്ല. അതുകൊണ്ട് തന്നെ, അത്തരം തൊഴിലുകൾ വ്യക്തിത്വവികസനത്തിനോ പിന്നീടുള്ള ജീവിതമാർഗ്ഗത്തിനോ ഉപകാരപ്രദമല്ല എന്ന ചിന്താഗതിയും നിലനില്ക്കുന്നു.

സർക്കാർജോലിക്ക് – പ്രത്യേകിച്ച് പൊതുമരാമത്തു വേലയ്ക്ക് –അന്തേവാസികളെ നല്കുന്ന സംസ്ഥാനങ്ങൾ ഇന്ത്യയിലുണ്ട്. ജയിലുകളിൽ

നിർമ്മിക്കുന്ന വസ്തുക്കൾ ജയിലിന്റെ ആവശ്യത്തിന് –സർക്കാർ ആവശ്യത്തിന്–പൊതുജനവില്പനയ്ക്ക് എന്ന നയമാണ് ഇപ്പോൾ സ്വീകരിച്ചിരിക്കുന്നത്. പ്ലമ്പിങ്, മെഷ്യൻ തയ്യൽ, തുകൽപ്പണി, പട്ടുനൂൽപ്പുഴു വളർത്തൽ, സോപ്പ്, ഫീനൈൽ നിർമ്മാണം, ബ്ലീച്ചിങ് പൗഡർ, ട്രാക്ടർ റിപ്പയറിങ്, കോഴിഫാം, നെൽകൃഷി എന്നിവ ജയിൽജോലികളിൽ ഉൾപ്പെടുന്നു. ജയിൽ വൃത്തിയായി സൂക്ഷിക്കാനും മാലിന്യമുക്തമാക്കാനും ആവശ്യമായ ജോലികളും അന്തേവാസികളാണ് ചെയ്യുക.

നാളിതുവരെയുള്ള ശിക്ഷാശാസ്ത്രഗവേഷണങ്ങൾ ജയിലിനകത്തുള്ള തൊഴിലുകളും തൊഴിൽ പരിശീലനവും അന്തേവാസികൾക്ക് കാര്യമായ ഗുണമോ ലക്ഷ്യപ്രാപ്തിയോ നേടാൻ ഉപകാരപ്രദമായിയെന്ന് പറയുന്നില്ല; പറയാനാവുന്നില്ല; തൊഴിൽ ചെയ്യാനുള്ള ഒരു സാഹചര്യമല്ല ജയിലുകളിൽ നമ്മൾ കാണുന്നത്. തൊഴിൽ വഴി എന്തെങ്കിലും സ്വഭാവനവീകരണം നടക്കുന്നുണ്ടോയെന്ന് പറയാനാവുന്നില്ല. ജയിലുകളിലെ തൊഴിൽശാലകളിൽ നിന്നുള്ള വരവ് വളരെ ശുഷ്കമാണ്. തൊഴിൽ ശാലകൾ നിലനിർത്തുകയെന്ന ഭാരിച്ച ഉത്തരവാദിത്വം സർക്കാരിനുണ്ട്. എന്തെങ്കിലും ഗുണമോ പ്രയോജനമോ ഉണ്ടെങ്കിൽ മാത്രമേ പണം ചെലവിടുന്നതിലർത്ഥമുള്ളു. ഇല്ലെങ്കിലോ? ലാഭം മാത്രം കണക്കാക്കി ജയിലുകളിലെ തൊഴിൽശാലകളെ–തൊഴിൽ മേഖലയെ നിലനിർത്തുന്നതിലർത്ഥമില്ല. ഇതൊരു സാമൂഹ്യനന്മയെ ലക്ഷ്യമാക്കിയുള്ള പ്രവർത്തനമാണ്. അന്തേവാസികളിൽ മനഃപരിവർത്തനമുണ്ടായി–അദ്ധ്വാനശീലം വളർത്തി –തൊഴിലിൽ താല്പര്യം ജനിപ്പിച്ച് – ജയിൽജീവിതാനന്തരം ഉത്തമപൗരന്മാരാക്കി മാറ്റാനുതകുന്ന തൊഴിൽ–അതൊക്കെയാണ് ഉദ്ദേശ്യമെന്നിരിക്കെ പണലാഭമുണ്ടാക്കുകയെന്ന ചിന്തതന്നെ അവിവേകവും അർത്ഥശൂന്യതയുമാണ്.

ചെറുപ്പക്കാരായ അന്തേവാസികളെ പ്രത്യേകം പരിഗണിക്കണം. അവർക്കായി പ്രയോജനപ്രദമായ തൊഴിൽ പരിശീലനം കൊടുക്കേണ്ടതാണ്. കമ്പ്യൂട്ടർ ജോലി, ഡി റ്റി പി, സ്കൂട്ടർ നന്നാക്കൽ, ഡ്രൈവിങ്, ഇലക്ട്രീഷ്യൻ പണി, പ്ലമ്പിങ്, അപ്ഹോൾസ്റ്ററി തുടങ്ങി നൂറുകണക്കിന് ജോലികൾക്ക് ആളെ ഇപ്പോൾ കിട്ടാനില്ല. അവ കണ്ടെത്തി അത്തരം ജോലികൾ ചെയ്യാനുള്ള പരിശീലനം കൊടുക്കേണ്ടതാണ്. ഇപ്പോൾ ജയിലുകളിൽ കൊടുക്കുന്ന തൊഴിൽ പരിശീലനം അന്തേവാസികളിൽ സ്വാഭിമാനം, അന്തസ്സ് ചിന്ത–ജനിപ്പിക്കുന്നുണ്ടോയെന്ന കാര്യത്തിൽ തർക്കം നിലനില്ക്കുന്നു.

ജയിലുകളിൽ ചെയ്യുന്ന ജോലിക്ക് കിട്ടുന്ന വേതനം നിരാശയുളവാക്കുന്നതാണ്. അന്താരാഷ്ട്രതലത്തിലും ദേശീയതലത്തിലും വേതനഘടനയെക്കുറിച്ച് വ്യക്തമായ ആശയങ്ങളുണ്ടെങ്കിലും അവയൊന്നും നടപ്പിലാക്കാൻ ആരും ശ്രദ്ധിക്കുന്നില്ല. സുപ്രീം കോടതിയും വിവിധ ഹൈക്കോടതികളും പലതരം നിർദ്ദേശങ്ങൾ കൊടുക്കുന്നുണ്ടെങ്കിലും അവയൊന്നും പലരും കേൾക്കുന്നതായി –കാണുന്നതായി–തോന്നുന്നില്ല.

അന്തേവാസികളുടെ വേതനത്തിൽ നിന്നൊരു വിഹിതം അവരുടെ ചെലവിനായി സ്ഥാപനത്തിലേക്കും ഒരു വിഹിതം അവരുടെ വ്യക്തിപരമായ ആവശ്യത്തിനായും മറ്റൊരു വിഹിതം അവരുടെ കുടുംബത്തിനായും വിനിയോഗിക്കാമെന്നിരിക്കെ അവർക്ക് ലഭിക്കുന്ന നാമമാത്രവേതനത്തിൽ നിന്നും എന്ത് ചെയ്യാനാണ്? ദീർഘനാൾ ജയിലിൽ വസിച്ച ഒരാൾ ജയിൽ വിമുക്തനാകുമ്പോൾ-തുടർന്നു ജീവിക്കാനാവശ്യമായ എന്തെങ്കിലും തൊഴിൽ ചെയ്യാൻ വേണ്ട സാമ്പത്തികം കൈയിലില്ലാത്ത ദുരവസ്ഥ നില നില്ക്കുന്നു. ബാങ്കുകൾ പോലും 'മുൻ ജയിൽപ്പുള്ളികൾക്ക്' പണം കടം കൊടുക്കാൻ വിസമ്മതിക്കുന്നു. ചുരുക്കത്തിൽ, അവർ ദരിദ്രരായിത്തന്നെ ജീവിക്കേണ്ട ദുർഗ്ഗതിയുണ്ടാകുന്നു.

സുപ്രീം കോടതി അന്തേവാസികൾക്കു നല്കേണ്ട വേതനത്തെപറ്റി എന്താണ് പറയുന്നത്? "അന്തേവാസികൾക്ക് മിനിമം വേതനം കൊടുക്കേണ്ടതാണ്. അവർക്കായി ചെലവിടുന്ന പണം വേതനത്തിൽ നിന്നും പിടിക്കാവുന്നതാണ്. സൗജന്യമായി ജോലി ചെയ്യണമെന്ന് അന്തേവാസികളോട് നിർബ്ബന്ധിക്കാവുന്നതല്ല. ചെയ്യുന്ന ജോലിക്ക് പണം വാങ്ങുകയെന്നത് തൊഴിലാളികളുടെ അവകാശമാണ്-അതൊരു സാമൂഹ്യ അനിവാര്യതയാണ്-ധാർമ്മിക നിബന്ധനയാണ്. നിർബ്ബന്ധമായി ജോലിയെടുപ്പിക്കുക-വേതനമായി ഒന്നും കൊടുക്കാതിരിക്കുകയെന്ന രീതി പണ്ടുകാലത്തെ അടിമപ്പണിയെ ഓർമ്മിപ്പിക്കുന്നു" [State of Gujarath & Another v Hon'ble High Court of Gujarath, A I R 1998 S C 3164]. 1983 ലെ ജസ്റ്റിസ് മുള്ളകമ്മിറ്റിയുടെ നിർദ്ദേശങ്ങൾ വന്നിട്ട് നാല് പതിറ്റാണ്ടായിട്ടും വഞ്ചി ഇപ്പോഴും തിരുനക്കരെതന്നെയെന്ന ഗതികേടാണുള്ളത്. വൈദ്യപരിശോധനയിലൂടെ തീരുമാനിക്കപ്പെടുന്ന-അതും ശാരീരികവും മാനസികവുമായ സ്ഥിതിവിശേഷങ്ങൾ പരിഗണിച്ച് - തൊഴിൽ മാത്രമേ അന്തേവാസികൾക്കു കൊടുക്കാവൂ എന്നൊക്കെ തത്ത്വത്തിൽ അംഗീകരിക്കുമ്പോഴും ഏട്ടിലെ പശു പുല്ലു തിന്നില്ലയെന്ന നയമാണ് സ്വീകരിച്ചു കാണുന്നത്. അന്തേവാസികളുടെ തൊഴിൽ ശിക്ഷയായി കണക്കാക്കരുത്-അതവരുടെ സ്വഭാവനവീകരണത്തിനും ഭാവിജീവിതമാർഗ്ഗത്തിനും ഗുണകരമാക്കി മാറ്റേണ്ടതാണ്. നാമമാത്രമായ വേതനം-ഒരു ഔദാര്യമെന്ന നിലയിൽ നല്കുന്നത്-അനീതിയാണ്; അന്യായമാണ്.

ജയിലിനകത്തെ വിദ്യാഭ്യാസ സംവിധാനങ്ങൾ

കേരളം സാക്ഷരതയിൽ ഇതര സംസ്ഥാനങ്ങളെ അപേക്ഷിച്ച് മുമ്പിലാണ്. എന്നാലും നിരക്ഷരരായ അന്തേവാസികൾ ഉണ്ടെന്ന സത്യം രഹസ്യമാക്കുന്നു. അതിലർത്ഥമില്ല. വിദ്യാഭ്യാസമുള്ളതുകൊണ്ട് കുറ്റകൃത്യങ്ങൾ ചെയ്യില്ലയെന്നർത്ഥമാക്കരുത്. കുറ്റവാളികളിൽ അഭ്യസ്തവിദ്യരും ഉന്നതബിരുദധാരികളുമുണ്ട്. അന്തേവാസികളിൽ നിരക്ഷരർ ഉണ്ടെങ്കിൽ-പ്രാഥമിക വിദ്യാഭ്യാസം മാത്രം കരസ്ഥമാക്കിയവരുണ്ടെങ്കിൽ-

ഹൈസ്കൂൾ വിദ്യാഭ്യാസം പൂർത്തീകരിക്കാത്തവരുണ്ടെങ്കിൽ–ബിരുദ ധാരികളുണ്ടെങ്കിൽ–അവർക്ക് തുടർവിദ്യാഭ്യാസത്തിനുള്ള സൗകര്യങ്ങൾ കൊടുക്കുകയെന്നത് സ്വഭാവനവീകരണത്തിനാവശ്യമാണ്. സമൂഹ വല്ക്കരിക്കുക (Socialization) വിദ്യാഭ്യാസത്തിന്റെ ഒരു ലക്ഷ്യമാണ്. സ്വഭാവരൂപീകരണം (Character Formation) മറ്റൊരു ലക്ഷ്യമാണ്. വ്യക്തിഗതമായ വിദ്യാഭ്യാസമാണ് ആവശ്യം. നല്ല പൗരന്മാരായി ജയിൽ ജീവിതാനന്തരം സമൂഹത്തിൽ വസിക്കണമെങ്കിൽ മൂല്യബോധജ്ഞാനം അനിവാര്യമാണ്. ജോലി ചെയ്തു കൂട്ടായ്മ ജീവിതം നയിക്കാൻ വിദ്യാഭ്യാസം കൂടിയേ തീരു. അതിനായി;

(i) ബൗദ്ധികവളർച്ചയ്ക്കാവശ്യമായ വിദ്യാഭ്യാസം, പരിശീലനം, മൂല്യ ബോധപഠനം ലഭിക്കാനുള്ള അടിസ്ഥാന വിദ്യാഭ്യാസം കൊടുക്കുക.
(ii) തൊഴിൽപരിശീലനവും വിദ്യ അഭ്യസിക്കലും – അവവഴി ജയിൽജീവിതാനന്തരം തൊഴിൽ ചെയ്തു ജീവിക്കാനുള്ള അഭിരുചിയും കഴിവും ഉണ്ടാക്കുക.
(iii) വ്യക്തിപരവും സമൂഹജീവിതത്തിന് അനിവാര്യമായതുമായ ആരോഗ്യപരിരക്ഷയും അടിസ്ഥാന വിവരങ്ങളും നല്കുക.
(iv) സൗന്ദര്യ ആസ്വാദനവും ബൗദ്ധിക വളർച്ചയും കിട്ടാനായുള്ള സാംസ്കാരിക വിദ്യാഭ്യാസവും പ്രദാനം ചെയ്യുക.
(v) സമൂഹത്തിലെ സഹജീവികളോടൊത്ത് ഒരുമയിൽ വസിക്കാനും അതുവഴി സമൂഹമേന്മയും നന്മയും ഉറപ്പാക്കാനും തടവുകാലത്ത് തുടർവിദ്യാഭ്യാസം ചെയ്യാനായുള്ള സൗകര്യങ്ങൾ ഉറപ്പാക്കുക.

നിരക്ഷരരായ അന്തേവാസികൾക്കു സമൂഹജീവിതത്തിനാവശ്യമായ ബൗദ്ധികവളർച്ച അനിവാര്യമാണ്. എഴുതാനും വായിക്കാനും കണക്കു കൂട്ടാനും അവർക്ക് കഴിയണം. കേരളത്തിലെ ജയിലുകളിൽ വസിക്കുന്നവരിൽ നിരക്ഷരരും നിരക്ഷരരായ ഇതര സംസ്ഥാനക്കാരും ഉണ്ട്. നിരക്ഷരരായ വിദേശികളെപ്പോലും കാണാനാവും. പൗരബോധം, ചരിത്രം, ഭരണസംവിധാനം, സർക്കാർ, ഭൂമിശാസ്ത്രം, സാഹിത്യം, ശാസ്ത്രം–ഇക്കാര്യങ്ങളിലൊക്കെ അന്തേവാസികൾക്ക് സാമാന്യ അറിവുണ്ടാകേണ്ടതാവശ്യമാണ്. അതിനായുള്ള പല പദ്ധതികളും കേരളത്തിലെ ജയിൽ സംവിധാനത്തിലുണ്ട്.

ദൗർഭാഗ്യകരമെന്നുതന്നെ പറയട്ടെ. അപര്യാപ്തമായ ക്ലാസ്മുറികൾ, അടിസ്ഥാന ആവശ്യത്തിനുപോലും തികയാത്ത–തുച്ഛശമ്പളം വാങ്ങുന്ന അദ്ധ്യാപകർ, ഹിതകരമല്ലാത്ത ജയിലന്തരീക്ഷം (സ്കൂൾ അന്തരീക്ഷത്തിന് വിരുദ്ധമായ) ജയിൽ വിദ്യാഭ്യാസത്തിന്റെ ഗുണമേന്മ ഇല്ലാതാക്കുന്നു. ജയിൽ വാസത്തിനുവരുന്ന മുതിർന്ന യുവാക്കളും വൃദ്ധജനങ്ങളും പഠനത്തോടുതന്നെ നിസ്സംഗത പുലർത്തുന്നവരാണ്. ചിലർക്ക് പ്രകടനമായ എതിർപ്പുമുണ്ട്. കുറേ പേർ വിദ്യാഭ്യാസം തന്നെ ഒരുതരം ശാപമായി കണക്കാക്കി വിദ്യാഭ്യാസ സംവിധാനത്തിനെതിരെ പ്രാകു

ന്നു. പഠനത്തിനവസാനം പരീക്ഷ നടത്തിയതിൽ വിജയികളാവുന്നവർക്ക് സർട്ടിഫിക്കറ്റും മാപ്പുമാർക്കും (Remission Marks) കൊടുക്കുന്നുണ്ട്.

ജയിലുകളിൽ തൊഴിൽശാലകളുണ്ട്. അവിടങ്ങളിൽ കൊടുക്കുന്ന തൊഴിൽ പരിശീലനം ഗുണകരമാണോ? പല തൊഴിൽശാലകളിൽ പഠിപ്പിക്കുന്ന ജോലികൾ ആധുനികയുഗത്തിൽ ഗുണപ്രദമാണൊ എന്ന കാര്യത്തിൽ തർക്കം നിലനില്ക്കുന്നു. ജയിലുകളിലെ കൃഷിസ്ഥലങ്ങളിൽ നിന്നും ആർജ്ജിക്കുന്ന കൃഷിവിജ്ഞാനം തടവുശിക്ഷാനന്തരം പ്രയോജനപ്പെടുത്താവുന്നതാണ്. എന്നാൽ, ജയിൽ വിമുക്തരാകുന്നവരിൽ ബഹുഭൂരിപക്ഷം അന്തേവാസികൾക്ക് കൃഷി ചെയ്യാനിടമില്ലെന്നതിൽ ഉപരി കൃഷിതന്നെ സംസ്ഥാനത്ത് ഇല്ലാതായി വരുന്നു. കൃഷിക്കാര്യത്തിൽ കേരളമൊരു ഉപഭോക്തൃ സംസ്ഥാനമാണ്. അരിക്കും പച്ചക്കറികൾക്കും പഴവർഗ്ഗങ്ങൾക്കുമായി അന്യസംസ്ഥാനങ്ങളെ നമ്മൾ ആശ്രയിക്കുകയാണിപ്പോൾ. ആരോഗ്യകാര്യങ്ങളിൽ ബോധവല്ക്കരണം ആവശ്യമാണ്. ജല ഉപയോഗം, ആരോഗ്യസംരക്ഷണം, പൊതുആരോഗ്യം, ആശുപത്രിപ്രവർത്തനം, പകർച്ചവ്യാധികൾ–ഇവകളെക്കുറിച്ച് ക്ലാസ് കൊടുക്കുക, സെമിനാറുകൾ നടത്തുക, പ്രസംഗവേദികളുണ്ടാക്കുക, ശില്പശാലകൾ നടത്തുക നല്ലതാണ്. വിരളമായി മാത്രമേ അത്തരം പരിപാടികൾ നടത്താറുള്ളൂ. ഗൗരവമായി ഭരണാധികാരികൾ അക്കാര്യങ്ങളിൽ ശ്രദ്ധ ചെലുത്തുന്നില്ലെന്ന വിമർശനം കേൾക്കാം. രണ്ടാഴ്ചയിലൊരിക്കൽ അന്തേവാസികളുടെ തൂക്കം നോക്കുക, പൊതുവായ ആരോഗ്യകാര്യങ്ങളെക്കുറിച്ചു ആഴ്ചതോറുമുള്ള അവലോകനങ്ങൾ, പ്രത്യേകതരം ഭക്ഷണക്രമം, ആരോഗ്യപ്രശ്നങ്ങളിലുള്ള ഉപദേശങ്ങൾ തുടങ്ങി ചിലതെല്ലാം ചെയ്യുന്നുണ്ട്. അവ ഗുണകരവുമാണ്. ചുരുക്കത്തിൽ, അന്തേവാസികളുടെ ശരീരശുദ്ധിവരുത്തൽ, വസ്ത്രങ്ങൾ അലക്കൽ, താമസസ്ഥലങ്ങൾ മാലിന്യ വിമുക്തമാക്കൽ, ക്ലിപ്തസമയത്തുള്ള ഉണരൽ–കൃത്യസമയത്തുള്ള ഉറക്കം–ഇവയൊക്കെ അന്തേവാസികളിൽ നേരിട്ടും അല്ലാതെയും അറിവു കുറേയൊക്കെ പകരുന്നുണ്ട്.

ഉല്ലാസം–അതില്ലെങ്കിൽ, മനുഷ്യർ ഭ്രാന്തരാകും. സംശയം വേണ്ട. റേഡിയോ വേണം. ടെലിവിഷൻ അനിവാര്യമാണ്. സിനിമാപ്രദർശനങ്ങൾ വേണ്ടിവരും. ലൈബ്രറിയും റീഡിങ് റൂമും കാലികപ്രസിദ്ധീകരണങ്ങളും ആവശ്യമാണ്. തടവുകാർക്കെന്ത് ഉല്ലാസം എന്ന ചിന്താഗതി ആപത്താണ്. ഏകാന്തതടവ് (Solitary Confinement) അപകടകരമാണ്. ജയിലുകളുടെ ചരിത്രത്തിൽ ഏകാന്തതടവ് കൊടുത്തിരുന്ന കാലത്ത് അന്തേവാസികൾ മനോരോഗികളായി മാറിയ അനുഭവങ്ങൾ അനവധിയുണ്ട്.

സാംസ്കാരിക വിദ്യാഭ്യാസത്തിന്റെ ഭാഗമായി ഗാനമേള, നാടകം, സിനിമാ പ്രദർശനം, മിമിക്രി എന്നീ കലാപരിപാടികൾ ജയിലുകളിൽ സംഘടിപ്പിക്കാറുണ്ട്. തടവുകാരിൽ തല്പരരായ കലാകാരന്മാർ സൗജന്യമായി അവ ജയിലുകളിൽ നടത്താറുണ്ട്. അന്തേവാസികളിൽ പലരും

സമൂഹജീവിതമൊരു കൂട്ടായ്മ മനസ്സോടെ നയിക്കാൻ കഴിയാതെ പോയ വരാണെന്നതാണ് സത്യം. ആ നിലയ്ക്കവർക്ക് പൗരബോധം, ഉത്തമ പൗരന്റെ ഉത്തരവാദിത്വം, സമൂഹചിന്തയും നീതിയും, സാമൂഹ്യനന്മയും മൂല്യങ്ങളും, കൂട്ടായ്മജീവിതത്തിന്റെ അനിവാര്യതയും മറ്റും പറഞ്ഞു കൊടുക്കേണ്ടതാവശ്യമാണ്. ഒന്നിച്ച് ജീവിക്കാൻ പ്രാപ്തരാക്കുകയെന്നത് തടവുജീവിതത്തിൽ സാദ്ധ്യമാകുന്നുണ്ട്.

ഇന്ത്യയിലെ പല ജയിലുകളിലും വസിക്കുന്ന അന്തേവാസികളിൽ നിന്നും തെരഞ്ഞെടുക്കുന്നവരെ ഔദ്യോഗികജോലി ചെയ്യാൻ നിയമി ക്കാറുണ്ട്. അതിനെ Convict Official System എന്നാണ് പറയുന്നത്. അക്കൂട്ടർ ജയിൽസംബന്ധമായ ജോലികളിൽ ഉദ്യോഗസ്ഥരെ സഹായി ക്കാറുണ്ട്. അന്തേവാസികളെ നിയന്ത്രിക്കാറുണ്ട്. നേതൃത്വപാടവമുള്ളവരാ ണവർ. 'പഞ്ചായത്ത്രാജ്' എന്ന സമ്പ്രദായമുള്ള ജയിലുകളും ഇന്ത്യയിൽ ഉണ്ട്. കൂട്ടായി ചിന്തിച്ചെടുക്കുന്ന തീരുമാനങ്ങൾ ജയിലിനുള്ളിൽ പൊതു വായി നടപ്പിലാക്കാൻ അത് സഹായിക്കുന്നതോടൊപ്പം അന്തേവാസിക ളിൽ സമൂഹജീവിതത്തിന്റെ അർത്ഥങ്ങളും ആവശ്യകതയും പഠിപ്പി ക്കുന്നു. മതപരമായ അറിവ് നല്കുകയെന്നതും വിദ്യാഭ്യാസത്തിന്റെ ഭാഗ മായി കണക്കാക്കുന്നു. ദൈവികചിന്ത ഉണ്ടാക്കുന്നത് അന്തേവാസികളുടെ മനഃസാക്ഷി രൂപീകരണത്തിനും ധാർമ്മികചിന്താവളർച്ചയ്ക്കും സഹാ യകമാണെന്ന് കണ്ടെത്തിയിട്ടുണ്ട്. മതവും ധാർമ്മികതയും പഠിപ്പിക്കാ നായി മുന്നോട്ടു വരുന്ന ധാരാളം അദ്ധ്യാപകരെയും ആത്മീയചിന്ത വളർത്തുന്ന സാമൂഹ്യപ്രവർത്തകരെയും ജയിൽ ശുശ്രൂഷയ്ക്കായി അനുവദിക്കാറുണ്ട്. അവരുടെ പ്രഭാഷണങ്ങളും പ്രസംഗങ്ങളും ചർച്ചാ ക്ലാസുകളും കൂടാതെ അന്തേവാസികൾക്ക് സ്വയം മത-ധാർമ്മിക പുസ്തകങ്ങൾ വായിച്ച് അറിവു നേടുന്നതിനുള്ള സാഹചര്യങ്ങളും നല്കാറുണ്ട്. മതപരമായ ആഘോഷങ്ങൾ നടത്താൻ അനുവദിക്കാറു ണ്ട്. പ്രാർത്ഥിക്കാനും മതകാര്യങ്ങൾ ചെയ്യാനും അവസരങ്ങൾ കൊടു ക്കാറുണ്ട്. എല്ലാ മതങ്ങളും അംഗീകരിക്കുന്ന പൊതുതത്ത്വങ്ങളാണ് ധാർമ്മിക വിദ്യാഭ്യാസത്തിൽ ഉൾപ്പെടുത്തിയിരിക്കുന്നത്.

വിദ്യാഭ്യാസം നേടുന്നതിൽ ചെറുപ്പക്കാരായ അന്തേവാസികൾ പ്രായ മായവരേക്കാൾ കൂടുതൽ താല്പര്യം കാണിക്കുന്നുണ്ട്. ജയിലുകളിൽ നിന്നും വെളിയിൽ പോയി വിദ്യ അഭ്യസിക്കുന്നവരും ബിരുദം നേടുന്ന വരും ഉണ്ട്. വളരെ പേർ ജയിലിൽ ഇരുന്നു പഠിച്ച് എസ് എസ് എൽ സിയും അതിനു മുകളിലുള്ള പരീക്ഷകളും പാസാകുന്നതായി കണ്ടുവരുന്നു. തൊഴിൽപരമായ വിദ്യാഭ്യാസം നല്കേണ്ടതാവശ്യമാണ്. ആ മേഖലയിൽ ഇനിയും നമ്മൾ ബഹുദൂരം മുന്നോറേണ്ടതായിട്ടുണ്ട്. ജയിലിനു വെളിയിൽ തൊഴിൽ സാദ്ധ്യത കൂടുതലുള്ള മേഖലകൾ കണ്ടെത്തി അവ ചെയ്യാനായി അന്തേവാസികളെ പ്രാപ്തരാക്കുകയാണ് വേണ്ടത്. ഇപ്പോൾ ജയിലുകളിൽ കാണുന്ന പലതും അനാവശ്യവും അതിനാൽത്തന്നെ അവ അവസാനിപ്പിക്കേണ്ടതുമാണ്. വിദൂരവിദ്യാഭ്യാ

സത്തിനും തുടർവിദ്യാഭ്യാസത്തിനും ഒത്തിരി സൗകര്യങ്ങൾ ഇപ്പോൾ നിലവിലുണ്ട്. അവയെ പ്രയോജനപ്പെടുത്തി അവയെല്ലാം അന്തേവാസികൾക്ക് ഉപയോഗപ്രദമാക്കാവുന്നതാണ്. സത്യത്തിൽ സ്ത്രീകളായ അന്തേവാസികൾക്ക് തുടർന്ന് പഠിക്കാനായി കാര്യമായ കർമ്മപദ്ധതികൾ ഇന്ത്യൻ ജയിലുകളിൽ ഇപ്പോൾ ഇല്ല. തയ്യൽജോലി, തുണിനെയ്ത്ത് എന്നിവ പഠിപ്പിക്കുന്ന ഏതാനും ചില ജയിലുകൾ നിലവിലുണ്ടെങ്കിലും അവയെ പൊതുവെ അവഗണിക്കുകയാണെന്ന് പരക്കെ ആക്ഷേപമുണ്ട്.

അന്തേവാസികൾക്ക് വളരെയേറെ അവകാശങ്ങളുണ്ട്. വിദ്യാഭ്യാസം നേടുകയെന്നത് അവരുടെ അവകാശമാണ്. അന്തസ്സോടെ ജീവിക്കാനത് ആവശ്യമാണ്. നമ്മുടെ ജയിലുകളിലെല്ലാം തന്നെ തടവുകാരുടെ ബാഹുല്യം കാരണം പലവിധ കർമ്മപദ്ധതികളും ലക്ഷ്യസ്ഥാനത്ത് കൊണ്ടു ചെന്നെത്തിക്കാൻ കഴിയാത്ത സാഹചര്യങ്ങൾ നിലനില്ക്കുന്നു. അതുകൊണ്ടു തന്നെ, അർഹതപ്പെട്ടവർക്ക് "നല്ല നടപ്പുശിക്ഷ" (Probation of good conduct) വിധിക്കുന്നത് അഭിലഷണീയമാണെന്ന് കണ്ടെത്തിയിരിക്കുന്നു. ജയിലിൽ പോയാലേ ഒരാൾ നന്നാവൂ എന്ന് കരുതുന്നത് ശരിയല്ല. സ്വഭാവരൂപീകരണം ജയിൽവാസം കൂടാതെ ഉണ്ടാകാമെന്നാണ് ശിക്ഷാശാസ്ത്രഗവേഷണ നിഗമനങ്ങൾ. അതുപോലെതന്നെ, ശിക്ഷിക്കപ്പെട്ടു തടവിൽ കഴിയുന്നതുവരെ തക്കസമയത്ത് ജയിൽ വിമുക്തരാക്കിയാലവർ ഉത്തമപൗരന്മാരായി സമൂഹത്തിൽ ജീവിക്കുമെന്ന അനുഭവസാക്ഷ്യത്തിന്റെ അടിസ്ഥാനത്തിൽ പരോൾ (Parole) സംവിധാനം ഫലപ്രദമായി പ്രയോജനപ്പെടുത്താവുന്നതാണ്. അക്കാര്യങ്ങളാണ് അടുത്ത അദ്ധ്യായത്തിൽ പ്രതിപാദിക്കുന്നത്.

ശിക്ഷകൾ ജയിൽവാസത്തിനുമപ്പുറം

കൊല്ലത്ത് ഒരു വനിത മാർക്ക്‌ലിസ്റ്റു തിരുത്തി ബി എഡിനു ചേർന്ന് ബിരുദം നേടി ഒരു ഹൈസ്കൂളിൽ അദ്ധ്യാപികയായി. വിവാഹം കഴിഞ്ഞു. രണ്ടു കുഞ്ഞുങ്ങളുടെ മാതാവുമായി. സർട്ടിഫിക്കറ്റിലെ തിരുത്തൽ അപ്പോൾ പിടിക്കപ്പെട്ടു. കുറ്റാന്വേഷണശേഷം -വിചാരണചെയ്ത കോടതി അവരെ കുറ്റവാളിയായി കണ്ടെത്തി. മൂന്നു കൊല്ലത്തെ തടവു ശിക്ഷയ്ക്ക് വിധിച്ചശേഷം അവരെ 'നല്ലനടപ്പിന്' (Probtion of good conduct) അനുവദിച്ചു. എന്തുകൊണ്ട്? (i) ഒരു അദ്ധ്യാപികയുടെ ജോലി നഷ്ടപ്പെട്ടു; (ii) സമൂഹമദ്ധ്യത്തിൽ അവർക്കുണ്ടായിരുന്ന അന്തസ്സിന് ഇടിവു വന്നു; (iii) വിവാഹജീവിതത്തിൽ അസ്വാരസ്യങ്ങളുണ്ടായി; (iv) ഭാവിജീവിതം അരക്ഷിതാവസ്ഥയിലായി. കൂടാതെ ബി എഡിനായി ചെലവാക്കിയ സമയം, പണം-കേസ് നടത്താനായി ചെലവായ തുക/മറ്റു പലവിധ വിഷമതകൾ അനുഭവിച്ചത് വേറെ. കൂടാതെയവർ തടവുശിക്ഷയനുഭവിക്കാൻ ജയിലിൽത്തന്നെ പോകണമെന്ന വാശിവേണോ? അത്തരത്തിലുള്ള വാശിക്ക് എന്തെങ്കിലും അർത്ഥമുണ്ടോ? ജയിൽ വാസംമൂലം തകരുന്ന അവരുടെ കുടുംബബന്ധം-കുഞ്ഞുങ്ങളുടെ ഭാവിയെല്ലാം കണക്കിലെടുക്കുമ്പോൾ നല്ല നടപ്പുശിക്ഷ തന്നെ നല്ലൊരു ശിക്ഷയല്ലേ? അവരുടെ രക്ഷയ്ക്കതല്ലേ കൂടുതൽ ഉത്തമമായത്?

കുറ്റം ചെയ്തവരെ വെട്ടിനുറുക്കിക്കൊന്നിട്ടും കുറ്റകൃത്യങ്ങളെ ഇല്ലായ്മ ചെയ്യാനോ ഒരു പരിധിക്കപ്പുറം കുറയ്ക്കാനോ കഴിയുന്നില്ല. കുറ്റവാളികളെ ജീവിതാവസാനം വരെ തടവറയിലിട്ടിട്ടും കൽതുറങ്കിലടച്ചിട്ടും ഇരുട്ടുമുറിയിൽ ഏകാന്തത്തടവിനു ശിക്ഷിച്ചിട്ടും കുറ്റകൃത്യങ്ങൾക്ക് കുറവുണ്ടായില്ല. എന്നാൽ, അങ്ങനെയൊന്നും ചെയ്യാതെ അവരെ ചില നിബന്ധനകൾക്ക് വിധേയരാക്കി - മേൽനോട്ടത്തിന് കീഴ്പെട്ട് - ശിഷ്ടകാലം ജീവിക്കാൻ അനുവദിച്ചാലത് കുറ്റകൃത്യങ്ങളെ

കുറയ്ക്കാനും കുറ്റവാളികളെ ഉത്തമ പൗരന്മാരാക്കി മാറ്റാനും കഴിയുമെന്ന് ശിക്ഷാശാസ്ത്രഗവേഷണങ്ങൾ തെളിയിച്ചപ്പോൾ ലോകമതു അംഗീകരിച്ചുവെന്നതിന്റെ തെളിവാണു 'നല്ല നടപ്പ്' എന്ന ശിക്ഷാരീതി. ഇതിനൊരു പിന്നാമ്പുറമുണ്ട്.

നല്ലനടപ്പ് ശിക്ഷയ്ക്കു പുറകിൽ

തടവുശിക്ഷ പണച്ചെലവേറിയതാണ്. ഒരാളെ ഒരു വർഷം ജയിലിൽ സംരക്ഷിക്കാൻ ഒരു ലക്ഷത്തിലേറെ തുക ചെലവിടേണ്ടതായി വരുന്നുവെന്ന് നേരത്തെ പറഞ്ഞിരുന്നല്ലോ. കഴിയുന്നത്ര ചെലവ് ചുരുക്കുക. അതോടൊപ്പം തടവ് ശിക്ഷയുടെ ദുസ്വാധീനവും ദൂഷ്യങ്ങളും ഒഴിവാക്കുക. കുറ്റവാളികൾ അവരുടെ കുടുംബത്തിൽ നിന്നും അകന്നു കഴിയുക, അക്കാരണം കൊണ്ടുതന്നെ വരുമാനം നഷ്ടമാക്കുക, ജോലി ചെയ്യാനാവാത്ത ദുരവസ്ഥയുണ്ടാവുക, മറ്റ് സ്വഭാവ ദൂഷ്യമുള്ളവരുമായി ജയിലിനകത്തു സമ്പർക്കം പുലർത്തുക. ഇവയെല്ലാം പലവിധ പ്രശ്നങ്ങൾ സൃഷ്ടിക്കുന്നുണ്ട്. എന്താണ് നല്ല നടപ്പുശിക്ഷ?

(i) കുറ്റത്തിന് ശിക്ഷ വിധിക്കുക. അത് മരവിപ്പിക്കുക (suspension)
(ii) ചില വ്യവസ്ഥകൾ വച്ച് കുറ്റവാളിയെ ജയിലിലേക്ക് അയക്കാതെ, സമൂഹത്തിലേക്ക് തന്നെ തിരിച്ച് വിടുക.
(iii) നല്ല പെരുമാറ്റവും നിയമാനുസൃതമായ ഉത്തമ പൗരജീവിതം നയിക്കണമെന്ന നിബന്ധനവയ്ക്കുക.

മുകളിൽ പറഞ്ഞതനുസരിച്ച് കുറ്റവാളിയായ ആളുടെ കുടുംബത്തോടൊപ്പം അല്ലെങ്കിൽ അയാൾക്കിഷ്ടമുള്ള സാമൂഹ്യ ചുറ്റുപാടിൽ പൗരബോധത്തോടെയൊരു പ്രത്യേക കാലാവധിവരെ കഴിയുന്നു. ആ കാലാവധി അവസാനിക്കുന്നതുവരെ അയാൾ പ്രൊബേഷൻ ആഫീസറുടെ നിയന്ത്രണത്തിലും നിരീക്ഷണത്തിലുമായിരിക്കും. നിബന്ധനകളെല്ലാം വിധിന്യായത്തിൽ കോടതിതന്നെ വ്യക്തമാക്കിയിരിക്കും. ഇത്തരത്തിലുള്ള നല്ല നടപ്പുശിക്ഷയ്ക്ക് ശിക്ഷയുടേതായ അരുചിയുണ്ടാവും. ശിക്ഷിക്കപ്പെട്ടയാൾ എന്ന ദുഷ്പേർ അയാൾക്കുണ്ടാകുമെന്നത് കൂടാതെ സമൂഹമദ്ധ്യത്തിൽ തലയുയർത്തിനടക്കാൻ അയാൾക്ക് ബുദ്ധിമുട്ടുണ്ടാകുന്നു. പൊതുവെ, ജനങ്ങൾ കുറ്റവാളിയെന്ന് മുദ്രകുത്തി കഴിയുന്നവിധം അയാളുമായി സമ്പർക്കം പുലർത്താതിരിക്കുന്നു. എന്നിരുന്നാലും നല്ല നടപ്പു ശിക്ഷ, കുറ്റവാളിയുടെ സ്വഭാവ രൂപീകരണത്തിനും, നവീകരണത്തിനും സഹായകമാണ്. നിയന്ത്രിക്കാനും നിരീക്ഷിക്കാനും വിദ്യാഭ്യാസവും വിജ്ഞാനവും പരിശീലനം സിദ്ധിച്ച പ്രൊബേഷൻ ഉദ്യോഗസ്ഥർ ഉള്ളതിനാൽ അവർക്ക് വിഷമഘട്ടങ്ങളിൽ അവർ ഒരു കൈത്താങ്ങായിരിക്കും. സാധാരണക്കാർക്കുള്ള മിക്ക സ്വാതന്ത്ര്യവും അനുഭവിക്കാം; ആസ്വദിക്കാം. എങ്കിലും, പ്രൊബേഷൻ ആഫീസർമാരുടെ ഇടയ്ക്കിടയ്ക്കുള്ള അന്വേഷണങ്ങളും അവർ തയ്യാറാക്കുന്ന റിപ്പോർട്ടുകളും കുടുംബക്കാരുടെ പ്രതികരണങ്ങളുമെല്ലാം ഒരു പരിധിവരെ അവരുടെ

സ്വാതന്ത്ര്യത്തെ നിയന്ത്രിക്കുന്നു. ഏതെങ്കിലും തരത്തിലുള്ള ഹിതകരമല്ലാത്ത കാര്യങ്ങൾ ചെയ്താൽ–കോടതിയുടെ നിബന്ധനകൾ ലംഘിച്ചാൽ നല്ല നടപ്പുശിക്ഷ റദ്ദാക്കി ജയിലിലേക്ക് പോയി തടവുശിക്ഷ അനുഭവിക്കേണ്ടിവരുമെന്നുള്ളത് വളരെ ശക്തമായൊരു നിയന്ത്രണകോലാണു. നല്ല നടപ്പുശിക്ഷാ കാലഘട്ടത്തിൽ ഉപദേശങ്ങൾ സ്വീകരിക്കാനും – അവവഴി സ്വഭാവ നവീകരണത്തിനും സാഹചര്യങ്ങൾ കിട്ടുന്നുവെന്നത് വളരെ നല്ലകാര്യമാണ്. 'Probare' യെന്ന ലത്തീൻ പദത്തിനു 'തെളിയിക്കുക' (to prove), 'പരീക്ഷിക്കുക' (to test) എന്നാണർത്ഥം. ചുരുക്കത്തിൽ ശ്രേഷ്ഠത, വിശിഷ്ട ഗുണം, മൂല്യം തെളിയിക്കുക എന്നാണു Probation എന്നാൽ മനസ്സിലാക്കേണ്ടത്.

നേരത്തെ സൂചിപ്പിച്ചതുപോലെ ഈ ശിക്ഷാരീതിക്കൊരു ചരിത്ര പശ്ചാത്തലമുണ്ട്. ശിക്ഷകൾക്ക് ഒരു ധാർമ്മികത വേണമെന്ന് എല്ലാകാലത്തും സമൂഹം അംഗീകരിച്ചിരുന്നു. ആ ധാർമ്മികത മാനുഷിക പരിഗണനയിൽ അടിയുറച്ചതും മനുഷ്യ സ്നേഹത്തിലൂന്നിയതുമായിരിക്കണം. എന്നാൽ, അത് പ്രാചീനകാലം മുതലേ കുറ്റവാളികളുടെ കാര്യത്തിലുണ്ടായിരുന്നില്ല. മൃഗീയവും ക്രൂരവും പൈശാചികവുമായ വിധത്തിലായിരുന്നു സമൂഹം കുറ്റവാളികളോടു പെരുമാറിയിരുന്നത്. മനുഷ്യർ മനുഷ്യരോട് കാണിച്ചിരുന്ന അത്ര ദുഷ്ടത – ക്രൂരത മനുഷ്യർ മൃഗങ്ങളോടുപോലും കാണിച്ചിരുന്നില്ലെന്നറിയുക. എന്നാൽ, അങ്ങനെ ക്രൂരത മനുഷ്യർ കാണിച്ചിരുന്നപ്പോഴും അതിന് എതിർപ്പുകൾ ശക്തമായിരുന്നു. അവയുടെയൊക്കെ ഫലമായി, ക്രമേണ – സാമ്പത്തിൽ മനുഷ്യമനസ്സിന് പൊതുവേ മാനസാന്തരമുണ്ടായി. ചരിത്രത്താളുകളിൽ പലവിധ മാറ്റങ്ങളും വരാൻതുടങ്ങി. അവയാണ് –

(i) Benefit of Clergy - പുരോഹിതരുടെ കൃപ.
(ii) The Judicial Reprieve – ന്യായാലയത്തിൽ നിന്നുള്ള ശിക്ഷ നീട്ടി വയ്ക്കൽ.
(iii) The Recognizance - നിബന്ധന പാലിച്ചുകൊള്ളാമെന്ന് കാണിച്ച് കോടതിയുമായുള്ള ഉടമ്പടി (bond)
(iv) The Provisional Release on Bail - വ്യവസ്ഥ അടിസ്ഥാനമാക്കിയുള്ള മോചിപ്പിക്കൽ
(v) The Binding over - ബന്ധിച്ചുകൊണ്ടുള്ള ഉത്തരവ്
(vi) The Suspended Sentence - തല്ക്കാലം മാറ്റി വയ്ക്കപ്പെട്ട കോടതിവിധി.

മുകളിൽ പറഞ്ഞവയെല്ലാംതന്നെ ഒരുതരത്തിൽ– അല്ലെങ്കിൽ, മറ്റൊരുവിധത്തിൽ ഇപ്പോഴത്തെ നല്ലനടപ്പ് ശിക്ഷയുടെ മുന്നോടികളായിരുന്നു. ചെറിയ ചെറിയ വ്യത്യാസങ്ങളൊക്കെ കാണാമെങ്കിലും അവയിലൊക്കെ തന്നെ തടവുശിക്ഷ തല്ക്കാലം അനുഭവിക്കണ്ട എന്ന തത്ത്വം അംഗീകരിച്ചിരുന്നതായി കാണുന്നു. ജയിലിൽ കുറ്റവാളികൾ പോകുന്നി

ല്ലെങ്കിലും അവരെല്ലാം ചില നിബന്ധനകൾ അനുസരിക്കണമായിരുന്നു. അക്കാര്യങ്ങളെക്കുറിച്ചെല്ലാം കൂടുതൽ ചർച്ചയിലേക്ക് പോകാതെ, ഇപ്പോഴുള്ള നല്ല നടപ്പു ശിക്ഷയുടെ ഉത്ഭവം എവിടെ – എങ്ങനെയെന്നു നോക്കാം.

അമേരിക്കയിലെ ബോസ്റ്റണിൽ 1841 ൽ ജോൺ അഗസ്റ്റസ് എന്ന ഒരു ചെരിപ്പു നിർമ്മാതാവ് മദ്യപാനിയായിരുന്ന ഒരാൾക്ക് ജാമ്യം നില്ക്കാൻ തയ്യാറായി മുന്നോട്ടുവന്നു. കേസിലെ പ്രതിയായിരുന്നയാൾ നല്ല സ്വഭാവവും പെരുമാറ്റവും കാണിക്കുന്നതായി ബോദ്ധ്യപ്പെട്ടതിനാൽ ന്യായാധിപൻ നാമമാത്രമായ പിഴചുമത്തിയശേഷം ആ പ്രതിയെ തടവ് ശിക്ഷയനുഭവിക്കാൻ ഉത്തരവിടാതെ വെളിയിലേക്ക് ജോൺ അഗസ്റ്റസിന്റെ മേൽനോട്ടത്തിൽ പോകാൻ–പറഞ്ഞു വിട്ടു. അതിൽ ആകൃഷ്ടനായ ജോൺ അഗസ്റ്റസ് എന്ന ആ മനുഷ്യസ്നേഹി അതോടെ മദ്യപന്മാരായ വേറെ പലർക്കും ജാമ്യം നില്ക്കാൻ തീരുമാനിച്ചു. ശിക്ഷാകാലവധി അവസാനിക്കുന്നതുവരെ അങ്ങനെ വെളിയിൽ വരുന്നവരെ നിയന്ത്രിക്കാനും നിരീക്ഷിക്കാനുമുള്ള ഉത്തരവാദിത്വം അദ്ദേഹം ഏറ്റെടുത്തു. പിന്നീട് അദ്ദേഹം സ്ത്രീകളെയും കുട്ടികളെയും ജാമ്യത്തിൽ ഏറ്റെടുക്കാൻ തുടങ്ങി. ചുരുക്കത്തിൽ, 1152 ആൺകുട്ടികളായ കുറ്റവാളികളെയും 724 പെൺകുട്ടികളായ കുറ്റവാളികളെയും അവർ ജയിലിൽ വസിച്ച് തടവു ശിക്ഷ അനുഭവിക്കുന്നതിൽനിന്നും മോചിപ്പിച്ചു. അദ്ദേഹത്തിന്റെ ആ മനുഷസ്നേഹം – മാനുഷിക മുഖം അധികാരികളുടെ കണ്ണുതുറപ്പിച്ചു. അതോടെ നല്ല നടപ്പു ശിക്ഷാരീതി (Probation of good conduct) നിയമമാക്കാൻ ശ്രമം ആരംഭിച്ചു.

ജോൺ അഗസ്റ്റസിന്റെ പ്രവർത്തനം വളരെ വലുതായിരുന്നു. കുട്ടികളെ സ്കൂളിൽ അയക്കുക, അവർക്ക് തൊഴിൽ പരിശീലനം കൊടുക്കുക, അവർക്കായി ജോലി കണ്ടെത്തുക, താമസസൗകര്യം ഒരുക്കുക – ഇക്കാര്യങ്ങളൊക്കെ അസൂയാവഹമായ വിധത്തിൽ നിർവ്വഹിച്ചതിനു പുറമേ എല്ലാ കാര്യങ്ങളിലും വളരെ സുതാര്യതയും റിക്കോർഡുകളും ഉണ്ടായിരുന്നു. ഇവയൊക്കെയാണ് പ്രൊബേഷൻ നിയമം വരാൻ മാർഗ്ഗരേഖയായത്. കുറ്റകൃത്യങ്ങൾ ചെയ്യുന്നവരിൽ – പ്രത്യേകിച്ചു കുട്ടികളിൽ – ബഹുഭൂരിപക്ഷവും ദുഷിച്ച സാഹചര്യങ്ങൾക്കടിമകളാണെന്ന് അധികാരികൾക്കും കോടതികൾക്കും ബോദ്ധ്യപ്പെട്ടതോടെ 1878 ൽ അമേരിക്കയിൽ നല്ല നടപ്പ് ശിക്ഷാനിയമം നിലവിൽ വന്നു. ഇരുപതാം നൂറ്റാണ്ടിന്റെ മദ്ധ്യത്തോടെ നല്ല നടപ്പുശിക്ഷ അവിടെ ഏതാണ്ടെല്ലാ സംസ്ഥാനങ്ങളിലും നിലവിൽ വന്നു. കുട്ടികൾക്കും യുവാക്കൾക്കും സ്ത്രീകൾക്കും വൃദ്ധർക്കുമെല്ലാം തടവുശിക്ഷ അനുഭവിക്കാതെ തന്നെ ഉത്തമപൗരന്മാരായി ജീവിക്കാനവസരം അങ്ങനെ ഉണ്ടായി.

ഇംഗ്ലണ്ടിൽ (യു കെ) 'നല്ല നടപ്പ്' നിയമം പ്രാബല്യത്തിൽ വന്നത് 1907 ലായിരുന്നു. പ്രസ്തുത നിയമം 1908 ലും 1914 ലും പരിഷ്കരിക്കുകയുണ്ടായി. പിന്നീട്, ഫ്രാൻസ്, ജർമ്മനി, റഷ്യ തുടങ്ങിയ രാജ്യങ്ങൾ നടപ്പിലാക്കി. ആസ്ട്രിയ, ഗ്രീസ്, ഐർലന്റ്, ഇസ്രായേൽ, ഇറ്റലി, സിറ്റ്സർലന്റ്,

നെതർലാന്റ് തുടങ്ങിയ രാജ്യങ്ങളിലും പ്രൊബേഷൻ നിയമം നടപ്പിൽ വന്നു. ഇന്ത്യയിൽ നിയമപരമായ അംഗീകാരം 1898 ലെ ക്രിമിനൽ നടപടിക്രമത്തിൽ (562-ാം വകുപ്പ്) വന്നു. അതനുസരിച്ച് കളവ്, സ്വത്ത് കളവായി സ്വായത്തമാക്കുക (Theft, Criminal Misappropriation of property) എന്നീ ഇന്ത്യൻ ശിക്ഷാനിയമത്തിൽ പറയുന്ന കുറ്റങ്ങൾ ചെയ്ത ആദ്യ കുറ്റവാളികൾക്ക് (First Offenders) അവർ ചെയ്ത കുറ്റത്തിനുള്ള ശിക്ഷ രണ്ടു വർഷത്തിൽ കുറവ് ജയിൽശിക്ഷയാണെങ്കിൽ കോടതിയുടെ വിവേചനാധികാരം ഉപയോഗിച്ച് നല്ല നടപ്പുശിക്ഷ കൊടുക്കാവുന്നതായിരുന്നു. 1908 ലെ കുട്ടികൾ നിയമം (The Children Act, 1908) അനുസരിച്ച് ഏതാനും തരത്തിലുള്ള കുറ്റങ്ങൾ ചെയ്ത കുട്ടികൾക്ക് നല്ലനടപ്പുശിക്ഷ കൊടുക്കാമെന്ന് വന്നു. 1960 ലെ കേന്ദ്ര കുട്ടികൾ നിയമം (The Central Children Act - 1960) പ്രാബല്യത്തിൽ വന്നതോടെ കുട്ടിക്കുറ്റവാളികൾക്ക് നല്ല നടപ്പുശിക്ഷ കൊടുക്കണമെന്ന അവസ്ഥ സംജാതമായി. 1986 ൽ നിലവിൽവന്ന കുട്ടികൾക്കുള്ള നീതിനിയമത്തിലും (The Juvenile Justice Act - 1986) പിന്നീട് 2000 ൽ നടപ്പിൽവന്ന കുട്ടികൾക്കുള്ള നീതിനിയമത്തിലും (The Juvenile Justice care and protection of children Act - 2000) കുട്ടിക്കുറ്റവാളികൾക്കുള്ള ശിക്ഷ 'നല്ലനടപ്പ്' (വേറെയൊന്നും കുട്ടികളുടെ കോടതി വിധിക്കുന്നില്ലെങ്കിൽ) തന്നെയെന്ന് അടിവരയിട്ടു പറയുന്നു.

1916 ൽ കേന്ദ്രസർക്കാർ നിയമിച്ച കമ്മിറ്റി ക്രിമിനൽ നടപടിക്രമത്തിലെ 562-ാം വകുപ്പ് പരിഷ്കരിച്ച് നല്ലനടപ്പ് ശിക്ഷ മുതിർന്ന പൗരന്മാർക്കു കൂടി ബാധകമാക്കണമെന്ന് നിർദ്ദേശിച്ചു. 1919 -20 ൽ നിയമിക്കപ്പെട്ട ജയിൽ പരിഷ്കരണകമ്മിറ്റിയുടെ നിർദ്ദേശാനുസരണം ആദ്യകുറ്റവാളികൾക്ക് നല്ല നടപ്പു ശിക്ഷ അഭിലഷണീയമായ ശിക്ഷാരീതിയാണെന്ന് അംഗീകരിക്കപ്പെട്ടു. അങ്ങനെ, ആദ്യകുറ്റവാളികളെ (First Offenders)

(i) 21 വയസ്സിന് മേൽപ്രായമുള്ള പുരുഷകുറ്റവാളികൾ,
(ii) 21 വയസ്സിന് താഴെ പ്രായമുള്ള പുരുഷകുറ്റവാളികൾ,
(iii) പ്രായവ്യത്യാസം കണക്കാക്കാതെ ഏത് പ്രായത്തിലുള്ള സ്ത്രീകുറ്റവാളികൾ എന്നിങ്ങനെ മൂന്നുവിഭാഗമായി തരംതിരിച്ചു. ഇന്ത്യൻ ശിക്ഷാനിയമത്തിന്റെ കീഴിൽ അല്ലാതെ ഏതൊരു നിയമത്തിന്റെ ലംഘനത്തിലും പ്രതികളായവർക്കും നല്ലനടപ്പു ശിക്ഷ വിധിക്കാവുന്നതാണെന്ന നിയമവും നിലവിൽ വന്നു. അതോടെ ബോംബെയിലും (മുംബൈ), മദ്രാസിലും (ചെന്നൈ) കല്ക്കത്തെയിലും (കൊൽക്കത്ത) റിമാന്റ് ഹോമുകൾ, റസ്ക്യൂ ഹോമുകൾ, സർട്ടിഫൈഡ് സ്കൂളുകൾ, ഇൻഡസ്ട്രിയൽ സ്കൂളുകൾ (Remand Homes, Rescue Homes, Certified Schools, Industrial Schools) പണി കഴിപ്പിച്ചു.

1931 ൽ, ഇന്ത്യാഗവൺമെന്റ് പ്രൊബേഷൻ ഓഫ് ഒഫന്റേഴ്സ് ബിൽ

(The Probation of Offenders Bill) തയ്യാറാക്കി. അതിന്റെ നക്കൽ അക്കാലത്തുണ്ടായിരുന്ന പ്രാദേശികസർക്കാരുകളുടെ (Provincial Governments) അഭിപ്രായത്തിനായി അയച്ചുകൊടുത്തു. എന്നാൽ ബിൽ നിയമമാക്കുന്നതിൽ പുരോഗതിയുണ്ടായില്ല. 1934 ൽ ഇന്ത്യൻ സർക്കാർ പ്രാദേശിക സർക്കാരുകൾക്ക് താല്പര്യമാണെങ്കിൽ അവരുടെ ഇഷ്ടാനുസരണം നല്ല നടപ്പ് ശിക്ഷാനിയമം നടപ്പാക്കാവുന്നതാണെന്ന് അറിയിച്ചു. 1935 ൽ നിലവിൽ വന്ന ഗവൺമെന്റ് ഓഫ് ഇന്ത്യ ആക്ട് (Government of India Act - 1935) അനുസരിച്ച് പ്രാദേശിക സർക്കാരുകൾക്ക് (Provincial Governments) സ്വയംഭരണാധികാരം (Provincial Antonomy) സിദ്ധിച്ചു. അതനുസരിച്ച് കുറെ സംസ്ഥാനങ്ങൾ (ഉദാ: അക്കാലത്തെ ബോംബെ, മദ്രാസ്, പഞ്ചാബ്, മദ്ധ്യപ്രദേശ്, ആസാം, ബംഗാൾ, ഉത്തർപ്രദേശ് തുടങ്ങിയവ) അവരുടേതായ നിയമം First Offenders Probation Acts പാസാക്കി. ഇന്ത്യൻ സർക്കാർ തയ്യാറാക്കിയ നക്കൽ അടിസ്ഥാനമാക്കി നടപ്പിലാക്കിയ പ്രാദേശിക നിയമങ്ങളിൽ ചെറുപ്പക്കാരായ കുറ്റവാളികളുടെ കേസ് അന്വേഷിച്ചശേഷം അവർക്ക് നല്ല നടപ്പ് ശിക്ഷ നല്കിവിട്ടയക്കാമെന്നും അങ്ങനെ വിട്ടയക്കുന്നവരെ നിരീക്ഷിക്കാനും നിയന്ത്രിക്കാനും പ്രൊബേഷൻ ആഫീസർമാരെ നിയമിക്കണമെന്നും വ്യവസ്ഥ ചെയ്തു. പ്രാദേശിക നിയമം പാസാക്കാത്ത സംസ്ഥാനങ്ങളിൽ അക്കാലത്തു നിലവിലുണ്ടായിരുന്ന ക്രിമിനൽ നടപടിക്രമത്തിലെ പരിഷ്കരിച്ച വകുപ്പുകൾ പ്രകാരം നല്ലനടപ്പുശിക്ഷ വിധിക്കാവുന്നതാണെന്ന വ്യവസ്ഥയും ഉണ്ടാക്കി. അങ്ങനെ നല്ലനടപ്പ് ശിക്ഷയ്ക്കു വൻ പ്രാധാന്യം സിദ്ധിച്ചു. 1952 ൽ ബോംബെയിൽ കൂടിയ പ്രൊബേഷൻ കോൺഫറൻസ് (Probation Conference) ഇന്ത്യയിൽ നല്ലനടപ്പ് ശിക്ഷ വ്യാപകമായി നടപ്പാക്കാൻ സഹായിച്ച 'ആണിക്കല്ലായി' മാറി. തുടർന്ന് നിയമിക്കപ്പെട്ട ജയിൽ നിയമനിർമ്മാണ കമ്മിറ്റി (Jail Manual Committee) യുടെനിർദ്ദേശാനുസരണം കേന്ദ്രസർക്കാർ തലത്തിൽ നല്ലനടപ്പ് ശിക്ഷാനിയമവും തയ്യാറാക്കപ്പെട്ടു. അങ്ങനെ 1958 ൽ The Probation of Offenders Act നിലവിൽ വന്നു. ആ നിയമം രാജ്യമൊട്ടാകെ നടപ്പിലാക്കി.

1958 ൽ പാസാക്കിയ നല്ല നടപ്പ് ശിക്ഷാനിയമം അനുസരിച്ച് താഴെ പറയുന്ന രീതികൾ നടപ്പിൽ വന്നു.

(i) കർശനശാസന (Admonition) നല്കിയ ശേഷം വിടാവുന്നതാണ്.

(ii) നന്നായി – പൗരബോധത്തോടെ – ജീവിച്ചുകൊള്ളാമെന്ന കരാറിൽ (Bond) പ്രൊബേഷൻ ആഫീസറുടെ മേൽനോട്ടത്തോടുകൂടിയോ, അല്ലാതെയോ എന്ന വ്യവസ്ഥയിൽ മോചിപ്പിക്കാവുന്നതാണ്. തദവസരങ്ങളിൽ കുറ്റകൃത്യത്തിന് ഇരയായവർക്ക് മതിയായ നഷ്ടപരിഹാരവും മറ്റു ചെലവുകൾക്ക് വേണ്ടിവന്ന പണവും കെട്ടിവയ്ക്കേണ്ടതാണ്. വ്യവസ്ഥകൾ ലംഘിച്ചാൽ പിഴ കൊടുക്കേണ്ടതാണെന്നും വ്യവസ്ഥ വച്ചു.

(iii) 21 വയസ്സിൽ താഴെ പ്രായമുള്ള കുട്ടികൾക്ക് തടവുശിക്ഷ വിധി

ക്കാൻ പാടില്ലായെന്നതായിരുന്നു പൊതുനിയമം. എന്നാൽ, പ്രൊബേഷൻ ആഫീസർ തയ്യാറാക്കുന്ന റിപ്പോർട്ടിന്റെ അടിസ്ഥാനത്തിൽ– കാരണങ്ങൾ രേഖപ്പെടുത്തി – തടവുശിക്ഷ വിധിക്കാവുന്നതാണ്.

(iv) അങ്ങനെ നല്ലനടപ്പ് ശിക്ഷയ്ക്ക് വിധിക്കപ്പെടുന്ന ഒരാൾക്ക് തടവുശിക്ഷയനുഭവിക്കേണ്ടിവന്ന ഒരാൾക്കുള്ള അയോഗ്യതകൾ (Disqualifications) ഉണ്ടാവില്ല.

പ്രൊബേഷൻ ആഫീസറുടെ ചുമതലകൾ

നല്ല നടപ്പുനിയമത്തിൻ കീഴിൽ നിയമിക്കപ്പെടുന്ന പ്രൊബേഷൻ ഓഫീസർക്ക് താഴെ പറയുന്ന ഉത്തരവാദിത്വങ്ങൾ നിറവേറ്റതായുണ്ട്.

1. തങ്ങളുടെ ചുമതലയിൽ വരുന്ന കുട്ടികളുടെ കുടുംബം, കുടുംബപശ്ചാത്തലം, സാമൂഹ്യചുറ്റുപാട്, സ്വഭാവം, പെരുമാറ്റ രീതികൾ, ആരോഗ്യം എന്നീ കാര്യങ്ങളെക്കുറിച്ചുള്ള ആദ്യ ഘട്ട അന്വേഷണം.
2. കുട്ടികൾക്കായുള്ള പ്രത്യേക കോടതികളിൽ സന്നിഹിതരാവുക; തുടർന്ന് കോടതിക്കാവശ്യമായ റിപ്പോർട്ടുകൾ തയ്യാറാക്കിക്കൊടുക്കുക.
3. കുട്ടികളെ അവരുടെ വീടുകളിൽ ചെന്ന് കാണുക. തൊഴിൽ ചെയ്യുന്നവരാണെങ്കിൽ അവരുടെ ജോലിസ്ഥലത്തുപോയി കാണുക. സ്കൂളിലാണെങ്കിൽ അവിടെ ചെല്ലുക. അവയുടെ അടിസ്ഥാനത്തിൽ മാസംതോറും റിപ്പോർട്ടു തയ്യാറാക്കി അയക്കുക.
4. കുട്ടികളെ സംബന്ധിച്ച രേഖകളും റിക്കോർഡുകളും സൂക്ഷിക്കുക.
5. കോടതിയിൽ നിന്നും റിമാന്റ് ഹോമുകളിൽ നിന്നും സർട്ടിഫൈഡ് സ്കൂളുകളിലേക്കും ഫിറ്റ്പേർസൺ സ്ഥാപനങ്ങളിലേക്കും പോവുക.
6. കുട്ടികൾക്കാവശ്യമായ ഉപദേശങ്ങൾ, നിർദ്ദേശങ്ങൾ കൊടുക്കുക. അവരെ നിയന്ത്രിക്കുക. അവരുടെ ഉത്തരവാദിത്വത്തിലുള്ള കുട്ടികൾക്ക് അനുയോജ്യമായ തൊഴിൽ കണ്ടെത്തുക.
7. കുട്ടികളുടെ ഉല്ലാസത്തിനായി സൗകര്യങ്ങൾ (clubs) ഉണ്ടാക്കുക.
8. വ്യവസ്ഥയ്ക്കനുസരിച്ച് കുട്ടികൾ ജീവിക്കുന്നുവെന്ന് ഉറപ്പുവരുത്തുക. കൂടാതെ കോടതികൾ പ്രത്യേകമായി ചുമതലയേല്പിക്കുന്ന കാര്യങ്ങൾ കൃത്യതയോടെ ചെയ്യുക.

നല്ല നടപ്പ് ശിക്ഷാനിയമത്തിലെ 4–ാം വകുപ്പനുസരിച്ച് പ്രായവ്യത്യാസമില്ലാതെ എല്ലാത്തരം കുറ്റവാളികൾക്കും – അവരുടെ മുൻകാല ചെയ്തികൾ നോക്കാതെതന്നെ നല്ലനടപ്പ് ശിക്ഷ നല്കാവുന്നതാണ്. എന്നാൽ, വധശിക്ഷ, ജീവപര്യന്തം ശിക്ഷ കിട്ടാവുന്ന കുറ്റകൃത്യങ്ങൾ ചെയ്തവർക്ക് നല്ലനടപ്പുശിക്ഷ കൊടുക്കാവുന്നതല്ല. ശിക്ഷ വിധിക്കുന്നതിന് മുമ്പായി പ്രൊബേഷൻ ആഫീസർ തയ്യാറാക്കി നല്കിയ അന്വേഷണ റിപ്പോർട്ടുകൾ കോടതി ഗൗരവപൂർവ്വം കണക്കിലെടുക്കേണ്ടതാണ്.

നല്ലനടപ്പുശിക്ഷയ്ക്ക് വേണ്ട നടപടികൾ

നല്ല നടപ്പുശിക്ഷയ്ക്ക് മൂന്നു ഘട്ടങ്ങൾ ഉണ്ട് അവ -

(i) കോടതിക്ക് നീതിപൂർവ്വമൊരു തീരുമാനത്തിലെത്തിച്ചേരാൻ സഹായകമായ-വിധിന്യായത്തിനുമുമ്പുള്ള അന്വേഷണങ്ങളും അവയെ തുടർന്നുള്ള റിപ്പോർട്ട് തയ്യാറാക്കലും സമർപ്പിക്കലും.

(ii) കോടതിയുടെ തീരുമാനമനുസരിച്ചുള്ള നിബന്ധനകൾക്ക് വിധേയമായി-ശിക്ഷാവിധി അതേപടി നടപ്പാക്കുന്നത് ഒരു ക്ലിപ്തകാലത്തേക്ക് മാറ്റിവയ്ക്കുക. അതേത്തുടർന്ന് ശിക്ഷിക്കപ്പെട്ട വ്യക്തിയെ ജയിലിൽ പാർപ്പിക്കുന്നതിനുപകരം സമൂഹത്തിൽത്തന്നെ താമസിക്കാൻ അനുവദിക്കുക.

(iv) സമൂഹത്തിൽ കഴിയുന്നയാളെ ഉത്തമപൗരനായി ജീവിക്കാൻ സഹായിക്കുക. അതിനായി നിയമിക്കപ്പെട്ട പ്രൊബേഷൻ ആഫീസറുടെ ഉപദേശം സ്വീകരിച്ചും നിർദ്ദേശങ്ങൾ ഉൾക്കൊണ്ടും ഉപദേശം മാനിച്ചും അദ്ദേഹത്തിന്റെ മേൽനോട്ടത്തിൽ ഉത്തമജീവിതം നിശ്ചിതകാലം നയിക്കുക.

കുറ്റവാളിയുടെ മുൻകാലജീവിതം, സ്വഭാവം, പെരുമാറ്റ രീതികൾ പഠിക്കുക. അതിനുശേഷം, കുറ്റത്തിന്റെ സ്വഭാവം, അത് ചെയ്യാൻ പ്രേരകമായ / കാരണമായ സാഹചര്യങ്ങൾ, പ്രായം, പക്വത തുടങ്ങിയ കാര്യങ്ങൾ വിലയിരുത്തുക. നിരീക്ഷണം, നേർക്കാഴ്ച, അഭിമുഖം, ശാരീരികവും മാനസികവുമായ പരിശോധനകൾ - ഇവയെല്ലാം കൃത്യതയോടെ ചെയ്യുകയും സത്യസന്ധമായി വിലയിരുത്തുകയും ചെയ്യേണ്ടതാവശ്യമാണ്. അങ്ങനെ തയ്യാറാക്കുന്ന വസ്തുതാ റിപ്പോർട്ടിൽ നല്ലനടപ്പു ശിക്ഷ വിധിക്കുന്നതിനെപ്പറ്റിയും നിബന്ധനകൾ വയ്ക്കുന്നതിനെപ്പറ്റിയും പ്രത്യേകം പരാമർശിക്കേണ്ടതാണ്. അവയൊക്കെ കണക്കിലെടുത്താണ് കോടതി നല്ലനടപ്പു ശിക്ഷ വിധിക്കുന്നത്.

തുടർന്ന്, വിധിന്യായം പ്രസ്താവിച്ചശേഷം കോടതി അതു തല്ക്കാലത്തേക്ക്-ഒരു ക്ലിപ്ത കാലഘട്ടത്തിലേക്ക്-അത് നടപ്പാക്കാതിരിക്കാൻ ഉത്തരവിടുന്നു. നേരത്തെ സൂചിപ്പിച്ചതുപോലെ, പൊതുവായ നിബന്ധനകളോ പ്രത്യേകമായ നിർദ്ദേശങ്ങളോ കൊടുക്കാവുന്നതാണ്. എല്ലാ കാര്യങ്ങളും പരിപൂർണ്ണമായി പാലിച്ചുകൊള്ളാമെന്ന ധാരണയിൽ - ഉറപ്പിൽ - ശിക്ഷിക്കപ്പെട്ടയാളെ വിട്ടയക്കുകയാണ് ചെയ്യുന്നത്.

തുടർന്ന് പ്രൊബേഷൻ ആഫീസറുടെ മേൽനോട്ടത്തിൽ നല്ല നടപ്പുശിക്ഷ അനുഭവിക്കുന്നയാൾ നിയമങ്ങൾ അനുസരിച്ച് ജീവിക്കേണ്ടതാണ്. പ്രൊബേഷൻ ആഫീസറുടെ ശ്രദ്ധയും നിയന്ത്രണവും ആ കാലഘട്ടത്തിൽ ആവശ്യമാണെങ്കിൽ നേരത്തെ നിശ്ചയിക്കപ്പെട്ട നിബന്ധനകൾ മാറ്റാവുന്നതാണ്. ആവശ്യമാണെങ്കിൽ നിബന്ധനകൾ റദ്ദുചെയ്യാവുന്നതുമാണ്. എന്നാൽ ആ കാലഘട്ടത്തിൽ ഏതെങ്കിലും നിബന്ധനകൾ പാലിക്കാതിരുന്നാൽ-നിബന്ധനകൾക്കനുസരിച്ച് ജീവിക്കാതിരുന്നാൽ നല്ല നടപ്പുശിക്ഷ കോടതിക്ക് പിൻവലിക്കാവുന്നതും തടവുശിക്ഷ

അനുഭവിക്കാനായി ജയിലിലേക്ക് അയക്കാവുന്നതുമാണ്. അങ്ങനെ നല്ല നടപ്പുശിക്ഷ പിൻവലിക്കുന്നില്ലെങ്കിൽ നല്ലനടപ്പു ശിക്ഷയുടെ കാലാവധി കഴിയുന്ന മുറയ്ക്ക് ശിക്ഷിക്കപ്പെട്ടയാൾ പൂർണ്ണമായി സ്വതന്ത്രനാവുന്നതുമാണ്.

നല്ലനടപ്പു ശിക്ഷ വളരെ നല്ലതാണെങ്കിലും ഇന്ത്യയിലതിന് അർഹിക്കുന്ന പ്രാധാന്യം കൊടുക്കുന്നില്ലെന്ന പരാതിയുണ്ട്. കോടതികൾ തന്നെ വേണ്ടത്ര താല്പര്യം കാണിക്കുന്നില്ല. ഉപരിയായി, ആവശ്യത്തിന് പ്രൊബേഷൻ ആഫീസർമാരില്ല. പ്രൊബേഷൻ ഓഫീസർമാർ ജയിൽ വകുപ്പിൽ പ്രവർത്തിക്കുന്നവരല്ല. അവർ പല സംസ്ഥാനങ്ങളിലും പ്രവർത്തിക്കുന്നത് സാമൂഹ്യക്ഷേമ സാമൂഹ്യനീതി വകുപ്പിന് കീഴിലാണ്. ചില സംസ്ഥാനങ്ങളിൽ സാമൂഹ്യക്ഷേമവകുപ്പ് ഇപ്പോൾ സാമൂഹ്യനീതിവകുപ്പ് എന്ന പേരിലാണ് അറിയപ്പെടുന്നത്. വളരെ കുറച്ച് പേരാണ് പ്രൊബേഷൻ ആഫീസർമാരായി ജോലി ചെയ്യുന്നത്. അവരിൽ കുറെ പേർക്കു വേണ്ടത്ര പരിശീലനവും പഠിപ്പും ഇല്ലെന്ന ദുരവസ്ഥയും നിലനില്ക്കുന്നു. യുവാക്കൾക്കും മുതിർന്നവർക്കും നല്ലനടപ്പ് ശിക്ഷ പൊതുവേ വിധിക്കുന്നില്ലെന്ന കാരണത്താൽ ആ ശിക്ഷാരീതി അവഗണിക്കപ്പെട്ടു കിടക്കുന്നുവെന്ന് സമ്മതിക്കാതെ വയ്യ. കുറ്റവാളികളെ നല്ല പൗരബോധമുള്ളവരാക്കി മാറ്റാൻ നല്ലനടപ്പ് ശിക്ഷക്കാകുമെന്ന ധാരണ കോടതികൾക്കുണ്ടാവേണ്ടതാണ്. കുറ്റവാളികളെ ശിക്ഷിക്കുന്നതു തന്നെയാണ് പൊതുജനത്തിന് ഇഷ്ടം. അവരോട് അനുകമ്പകാണിക്കുന്നത് അസ്സഹനീയമായി തോന്നുന്ന അനേകം പേരുണ്ട്. അക്കാരണംകൊണ്ട് തന്നെ നല്ലനടപ്പ് ശിക്ഷയുടെ ഗുണമേന്മയെക്കുറിച്ച് പൊതുജനങ്ങളിൽ വ്യാപകമായ ബോധവല്ക്കരണവും നടത്തേണ്ടതാവശ്യമാണ്.

പരോൾ സംവിധാനം

'പരോൾ' എന്ന വാക്കിന് മലയാളപരിഭാഷ ഇപ്പോഴില്ല. മലയാളത്തിലും പരോൾ എന്നുതന്നെയാണ് പറയുക.

ഒരു നിശ്ചിത കാലഘട്ടം ജയിലിൽ തടവുശിക്ഷ അനുഭവിച്ച ഒരാളെ ചില നിബന്ധനകൾക്ക് വിധേയമായി ജയിൽ വിമുക്തനാക്കുന്ന സമ്പ്രദായത്തെയാണ് 'പരോൾ' എന്ന് പറയുന്നത്. ജയിൽവാസത്തിന്റെ ഗുണവും ദോഷവും – നന്മയും തിന്മയും – സുഖവും ദുഃഖവും അനുഭവിച്ചവർക്ക് ആശ്വാസമായി അവരെ ജയിൽ വിമുക്തരാക്കുന്നതിന് പുറകിൽ ഉദാത്തമായ ചിന്താഗതിയുണ്ട്. സ്വഭാവമേന്മയും പെരുമാറ്റഗുണവും കാണിക്കുന്ന തടവുകാരനെ കൂടുതൽ നാൾ ജയിലിൽ താമസിപ്പിക്കുന്നത് ഗുണത്തേക്കാളേറെ ദോഷമേ ചെയ്യൂ എന്ന് ശിക്ഷാശാസ്ത്ര ഗവേഷണങ്ങൾ കാണിക്കുന്നു. ചുട്ടുപഴുത്തിരിക്കുന്ന ഇരുമ്പിൽ അടിച്ചാൽ അതിനെ ഏതു തരം ആകൃതിയിലുള്ള ഉപകരണമാക്കി മാറ്റാമെന്ന് പറയുന്നതുപോലെയാണ് തടവുശിക്ഷയനുഭവിക്കുന്ന മനുഷ്യരും. 'തക്കസമയത്തു വേണ്ടത് ചെയ്യുക'– അതാണ് പരോളിന് പുറകിലുള്ള തത്ത്വം. ഈ 'ശിക്ഷാരീതിക്ക്'

– അഥവാ, 'രക്ഷാരീതി'ക്ക് ഒരു ചരിത്രമുണ്ട്.

അമേരിക്കയിലെ 'ശിക്ഷയനുഭവിക്കാനായി കുറ്റവാളികളെ താമസിപ്പിച്ചിരുന്ന കുടിയേറി പാർപ്പ് സ്ഥലം' (Penal Colony in America)- അവിടേക്ക് ബ്രിട്ടനിൽ നിന്നും നാടുകടത്തൽ ശിക്ഷക്ക് വിധിച്ചിരുന്നവരെ കയറ്റി വിട്ടിരുന്ന രീതിയുമായി ഇപ്പോഴുള്ള പരോൾ സമ്പ്രദായം ബന്ധിച്ചിരിക്കുന്നുവെന്ന് പറയാം. അമേരിക്കയിലേക്ക് ലേലം ചെയ്ത അവിടേക്ക് കുറ്റവാളികൾ പോകുന്നതോടെ ബ്രിട്ടീഷ് സർക്കാർ അവരെ കുറ്റവിമുക്തരാക്കിയിരുന്നു. അതോടെ അവർക്ക് ഒരു പ്രത്യേക അന്തസ്സ് (Status) കൈവന്നിരുന്നു. അവരെ കുറ്റവാളികൾ എന്ന് വിളിക്കാതെ, അക്കൂട്ടർ 'Indentured Servants' (ഉടമ്പടി ചെയ്യപ്പെട്ട വേലക്കാർ) എന്നറിയപ്പെട്ടിരുന്നു. നാടുകടത്തപ്പെടുന്നവർ ചില നിബന്ധനകൾ അംഗീകരിച്ചുകൊള്ളാമെന്ന സമ്മതപത്രം നല്കണമായിരുന്നു. അങ്ങനെ ചെയ്താൽ മാത്രമേ അവർക്ക് പുത്തൻ അന്തസ്സിന് അർഹതയുണ്ടായിരുന്നുള്ളൂ. അവർക്കു അക്കാലത്ത് ഉണ്ടായിരുന്ന പല നിബന്ധനകളും ഇപ്പോൾ പരോൾ അനുവദിക്കുമ്പോൾ പരോൾ ബോർഡ് നിർബ്ബന്ധമായി വക്കുന്ന നിബന്ധനകളോട് സാദൃശ്യമുള്ളവയായിരുന്നു. 1830 തിനോടടുത്ത് അങ്ങനെ നിബന്ധനകൾക്കു വിധേയമായ സ്വാതന്ത്ര്യം ശിക്ഷിക്കപ്പെട്ട കുറ്റവാളികൾക്ക് അനുവദിക്കാൻ തുടങ്ങി. അത് ജയിലിൽ തടവുശിക്ഷ അനുഭവിക്കുന്നതിനു ഇടയിൽ അധികാരികളുടെ പ്രത്യേക മേൽനോട്ടത്തിൽ കഴിയാൻ അനുവദിച്ചിരുന്ന ഒരുതരം സ്വാതന്ത്ര്യം ആയിരുന്നു. എല്ലാ അർത്ഥത്തിലും ആ സംവിധാനം (സമ്പ്രദായം) ഇന്നു കാണുന്ന പരോളിന്റെ മുന്നോടിയായിരുന്നു. ഇന്ത്യയിൽ 'പരോൾ' എന്ന സമ്പ്രദായത്തിന് വേറൊരു അർത്ഥം കൂടി തെറ്റായി കൊടുക്കുന്നുണ്ട്. അതായത് ഒരാളുടെ ജയിൽവാസ കാലഘട്ടത്തിൽ തടവിൽനിന്നും മോചനം കിട്ടി ഏതാനും ദിനങ്ങൾ ജയിലിന് വെളിയിൽ പോകാൻ അനുവദിക്കുന്ന രീതിയെ 'പരോൾ' എന്ന് വിളിക്കാറുണ്ട്. അത് ശരിയല്ല. കുറച്ച് ദിവസത്തേക്ക് ജയിലിനു വെളിയിൽ പോകാൻ അനുവദിക്കുന്നതിനെ തടവുകാർക്ക് കുറച്ച് ദിവസത്തേക്ക് അനുവദിച്ച് കൊടുക്കുന്ന നിയന്ത്രണ വിധേയമായ മോചനം എന്നാണ് പറയുന്നത്. യുറോപ്യൻ രാജ്യങ്ങളിൽ Furloush എന്നാണ് പറയാറ്. പരോൾ എന്നല്ല.

ഇന്ത്യയൊട്ടാകെ ബാധകമായ വിധത്തിലൊരു പരോൾ നിയമം ഇപ്പോൾ നിലവിൽ ഇല്ല. ഉത്തർപ്രദേശ്, മദ്ധ്യപ്രദേശ്, ഹരിയാന തുടങ്ങിയ സംസ്ഥാനങ്ങളിൽ അവരുടേതായ പരോൾ നിയമങ്ങൾ നിലവിൽ ഉണ്ട്. എന്നാൽ 1958 ലെ പ്രൊബേഷൻ നിയമം പോലെയൊന്ന് ഇന്നില്ല. പരോൾ നിയമത്തിന്റെ മാതൃക (നക്കൽ രൂപത്തിൽ) വളരെ വർഷങ്ങൾക്ക് മുമ്പ് എഴുതി തയ്യാറാക്കിയെങ്കിലും അതിപ്പോഴും നിയമമായിട്ടില്ലെന്ന ദുഃഖസത്യം നിലനില്ക്കുന്നു.

ബ്രിട്ടീഷ് ഭരണകാലത്തെ ജയിൽജീവിതം ദുരിതപൂർണ്ണമായിരുന്നു. എന്നാൽ, ഇന്ത്യ സ്വതന്ത്രയായശേഷം –ജനാധിപത്യം നിലവിൽ വന്ന

തോടെ – ജയിൽപരിഷ്കരണം കൂടിയേതീരൂ എന്ന ചിന്താഗതിക്ക് ശക്തി കൂടി. മറ്റുരാജ്യങ്ങളിൽ ദർശിക്കുന്നതുപോലെയുള്ള മാറ്റങ്ങൾ ഉണ്ടാകേണ്ടതാവശ്യമാണെന്ന ബോദ്ധ്യം വന്നതോടെ പരോൾ സമ്പ്രദായം വ്യാപകമാക്കാനുള്ള പദ്ധതികളും ആരംഭിച്ചു. ഇന്ത്യയിൽ പരോൾ അനുവദിക്കണമെങ്കിൽ രണ്ട് തരം നടപടികൾക്ക് അന്തേവാസികള വിധേയരാവണം. 1. പരോളിനായുള്ള തെരഞ്ഞെടുക്കൽ. 2. പരോൾ അനുവദിച്ചശേഷമുള്ള മേൽനോട്ടത്തിൻകീഴിലുള്ള സ്വതന്ത്ര ജീവിതം. പരോളിന് ശുപാർശ ചെയ്യുന്നതിനായി എല്ലാ സംസ്ഥാനങ്ങളിലും പ്രത്യേക 'പരോൾ ബോർഡ്' നിലവിലുണ്ട്. ആ ബോർഡാണ് അന്തേവാസികളുടെ 'അർഹത' '(Eligibility) യും 'യോഗ്യത' (Suitability) യും പരിഗണിക്കുന്നതും പരിശോധിക്കുന്നതും. 'അർഹത' നിശ്ചയിക്കാനായി പ്രത്യേകനിയമങ്ങളുണ്ട്. 'യോഗ്യത' നിർണ്ണയിക്കാൻ പ്രത്യേക നടപടിക്രമങ്ങളും ഉണ്ട്. ഒരു രാജ്യത്ത് നിലവിലുള്ള നിയമം അനുസരിച്ചാണ് അർഹത നിശ്ചയിക്കുന്നത്. ചില രാജ്യങ്ങളിൽ ശിക്ഷാകാലാവധിയുടെ 2/3 സമയം ജയിലിൽ കഴിഞ്ഞിരിക്കണം. ജീവപര്യന്തം ശിക്ഷിച്ച് ജയിലിൽ കഴിയുന്നവർക്ക് എട്ടു വർഷം കഴിഞ്ഞാൽ പരോളിന് അർഹതയുണ്ടെന്ന നിയമമുള്ള സംസ്ഥാനങ്ങളുണ്ട്. പലവിധ വിവരശേഖരണത്തിന്റെ വെളിച്ചത്തിൽ – ഉദാ: പൊലീസ് ശേഖരിക്കുന്നത്, പരോൾ ഓഫീസർ ശേഖരിക്കുന്നത് കൂടാതെ ജയിലധികൃതരുടെ നിരീക്ഷണ – വിലയിരുത്തൽ റിപ്പോർട്ട് – പരോൾ ബോർഡാണ് യോഗ്യതയിൽ തീരുമാനം കൈക്കൊള്ളുക. അന്തേവാസികളെ ജയിൽ വിമുക്തമാക്കിയാൽ അവരുടെ വീട്ടുകാർ, കുടുംബക്കാർ, സ്വന്തക്കാർ അവരെ സ്വീകരിക്കുമോ എന്നൊക്കെ പരിശോധിക്കേണ്ടതുണ്ട്. അന്തേവാസികൾക്ക് അനുകൂലവും പ്രതികൂലവുമായ വസ്തുതകൾ കണക്കിലെടുത്ത് ഓരോ വ്യക്തിക്കും പരോൾ അനുവദിക്കുകയാണ് പതിവ്. പരോൾ ബോർഡ് താഴെ പറയുന്നവ പഠനവിഷയമാക്കി – പരിശോധിക്കുന്നതാണ്.

(i) സാമൂഹ്യ സംഘടനകൾ തരുന്ന റിപ്പോർട്ട്.
(ii) പരോൾ ഓഫീസർ തയ്യാറാക്കുന്ന റിപ്പോർട്ട്.
(iii) വിധിന്യായം പുറപ്പെടുവിച്ചപ്പോൾ കോടതി നടത്തിയ നിരീക്ഷണങ്ങൾ പ്രോസിക്യൂട്ടർ നിരത്തിയ വസ്തുതകൾ.
(iv) ജയിൽ ഉദ്യോഗസ്ഥർ സമർപ്പിക്കുന്ന റിപ്പോർട്ട്.
(v) മാനസികാവസ്ഥയെപ്പറ്റിയുള്ള നിരീക്ഷണ – പരിശോധന റിപ്പോർട്ട്.
(vi) ജയിലിനകത്തെ പഠനവും പക്വതയുള്ള ജീവിതവും തൊഴിൽ ശാലയിലെ പ്രവർത്തനങ്ങളും മൂല്യബോധ രൂപീകരണവും വ്യക്തിത്വ വികസനവും ഉൾക്കൊള്ളിച്ച റിപ്പോർട്ട്.
(vii) സ്വഭാവവും അഭിരുചിയും, സമീപനവും – അവ പോലെയുള്ള മറ്റു കാര്യങ്ങളും.

മുകളിൽ പറഞ്ഞവയൊക്കെ തയ്യാറാക്കിയാണ് വിദേശരാജ്യങ്ങളിൽ പരോൾ അനുവദിക്കുന്നതെങ്കിലും ഇന്ത്യയിൽ അക്കാര്യങ്ങൾ അത്രയേറെ

ശാസ്ത്രീയമല്ല എന്ന ആക്ഷേപങ്ങൾ കേൾക്കാവുന്നതാണ്. ഇന്ത്യയിലെ ഇതര സംസ്ഥാനങ്ങളെ അപേക്ഷിച്ച് കേരളത്തിൽ ഇക്കാര്യങ്ങൾ മെച്ച മാണെന്ന് പറയാം.

തത്ത്വത്തിൽ, പരോളിന് അന്തേവാസികളെ അവർ ജയിലുകളിൽ വരുന്ന ദിവസം മുതൽ തന്നെ തയ്യാറാക്കുകയാണ് വേണ്ടത്. പരോൾ നിയമങ്ങളും നടപടിക്രമങ്ങളും അവരറിയണം. നേരത്തെ ജയിൽവിമു ക്തരാകാൻ അന്തേവാസികൾക്ക് കഴിയുമെന്നും അത് അവരുടെ കൈക ളിലാണ് ഇരിക്കുന്നതെന്നും അവരറിയുന്നതുതന്നെ അവരുടെ സ്വഭാവ രൂപീകരണത്തിനും നവീകരണത്തിനും സഹായകമായിരിക്കും.
ഒരാളുടെ പരോളിനുള്ള അർഹത അടുത്തുവരുന്ന മുറയ്ക്ക് അയാൾക്ക് പ്രത്യേക പരിശീലനവും പഠനവും ആവശ്യമായിരിക്കും. പരോൾ അനു വദിച്ചാൽ ഒരാൾ ഉത്തമപൗരനായി നിയമങ്ങൾ അനുസരിച്ച് ജീവിക്കാൻ ബാദ്ധ്യസ്ഥനാണ്. പരോൾ ആഫീസറുടെ മേൽനോട്ടത്തിൽ-നിയന്ത്ര ണത്തിൽ ഉപദേശങ്ങൾ അനുസരിച്ച് ജീവിച്ചാൽ പരോൾ കാലാവധി തീരുന്ന മുറയ്ക്ക് സ്വതന്ത്രനാവാനാകും. എന്നാൽ പരോൾ നിബന്ധന കൾ ലംഘിച്ചാൽ-പരോൾ ഉദ്യോഗസ്ഥന്റെ അപ്രീതിക്ക് പാത്രഭൂതനാ യാൽ ജയിലിലേക്ക് തന്നെ തിരികെ പോകേണ്ടതും തടവുശിക്ഷയുടെ ശിഷ്ടഭാഗം അന്തേവാസിയായി അനുഭവിച്ച് തീർക്കേണ്ടതുമാണ്. ഇക്കാ ര്യങ്ങളെക്കുറിച്ചുള്ള ബോധവല്ക്കരണം ആവശ്യമാണ്.

ശിക്ഷാശാസ്ത്ര പഠനങ്ങളിൽനിന്നും വ്യക്തമാകുന്നത്

1. വ്യക്തികൾക്കെതിരെ ചെയ്യുന്ന കുറ്റങ്ങളിൽ-പ്രത്യേകിച്ച് കൊല പാതകക്കുറ്റത്തിൽ ശിക്ഷിക്കപ്പെടുന്ന അന്തേവാസികളാണ് വസ്തു വകകൾക്ക് ശിക്ഷിക്കപ്പെട്ടവരേക്കാൾ കൂടുതൽ പരോളിന് യോഗ്യ തയുള്ളവർ. സാധാരണ കൊലപാതകികൾ പൊതുവെ കുറ്റം ആവർത്തിക്കുന്നില്ലെന്ന യാഥാർത്ഥ്യം അംഗീകരിക്കണം. എന്നാൽ, കൊലപാതകം മറ്റെന്തെങ്കിലും ലക്ഷ്യപ്രാപ്തിക്കായി ചെയ്തതാ ണെങ്കിൽ (ഉദാ:കള്ളക്കടത്ത്, രാഷ്ട്രീയനേട്ടം, തീവ്രവാദം തുടങ്ങി യവ) അത്തരക്കാർ കൊലപാതകം ആവർത്തിച്ചെന്നിരിക്കും. എന്നാൽ, ഭവനഭേദനം, കൊള്ള, കളവ് തുടങ്ങിയ വസ്തുവക കൾക്കെതിരെയുള്ള കുറ്റങ്ങൾക്ക് ശിക്ഷിക്കപ്പെടുന്നവരിൽ പലരും ആവർത്തനസ്വഭാവം കാണിക്കുന്നതായി കണ്ടുവരുന്നുണ്ട്. അത്ത രക്കാർ പരോൾ നിബന്ധനകൾ ലംഘിച്ച് ജയിലുകളിലേക്ക് തിരിച്ച് വരുന്നതായും കാണുന്നുണ്ട്.
2. ഒരു കുറ്റവാളിയുടെ ജീവിതസാഹചര്യത്തിന് വലിയ പ്രാധാന്യ മുണ്ട്. സാഹചര്യങ്ങൾ പലരേയും കുറ്റവാളികളാക്കി മാറ്റാറുണ്ട്. പരോളിൽ വെളിയിൽ വന്നാലും സാഹചര്യങ്ങൾ മോശമാണെങ്കിൽ അവർ പരോൾ നിബന്ധനകൾ വകവക്കാതെ വീണ്ടും കുറ്റകൃത്യ ങ്ങളിലേർപ്പെടുന്നതായി ശ്രദ്ധയിൽപ്പെട്ടിട്ടുണ്ട്. അത്തരക്കാർ കുറ്റം

ആവർത്തിച്ച് ജയിലുകളിൽ വന്നെത്താറുണ്ട്. അവരെയാണ് ജയിൽപക്ഷികൾ (Jail Birds) എന്ന് വിളിക്കുന്നത്. ജയിൽപക്ഷികൾക്ക് പരോൾ അനുവദിക്കുന്നതിൽ അർത്ഥമില്ല.

3. ജയിൽ വിമുക്തനാകുന്ന ഒരാളുടെ സമൂഹത്തിലുണ്ടായിരുന്ന 'അന്തസ്സ്' പരോളിൽ ഇറങ്ങുന്ന വേളയിൽ കാത്തുസൂക്ഷിക്കാനവർ ശ്രദ്ധിക്കാറുണ്ട്. ഉയർന്ന സാമ്പത്തിക ഭദ്രതയും വിദ്യാഭ്യാസവുമുള്ള അന്തേവാസികൾ പൊതുവെ പരോൾ വ്യവസ്ഥകളെ ബഹുമാനിക്കുന്നവരും ലംഘിക്കാൻ ആഗ്രഹം കാണിക്കാത്തവരുമാണ്. പരോൾ ആഫീസറുടെ നിയന്ത്രണത്തിൽ കഴിയാൻ ആഗ്രഹമില്ലാത്ത ചുരുക്കം ചിലയാളുകൾ പരോൾതന്നെ വേണ്ടായെന്ന് വയ്ക്കുന്നുമുണ്ട്.

4. അർഹതയും യോഗ്യതയുമുള്ളവർക്കുമാത്രം പരോൾ അനുവദിക്കുക. എന്നാൽ, ആ യോഗ്യത വസ്തുനിഷ്ഠമായി വിലയിരുത്തി–വ്യാഖ്യാനിച്ച് തീരുമാനങ്ങൾ എടുക്കാനായി പരിചയവും പരിശീലനവും വിദ്യാഭ്യാസവും ഉള്ള വിദഗ്ദ്ധർ ആവശ്യമാണ്. കുറ്റകൃത്യശാസ്ത്രം, സമൂഹശാസ്ത്രം, മനഃശാസ്ത്രം, സമൂഹക്ഷേമശാസ്ത്രം എന്നിവകളിൽ അടിസ്ഥാന വിദ്യാഭ്യാസമുള്ളവരും ജയിൽ ജോലിയിൽ പരിശീലനം ഉള്ളവരുമാണ് അതിന് വേണ്ടത്. എന്നാൽ, രാഷ്ട്രീയ പരിഗണനവച്ച് വിദഗ്ദ്ധരെ നിശ്ചയിക്കുന്ന വികലമായ നിയമന രീതിയെ ശിക്ഷാശാസ്ത്രഗവേഷകർ അംഗീകരിക്കുന്നില്ല.

പരോൾ സമ്പ്രദായം വിജയമാണോ അതോ പരാജയമാണോ? പരോൾ അനുവദിച്ച് വെളിയിൽ പോകുന്നവർ പരോൾ നിബന്ധനകൾ ലംഘിക്കുന്നുണ്ടോ എന്നതിനെ ആശ്രയിച്ചിരിക്കും ആ സംവിധാനത്തെ വിലയിരുത്താൻ. മദ്യസേവ അരുത്, മയക്കുമരുന്നു ഉപയോഗം പാടില്ല, നല്ല സ്വഭാവവും പെരുമാറ്റരീതികളും കാഴ്ച വയ്ക്കണം, മാന്യരായ സുഹൃത്തുക്കളുമായി ബന്ധം പുലർത്തണം, വൈകുന്നേരങ്ങളിൽ കുടുംബത്തിൽ കാണണം- ഇത്തരത്തിലുള്ള പല നിബന്ധനകളും പാലിക്കേണ്ടതായുണ്ട്. വിദേശങ്ങളിൽ (അമേരിക്ക) നടത്തിയിട്ടുള്ള പഠനങ്ങളിൽ 20% മുതൽ 30% വരെയുള്ള അന്തേവാസികൾ പരാജിതരാകുന്നുണ്ട് എന്നാണ് കാണാൻ കഴിയുന്നത്. എന്നാൽ അതിനേക്കാൾ കൂടുതൽ പേർ വിജയപൂർവ്വം പരോൾ കാലാവധി പൂർത്തിയാക്കുന്നുവെന്നും വേറെ പഠനങ്ങളിൽ കാണാനാവുന്നുണ്ട്. ഇന്ത്യയിൽ–പ്രത്യേകിച്ച് കേരളത്തിൽ അത്തരത്തിലുള്ള പഠനങ്ങളൊന്നും നാളിതുവരെ നടത്തിയിട്ടില്ല. അക്കാരണത്താൽ, പരോൾ വിജയമോ പരാജയമോ എന്ന് വ്യക്തമായി പറയുക ബുദ്ധിമുട്ടാണ്. എന്നാലും, വ്യക്തികൾക്കെതിരെ കുറ്റകൃത്യങ്ങൾ ചെയ്തവർ പരോൾ വ്യവസ്ഥകൾ ലംഘിച്ച് അധികമായി ജയിലുകളിലേക്ക് വരുന്നില്ലാ എന്നാണ് ജയിൽ ഉദ്യോഗസ്ഥർ പറയുന്നത്. പരോൾ പരാജയപ്പെടുന്നതിന്റെ പൂർണ്ണ ഉത്തരവാദിത്വം കുറ്റം ചെയ്തവരിൽ മാത്രം വച്ചുകെട്ടുന്നതിൽ യുക്തിയില്ല. കാരണം? പരോൾ ഇപ്പോഴും ശാസ്ത്രീയമാക്കി

മാറ്റിയിട്ടില്ല. യോഗ്യത നിശ്ചയിക്കുന്നതിലും പാകപ്പിഴകൾ ഉണ്ടാകുന്നുണ്ട്. പലതര സ്വാധീനങ്ങൾക്ക് വിധേയരായി പരോൾ അനുവദിക്കാറുണ്ട്. പരോൾ അനുവദിച്ചു വെളിയിൽ പോകുന്നവരെ ശാസ്ത്രീയമായി നയിക്കാനും നിയന്ത്രിക്കാനും യോഗ്യതയോ കഴിവോ മികവോ ഇല്ലാത്ത ഉദ്യോഗസ്ഥരും പരോൾ പരാജയത്തിനു കാരണക്കാരാണ്. എന്തൊക്കെയായാലും, ജയിലിൽ ഒരു തടവുകാരനായി ദീർഘനാൾ ജീവിച്ച് വെളിയിൽ വരുന്നവരേക്കാൾ നന്മ കൂടുതൽ കാണിക്കുന്നവരാണ് പരോൾ ലഭിച്ച് വെളിയിൽ വരുന്നവരെന്നാണ് അനുഭവസാക്ഷ്യം.

പരോളും നല്ലനടപ്പും ശിക്ഷയും

പരോളും പ്രൊബേഷനും രണ്ടും രണ്ടാണ്. നല്ലനടപ്പ് ശിക്ഷ വിധിച്ചാൽ ശിക്ഷിക്കപ്പെട്ടയാൾ ജയിലിൽ പോകണ്ട. കാരണം ശിക്ഷാവിധി നടപ്പാക്കൽ താല്ക്കാലികമായി മരവിപ്പിച്ചിരിക്കുകയാണ്. എന്നാൽ, പരോൾ അങ്ങനെയല്ല. തടവുശിക്ഷ ഒരു നിശ്ചിത കാലാവധി അനുഭവിച്ചവർക്കേ പരോൾ അനുവദിക്കൂ.

ജയിൽ ജീവിതത്തിന്റെ ദൂഷ്യങ്ങൾ ഒരിക്കലും നല്ലനടപ്പു ശിക്ഷ അനുഭവിക്കുന്ന ആൾക്കു സഹിക്കേണ്ടി വരില്ല. ജയിലിൽ പോകാത്തതുകൊണ്ട് ജയിൽവാസി, ജയിൽപുള്ളി എന്ന ദുഷ്പേരും കിട്ടില്ല. പരോളിൽ അങ്ങനെയല്ല. ജയിൽ ജീവിതത്തിന്റെ നല്ലതും ചീത്തയുമായവ രുചിച്ചറിഞ്ഞവരാണവർ. അതുകൊണ്ടുതന്നെ സ്വാധീനത്തിന്-ദുഃസ്വാധീനത്തിനവർ വിധേയരാണ്.

നല്ല നടപ്പ് ശിക്ഷ വിധിക്കുന്നത് കോടതിയാണ്. പരോൾ അനുവദിക്കുന്നത് അതിനായി പ്രത്യേകം നിയമിക്കപ്പെട്ട പരോൾ ബോഡ് ആണ്. പരോൾ ബോഡിൽ രാഷ്ട്രീയക്കാരുൾപ്പെടെ പലരേയും സർക്കാർ നിയമിച്ചെന്നിരിക്കും. എന്നാൽ നല്ലനടപ്പ് ശിക്ഷ വിധിക്കുന്നത് നിയമത്തിൽ പഠനവും പരിശീലനവുമുള്ള ന്യായാധിപനാണ്.

രണ്ടു കൂട്ടരും പരോൾ-പ്രൊബേഷൻ ആഫീസറുടെ മേൽനോട്ടത്തിൽ അദ്ദേഹം തരുന്ന നിർദ്ദേശങ്ങൾക്കനുസൃതമായി കാലാവധി പൂർത്തീകരിക്കേണ്ടതാണ്. അങ്ങനെ ചെയ്തില്ലെങ്കിൽ, ശിക്ഷിക്കപ്പെട്ടയാൾ ജയിലിലേക്ക് തന്നെ പോകേണ്ടതായി വരും. ശിഷ്ടകാലം ശിക്ഷ ജയിലിൽ അന്തേവാസിയായി അനുഭവിക്കേണ്ടതായി വരുന്നു. നല്ലനടപ്പ് ശിക്ഷയാണ് ശിക്ഷാശാസ്ത്രത്തിൽ ആദ്യം വന്നത് – 1841 ൽ. പരോൾ അംഗീകരിച്ചത് 1900 ത്തോടടുത്താണ്. രണ്ടും എല്ലാ അർത്ഥത്തിലും ശിക്ഷ തന്നെ. എന്നാൽ രണ്ടിലും മനുഷ്യരുടെ നല്ല മനസ്സ് കാണുന്നുണ്ട്.

ഇന്ത്യയിൽ, പ്രൊബേഷൻ (നല്ലനടപ്പ് ശിക്ഷ) വിധിക്കാൻ കോടതികൾ വൈമനസ്യം കാണിക്കുന്നുവെന്ന പരാതിയുണ്ട്. പരോൾ അനർഹർക്കും അനുവദിക്കുന്നുവെന്ന പരാതിയും കേൾക്കാം. ആവശ്യത്തിന് പരോൾ-പ്രൊബേഷൻ ഉദ്യോഗസ്ഥരില്ലെന്നും അവരിൽ കുറേപ്പേർ വേണ്ടത്ര യോഗ്യത നേടാത്തവരുമാണെന്ന പരാതിയും നിലനില്ക്കുന്നു.

ഇടത്താവള സംവിധാനം

HALF-WAY Houses എന്നാൽ ജയിലിനകത്തെ തടവുജീവിതത്തിനും ജയിൽ വിമുക്തനാവുമ്പോഴുള്ള സമ്പൂർണ്ണ സ്വതന്ത്രജീവിതത്തിനും ഇടയിലുള്ള കാലഘട്ടത്തിൽ ഒരാൾക്ക് അനുവദിക്കുന്ന പരോൾ കാലത്തു, പരോൾ ഉദ്യോഗസ്ഥരുടെ മേൽനോട്ടത്തിലും നിയന്ത്രണത്തിലും കഴിയേണ്ടിവരുമ്പോൾ വസിക്കാൻ പറ്റുന്ന ഇടത്താവളമാണത്. കപ്പലുകൾ നങ്കൂരമിട്ട തുറമുഖങ്ങളിൽ കിടക്കുന്നതുപോലെ ഒരു അന്തേവാസി അയാളുടെ പൂർണ്ണസ്വതന്ത്രജീവിതത്തിനുമുമ്പ് നങ്കൂരമിടുന്ന സ്ഥലമാണത്. ചില (പല) അന്തേവാസികൾക്ക് അത് ആവശ്യവുമാണ്. കേരളത്തിലത്തരം ഇടത്താവളങ്ങൾ ഇപ്പോൾ പ്രവർത്തിക്കുന്നുണ്ട്. അവ നടത്തുന്ന എൻ ജി ഓകൾ ഉണ്ട്. അത്തരത്തിലുള്ള ഇടത്താവളങ്ങൾ ഭക്ഷണം, താമസ സൗകര്യം, ഉപദേശങ്ങൾ, നിർദ്ദേശങ്ങൾ, ശ്രദ്ധ, മേൽനോട്ടമൊക്കെ സ്വതന്ത്രരാക്കപ്പെട്ട അന്തേവാസികൾക്ക് നല്കുന്നുണ്ട്. പകൽ സമയത്ത് അക്കൂട്ടർ ജോലിക്ക് വെളിയിൽ പോവുകയും സന്ധ്യാസമയത്ത് തിരിച്ചെത്തുകയുമാണ് പതിവ്. സ്വന്തമായി ആത്മനിയന്ത്രണം നേടിക്കഴിഞ്ഞാൽ-സമൂഹത്തിലെ മറ്റു മനുഷ്യരുമായി ബന്ധം സ്ഥാപിച്ച് കഴിഞ്ഞാൽ-സ്വന്തം കാലിൽ നിന്നു ജോലി ചെയ്യാമെന്ന മനോധൈര്യം ഉണ്ടായാൽ അവർക്ക് ഇടത്താവളജീവിതം വേണ്ടെന്ന് വക്കാം.

പരോളിൽ അന്തേവാസികൾ പോകുന്നതിന് മുമ്പായി അവർക്ക് കുടുംബ ബന്ധങ്ങൾ പുലർത്താനും ഭാര്യയും കുഞ്ഞുങ്ങളുമൊത്തു ഇടയ്ക്കിടയ്ക്കു വസിക്കാനും സൗകര്യം നല്കുന്ന Furlough അർഹരായവർക്കു അനുവദിക്കുന്നത് നല്ലതു തന്നെ. എന്നാൽ ഇന്ത്യയിൽ (സംസ്ഥാനത്ത്) അതു ദുരുപയോഗിക്കുന്നതായി ശ്രദ്ധയിൽപ്പെട്ടിട്ടുണ്ട്. പണവും സ്വാധീനവുമുള്ളവർക്ക് പലപ്പോഴും കിട്ടുന്ന Furlough അവയില്ലാത്തവർക്ക് നിരസിക്കപ്പെടുന്ന രണ്ടുതരം നീതി കൊടുക്കുന്ന വികലമായ രീതി നിർഭാഗ്യകരമാണ്.

ജയിൽവാസാനന്തര ശ്രദ്ധ

ജയിൽ വാസാനന്തര ശ്രദ്ധ അഥവാ After-Care Services എന്നാൽ രോഗത്തിനുശേഷം ആരോഗ്യം വീണ്ടെടുക്കുന്ന പ്രക്രിയയാണ്. ആ കാലഘട്ടം എല്ലാവരുടെ ശ്രദ്ധയും പരിചരണവും രോഗിയായിരുന്ന ആൾക്ക് ആവശ്യമാണ്. ഏതാണ്ടതുപോലെ, ജയിലിനകത്തെ കർശന നിയന്ത്രണങ്ങൾക്കു വിധേയരായി കഴിഞ്ഞിരുന്ന ഏതാണ്ട് ഒരുതരം കൃത്രിമ ജീവിതക്രമത്തിൽനിന്ന് - ജീവിതകാലത്ത് നിന്നും സമൂഹത്തിലേക്ക് വന്ന് പുനരധിവാസം സാദ്ധ്യമാക്കുന്ന വേളയിൽ തീർച്ചയായും ജയിൽ വിമുക്തരായവർക്ക് വേണ്ട സഹായവും സഹവർത്തിത്വവും അനിവാര്യമാണ്. ജയിൽ താമസത്തിനിടയിൽ നേടിയ വിദ്യാഭ്യാസം, തൊഴിൽ പരിശീലനം, മൂല്യബോധം, ജീവിതക്രമം-അവയെല്ലാം ജയിൽ ജീവിതാന

ന്തരം പ്രയോജനപ്പെടുത്താൻ തുടർന്നുള്ള പലവിധ സഹായങ്ങളും അനിവാര്യമാണ്.

അതിനായി (1) മാനസിക ആരോഗ്യം പ്രദാനം ചെയ്യുന്ന സ്ഥാപനങ്ങൾക്ക് ജയിൽ വിമുക്തരായവരുടെ വിഷമങ്ങൾക്കും പിരിമുറുക്കങ്ങൾക്കും ആശ്വാസം പകരാൻ സഹായിക്കും. (2) കുട്ടികൾക്കുവേണ്ട നിർദ്ദേശങ്ങളും ഉപദേശങ്ങളും കൊടുത്തുവരുന്ന കുട്ടികൾക്കു മാത്രമായി പ്രവർത്തിക്കുന്ന ചികിത്സാ നിരീക്ഷണ ശുശ്രൂഷാകേന്ദ്രങ്ങൾ (Child Guidance Clinics); (3) സാമൂഹ്യക്ഷേമ ശുശ്രൂഷ ചെയ്യുന്ന സ്ഥാപനങ്ങൾ (Social Welfare Agencies), ജയിൽ വിമുക്തർക്കായി മാത്രം പ്രവർത്തിക്കുന്ന സ്ഥാപനങ്ങൾ (Discharged Prisoners' Society) എന്നിവകളുടെ സേവനം പ്രയോജനപ്പെടുത്താവുന്നതാണ്. സാമ്പത്തികമായും അല്ലാതെയും സഹായിക്കാൻ അവർക്കാകും. തൊഴിൽ കണ്ടെത്താൻ അവർക്ക് കഴിയും. Probation and After-care Association രാജ്യത്തിന്റെ വിവിധ ഭാഗങ്ങളിൽ ഇപ്പോൾ സേവനം ചെയ്യുന്നുണ്ട്.

എന്നാൽ ജയിൽ അധികാരികളിൽ നിന്നും–പ്രൊബേഷൻ വകുപ്പിൽ നിന്നും–സർക്കാരിന്റെ സാമൂഹ്യനീതി വിഭാഗത്തിൽനിന്നും വേണ്ടത്ര സഹായമോ സഹകരണമോ ലഭിക്കുന്നില്ലെന്ന പരാതി ജയിൽവാസാനന്തര സേവനം നല്കുന്ന വ്യക്തികൾക്കോ സംഘടനകൾക്കോ, ലഭിക്കുന്നില്ലെന്ന പരിഭവം കേൾക്കാനാവുന്നുണ്ട്. തീർച്ചയായും ജയിൽവാസാനന്തരസഹായം കൊടുക്കുന്നവരുടെ പ്രവർത്തനങ്ങളെ പ്രോത്സാഹിപ്പിക്കേണ്ടതാവശ്യമാണ്. ശിക്ഷാശാസ്ത്രത്തിൽ, അത്തരത്തിലുള്ള പ്രവർത്തനങ്ങളെയാണ് Community Treatment (സാമൂഹ്യചികിത്സ) എന്നു വിളിക്കുന്നത്. അവയാണ്

1. Guided Group Interaction Programmes (ശിക്ഷണനിയന്ത്രണത്തിനു വിധേയമായ സമൂഹാധിഷ്ഠിത–പരസ്പര ബന്ധപദ്ധതികൾ)
2. Foster and Group Homes (പോറ്റിവളർത്തൽ–സാമൂഹ്യ ഗൃഹങ്ങൾ)
3. Half-way Programmes (ഇടത്താവള താമസപദ്ധതികൾ)
4. Intensive Community Treatment (സമൂഹാധിഷ്ഠിത തീവ്രയജ്ഞ ചികിത്സാ പദ്ധതികൾ)
5. Reception Centre for Parolees (പരോൾ ലഭിച്ചവർക്കായുള്ള സ്വീകരണ കേന്ദ്രം)

എന്ന പേരിലൊക്കെ വിദേശരാജ്യങ്ങളിൽ അറിയപ്പെടുന്നത്. ഇന്ത്യയിൽ അവ പൂർണ്ണരൂപത്തിൽ നടപ്പാക്കിയിട്ടില്ലെന്നാണ് കാണുന്നത്.

ആവർത്തന കുറ്റവാളികൾ

ആവർത്തനകുറ്റവാളികൾ എന്നും ഒരു തലവേദനയാണ് – ശിക്ഷാശാസ്ത്രഗവേഷണങ്ങൾക്കൊരു ചോദ്യചിഹ്നവുമാണ്. ജയിൽവാസാനന്തരം–ജയിൽ വിമുക്തരാകുമ്പോൾ–ജയിൽ വാസത്തിനിടയിൽ–പരോൾ കാലഘട്ടത്തിൽ കുറ്റകൃത്യങ്ങൾ ആവർത്തിക്കുക എന്നതിന്റെ കാരണ

ങ്ങൾ എന്തൊക്കെ? ഒന്നെങ്കിൽ ജയിൽവാസം ഗുണകരമായ മാറ്റങ്ങൾ ഉണ്ടാക്കാൻ സഹായിച്ചില്ല; അല്ലെങ്കിൽ അന്തേവാസി ഗുണകരമായ മാറ്റങ്ങൾ ഉണ്ടാക്കാനായി ജയിലധികാരികൾ സ്വീകരിച്ച പദ്ധതികളോടു സഹകരിച്ചില്ല. രണ്ടായാലും അവ ശിക്ഷയുടെ പ്രസക്തിക്ക് മങ്ങലേല്പിക്കുന്നു. പരോളിൽ പോയവർ ഒരു വർഷത്തിനിടയിൽ കുറ്റം ചെയ്തു തിരിച്ച് ജയിലുകളിൽ വരുന്നുവെന്നത് നിർഭാഗ്യകരമാണ്. നമ്മുടെ രാജ്യത്ത്, 20–25% പേർ അത്തരക്കാരാണെന്ന് എനിക്ക് മനസ്സിലാക്കാനായിട്ടുണ്ട്. ചിലർ പുത്തൻ കുറ്റകൃത്യങ്ങളിൽ പ്രതികളാകുന്നു. ചിലർ ഹീനമായ കുറ്റകൃത്യങ്ങൾ ചെയ്യുന്നു. ചിലർ മദ്യപാനത്തിനും മയക്കുമരുന്നിനും അടിമകളാവുന്നു.

എന്താണ് ജയിൽവാസത്തിനിടയിലും ജയിൽ വിമുക്തരായാലും ചിലർ കുറ്റകൃത്യങ്ങൾ ആവർത്തിക്കുന്നത്? ശിക്ഷകളുടെ അപര്യാപ്തതയാണോ അതിന് കാരണം? അതോ, ചില മനുഷ്യരിലെ വ്യക്തിത്വത്തകരാറാണോ? അതോ, സാഹചര്യങ്ങളുടെ ദുഃസ്വാധീനമാണോ? അതോ, കുറ്റവാളികളിൽ മനഃപരിവർത്തനം വരാനായി ശ്രമിച്ച വ്യക്തികളുടെ/പ്രസ്ഥാനങ്ങളുടെ/പദ്ധതികളുടെ പരാജയമാണോ? ഉത്തരങ്ങൾ തേടുന്ന ഒട്ടനവധി ചോദ്യങ്ങളുണ്ട്.

ഒരു സാമൂഹ്യവ്യവസ്ഥിതിയിലേക്ക്–സാംസ്കാരിക സ്ഥിതിവിശേഷത്തിൽ–മതത്തിലേക്ക്–മതവിഭാഗത്തിലേക്ക്–രാഷ്ട്രീയാവസ്ഥയിലേക്ക്–സാമ്പത്തിക ചുറ്റുപാടുകളിലേക്ക്–ഓരോ കുഞ്ഞും ജനിച്ച് അവയിൽ അവൻ/അവൾ വളരുന്നു. ആ കുഞ്ഞിനെ വളർത്തുന്നു. ആ കുഞ്ഞിന്റെ അച്ഛനമ്മമാർ, കുടുംബം, ബന്ധുക്കൾ, സ്വന്തക്കാർ, കൂട്ടുകാർ, അദ്ധ്യാപകർ, സ്കൂൾ അന്തരീക്ഷം, ചുറ്റുപാടുകൾ, മാധ്യമങ്ങൾ–അവയെല്ലാം തന്നെ അതിന്റെ വളർച്ചയിൽ പങ്കു കൊള്ളുന്നുണ്ട്. പാരമ്പര്യം വഴി ആ കുഞ്ഞിന് സിദ്ധിച്ച വളരാൻ കൊതിക്കുന്ന ശക്തി (Potentialities) കൾ

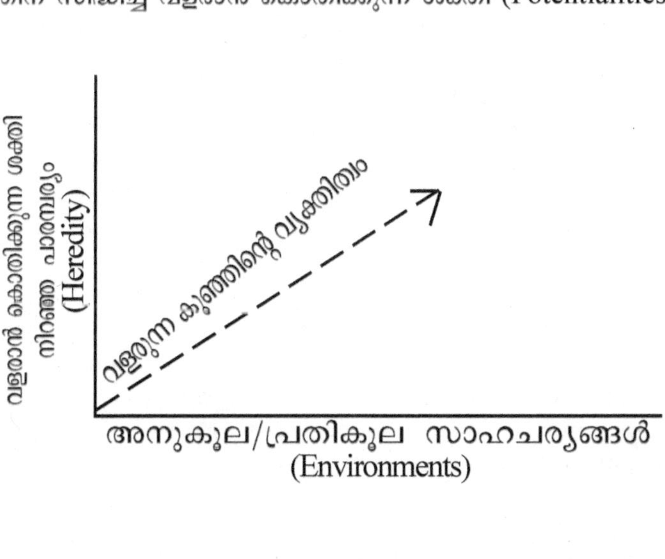

അനുകൂല/പ്രതികൂല സാഹചര്യങ്ങളിൽ വളർന്ന് പന്തലിക്കുന്നു. ചില കുഞ്ഞുങ്ങൾ കുറ്റകൃത്യങ്ങൾ ചെയ്യുന്നവരായി മാറുന്നു. അങ്ങനെ കുറ്റവാളികളാകുന്നതിൽ അവർക്ക് കുറ്റബോധം തോന്നുന്നില്ല.

നല്ല മൂല്യബോധം ഉണ്ടാക്കുന്ന സാഹചര്യങ്ങളിൽ ജനിച്ച് വളരുന്ന കുഞ്ഞുങ്ങളിലെ പാരമ്പര്യ ശക്തികൾ (Hereditary Potentialities) ശരിയായ രീതിയിൽ ശരിയായ ദിശയിലേക്ക് ആ കുഞ്ഞിനെ കൊണ്ടുപോകുന്നു. മറിച്ചാണെങ്കിൽ, വിപരീത ദിശയിലേക്കും. കുറ്റകൃത്യങ്ങളിൽ ഏർപ്പെടുന്നതിൽ കുറ്റബോധം തോന്നാത്ത ഒരാളെ കുറ്റകൃത്യത്തിന് ശിക്ഷിച്ച് ജയിലിൽ വിട്ടാലും അയാൾ ജയിൽ വിമുക്തനാവുമ്പോൾ വീണ്ടും കുറ്റകൃത്യങ്ങൾ ചെയ്തെന്നിരിക്കും. ജയിലുകളൊന്നും തന്നെ പൊതുവേ, മാനസാന്തരമുണ്ടാക്കാൻ സഹായകമാകുന്നില്ലെന്നർത്ഥം. മദ്യപാനികൾ, മയക്കുമരുന്നിനടിമകളായവർ, ലൈംഗിക കുറ്റകൃത്യങ്ങളിൽ–വസ്തുവകകൾക്കെതിരെയുള്ള (കളവ്, വഞ്ചന, തട്ടിപ്പ്, വെട്ടിപ്പ്, ഭവനഭേദനം, പോക്കറ്റടി) കുറ്റകൃത്യങ്ങൾക്ക് പിടിക്കപ്പെട്ടവർ–ഇക്കൂട്ടരെല്ലാംതന്നെ തടവുശിക്ഷാനന്തരം കുറ്റകൃത്യങ്ങൾ ആവർത്തിക്കുന്നവരായി മാറാം. കാരണം? കുറ്റങ്ങൾ ചെയ്യുന്നതിൽ അവർക്ക് കുറ്റബോധമില്ലയെന്നതു തന്നെ.

ജയിൽവാസാനന്തരം അവർ വീണ്ടും ചെന്നെത്തുന്ന സാമൂഹ്യ അന്തരീക്ഷം–സാമൂഹ്യ സാഹചര്യങ്ങൾ അവരെ വീണ്ടും വീണ്ടും കുറ്റകൃത്യങ്ങളിലേർപ്പെടാൻ നിർബ്ബന്ധിക്കുന്നു. പകർച്ചവ്യാധി പിടിപെട്ടവരെ കാണുമ്പോൾ മനുഷ്യർ ഓടിയൊളിക്കുന്നതുപോലെ ആളുകൾ ജയിൽ വിമുക്തരായവരെ കാണുമ്പോൾ ഓടിയകലുന്നു. അതോടെ, ജയിൽവിമുക്തരായവർ സമൂഹത്തിൽ ഒറ്റപ്പെടുന്നു. കുടുംബവും കൂട്ടുകാരും ബന്ധുക്കളും സ്വന്തക്കാരും അവരെ അകറ്റിനിർത്തുമ്പോൾ പ്രശ്നങ്ങൾ ഉത്ഭവിക്കുന്നു. കുറ്റകൃത്യങ്ങൾ ആവർത്തിച്ച് 18 പ്രാവശ്യം ജയിൽശിക്ഷയ്ക്ക് വിധിക്കപ്പെട്ടൊരു ജയിൽപക്ഷി (Jail bird) പറയുന്നതെന്താണ്? "ജയിൽ വിമുക്തനായപ്പോൾ ഞാൻ എല്ലാവരാലും വെറുക്കപ്പെട്ടവനായി. എന്നെ കള്ളനെന്ന് അവർ വിളിച്ചു. ഞാൻ ഒറ്റപ്പെട്ടു. എനിക്ക് അപകർഷതാബോധം ഉണ്ടായി. പൊലീസുകാർ എന്നെ തേടിയെപ്പോഴും വന്നിരുന്നു. ഒരാളോടും ഉള്ളു തുറന്നു സംസാരിക്കാനായില്ല. എല്ലാവർക്കും ഞാൻ വെറുക്കപ്പെട്ടവൻ... സ്വന്തക്കാരില്ല, ബന്ധുക്കളില്ല" അയാളുടെ വിഷമങ്ങൾക്ക് അന്തമില്ല. ഒരുപക്ഷേ, ജയിൽവാസം തന്നെ അയാൾക്ക് സുഖവാസം എന്ന് തോന്നിയേക്കാം.

സമൂഹത്തിൽ നാം കാണുന്ന കുറ്റകൃത്യസംസ്കാരം ആവർത്തന കുറ്റകൃത്യങ്ങൾക്ക് കാരണമാവാം. ഇന്ത്യയിലെ ഇതരസംസ്ഥാനങ്ങളെ അപേക്ഷിച്ച് കേരളത്തിൽ കുറ്റകൃത്യങ്ങൾ വളരെ കൂടുതലാണെന്ന് സ്ഥിതിവിവരക്കണക്കുകൾ കാണിക്കുന്നു. ഇവിടത്തെ രാഷ്ട്രീയാന്തരീക്ഷം, മത–വർഗ്ഗീയ സംഘർഷങ്ങൾ, കുടുംബത്തകർച്ച, തൊഴിലില്ലായ്മ, സാമ്പത്തികമേഖലകളിലെ തകരാറുകൾ, കൃഷിക്കാരുടെ കഷ്ട

പ്പാടുകൾ തുടങ്ങി പലതും സംസ്ഥാനത്ത് കാണുന്ന സംസ്കാരം കുറ്റകൃത്യങ്ങൾക്ക് അനുകൂലവും പ്രോത്സാഹിപ്പിക്കുന്നതുമാക്കുന്നു. ഫലമോ? കുറ്റകൃത്യങ്ങളുടെ ആവർത്തനം. കുറ്റകൃത്യങ്ങളെ പ്രോത്സാഹിപ്പിക്കുന്ന സംസ്കാരത്തിൽ വസിക്കുന്ന ഒരാൾക്ക് അത്തരത്തിലുള്ള ഒരു സമൂഹത്തിൽ ജീവിക്കുന്നതുതന്നെ ആശ്വാസം പകരുന്നതായിരിക്കും. എന്നും എവിടേയും സമരങ്ങൾ, സംഘർഷങ്ങൾ, കത്തിക്കുത്ത്, കവർച്ച, ക്രമസമാധാനലംഘനങ്ങൾ, ഗുണ്ടായിസം, തട്ടിപ്പ്-വെട്ടിപ്പ്-പറ്റിപ്പ്, സ്ത്രീപീഡനം, വർഗ്ഗീയ സംഘട്ടനങ്ങൾ, ഹർത്താൽ, ബന്ദ് - കാണുന്നയൊരു സംസ്കാരത്തിൽ കുറ്റകൃത്യങ്ങൾ ആവർത്തിച്ചാവർത്തിച്ച് ചെയ്യുന്നവർ അംഗീകരിക്കപ്പെടുന്നുവെന്ന ദുരവസ്ഥയും ദൃശ്യമാകും.

നിയമം നടപ്പാക്കാനും നീതി ഉറപ്പാക്കാനും നിയമിതരായ ഉദ്യോഗസ്ഥർ നല്കുന്ന പ്രോത്സാഹനം-അവരുമായുള്ള ചങ്ങാത്തം-അവരുടെ സഹകരണമെല്ലാം ആവർത്തന കുറ്റകൃത്യങ്ങൾക്ക് കാരണമാണ്. ചങ്ങാത്ത കുറ്റകൃത്യങ്ങൾക്ക് പൂക്കാലമാണ്. നേതാക്കളും ഉദ്യോഗസ്ഥരും സംഘടിതകുറ്റവാളികളും ദല്ലാളന്മാരും ഗുണ്ടകളുമെല്ലാം യോജിച്ചു നടത്തുന്ന മാഫിയ കുറ്റങ്ങൾ, സംഘടിത കുറ്റകൃത്യങ്ങൾ (Organized Crimes), അഴിമതികൾ!അവരെ സഹായിക്കാൻ അഭിഭാഷകരും നീതിന്യായവകുപ്പുകളിൽ ജോലിചെയ്യുന്നവരും കോടതികളും ഉണ്ടെങ്കിൽ കാര്യങ്ങൾ കൂടുതൽ വഷളാകുന്നു. ആവർത്തന കുറ്റകൃത്യങ്ങൾക്ക് അറുതിയില്ലാതാവുന്നു.

കള്ളക്കടത്ത് തുടങ്ങിയ കുറ്റകൃത്യങ്ങളിൽ വ്യാപൃതരായവരെ ശിക്ഷിച്ചാൽതന്നെ ജയിൽ വിമുക്തരായാൽ അവർ വീണ്ടും ആ അധോലോകത്തേക്ക് പോയെന്നിരിക്കും. അവിടെ നിന്നും മാറിനില്ക്കാൻ അവരെ അനുവദിക്കില്ല, അവർക്ക് സാദ്ധ്യമാവില്ല. ഗുണ്ടാസംഘങ്ങളും ഏതാണ്ടതുപോലെ തന്നെ. നാടുവിട്ട് ഓടിപ്പോയാലും അവരെ പിന്തുടർന്ന്-വിരട്ടിയവരെകൊണ്ട് കുറ്റങ്ങൾ ചെയ്യാൻ നിർബ്ബന്ധിക്കുകയാണ് പതിവ്.

മാനസിക തകരാറുള്ളവർ ജയിൽവാസശേഷവും കുറ്റങ്ങൾ ആവർത്തിക്കുന്നതായി കണ്ടുവരുന്നു. വിവിധതരം മേനിയാ (Mania) കൾക്ക് അടിമകളായവർ (ഉദാഹരണത്തിന്, Kleptomania (കട്ടെടുക്കണമെന്നുള്ള അമിതാവേശം) Nymphomania (ലൈംഗികപ്രവൃത്തികളിൽ ഏർപ്പെടണമെന്ന സ്ത്രീകളുടെ അനിയന്ത്രിതമായ ആർത്തി) ആവർത്തനകുറ്റവാളികളായി മാറും.

ഞാൻ നടത്തിയിട്ടുള്ള പഠനങ്ങളിൽ നിന്നും എനിക്ക് കണ്ടെത്താനായ വ്യക്തമായ കാരണങ്ങൾ താഴെ കുറിക്കുന്നു.

(i) പാരമ്പര്യത്തിലുള്ള ദുർബ്ബലത (അമ്മ വേലി ചാടിയാൽ മകൾ മതിൽ ചാടും) യും കുടുംബാന്തരീക്ഷത്തിലുള്ള തകരാറുകളും.

(ii) സമൂഹത്തിൽ കാണുന്ന കുറ്റകൃത്യപ്രോത്സാഹന സംസ്കാരം (ബന്ദ്, ഹർത്താൽ,സമരങ്ങൾ, സംഘർഷങ്ങൾ, വർഗ്ഗീയത, രാഷ്ട്രീയ മൂല്യ

ച്യുതി, മതങ്ങളുടെ ദുഃസ്വാധീനം തുടങ്ങിയവ).

(iii) കുടുംബചുറ്റുപാടുകൾ, സ്കൂൾ അന്തരീക്ഷം, കൂട്ടുകാർ ഉണ്ടാക്കുന്ന ദുഃസ്വാധീനം, മൂല്യച്യുതി, അസാന്മാർഗ്ഗിക ജീവിതരീതി എന്നിവ.

(iv) കുട്ടിക്കാലത്ത് തന്നെ കാണുന്ന ദുഃസ്വഭാവം - പിന്നീട് പ്രായമായാലും പോകാത്തവ (ശീലിച്ചതേ പാലിക്കൂ എന്ന പഴമൊഴി പോലെ).

(v) മാനസിക തകരാറുകൾ, മദ്യപാനം, മയക്കുമരുന്നു ഉപയോഗം, ലൈംഗികാസക്തി.

(vi) ജയിലിനകത്തെ ദുർമാതൃക, വികലമായ കൂട്ടുകെട്ട്, മറ്റു കുറ്റവാളികളുമായുള്ള സമ്പർക്കം, ദുഃസ്വാധീനം, ദുരനുഭവങ്ങൾ.

(vii) ജയിൽ ജീവിതാനന്തരം സമൂഹത്തിൽ അനുഭവിക്കേണ്ടിവരുന്ന വിഷമതകൾ, ഒറ്റപ്പെടുത്തൽ, ഒഴിച്ച് നിർത്തൽ-അവ മൂലമുണ്ടാകുന്ന അപകർഷതാബോധം.

ആവർത്തന കുറ്റവാളികൾ ശിക്ഷാശാസ്ത്ര ഗവേഷണങ്ങളിൽ വളരെ പ്രാധാന്യം അർഹിക്കുന്നവരാണ്. സംസ്ഥാനത്തെ ജയിൽ നിയമങ്ങളും ജയിലുകൾക്കുള്ളിലെ വിവിധതരം പദ്ധതികളും ഫലപ്രദമാണോ എന്ന് പരിശോധിക്കേണ്ടതായുണ്ട്.

ജയിൽ നിയമങ്ങളും ശിക്ഷാശാസ്ത്രവും

കേരളത്തിലെ സബ്ജയിലുകളിൽ അന്തേവാസികളുടെ ബാഹുല്യം അചിന്ത്യമാണ്. 20 പേരെ താമസിപ്പിക്കാൻ സൗകര്യമുള്ളൊരു ജയിലിൽ ഇപ്പോൾ 46 പേരുണ്ട്. 80 പേർക്കുള്ള ജയിലിൽ ഇപ്പോൾ 230 പേരുണ്ട് (20–10–2018ൽ). ശിക്ഷാ ജയിലുകളുടെ സ്ഥിതി പരിതാപകരമാണ്. തുറന്ന ജയിലുകളും വനിതാജയിലുകളും ജില്ലാജയിലുകളും അന്തേവാസികളുടെ ബാഹുല്യം കാരണം വളരെ വിഷമിക്കുകയാണ്. 2010 ലെ കേരള പ്രിസണുകളും സംശുദ്ധീകരണ സേവനങ്ങളെ (നിർവ്വഹണം) ആക്ട് (The Kerala Prisons and Correctional Services (Management) Act-2010) ഉദാത്തമായ ലക്ഷ്യത്തോടെ സംസ്ഥാനത്ത് നടപ്പിലാക്കിയതാണ്. അന്തേവാസികളുടെ സുരക്ഷ–അവരുടെ മാനസാന്തരം–സ്വഭാവനവീകരണം നന്മ–പുനരധിവാസം എന്ന ഉദ്ദേശ്യശുദ്ധിയോടെ ജയിൽ ഭരണം രൂപപ്പെടുത്താനായിരുന്നു പ്രസ്തുത നിയമം കൊണ്ടുവന്നത്. അന്തേവാസികളുടെ പുനഃസാമൂഹ്യവല്ക്കരണം (resocialization)–അതുവഴിയുള്ള അവരുടെ കൂട്ടായ്മ ജീവിതം (reintegration of society)കൂടി ലക്ഷ്യങ്ങളിൽ ഉൾപ്പെടുത്തേണ്ടതായിരുന്നുവെന്ന അഭിപ്രായം നിലനില്ക്കുന്നു. കാരണം? കൂട്ടായ്മ ജീവിതം ഉത്തമപൗരജീവിതത്തിനാവശ്യമാണ്. കുറ്റവാളികളെ ശിക്ഷിക്കുകയെന്നാൽ അവരുടെ വ്യക്തിത്വവികസനം ഉറപ്പാക്കുകയെന്നർത്ഥം. വ്യക്തിത്വവൈകല്യങ്ങൾ കുറ്റകാരണമാകാം. ജയിൽ ജീവിതാനന്തരം കുറ്റങ്ങൾ ആവർത്തിക്കാതിരിക്കാൻ ശരിയായ രീതിയിൽ –ശരിയായ ദിശയിലേക്കുള്ള വ്യക്തിത്വവികസനം അനിവാര്യമാണ്. അക്കാരണം കൊണ്ടുതന്നെ, ജയിൽ എന്നു പറയുന്നതിനുപകരം ജയിലുകളെ വ്യക്തിത്വവികസന കേന്ദ്രമെന്ന് വിളിക്കണമെന്ന വാദഗതി നിലവിലുണ്ട്.

2010 ലെ സംശുദ്ധീകരണ സാന്മാർഗ്ഗീകരണ സേവനനിയമത്തിൽ യൗവനപ്രായക്കാർ–യുവാക്കൾ എന്നിങ്ങനെ രണ്ടായി അന്തേവാസികളെ തരംതിരിക്കുന്നുണ്ട്. യൗവനപ്രായക്കാർ (Adolescent Oftenders) എന്നാൽ 18 നും 21 നും ഇടയിൽ പ്രായമായവർ എന്നർത്ഥം. യുവാക്കൾ (Adult Prisoners)എന്നാൽ 21 വയസ്സിന് മേൽപ്രായമുള്ളവർ എന്നർത്ഥം. അന്തേവാസികളുടെ നന്മമാത്രം ലക്ഷ്യമാക്കിയാണ് ഇങ്ങനെ വിഭജിക്കുന്നത്. 18–21 വയസ്സിനിടയിൽ പ്രായമുള്ളവരിൽ യൗവനത്തിന്റെ കുസൃതികൂടുതലായിരിക്കുമെന്ന് കണ്ടെത്തിയിട്ടുണ്ട്. പ്രായത്തിന്റെ പക്വതക്കുറവ് കാരണം അവർക്കായിമാത്രം പ്രത്യേക സമീപനരീതികൾ അനിവാര്യമാക്കിതീർക്കുന്നു. 21–35 പ്രായമുള്ളവർക്കും 35–60 പ്രായക്കാർക്കും 60+ പ്രായമുള്ളവർക്കും കൊടുക്കുന്ന മനപരിവർത്തന–സ്വഭാവവല്ക്കരണരീതികളിൽ നിന്നും വിഭിന്നവും വ്യത്യസ്തവുമായ രീതികൾ യൗവനക്കാർക്കാവശ്യമാണ്. ജയിൽവാസാനന്തരം സാമ്പത്തികവും സാമൂഹികവുമായ പുനരധിവാസത്തിനായുള്ള പദ്ധതികൾ നിയമം വിഭാവനം ചെയ്യുന്നുണ്ട്. പൗരബോധത്തോടെ, നിയമങ്ങൾ അനുസരിച്ച് സമൂഹത്തിൽ കഴിയാനുള്ള സേവനങ്ങളും കൊടുക്കുന്നുണ്ട്. എന്താണ് പ്രിസൺ എന്നതും നിർവ്വചിക്കപ്പെട്ടിട്ടുണ്ട്. ആ നിയമത്തിൽ പറയുന്ന എല്ലാത്തരം തടവുകാർക്കും ആവശ്യമായ പുനരധിവാസ പദ്ധതികൾക്ക് പ്രസക്തിയുണ്ടോ?– സമയമുണ്ടോ? സൗകര്യങ്ങളുണ്ടോ എന്നതൊക്കെ ചർച്ച ചെയ്യേണ്ട കാര്യങ്ങളാണ്.

ജയിലുകളുടെ പ്രവർത്തനങ്ങൾ

അന്തേവാസികളെ സുരക്ഷിതരായി സംരക്ഷിക്കുക, അവരിൽ മനഃപരിവർത്തനം ഉണ്ടാക്കാനുള്ള കർമ്മപദ്ധതികൾക്ക് രൂപം നല്കുക, വ്യക്തിത്വ വികസനവും മൂല്യബോധവും വളർച്ചയും ഉറപ്പാക്കുക. അങ്ങനെ, അവരെ സമൂഹത്തിലെ കൂട്ടായ്മ ജീവിതത്തിൽ പങ്കുചേരാൻ പ്രാപ്തരാക്കുക. അതുവഴി അവരുടെ പുനരധിവാസം ഉറപ്പാക്കുക.

അന്തേവാസികൾക്കാവശ്യമായ ഗുണമേന്മയും രുചിയുമുള്ള ഭക്ഷണം കൊടുക്കുക, വസ്ത്രം, താമസസൗകര്യം, മറ്റ് ജീവിത സൗകര്യങ്ങൾ, ആരോഗ്യപരിരക്ഷ, ചികിത്സ, രോഗീപരിചരണമെല്ലാം നല്ല ലക്ഷ്യബോധത്തോടെ നല്കുക. അന്തേവാസികളുടെ സുരക്ഷ ഉറപ്പാക്കാനും ജയിൽചാട്ടം ഇല്ലാതാക്കാനുമായി ഉദ്യോഗസ്ഥർ (Cutdial StaÃ) ആവശ്യമാണ്. എന്നാൽ അവയ്ക്കൊപ്പം ലക്ഷ്യപ്രാപ്തിക്കായി വേണ്ടത് വ്യക്തിത്വ വളർച്ചയും മാനസാന്തരവും അന്തേവാസികളിൽ ഉണ്ടാക്കാൻ സഹായിക്കുകയാണ്. അതിന്, സംശുദ്ധീകരണ–സാന്മാർഗ്ഗീകരണ സേവനങ്ങൾ നല്കുന്ന ഉദ്യോഗസ്ഥർ വേണം. എന്നാൽ സംസ്ഥാനത്ത് മതിയായ യോഗ്യതയും പരിശീലനവും സിദ്ധിച്ച ഉദ്യോഗസ്ഥർ വളരെ കുറവാണ്. ആ അപാകത പരിഹരിക്കേണ്ടതാവശ്യമാണ്. ആരോഗ്യപ്രദമായ സാമൂഹ്യവീക്ഷണം അന്തേവാസികളിലുണ്ടാക്കാൻ അവരുടെ സേവനം കൂടിയേ തീരൂ. കഠിനതടവിന് ശിക്ഷിക്കപ്പെട്ടു ജയിലുകളിൽ കഴിയുന്ന

അന്തേവാസികളുടെ അഭിരുചി കണക്കിലെടുത്തവരെ ജോലിക്ക് കൊണ്ടു പോകുക, അവർക്കു ജോലിപരിശീലനം നല്കുന്നവർ അവരെക്കൊണ്ടു ശരിയായവിധം ജോലിചെയ്യിക്കുക, ജയിൽ വിമുക്തരാകുമ്പോൾ സ്വയം പര്യാപ്തത നേടാൻ അവരെ യോഗ്യരാക്കുക എന്നതൊന്നും ചെറിയ കാര്യങ്ങളല്ല. അന്തേവാസികളെ ഉപയോഗിച്ചു ജയിലുകളിൽ ഭക്ഷണം തയ്യാറാക്കൽ, ജയിലും പരിസരങ്ങളും വൃത്തിയാക്കൽ, മാലിന്യം നീക്കൽ, പൂന്തോട്ടം സൂക്ഷിക്കൽ -എന്നിവയ്ക്ക് വലിയ പ്രാധാന്യമാണുള്ളത്. ശാരീരികവും, മാനസികവും, ധാർമ്മികവും ആത്മീയവുമായ ഉണർവ്വ്- ഉന്മേഷം- ഉയർച്ച അന്തേവാസികൾക്കാവശ്യമാണ്. വിദ്യാഭ്യാസപരമായി, അതുപോലെ സ്വഭാവനവീകരണവും പ്രവൃത്തിഗുണവും അഭിരുചിയും സമീപനവും-പൗരബോധ വളർച്ചയും ഉറപ്പാക്കാൻ ഉപകരിക്കുന്ന എല്ലാ ത്തരം പരിപാടികളും പദ്ധതികളും അനിവാര്യമാണ്. ജയിലിനകത്തെ അച്ചടക്കം അത്യന്താപേക്ഷിതമാണ്. നിയമലംഘനം പാടില്ല. കായിക പരവും സാംസ്കാരികവുമായ ഉയർച്ച ആവശ്യമാണ്. ഉല്ലാസം കൂടിയേ തീരൂ.

നിഷ്പക്ഷവും മാനുഷികപരിഗണനയും ഉറപ്പാക്കുന്ന വിധത്തിലുള്ള സമീപനരീതിയേ ഉദ്യോഗസ്ഥർ സ്വീകരിക്കാവൂ. തർക്കമുള്ള വിഷയമാ ണെങ്കിലും നിയമം അങ്ങനെ നിഷ്കർഷിക്കുന്നു. അന്തേവാസികളുടെ പരാതികൾ സഹിഷ്ണുതയോടെ ചെവിക്കൊണ്ട് സത്വര പരിഹാരങ്ങൾ കണ്ടെത്തണം. പരാതികൾ പരിഹരിച്ചേ പറ്റൂ. കൂട്ടായ്മജീവിതത്തിൽ പരാതികൾക്കു പഞ്ഞമുണ്ടാവില്ല. എന്നാൽ, പരിഹാര രീതികൾ കുറ്റമ റ്റതായിരിക്കണം.

അന്തേവാസികളുടെ അവകാശങ്ങൾ-ചുമതലകൾ

കുറ്റവാളികളെന്ന് ഒരു കോടതിക്ക് ബോദ്ധ്യപ്പെട്ട് ജയിലിലേക്ക് അയച്ചവരാണ് അന്തേവാസികൾ. അവരിൽ കുറേപേർ നിരപരാധികളാ ണെന്ന് ശിക്ഷാശാസ്ത്രപഠനങ്ങൾ വ്യക്തമാക്കുന്നു. കുറ്റം ചെയ്തവരാ ണെങ്കിലും അല്ലെങ്കിലും, മനുഷ്യാവകാശങ്ങൾക്ക് മനുഷ്യർക്കെല്ലാം അവകാശമുണ്ട്. അക്കാരണംകൊണ്ടും മറ്റ് കാരണങ്ങൾ കൊണ്ടും അന്തേവാസികൾക്ക് അന്തസ്സോടെ ജയിലുകളിൽ കഴിയാനുള്ള അവ കാശമുണ്ടെന്ന് നിയമം അനുശാസിക്കുന്നു അതോടൊപ്പം-

(i) മതിയായ ഭക്ഷണം, ആരോഗ്യപരിപാലനം, വൈദ്യസഹായവും ശ്രദ്ധയും, ആരോഗ്യകരമായ ജീവിത സാഹചര്യങ്ങളും വസ്ത്രവും ലഭിക്കാനുള്ള അവകാശം അവർക്കുണ്ട്.

(ii) കുടുംബങ്ങളോട് സംസർഗ്ഗം പുലർത്താനും മറ്റുള്ളവരോട് സമ്പർക്കം പുലർത്താനുമുള്ള അവകാശം ഉണ്ട്. എന്നാൽ, അതു ചില (പല) നിബന്ധനങ്ങൾക്ക് വിധേയമായിരിക്കും. ആരുമായും എന്തും എങ്ങനെയും എപ്പോഴും ഏതു വിധേനയും ബന്ധപ്പെടാ മെന്നതിനർത്ഥമില്ല ആ അവകാശത്തിനുള്ളത് സമ്പർക്കവും സംസർഗ്ഗവും അന്തേവാസികളുടെ വ്യക്തിത്വ വികസനത്തിനും

ജയിൽവാസാനന്തര ജീവിതത്തിനും ഉപകരിക്കും വിധമായിരിക്കണം.

(iii) നിയമത്തിന്റെ സംരക്ഷണം എല്ലാ അന്തേവാസികൾക്കും ഉറപ്പുവരുത്തണം. അതുകൊണ്ടു തന്നെ, നിയമസഹായവും നിയമജ്ഞരുടെ സേവനവും നേടാൻ–തേടാൻ ഉള്ള അവകാശം അവർക്കുണ്ട്. വിചാരണത്തടവുകാരായി അഞ്ചും ആറും വർഷം ജയിലിൽ കഴിയുന്ന ദുരവസ്ഥ ഇപ്പോഴുണ്ട്.

(iv) ജയിലുകളിൽ അന്തേവാസികൾ ആക്രമിക്കപ്പെടാനുള്ള സാദ്ധ്യതയുണ്ട്. അത്തരത്തിലുള്ള അനിഷ്ട സംഭവങ്ങൾ റിപ്പോർട്ടു ചെയ്യപ്പെടുന്നുമുണ്ട്. അടികൂടുക–ലൈംഗികമായി പീഡിപ്പിക്കപ്പെടുക—മാനഭംഗം വരുത്തുക– നിന്ദ്യമായതും ലജ്ജാകരമായതുമായ കാര്യങ്ങൾക്ക് വിധേയമാക്കുക–തുടങ്ങിയ ഹിതകരമല്ലാത്ത പലതിനും ഇരയാകാനുള്ള അവസരങ്ങൾ ഉള്ളതിനാൽ അത്തരത്തിലുള്ള അനിഷ്ടകാര്യങ്ങളിൽനിന്നും സംരക്ഷണം കിട്ടുകയെന്നതൊരു അവകാശമാണ്.

(v) വിവേചനം പാടില്ല. ന്യായീകരിക്കാനാവാത്ത വിവേചനത്തിന് ഇരയാക്കുകയെന്നത് പൊറുക്കാനാവാത്ത തെറ്റുതന്നെയാണ്. ജാതിയുടെ, മതത്തിന്റെ, ഉപജാതിയുടെ, സമ്പത്തിന്റെ, വിദ്യാഭ്യാസത്തിന്റെ, ചെയ്ത കുറ്റത്തിന്റെ– ഏതിന്റെ പേരിലായാലും വിവേചനം ക്രൂരതയാണ്. അവകളിൽനിന്നും സംരക്ഷണം കിട്ടുകയെന്നത് അന്തേവാസികളുടെ അവകാശമാണ്.

(vi) നിയമാനുസൃതമായ നടപടികളിലൂടെയല്ലാതെ–പ്രതിരോധത്തിനുള്ള അവസരങ്ങൾ നിയമാനുസൃതം കൊടുക്കാതെ നടപ്പാക്കുന്ന ശിക്ഷകൾക്കും ബുദ്ധിമുട്ടുകൾക്കും ന്യായീകരണമില്ല. അതുകൊണ്ടുതന്നെ സംരക്ഷണം അനിവാര്യമാണ്. നിയമനടപടികൾക്ക് സമയമെടുക്കും– ബുദ്ധിമുട്ടുകൾ ഉണ്ടാകുമെന്ന കാരണത്താൽ അന്തേവാസികളെ സഹതടവുകാരെകൊണ്ട് മർദ്ദിപ്പിക്കുന്നത് അനുവദിക്കാനാവില്ല. അവ ശിക്ഷാർഹമായ കുറ്റമാണ്.

(vii) ജയിലിൽ ശിക്ഷിക്കപ്പെട്ടു വരുന്നവർക്ക് അനുവദിക്കുന്ന സൗകര്യങ്ങൾ–വിശേഷാവകാശങ്ങൾ എന്തൊക്കയാണെന്ന് അറിയാനുള്ള അവകാശം അവർക്കുണ്ട്. അന്തേവാസികളെ അജ്ഞതയിൽ നിർത്തി അവരെ കഷ്ടപ്പെടുത്തുക, ചൂഷണം ചെയ്യുക, ശിക്ഷിക്കുക തുടങ്ങി അവരുടെ മനഃപരിവർത്തനത്തിന് സഹായകമല്ലാത്തവ ചെയ്യുന്നത് നല്ലതല്ല. ജയിൽ നിയമങ്ങൾ, സൗകര്യങ്ങൾ, വിശേഷാവകാശങ്ങൾ, അന്തേവാസികൾ കാണത്തക്കവിധത്തിൽ പ്രദർശിപ്പിക്കേണ്ടതും ഇടയ്ക്കിടയ്ക്ക് ഇക്കാര്യങ്ങളിൽ ബോധവല്ക്കരണം നടത്താൻ പഠനക്കളരികളും സംഘടിപ്പിക്കേണ്ടതാണ്.

(viii) ഈശ്വരവിശ്വാസികളായ അന്തേവാസികൾക്ക് അവരുടെ മതപര

മായ ആവശ്യങ്ങൾ നിറവേറ്റാനുള്ള സൗകര്യങ്ങൾ ലഭിക്കുകയെന്നത് അവരുടെ അവകാശമാണ്. അത് അവർക്ക് കൊടുക്കുന്ന ഔദാര്യമല്ല. പല ജയിലുകളിലും ദേവാലയങ്ങൾ കാണാം. അവിടെ മതകർമ്മങ്ങൾക്കായി പുരോഹിതരും പൂജാരികളും മതകർമ്മങ്ങൾ ചെയ്യുന്ന ദൈവമനുഷ്യരും സന്ദർശിക്കുക- അവരുമായി സമ്പർക്കം പുലർത്തുക എന്നതൊക്കെ അന്തേവാസികൾക്കുള്ള അവകാശങ്ങളാണ്.

(ix) ജയിലുകളിൽ ചെയ്യുന്ന ജോലികളെന്തൊക്കെയാണ് എന്ന് വ്യക്തമാക്കിയിട്ടുണ്ട്. അനുവദനീയമായ ജോലി മാത്രമെ അന്തേവാസികൾ ചെയ്യേണ്ടതുണ്ട്. അനധികൃതമായ ജോലികൾ ചെയ്യാതിരിക്കാനുള്ള അവകാശമുണ്ട്. അതുപോലെ, ജോലിചെയ്യാനായി ജയിൽനിയമം അനുവദിച്ചിരിക്കുന്ന സമയത്തിൽ കൂടുതൽ നേരം ജോലിചെയ്യാതിരിക്കുകയെന്നതും അവരുടെ അവകാശമാണ്. ചെയ്യുന്ന ജോലിക്ക് അന്തേവാസികൾക്ക് വേതനത്തിനവകാശമുണ്ട്. വേതനം എത്ര എന്നതിന് നിയമങ്ങളുണ്ട്. ആ തുകയിൽ കൂടുതലോ കുറവോ കൂലിയായി നല്കാൻ പാടില്ല. ചട്ടപ്രകാരം കിട്ടേണ്ട കൂലി വാങ്ങാനാണ് അവകാശം.

(x) ഭരണഘടനയുടെ III-ാം അദ്ധ്യായത്തിൽ പറയുന്ന മൗലികാവകാശങ്ങൾക്കുള്ള അവകാശം അവർക്കുണ്ട്. എന്നാൽ, തടവുശിക്ഷയനുഭവിക്കുന്ന അന്തേവാസികളെന്ന നിലയ്ക്ക് അവർക്കുള്ള സഞ്ചാരസ്വാതന്ത്ര്യം തുടങ്ങി ജയിൽ നിയമങ്ങൾ അനുവദിക്കാത്ത അവകാശങ്ങൾ അവർക്കു ആസ്വദിക്കാനാവില്ല.

(xi) തടവ് ശിക്ഷാക്കാലം അവസാനിക്കുന്ന മുറയ്ക്ക് ജയിൽ വിമുക്തരായി വെളിയിൽ പോകാനുള്ള അവകാശമുണ്ട്.

എന്നാൽ, ജയിൽ നിയമങ്ങളും ചട്ടങ്ങളും അനുസരിച്ച് അന്തേവാസികളെ തരം തിരിച്ച് വെവ്വേറെ പാർപ്പിക്കുന്നതും വിഭിന്നമായ തരത്തിൽ അക്കൂട്ടരോട് പെരുമാറുന്നതും ന്യായീകരിക്കാൻ പറ്റാത്ത വിവേചനമായി കണക്കാക്കാനാവില്ല. അവകാശങ്ങളുടെ മറുവശമാണ് ചുമതലകൾ. അതുകൊണ്ടുതന്നെ, അന്തേവാസികളുടെ ഉത്തരവാദിത്വങ്ങൾ- ചുമതലകൾ എന്തൊക്കെയാണെന്ന് പ്രസ്തുതനിയമത്തിലെ 37-ാം വകുപ്പ് വ്യക്തമാക്കുന്നുണ്ട്.

ജയിൽ ഉദ്യോഗസ്ഥരുടെ ഉത്തരവുകളും നിർദ്ദേശങ്ങളും അനുസരിക്കുക. 2010-ലെ കേരള പ്രിസണുകളും സംശുദ്ധീകരണ സാന്മാർഗ്ഗീകരണ സേവനങ്ങളും (നിർവ്വഹണം) ആക്ട് അനുസരിച്ചും പ്രസ്തുത നിയമത്തിന്റെ കീഴിൽ ഉണ്ടാക്കിയിരിക്കുന്ന ചട്ടങ്ങൾക്ക് അനുസൃതമായും ജീവിക്കുക. അവകൂടാതെ, അന്തേവാസികൾക്കു കൊടുക്കുന്ന മറ്റ് ഉത്തവാദിത്വങ്ങളും ചുമതലകളും നിറവേറ്റുക. സ്വാതന്ത്ര്യം നഷ്ടപ്പെട്ട് കൃത്രിമമായ ഒരന്തരീക്ഷത്തിൽ പരിചയമില്ലാത്ത ഒരു ജീവിതരീതി സ്വീകരിച്ച് കഴിയുകയെന്നത് പലതര/വിധ പിരിമുറക്കങ്ങൾക്ക് കാരണമാകും.

അവയെ നിയന്ത്രിച്ചും ആത്മസംയമനം പാലിച്ചും കഴിയാൻ സാധിക്കുകയെന്നതും അതിന് അന്തേവാസികളെ പ്രാപ്തരാക്കുകയെന്നതും തടവു ശിക്ഷയുടെ ഉദ്ദേശലക്ഷ്യങ്ങളിൽ ഉൾപ്പെടുന്നതാണ്.

അന്തേവാസികളെ തരംതിരിക്കൽ

ജയിലിൽ കഴിയുന്ന അന്തേവാസികളെ താഴെ പറയും വിധത്തിലാണ് തരം തിരിച്ചിരിക്കുന്നത്

(i) ശിക്ഷാനിയമത്തിൻകീഴിൽ പറയുന്ന കുറ്റങ്ങൾക്കല്ലാതെ തടവിലാക്കപ്പെട്ടവർ-അവരെ സിവിൽ തടവുകാർ എന്നു വിളിക്കുന്നു. (Civil Prisoners)

(ii) ശിക്ഷാ നിയമങ്ങൾക്കു കീഴിൽ ചെയ്ത കുറ്റങ്ങൾക്ക് ശിക്ഷിക്കപ്പെട്ടല്ലാതെ തടവിൽ കഴിയുന്നവർ. അവരെ ക്രിമിനൽ തടവുകാർ (Criminal Prisoners) എന്നു വിളിക്കുന്നു.

(iii) വിചാരണത്തടവുകാർ (Under Trial Prisoners).

(iv) ക്രിമിനൽനിയമം ലംഘിച്ചതിനു ശിക്ഷിക്കപ്പെട്ട് തടവുശിക്ഷ അനുഭവിക്കുന്നവർ (Convicted Prisoners).

(v) സ്ഥിരം കുറ്റവാളികൾ (Habitual Offenders)

(vi) സ്ഥിരം കുറ്റവാളികളല്ലാത്ത കുറ്റവാളികൾ (Non-habitual Offenders)

(vii) തടവിൽ ആക്കപ്പെട്ടവർ (Detinues)

(viii) ഭ്രാന്തന്മാരായ (മാനസികരോഗമുള്ള തടവുകാർ (Lunatic Criminal Prisoners). ഇവർ ചെയ്ത കുറ്റത്തിന് ശിക്ഷിക്കപ്പെട്ടവരാണ്

(ix) അപകടകാരികളായ തടവുകാർ (Dangerous Prisoners)

(x) സുരക്ഷാതടവുകാർ (Security Prisoners)

(xi) വധശിക്ഷയ്ക്ക് വിധിക്കപ്പെട്ട് തടവിൽ കഴിയുന്നവർ (Prisoners Sentenced to Death)

മുകളിൽ പറഞ്ഞ രീതിയിൽ അന്തേവാസികളെ തരംതിരിക്കുന്നത് ഒരു കമ്മിറ്റിയാണ്. ജയിൽ സൂപ്രണ്ട്, ജോയിന്റ് ജയിൽ സൂപ്രണ്ട്. വെൽഫെയർ ആഫീസർ, മെഡിക്കൽ ആഫീസർ ഉൾപ്പെട്ടതാണ് ആ കമ്മിറ്റി. എന്നാൽ മുകളിൽ കാണിച്ചിരിക്കുന്ന രീതിയിൽ തരം തിരിക്കുന്നത് അവരുടെ മാനസാന്തരത്തിനും-മനഃപരിവർത്തനത്തിനും വ്യക്തിത്വവികസനത്തിനും മൂല്യബോധ വളർച്ചയ്ക്കും നന്മയ്ക്കും പുനരധിവാസത്തിനും സമൂഹത്തിൽ ചെന്നാൽ ഉണ്ടാകാവുന്ന കൂട്ടായ്മ ജീവിതത്തിനും സഹായിക്കുംവിധമാണോ എന്ന കാര്യത്തിൽ തർക്കം നിലനില്ക്കുന്നു. അങ്ങനെയുള്ള തരംതിരിക്കലിന് ഒരു ശാസ്ത്രീയ അടിത്തറയും ഇല്ല.

ജയിൽവാസത്തിന്റ ഉദ്ദേശ്യലക്ഷ്യങ്ങൾ സാക്ഷാൽക്കരിക്കാനുത

കുന്ന തരംതിരിക്കലാണ് ആവശ്യം. സ്ഥിരം കുറ്റവാളികൾ-അപകടകാരികളായ കുറ്റവാളികൾ ഒഴികെ ആർക്കാണ് മനഃപരിവർത്തനവും വ്യക്തി വികസനവും ആവശ്യമായിവരുന്നത്? വധശിക്ഷയ്ക്ക് വിധിക്കപ്പെട്ടവർക്കെന്ത് മാനസാന്തരം? താല്ക്കാലികമായി – ഹ്രസ്വകാലത്തേക്ക് തടവിലിടുന്നവർക്ക് വിപുലമായ വ്യക്തിത്വ വികസന അഥവാ നവീകരണ പദ്ധതികൾ വേണോ? ദീർഘകാല തടവുശിക്ഷ അനുഭവിക്കുന്നവർക്ക് അത്രയും കാലദൈർഘ്യമുള്ള മാനസാന്തര-വ്യക്തിത്വ വികസന പരിപാടികൾ ആവശ്യമാണോ? ജീവപര്യന്തമെന്നാൽ ജീവിതാവസാനംവരെയുള്ള തടവു എന്ന് വ്യാഖ്യാനിക്കുന്ന സുപ്രീംകോടതി അക്കൂട്ടരുടെ വ്യക്തിത്വവികസനത്തെപ്പറ്റിയോ ജയിൽ വാസാനന്തര സമൂഹജീവിതത്തെപ്പറ്റിയോ യാതൊന്നും പറയുന്നില്ല. പറയേണ്ട ആവശ്യവുമില്ല. സമൂഹത്തിലെ കൂട്ടായ്മ ജീവിതം സ്വപ്നം കാണാൻ പോലും അർഹതയില്ലാത്ത ആ ആജീവനകാലതടവുകാർക്കെന്ത് മനഃപരിവർത്തനം? എന്ത് പൗരജീവിതം?

തടവുകാലത്തെ ജീവിത സാഹചര്യങ്ങളിൽനിന്നും വിഭിന്നമായ അവസ്ഥാവിശേഷത്തിൽ ജയിലിന് വെളിയിൽ ഒരാൾ താമസിക്കുമ്പോൾ-ജയിലിനകത്തെ വാസത്തിനിടയിൽ ഒരാൾക്ക് കിട്ടിയ പരിശീലനവും പഠനവും എത്രമാത്രം പ്രായോഗികതലത്തിൽ പ്രയോജനപ്പെടുമെന്നത് കണ്ടറിയുക തന്നെ വേണം. ദീർഘകാല ജയിൽജീവിതം തന്നെ മനുഷ്യരെ മാനസികമായും മറ്റു തരത്തിലും തകർക്കുമെന്നതാണ് അനുഭവസാക്ഷ്യം.

പാപ പ്രായശ്ചിത്തം ചെയ്യുക, കുറ്റക്കറയിൽ നിന്നും പരിശുദ്ധീകരിക്കുക, മനസ്താപപ്പെടുക, ചെയ്ത തെറ്റിനെക്കുറിച്ചു ഏകാഗ്രചിത്തമായിരുന്ന് ചിന്തിക്കുക (ധ്യാനിക്കുക)-ഇവയൊക്കെ കേൾക്കാനും പ്രസംഗിച്ചുനടക്കാനും വളരെ നല്ലതാണ്. എത്രയധികം തടവുകാർ അപ്രകാരം ചെയ്യുന്നുണ്ട്? കള്ളന്മാർക്കും കൊള്ളക്കാർക്കും ഭവനഭേദനക്കാർക്കും അങ്ങനെയൊക്കെ ഉണ്ടാകാറുണ്ടോ? ഞാൻ നടത്തിയ പഠനത്തിൽ കൊലയാളികളിൽ പലർക്കും ബലാൽസംഗക്കാരിൽ ചിലർക്കും കുറ്റബോധവും മനസ്താപവും കാണുന്നുണ്ട്. കൊലയാളിയാകേണ്ടിവന്നല്ലോ എന്നതിൽ ദുഃഖിക്കുന്നുണ്ട്; കൊല ചെയ്തതിൽ/ചെയ്യേണ്ടിവന്നതിൽ ദുഃഖമില്ലാത്തവരുമുണ്ട്-കൊലപാതകം ചെയ്തതിൽ സന്തോഷിക്കുന്നവരും സംതൃപ്തരും ഉണ്ട്. സദാചാരപ്രസംഗങ്ങൾ നടത്തുന്നവരോടും സന്മാർഗ്ഗികത പറഞ്ഞുപഠിപ്പിക്കുന്നവരോടും ധാർമ്മിക ഉപദേശം കൊടുക്കുന്നവരോടും വെറുപ്പും വിദ്വേഷവും ഉള്ള അന്തേവാസികളേയും കാണാനാവുന്നുണ്ട്.

തടവുശിക്ഷയ്ക്ക് വിധിക്കപ്പെടുന്നവരെ തരംതിരിക്കാനുള്ള യോഗ്യതയുള്ളവർ വേണം അതിനായി നിയമിതമായ കമ്മിറ്റികളിൽ വരേണ്ടത്. മനഃശാസ്ത്രജ്ഞൻ, കുറ്റകൃത്യശാസ്ത്രജ്ഞൻ, സാമൂഹ്യക്ഷേമ വിഷയങ്ങളിൽ പഠനമുള്ളവരെല്ലാംക്കൂടി നടത്തുന്ന പഠനങ്ങളുടെ വെളിച്ചത്തിലായിരിക്കണം തടവുകാരെ തരംതിരിക്കാൻ. ഒരു അന്തേവാസിയിൽ

മാത്രം ശ്രദ്ധകേന്ദ്രീകരിച്ച് അയാൾക്ക് വേണ്ട വ്യക്തിത്വ നവീകരണപദ്ധതികളാണ് തയ്യാറാകേണ്ടത്. അതിനുള്ള സൗകര്യങ്ങളോ വിദഗ്ദ്ധരോ ഇന്ന് നമ്മുടെ ജയിലുകളിൽ ആവശ്യത്തിനില്ലെന്ന സത്യം മറച്ച് വയ്ക്കുന്നതിലർത്ഥമില്ല. അന്തേവാസികളെ കൂട്ടായി ഇരുത്തി അവരിൽ മനഃപരിവർത്തനം വരുത്താനാവശ്യമായ പദ്ധതികൾ കൂടിയേ തീരു. കുറ്റകൃത്യങ്ങൾക്ക് പിന്നിലുള്ള സാഹചര്യങ്ങൾ മാറിയാൽ, ചില പ്രത്യേക തരം കുറ്റകൃത്യങ്ങൾതന്നെ അപ്രത്യക്ഷമാകുമെന്നാണ് കുറ്റകൃത്യ ശാസ്ത്ര ഗവേഷണ പഠനങ്ങളിൽ കാണുന്നത്.

സംസ്ഥാനത്ത് നിലവിലുള്ള നിയമങ്ങൾ അനുസരിച്ച്, മുകളിൽ പറഞ്ഞ കമ്മിറ്റി വേർതിരിച്ച അന്തേവാസികളെ പ്രത്യേകം താമസിപ്പിക്കുകയാണ് ഇപ്പോൾ ചെയ്യുന്നത്. പുരുഷന്മാർക്കായി പ്രത്യേകതാമസ സൗകര്യവും സ്ത്രീകൾക്കായി പ്രത്യേക വാസസ്ഥലവും ഒരുക്കുന്നുണ്ട്. ഒരു കാരണവശാലും ആണും-പെണ്ണും തമ്മിൽ ഒരു വിധത്തിലുമുള്ള സമ്പർക്കം അനുവദിക്കില്ല; അനുവദിക്കരുത്. പുരുഷതടവുകാരുടെ ജയിലുകളിൽ നിന്നും അകലെ സ്ത്രീകൾക്കായി ജയിലുകൾ പണിയുന്നതാണ് കൂടുതൽ അഭികാമ്യമെന്ന ചിന്താഗതി ഇപ്പോൾ നിലവിലുണ്ടെങ്കിലും കേരളത്തിൽ പുരുഷന്മാരുടെ ജയിലിനോട് ബന്ധിപ്പിച്ച് സ്ത്രീകളെ താമസിപ്പിക്കുന്ന വിഭാഗം പ്രവർത്തിക്കുന്നുണ്ടെന്നത് ഗുണത്തേക്കാളേറെ ദോഷമേ ചെയ്യൂ എന്ന് കരുതപ്പെടുന്നു.

സ്ത്രീകളുടെ ജയിലുകളിൽ വേശ്യാവൃത്തിക്ക് തടവിലായവരെയും, ചെയ്ത കുറ്റത്തിന് ശിക്ഷിക്കപ്പെട്ടു ജയിലിൽ വന്നവരെയും കാണാം. അവരെ പ്രത്യേകം മാറ്റി താമസിപ്പിക്കുന്നുണ്ട്. യൗവനപ്രായമുള്ളവരെ (Adolescent Offendes) പ്രായക്കൂടുതലുള്ളവരിൽ നിന്നും മാറ്റി താമസിപ്പിക്കുകയാണ് ചെയ്യുന്നത്. 18–21 വയസ്സിനിടയിൽ പ്രായമായ തടവുകാരെ ലൈംഗികാഭാസത്തരങ്ങൾക്കും സ്വവർഗ്ഗരതിക്കും മുതിർന്ന പ്രായക്കാർ ദുരുപയോഗിക്കുന്നുവെന്ന ആക്ഷേപം നിലനില്ക്കുന്നുണ്ട്. കോടതികൾ റിമാണ്ടു ചെയ്യപ്പെട്ടവരെയും വിചാരണത്തടവുകാരെയും ശിക്ഷിക്കപ്പെട്ട് ജയിലുകളിൽ വസിക്കുന്നവരിൽനിന്നും മാറ്റി താമസിപ്പിക്കുന്നുണ്ട്. ഒരു കുറ്റകൃത്യത്തിന് അറസ്റ്റുചെയ്യപ്പെട്ട ഒരാളുടെ പേരിലുള്ള കേസ് 24 മണിക്കൂറുകൾക്കുള്ളിൽ അന്വേഷണം പൂർത്തിയാക്കാനായില്ലെങ്കിൽ–പൊലീസ് ജാമ്യത്തിൽ വിടുന്നില്ലെങ്കിൽ അയാളെ കോടതിയിൽ ഹാജരാക്കാൻ നിയമം അനുശാസിക്കുന്നു. കോടതി ജാമ്യം നിഷേധിക്കുകയാണെങ്കിൽ (പൊലീസ് കസ്റ്റഡിയിൽ ചോദിക്കുന്നില്ലെങ്കിൽ) അയാളെ ജുഡീഷ്യൽ കസ്റ്റഡിയിൽ വിടുകയാണ് ചെയ്യുന്നത്. അയാൾ തെളിവുകൾ നശിപ്പിക്കാതിരിക്കാനും സാക്ഷികളെ സ്വാധീനിക്കാതിരിക്കാനും അത് അത്യാവശ്യമായി വന്നേക്കാം. കുറ്റകൃത്യത്തിന്റെ സ്വഭാവം അനുസരിച്ച് അയാൾ 60 അല്ലെങ്കിൽ 90 ദിവസം വരെ ജയിലിലെ അന്തേവാസിയായി കഴിയേണ്ടിവരും. ആ ദിവസങ്ങൾക്കിടയിൽ അയാൾക്ക് കോടതിയിൽ നിന്നും ജാമ്യം തേടാവുന്നതാണ്. ഹ്രസ്വകാലത്തേക്ക് അങ്ങനെ റിമാന്റ് ചെയ്യപ്പെട്ടു ജയിലധികാരികളുടെ മേൽനോട്ട

ത്തിൽ ശിക്ഷിക്കപ്പെടാത്ത ഒരാളെ തടവുകാരനാക്കുന്ന രീതി പ്രാകൃതമാണെന്നും അങ്ങനെയുള്ള ഒരാളെ ജുഡീഷ്യറിയുടെ മേൽനോട്ടത്തിൽ ജുഡീഷ്യറിയുടെ കീഴിൽ പ്രവർത്തിപ്പിക്കുന്ന കേന്ദ്രങ്ങളിൽ (Judicial Custodial Centers) മാത്രമേ താമസിപ്പിക്കാവൂ എന്ന ചിന്താഗതി ഇന്നുണ്ട്. കുറ്റാരോപിതൻ പോലുമല്ലാത്ത ഒരാളെ ജയിലിൽ കൊണ്ടിട്ടു–ജയിൽ ഭക്ഷണവും –ജയിൽ ജീവിതവും–ജയിൽ നിയമങ്ങളും അനുസരിച്ച് ഒരു തടവുകാരനായി കഴിയുന്ന ഇപ്പോഴത്തെ രീതി മാനുഷികപരിഗണനയില്ലാത്തതും മനുഷ്യാവകാശ ലംഘനവുമാണെന്ന വാദഗതി നിലനില്ക്കുന്നു. നിയമം അനുവദിക്കുന്ന കാലാവധി കഴിഞ്ഞിട്ടും ജാമ്യത്തിലെടുക്കാൻ ആരുമില്ലാത്തതിനാൽ ജയിലിൽത്തന്നെ കഴിയുന്നവരും വിചാരണത്തടവുകാരും ഇപ്പോൾ ജയിലധികാരികളുടെ നിയന്ത്രണത്തിൽ കഴിയുന്നുണ്ട്. അത്തരക്കാരായവർക്ക് മനഃപരിവർത്തനം ഉണ്ടാക്കാനുള്ള പദ്ധതികൾ ആവശ്യമില്ല.

സുരക്ഷയെ ലക്ഷ്യമാക്കി തടവിൽ കഴിയുന്ന (Security Prisoners) വർക്ക് പ്രത്യേക സ്വഭാവ നവീകരണം–വ്യക്തിത്വ വികസനം ഉണ്ടാക്കുന്ന പദ്ധതികൾക്ക് പ്രസക്തിയില്ല. മിലിട്ടറി തടവുകാരെ പ്രത്യേകം പാർപ്പിക്കുന്നുണ്ട്. അതു അവർക്ക് മനഃപരിവർത്തനം ഉണ്ടാക്കാനാണോ അതോ വേറെയെന്തെങ്കിലും ലക്ഷ്യം വച്ചുകൊണ്ടാണോയെന്ന് വ്യക്തമല്ല. വിദേശികളായ തടവുകാരേയും മാറ്റി പാർപ്പിക്കുന്നു. അവർക്കായി പ്രത്യേക പദ്ധതികളോ സ്വഭാവ വ്യതിയാന പരിപാടികളോ ഇപ്പോൾ നടത്തുന്നില്ല.

മനോരോഗികളായ അന്തേവാസികളെ മുഴുഭ്രാന്തന്മാരെ പ്രത്യേകിച്ചും–ജയിലിനടുത്തുള്ള മാനസികരോഗാശുപത്രിയിലോ അഥവാ സാധാരണ സർക്കാർ ആശുപത്രിയിലോ മെഡിക്കൽ ആഫീസറുടെ ഉപദേശ പ്രകാരം പാർപ്പിക്കുകയാണ് ചെയ്യുന്നത്. അമേരിക്കയിലെ ആദ്യകാല ജയിലുകളിൽ തടവുകാരായിരുന്നവരുടെ ജീവിത ദുരിതങ്ങൾ–അനുഭവങ്ങൾ അസ്സഹനീയമായതുകൊണ്ട് അവരിൽ പലരും ഭ്രാന്തൻമാരായിപ്പോയിയെന്ന ദുഃഖചരിത്രവും നിലവിലുണ്ട്. നമ്മുടെ സംസ്ഥാനത്തുള്ള ജയിലുകളിൽ വസിക്കുന്നവരിൽ ചിലരും മാനസിക രോഗികളായി മാറാറുണ്ട്. എന്തിനധികം? വിചാരണത്തടവുകാരനായി അഞ്ചുവർഷത്തിലേറെ ജയിലിൽ കഴിഞ്ഞ ഒരാൾ കേസ് വിചാരണയ്ക്ക് ശേഷം കുറ്റവിമുക്തനാക്കപ്പെട്ടു. അപ്പോഴേക്കും അയാൾ മാനസികരോഗിയായത് കേരളത്തിലാണ്. മാനസിക രോഗികളാകുന്ന സാഹചര്യങ്ങൾ ജയിലുകളിൽ സൃഷ്ടിക്കരുത്. അതോടൊപ്പം, മാനസികരോഗികൾക്കും ഭ്രാന്തന്മാർക്കും എന്ത് സ്വഭാവ നവീകരണം? എന്ത് പുനരധിവാസം? അക്കാര്യങ്ങൾ കൂടി ചിന്തിക്കുക.

ആദ്യമായി ജയിലിൽ തടവുശിക്ഷ അനുഭവിക്കാൻ വരുന്നവരെ സ്ഥിരം കുറ്റവാളികളിൽനിന്നും മാറ്റിപ്പാർപ്പിക്കാറുണ്ട്. കാരണം? സ്ഥിരം കുറ്റവാളികളുമായുള്ള സമ്പർക്കം അവരിൽ ദുഃസ്വാധീനം ചെലുത്തുമെന്നുള്ളതുതന്നെ. വെറുമൊരു സാദാ കള്ളനായി ജയിലിൽ എത്തിച്ചേരുന്നവൻ പെരുംകള്ളനായി പരിണാമം പ്രാപിക്കുന്നതായും കണ്ടുവരു

ന്നുണ്ട്. ജയിൽ വിമുക്തരായി വെളിയിൽ വരുമ്പോൾ ജയിലിനകത്ത് അക്കൂട്ടർ തമ്മിലുണ്ടാക്കിയ സൗഹൃദം പലതരം കുറ്റകൃത്യങ്ങൾ പിന്നീട് ആസൂത്രണം ചെയ്തു നടപ്പിലാക്കാൻ അവരെ സഹായിക്കുന്നു എന്നത് തെളിയിക്കപ്പെട്ടു കഴിഞ്ഞിട്ടുണ്ട്. ജയിൽവാസം അക്കൂട്ടരിൽ മനംമാറ്റം ഉണ്ടാക്കുന്നില്ലെന്നതിലുപരി അത് അവരെ കൂടുതൽ കാഠിന്യമുള്ള (Hardned Criminals) ആക്കി മാറ്റുന്നുവെന്നത് നിർഭാഗ്യകരമാണ്.

പലതരം പകർച്ചവ്യാധികൾ പിടിക്കപ്പെട്ട അന്തേവാസികളെ ജയിലുകളിൽ പ്രത്യേകം മാറ്റി താമസിപ്പിക്കുകയാണ് ചെയ്യുന്നത്. അത് മറ്റുള്ളവരിലേക്ക് രോഗം പകരാതിരിക്കാൻ സഹായിക്കും. സ്പർശനത്തിലൂടെയും സമ്പർക്കത്തിലൂടെയും പകരുന്ന രോഗങ്ങൾ ധാരാളം ഉണ്ട്. പകർച്ച വ്യാധിയേക്കാൾ ക്രൂരരാണ് പകരുന്ന രോഗമുള്ളവർ. എയ്ഡ്സ് രോഗികൾ ജയിലുകളിൽ തടവുകാരായി വന്നാൽ? കുഷ്ഠരോഗം,ക്ഷയരോഗം തുടങ്ങിയ വ്യാധികളുള്ള തടവുകാരെ പാർപ്പിക്കാൻ പ്രത്യേക ഭാഗം ജയിലുകളിൽ ഉണ്ട്. എന്നാൽ അത്തരക്കാരെയെല്ലാം പാർപ്പിക്കാൻ മാത്രമായി ഒരു ജയിൽ ആശുപത്രി തന്നെ പ്രത്യേകം സ്ഥാപിക്കുന്നതാണ് ഉത്തമമെന്ന് ശിക്ഷാശാസ്ത്രഗവേഷകർ പറയുന്നു. പകർച്ചവ്യാധിക്കാർ-പകരുന്ന രോഗമുള്ളവർ അടുത്തു താമസിക്കുന്നുവെന്നതുതന്നെ മറ്റുള്ള അന്തേവാസികളെ ദുഃഖിതരാക്കും. അതുകൊണ്ടുതന്നെ, ജയിലുകളിൽ നിന്നും ദൂരെയൊരു ജയിൽ ആശുപത്രി പ്രവർത്തിക്കുന്നതു നല്ലതാണ്. ഇപ്പോൾ സർക്കാർ ആശുപത്രികളോട് അനുബന്ധിച്ച് സ്ഥാപിച്ചിട്ടുള്ള 'തടവുകാരുടെ പാർപ്പിടമുറി' (Prisoners Cell) യും അവിടെ നിന്ന് ലഭിക്കുന്ന ചികിത്സകളും തൃപ്തികരമല്ല എന്ന ആക്ഷേപങ്ങൾ കേൾക്കാറുണ്ട്. ആ ദുരവസ്ഥയ്ക്ക് അറുതി വരേണ്ടതാണ്- വരുത്തേണ്ടതാണ്.

മുതിർന്ന പൗരൻമാരായ അന്തേവാസികളെ അവഗണിക്കരുത്. അവരിൽ പലരും രോഗികളും അതിലുപരി പലവിധ വിഷമങ്ങളും അനുഭവിക്കുന്നവരുമാണ്. അക്കാരണങ്ങൾ കൊണ്ടുതന്നെ, അക്കൂട്ടരെ പ്രത്യേകം താമസിപ്പിക്കേണ്ടതാണ്. ജയിലിനു വെളിയിൽ വൃദ്ധജനങ്ങളെ അവഗണിക്കുന്ന മനോഭാവം കാണുന്നുണ്ട്. സ്വന്തക്കാരും ബന്ധക്കാരും അങ്ങനെ ചെയ്യുന്നു. ജയിലിലെ അന്തേവാസികളായ വൃദ്ധജനങ്ങളെ പരിചരിക്കുന്നതിലുള്ള പാകപ്പിഴകൾ പലപ്പോഴും മാധ്യമങ്ങളിൽ കാണാറുണ്ട്. അപ്പോഴും ചോദ്യങ്ങൾ അവശേഷിക്കുന്നു: ആരു പറയാൻ? ആരോട് പരാതിപ്പെടാൻ? എന്ത് പറയാൻ? എന്തിന് പറയാൻ?

രക്തബന്ധത്തിലുള്ള തടവുകാർക്കു-അക്കൂട്ടർ വേർതിരിഞ്ഞാണ് വസിക്കുന്നതെങ്കിലും ഇടയ്ക്കിടയ്ക്കു നേരിൽ കാണാനും ബന്ധപ്പെടാനുമുള്ള സൗകര്യങ്ങൾ ജയിൽ നിയമം അനുവദിക്കുന്നുണ്ട്. [39(15)-ാം വകുപ്പ്] ആഴ്ചയിലൊരിക്കൽ അങ്ങനെ ബന്ധപ്പെടുമ്പോൾ ജയിൽ ഉദ്യോഗസ്ഥരുടെ സാന്നിദ്ധ്യം ഉറപ്പാക്കേണ്ടതാണ്. ആ ആനുകൂല്യം അവരുടെ ജയിൽ വിമുക്ത ജീവിതത്തിലും പ്രയോജനപ്രദമായിരിക്കും.

ഏകാന്തത്തടവും കൂട്ടായ്മജീവിതവും

ഏകാന്തത്തടവ് മനുഷ്യർക്ക് പൊതുവേ അസഹനീയമാണ്. 40-ാം വകുപ്പ് പ്രകാരം ഒരു കുറ്റത്തിന് തടവുശിക്ഷ അനുഭവിക്കുന്നവരെ കൂട്ടമായോ അതല്ലെങ്കിൽ, ജയിലിലെ മുറിയിൽ ഒറ്റയ്ക്കോ-ഭാഗികമായി ഒറ്റമുറിയിലോ കൂട്ടമായോ വസിക്കാൻ അനുവദിക്കുന്നതാണ്. സുനിൽബദ്രാ കേസിൽ [Sunil Batra v. Delhi Administration, (1980) Cr L J 1099 (SC)] സുപ്രീം കോടതി ഏകാന്തത്തടവ് വേദനാജനകവും മാനുഷിക പരിഗണനയില്ലാത്തതുമാണെന്ന് വ്യക്തമാക്കിയിട്ടുണ്ട്. ഏകാന്തത്തടവ് നിയമാനുസൃതമായി അന്തേവാസികൾക്ക് കൊടുക്കാമെങ്കിലും അത് വളരെ വിരളമായും അപൂർവ്വമായും മാത്രമേ നല്കാവൂ എന്നാണ് കോടതി പറയുന്നത് [Kishore Singh Ravinder Dev v State of Rajasthan, AIR, 1981 SC, 625]. ശിക്ഷാശാസ്ത്രഗവേഷകർ പൊതുവേ ഏകാന്തത്തടവിന് അനുകൂലമല്ല. ഐക്യരാഷ്ട്രസംഘടന ഏകാന്തത്തടവിനെ ഒരു തരം മർദ്ദന (Torture) മായിട്ടാണ് കണക്കാക്കുന്നത്. വധശിക്ഷയ്ക്കു വിധിക്കപ്പെട്ടൊരാൾക്ക് വധശിക്ഷ നടപ്പാക്കുന്നതിന്റെ ഭാഗമായി ഒറ്റമുറിയിലുള്ള ഏകാന്തത്തടവ് നല്കാമെങ്കിലും പൊതുവെ ഏകാന്തത്തടവിനെ ആരും അനുകൂലിക്കുന്നില്ല.

42-ാം വകുപ്പ് വ്യക്തമായി പറയുന്നത് ഇപ്രകാരമാണ്. ഏകാന്തത്തടവിനായി ഉണ്ടാക്കുന്ന മുറികളിൽനിന്നും അന്തേവാസിക്ക് ഏത് സമയത്തും ജയിൽ അധികാരികളുമായി സംസാരിക്കാനും സമ്പർക്കം പുലർത്താനുമുള്ള സൗകര്യങ്ങൾ ഉണ്ടായിരിക്കണം. 24 മണിക്കൂറിനു മുകളിൽ ഒരാളെ ഏതെങ്കിലും കാരണത്താൽ (ജയിൽചട്ടം ലംഘിച്ചതിനുള്ള ശിക്ഷയായോ മറ്റെന്തെങ്കിലും കാരണത്താലോ) ഏകാന്തത്തടവിന് വിധേയനാക്കിയാൽ ചുരുങ്ങിയത് ദിവസത്തിലൊരു നേരമെങ്കിലും മെഡിക്കൽ ഓഫീസറോ അദ്ദേഹത്തിന്റെ കീഴ് ഉദ്യോഗസ്ഥരോ അയാളെ സന്ദർശിച്ചിരിക്കണം. അന്തേവാസികളുടെ നന്മയും ക്ഷേമവും സ്വഭാവനവീകരണവുമാണ് ലക്ഷ്യമിടുന്നതെങ്കിൽ ഏകാന്തത്തടവ് അതിനുള്ള മാർഗ്ഗമല്ല. പണ്ടുകാലത്ത്, ഒരാൾക്ക് നീണ്ടുനിവർന്ന് കിടക്കാനോ നില്ക്കാനോ പറ്റാത്ത 'കുടുസുമുറികൾ' പണിയുമായിരുന്നു. അതിൽ ഏകാന്തത്തടവിന് വിധിക്കപ്പെട്ടു കഴിയേണ്ടിവരുന്ന ഒരാൾ മാനസിക രോഗികളായോ ശാരീരികരോഗികളായോ അകാലമരണത്തിനടിമകളാവുന്ന ദുരവസ്ഥ നിലനിന്നിരുന്നു. വധശിക്ഷയ്ക്ക് വിധിക്കപ്പെട്ട് ജയിലിനുള്ളിലേക്ക് വരുന്ന ഒരാളെ അയാളുടെ വധശിക്ഷയ്ക്ക് സ്ഥിരീകരണം കിട്ടുന്നതുവരെ ഏകാന്തത്തടവിന് അയക്കരുതെന്നാണ് നിയമവ്യവസ്ഥ. വധശിക്ഷ അന്തിമമായി സ്ഥിരീകരിച്ചശേഷം മാത്രം അയാളെ ഒരു മുറിയിലേക്ക് മാറ്റി നിരീക്ഷണത്തിനായി ഒരു ഉദ്യോഗസ്ഥനെ രാവും പകലും നിയമിക്കാൻ 42(3) വകുപ്പ് അധികാരം കൊടുക്കുന്നുണ്ട്.

ജയിലിനകത്തെ തൊഴിലും വേതനവും

അതിഗംഭീരമായ ഒരു ആമുഖത്തോടെയാണ് 51-ാം വകുപ്പ് തുട

ങ്ങുന്നതു തന്നെ. തൊഴിലിന്റെ മഹത്ത്വവും ജയിൽവാസാനന്തര പ്രയോജനങ്ങളും വാനോളം പുകഴ്ത്തുന്ന ഒരു മുഖവുര തന്നെയാണത്. തടവുകാർ ജോലി ചെയ്യുകയെന്നത് ശിക്ഷയായിട്ട് വിലയിരുത്തിയ കുറ്റകൃത്യശാസ്ത്രത്തിലെ ക്ലാസിക്കൽ സ്കൂൾ ചിന്താഗതി അടിസ്ഥാനമില്ലാത്തതാണെന്ന് ശിക്ഷാശാസ്ത്രഗവേഷണ പഠനങ്ങൾ പറയുന്നു. ഹീനമായ കുറ്റങ്ങൾ ചെയ്തവർക്ക് കഠിനതടവ് വിധിക്കുന്നു. അല്ലാത്തവർക്ക് വെറും തടവ് വിധിക്കുന്നു. എത്രനാൾ ഒരാൾക്ക് ജോലിയൊന്നും ചെയ്യാതെ ജയിലിൽ ശാപ്പാടും കഴിച്ച് ഉറങ്ങി അങ്ങനെ സമയം കളയാനാകും? ജോലി ചെയ്തില്ലെങ്കിൽ നേരംപോവില്ല; രോഗികളായി മാറും. അക്കാരണം കൊണ്ടു തന്നെ വെറും തടവിന് ശിക്ഷിക്കപ്പെട്ടവർ ജോലി ചെയ്യാൻ സന്നദ്ധത പ്രകടിപ്പിക്കാറുണ്ട്. ജയിൽശിക്ഷ വിധിച്ചിരുന്ന ആദ്യകാലങ്ങളിൽ അർത്ഥശൂന്യമായ ജോലി ചെയ്യാൻ അന്തേവാസികൾ നിർബ്ബന്ധിതരായിരുന്നു. ജോലി ചെയ്യിച്ച് ഒരാളെ ശാരീരികമായും മാനസികമായും തളർത്താനേ അത്തരത്തിലുള്ള ലക്ഷ്യബോധമില്ലാത്ത കഠിനാദ്ധ്വാനത്തിന് കഴിഞ്ഞിരുന്നുള്ളൂവെന്ന് ബോദ്ധ്യം വന്നതോടെയാണ് അന്തേവാസികൾക്ക് ഗുണം ചെയ്യുന്ന തരത്തിലുള്ള തൊഴിലുകൾ ചെയ്യാനുള്ള സൗകര്യങ്ങൾ ജയിലുകളിൽ ഉണ്ടാക്കണമെന്ന നയം സ്വീകരിച്ചത്. കഠിന തടവിനു ശിക്ഷിക്കപ്പെട്ട കുറ്റവാളികൾക്ക് അർത്ഥവത്തായ തൊഴിൽ ചെയ്യാനുള്ള അടിസ്ഥാന സൗകര്യങ്ങൾ ജയിലുകളിൽ ഉണ്ടാക്കണമെന്ന് നിയമത്തിൽ പറയുന്നുണ്ടെങ്കിലും അങ്ങനെയൊന്നുമല്ല യാഥാർത്ഥ്യങ്ങളെന്ന് പഠനങ്ങളിൽ കാണുന്നു. ഇന്ത്യയിലെ വിവിധ ജയിലുകളിൽ ഇപ്പോഴുള്ള തൊഴിലുകൾ ചെയ്തു പഠിച്ചാൽ എന്ത് പ്രയോജനം എന്ന ചോദ്യം ചോദിക്കുന്നവരുണ്ട്. ഉദാഹരണത്തിന്, കൃഷി ചെയ്യാൻ ഭൂമിയില്ലാത്ത കേരളത്തിൽ അന്തേവാസികളെ കൃഷി ചെയ്യാൻ പഠിപ്പിക്കുന്നതു കൊണ്ടെന്ത് നേട്ടം? ബഹുരാഷ്ട്രകമ്പനികൾ വരെ സോപ്പും ഫിനൈലും വില്ക്കാൻ മത്സരിക്കുന്ന വിപണികളിൽ ജയിൽ വിമുക്തനാകുന്ന ഒരാൾക്ക് അയാളുടെ വീട്ടിൽ വച്ച് ഉണ്ടാക്കുന്ന സോപ്പ് വാങ്ങാൻ ആളെ കിട്ടുകയില്ല. കേരളത്തിലെ ജയിലുകളിൽ ചപ്പാത്തി ഉണ്ടാക്കുന്നുണ്ട്. തുച്ഛമായ വേതനം അന്തേവാസികൾക്ക് കൊടുത്ത് ജയിലിനകത്തെ ചപ്പാത്തിനിർമ്മാണപ്പുരയിൽനിന്ന് ചപ്പാത്തി ചുട്ട് അത് വിപണിയിൽ വിലകുറച്ച് വില്ക്കാനാവുന്നുവെന്നതിനാൽ അതു ലാഭകരമാണ്. ചപ്പാത്തി ഉണ്ടാക്കാനുള്ള ധാന്യപ്പൊടിയും മറ്റും മൊത്തമായി വാങ്ങി– ജയിൽ സൗകര്യങ്ങൾ ഉപയോഗപ്പെടുത്തി അവ തയ്യാറാക്കി–പട്ടണത്തിന്റെ നാനാഭാഗങ്ങളിൽ ചെലവധികമില്ലാതെ വിറ്റഴിക്കാൻ പറ്റുന്നു. അക്കാരണങ്ങളാൽ ചപ്പാത്തി വില്പന വളരെ ലാഭകരമാണ്. ജയിൽ വിമുക്തനാവുന്ന ഒരാൾക്ക് അയാളുടെ ഗ്രാമത്തിൽ ചപ്പാത്തി വിറ്റ് കഴിയാനാകുമോ? ലാഭം ലക്ഷ്യമാക്കിയുള്ള തൊഴിൽശാലകളോ തൊഴിലോ അല്ല ജയിലുകളിൽ വേണ്ടതെന്ന് ഐക്യരാഷ്ട്രസംഘടന അടിവരയിട്ടു പറയുന്നുണ്ട്. ലക്ഷ്യം എപ്പോഴും അന്തേവാസികളുടെ ജയിൽജീവിതാനന്തരമുള്ള ജീവിതസുരക്ഷ തന്നെയായിരിക്കണം. അതുതന്നെയാണ്

കേരള ജയിൽ നിയമങ്ങളിലും ഊന്നിപ്പറയുന്നത്. സ്ത്രീകൾക്കു പറ്റിയ തൊഴിൽ അവർക്കും പുരുഷന്മാർക്കു പറ്റിയത് അവർക്കും എന്ന തത്ത്വത്തിൽ വേണം തൊഴിൽശാലകൾ പ്രവർത്തിക്കാനെന്ന് നിയമത്തിലുണ്ട്. വെറുംതടവിന് ശിക്ഷിക്കപ്പെട്ടവർ ജോലി ചെയ്യാൻ താല്പര്യം കാണിച്ചാൽ അവരുടെ ആഗ്രഹം മാനിക്കണമെന്നും ജോലി ചെയ്യുന്നവർക്ക് കൂലിക്കവകാശം ഉണ്ടെന്നും നിയമം അനുശാസിക്കുന്നു (51-ാം വകുപ്പ്). തൊഴിൽ ചെയ്യുന്ന കഠിനതടവ് ശിക്ഷയനുഭവിക്കുന്നവരുടെ അഭിരുചി കണക്കിലെടുക്കേണ്ടതാണെന്ന് 52 (1)-ാം വകുപ്പു പറയുന്നു. കേരളത്തിലെ ജോലി ഇപ്പോഴും ഗ്രാമപ്രദേശങ്ങളിൽ ജാതി/ഉപജാതി അനുസരിച്ചാണ്. ആശാരി, മൂശാരി, കൊല്ലൻ, പാണൻ, പറയൻ, പുലയൻ തുടങ്ങിയ ജാതിക്കാർ പൊതുവേ അവരുടെ കുലത്തൊഴിൽ ചെയ്യുന്നവരാണ്. തീർച്ചയായും ഇപ്പോൾ മാറ്റങ്ങൾ കാണുന്നുണ്ട്. പട്ടണങ്ങളിൽ വളരെ മാറ്റങ്ങൾ ഉണ്ടായിട്ടുണ്ട്. ഇന്ത്യയിലെ വിവിധ ജയിലുകളിൽ കാണുന്ന മരപ്പണി (ആശാരിപ്പണി) കൈത്തറി, തയ്യൽ (പാണന്മാരുടെ തൊഴിൽ) എന്നിവയ്ക്ക് ആധുനികയുഗത്തിൽ-സൈബർ ലോകത്ത്- പ്രസക്തി എത്രയുണ്ടെന്ന് ചോദിക്കുന്നവരുണ്ട്. എന്തായാലും കേരളത്തിലെ ജയിലുകളിലെ തൊഴിൽ മേഖല പഠനവിധേയമാക്കേണ്ടതാണ്. എട്ടു മണിക്കൂറിൽ കൂടുതൽ ജോലി ചെയ്യിപ്പിക്കാൻ പാടില്ല [32(2)-ാം വകുപ്പ്]. ജോലി ചെയ്യുന്ന അന്തേവാസികളെ രണ്ടാഴ്ചയ്ക്കുള്ളിൽ ഒരുദിനം മെഡിക്കൽ ആഫീസർ പരിശോധിച്ച അവരുടെ തൂക്കം രേഖപ്പെടുത്തണമെന്ന് നിയമം പറയുന്നു. ഇടക്കിടയ്ക്ക് പരിശോധിക്കുന്നതിന്റെ ഉദ്ദേശ്യം അന്തേവാസികളുടെ ക്ഷേമം തന്നെയാണ്. ആവശ്യമെങ്കിൽ ഇപ്പോൾ ചെയ്യുന്ന ജോലിയിൽ നിന്നും മാറ്റി വേറെ തൊഴിൽ ചെയ്യാൻ അനുവദിക്കുന്ന നിയമമാണ് സംസ്ഥാനത്തുള്ളത്.

53-ാം വകുപ്പ് അനുസരിച്ച് വെറുംതടവിന് ശിക്ഷിക്കപ്പെട്ടവരുടെ ആഗ്രഹപ്രകാരം തൊഴിൽ ചെയ്യാൻ അവരെ അനുവദിക്കാവുന്നതാണ്. ജോലി ചെയ്യാൻ തയ്യാറാകുന്നവരെ അതിന് അനുവദിക്കാതിരിക്കുന്നത് അക്കൂട്ടരുടെ വ്യക്തിത്വവളർച്ചയ്ക്ക് വിഘാതം സൃഷ്ടിക്കുമെന്ന കാര്യത്തിൽ തർക്കം വേണ്ട. കുറ്റാന്വേഷണവേളയിൽ റിമാണ്ട് ചെയ്യപ്പെട്ടു ജയിലിനകത്ത് കഴിയേണ്ടി വരുന്നവർക്കുപോലും ജോലി ചെയ്യണമെന്ന് ആഗ്രഹമുണ്ടായിയെന്ന് വരാം. അങ്ങനെ ആഗ്രഹം പ്രകടിപ്പിക്കുന്നവർക്ക് ജോലി ചെയ്യാൻ സൗകര്യമുണ്ടാക്കുകയെന്നത് വളരെ നല്ല കാര്യമാണ്. 54-ാം വകുപ്പ് അത് സാദ്ധ്യമാക്കുന്നു. റിമാന്റ് ചെയ്ത് സബ്ജയിലുകളിൽ കഴിയുന്നവർക്ക് എന്ത് ജോലിയാണ് കൊടുക്കാൻ കഴിയുക? എല്ലാ ജയിലുകളിലും അനുവദനീയമായ തടവുകാരേക്കാൾ കൂടുതൽ പേർ വസിക്കുകയാണ്. അനുവദനീയമായവരുടെ മൂന്നും നാലും ഇരട്ടിയാളുകൾക്കു താമസസൗകര്യം ഒരുക്കുകയെന്നത് വളരെ ബുദ്ധിമുട്ടുള്ള കാര്യമാണ്. അക്കൂട്ടർക്ക് ജോലി നല്കുകയെന്നതും പ്രയാസകരംതന്നെ. പല സബ് ജയിലുകളും പട്ടണങ്ങളിലാണ് സ്ഥിതിചെയ്യുന്നത്. സ്ഥലപരിമിതിയുമുണ്ട്. അധികദിവസത്തെ താമസം പലർക്കുമില്ല. അവർക്ക് വെളി

യിൽ പോകാനോ മറ്റുള്ളവരുമായി സമ്പർക്കം പുലർത്താനോ കഴിയുന്നില്ല. അങ്ങനെ വരുമ്പോൾ റിമാന്റു ചെയ്തു ജയിലുകളിൽ വസിക്കുന്നവർക്ക് കൊടുക്കാനാവുന്ന ജോലികൾ എന്തൊക്കെയെന്നത് ഒരു വൻപ്രശ്നമായി ഇപ്പോൾ നിലകൊള്ളുന്നു.

വിചാരണത്തടവുകാർ ജോലി ചെയ്യാൻ ആഗ്രഹം പ്രകടിപ്പിച്ചാൽ അവർക്കും ജോലി ചെയ്യാൻ വേണ്ട സൗകര്യങ്ങൾ–സാഹചര്യങ്ങൾ നല്കണമെന്ന് നിയമം അനുശാസിക്കുന്നു. എന്ത് ജോലി? എങ്ങനെ? എവിടെ?–തുടങ്ങിയ ചോദ്യങ്ങളും അതോടൊപ്പം ചോദിക്കേണ്ടതായി വരുന്നു. ശിക്ഷിക്കപ്പെടാത്തവരായതിനാൽ അവർക്കു മാനസാന്തരം ഉണ്ടാകണമെന്ന് അനുമാനിക്കാനുമാവില്ല. അവർക്ക് വ്യക്തിത്വവികസനം വേണമെന്നും പറയാനാവില്ല. നിയമങ്ങൾ ഉണ്ടെങ്കിലും അവയൊക്കെ പ്രയോഗികതലത്തിൽ കൊണ്ടുവരിക വിഷമകരം തന്നെ. സിവിൽ തടവുകാരുടെ ആഗ്രഹം കണക്കിലെടുത്ത് അവർക്കും ജോലി കൊടുക്കാവുന്നതാണ്. ജയിൽവകുപ്പിന്റെ ചെലവിലല്ല സിവിൽ തടവുകാർ ജയിലിൽ കഴിയുന്നതെങ്കിൽ അവർ ചെയ്യുന്ന ജോലിക്കുള്ള കൂലി മുഴുവനായും അവർക്ക് കൊടുക്കേണ്ടതാണ്. അതവരുടെ അവകാശമാണെന്ന് നിയമം പറയുന്നു. ജയിൽവകുപ്പിന്റെ ചെലവിൽ ഉണ്ടാക്കുന്ന സാമ്പത്തികനേട്ടത്തിൽ നിന്നും വകുപ്പിനുണ്ടായ ചെലവ് കിഴിവ് ചെയ്യാവുന്നതാണ്. ഒരാൾ ചെയ്യുന്ന ജോലിക്ക് സർക്കാർ അതാത് കാലത്തു നിശ്ചയിക്കുന്ന വേതനം ഓരോരുത്തർക്കും കൊടുക്കണം–അവരതു കൈപ്പറ്റണമെന്നുമാണ് നിയമം.

ജയിലുകൾ വിവിധതരം തൊഴിൽ പഠിപ്പിക്കുന്ന–പരിശീലനം കൊടുക്കുന്ന കേന്ദ്രങ്ങൾ ആകുന്നത് നല്ലതല്ല. ജയിലുകളിൽ വരുന്നവരുടെ പ്രായം കണക്കിലെടുക്കേണ്ടതാണ്. കഠിനത്തടവിന് ശിക്ഷിക്കപ്പെട്ടൊരു വൃദ്ധന് എന്ത് ജോലിയാണ് കൊടുക്കാൻ കഴിയുക? വാഴകൃഷി, ഇഞ്ചികൃഷി, പച്ചക്കറി വളർത്തൽ, കോഴിഫാം, പന്നിവളർത്തൽ, ആടുഫാം, പാൽ ഉല്പാദനം–ഇത്തരത്തിലുള്ള തൊഴിലുകളിൽ പരിശീലനം കൊടുത്താൽ ഭാവിയിൽ അത്തരം ജോലികൾ ചെയ്ത് ജീവിക്കാനാകുമോ? ഒരാൾക്ക് കിട്ടുന്ന വേതനം കൊണ്ട് ജയിൽ ജീവിതാനന്തരം തൊഴിൽ തുടങ്ങാനാവുമോ? ജയിൽവാസശേഷം സമൂഹത്തിൽ ജീവിക്കുന്ന ഒരാൾക്ക് ലോൺ കൊടുക്കാൻ സ്വകാര്യധന സ്ഥാപനങ്ങളോ ദേശസാല്കൃത ബാങ്കുകളോ തയ്യാറാകുമോ? ജയിലിൽ പഠിച്ച തൊഴിൽ ചെയ്തു ഗ്രാമങ്ങളിൽ കഴിയാനാകുമോ? ജയിലിൽ നിന്നും വെളിയിൽ വരുന്ന കള്ളന്മാർക്കും കൊള്ളക്കാർക്കും ഭവനഭേദനക്കാർക്കും ബലാൽസംഗം ചെയ്തവർക്കും കൊലയാളികൾക്കും ജോലി നല്കാൻ പൊതുജനം തയ്യാറാകുമോ? അന്തേവാസികളെ അവരുടെ ജയിൽജീവിതാനന്തരം സഹായിക്കുന്ന സംഘടനകളും വ്യക്തികളും പ്രസ്ഥാനങ്ങളും ഇപ്പോഴുണ്ട്. അവരുടെയെല്ലാം സഹായത്തോടെ പ്രശ്നത്തിന് ഒരു പരിധി വരെ പരിഹാരം തേടാം.

അന്തേവാസികളുടെ ആരോഗ്യം

അന്തേവാസികളുടെ പൊതുവെയുള്ള ആരോഗ്യം -അവരുടെ വ്യക്തിപരമായ ആരോഗ്യം-രണ്ടും കണക്കിലെടുക്കേണ്ടതാണ്. ജയിലിനകത്തെ വൃത്തിയും വെടിപ്പും മാലിന്യരഹിത അന്തരീക്ഷവും കുടിവെള്ളവും ശൗചാലയങ്ങളുമെല്ലാം ആരോഗ്യമേഖലയിൽ ഉൾപ്പെടും. എത്ര പേർക്കായി ഒരു ശൗചാലയം ഉപയോഗിക്കാം? പരസ്യമായി കുളിക്കുമ്പോൾ മനുഷ്യശരീരത്തിലെ രഹസ്യഭാഗങ്ങൾ എങ്ങനെ വൃത്തിയാക്കാം? ഇത്തരത്തിലുള്ള കാര്യങ്ങൾ കൂടാതെ ഓരോ അന്തേവാസിക്കുമുള്ള ആരോഗ്യപ്രശ്നങ്ങൾ കണക്കിലെടുക്കേണ്ടതാണ്. 57 മുതൽ 61 വരെയുള്ള വകുപ്പുകൾ അവ വ്യക്തമാക്കുന്നു.

രോഗികളായ അന്തേവാസികളുടെ ചികിത്സ ജയിൽ ഡോക്ടർ തന്നെ ശ്രദ്ധിക്കേണ്ടതാണ്. അവരുടെ മാനസികവും ശാരീരികവുമായ രോഗങ്ങൾക്ക് വേണ്ട ചികിത്സ നല്കുന്നതോടൊപ്പം ജയിലിന്റെ പൊതുവായ ആരോഗ്യകാര്യപരിപാലന കാര്യത്തിൽ അതീവശ്രദ്ധയും പ്രാധാന്യവും കൊടുക്കേണ്ടതാണ്. ജയിലിൽ ജോലി ചെയ്യാൻ പൊതുവെ ഡോക്ടർമാർ തയ്യാറല്ല, സന്മനസ്സ് കാണിക്കുന്നില്ല. അതിനു അവരുടേതായ കാരണങ്ങളും ന്യായീകരണങ്ങളും ഉണ്ടാകും. ജയിൽ ആശുപത്രികൾക്ക് വേണ്ടത്ര സൗകര്യങ്ങളില്ല. അത്യാവശ്യത്തിനു പോലും ഉപകരണങ്ങളില്ല; വിദഗ്ദ്ധ ചികിത്സ കൊടുക്കാൻ പറ്റുന്നില്ല. ഡോക്ടർമാരുടെ അത്തരത്തിലുള്ള പരാതികൾക്ക് അന്ത്യമില്ല. 57 (2)-ാം വകുപ്പനുസരിച്ച് ചികിത്സ ആവശ്യമാണെന്ന് ബോദ്ധ്യപ്പെട്ടാൽ അത്തരത്തിലുള്ള അന്തേവാസികളെ തൊട്ടടുത്തുള്ള സർക്കാർ ആശുപത്രികളിലേക്ക് അയക്കാവുന്നതാണ്. അതല്ലെങ്കിൽ, വിദഗ്ദ്ധ സർക്കാർ ഡോക്ടർമാരെ ജയിലിനുള്ളിലേക്ക് വിളിച്ച് വരുത്താവുന്നതാണ്. ഏതാണ്ടെല്ലാദിവസവും അന്തേവാസികളെ അടുത്തുള്ള സർക്കാർ ആശുപത്രികളിൽ കൊണ്ടുപോകുന്നത് കാണാനാവും. എന്നാൽ, വിദഗ്ദ്ധ ഡോക്ടർമാർ അധികമായി ജയിലുകളിൽ വരുന്നത് ദൃഷ്ടിയിൽപ്പെടുന്നില്ല. തുടർന്നുള്ള വിദഗ്ദ്ധ ചികിത്സ കൊടുക്കണമെങ്കിൽ അവക്കുള്ള സൗകര്യങ്ങൾ കൂടിയേ തീരൂ. അധികം അന്തേവാസികൾ വസിക്കുന്ന ജയിലുകളിൽ ചെറിയ തോതിൽ ആശുപത്രികളും ഡോക്ടർമാരും ഉണ്ടായാലും അന്തേവാസികൾ വളരെ കുറച്ചുള്ള സബ്ജയിലുകളിലും ജില്ലാ ജയിലുകളിലും ആ സൗകര്യങ്ങൾ ഉണ്ടായിക്കൊള്ളണമെന്നില്ല. വിവിധതരം രോഗങ്ങളാൽ സ്വാഭാവിക മരണമെന്ന് കരുതപ്പെടുന്ന മരണങ്ങളുടെ കണക്കുകൾ ദേശീയ ക്രൈം റിക്കോർഡ്സ് ബ്യൂറോ ശേഖരിക്കുന്നുണ്ട്. അതനുസരിച്ച്, പൊതുവെ, ജയിലുകളിൽ മരിക്കുന്നവരിൽ 90% മോ അതിന് മുകളിലോ അങ്ങനെ സ്വാഭാവിക മരണത്തിന് കീഴ്പെടുന്നവരാണെന്ന് പറയാം. ആത്മഹത്യ ചെയ്യുന്നവരും, സഹതടവുകാരാൽ കൊല ചെയ്യപ്പെടുന്നവരും വെടിവയ്പിൽ മരണപ്പെടുന്നവരും ജയിലധികൃതരുടെ അശ്രദ്ധ കാരണം മരിക്കേണ്ടി വരുന്നവരും ഉണ്ട്. അതെല്ലാം ഒരർത്ഥത്തിലല്ലെങ്കിൽ മറ്റൊരർത്ഥത്തിൽ ജയിൽ ജീവിതത്തിലെ അനാരോഗ്യ

സ്ഥിതിവിശേഷത്തെ വിളിച്ചറിയിക്കുന്നു. കേരളത്തിൽ, 60-ാം വകുപ്പു പ്രകാരം സെൻട്രൽ ജയിലുകളിലും തുറന്ന ജയിലുകളിലും മെഡിക്കൽ ആഫീസറുടെയും പാരാമെഡിക്കൽ വിഭാഗത്തിന്റെയും സേവനം ലഭ്യ മാക്കുന്നുണ്ട്. ആശുപത്രികളിൽ രോഗികളെ കിടത്തി ചികിത്സിക്കാനും ലാബറട്ടറി ടെസ്റ്റുകൾ നടത്താനും സൗകര്യങ്ങളുണ്ട്.

അൽഷേമിയസ് (മറവിരോഗം), കാൻസർ, എയ്ഡ്സ് തുടങ്ങിയ രോഗം പിടിപെട്ടവരെ ജയിലിൽത്തന്നെ പാർപ്പിച്ച് അവരുടെ അന്ത്യനാളുകൾ ദുരിതപൂർണ്ണമാക്കണമോയെന്നതൊരു മാനുഷികപ്രശ്നമാണ്. മരണദിനങ്ങൾ വരെ ഡോക്ടർമാർ എഴുതിയ കാൻസർ രോഗികളെ വെളിയിൽ വിടാതെ (വീട്ടുകാർ ഉത്തരവാദിത്വം ഏറ്റെടുക്കാൻ തയ്യാറായിട്ടു വരുമ്പോൾ) അവരെ ജയിലിനകത്ത് കിടന്നുതന്നെ മരിക്കണമെന്ന് നിർബ്ബന്ധിക്കുന്ന നിയമങ്ങൾ മാറ്റപ്പെടേണ്ടവതന്നെ. ഒരാളെ സമാധാന ത്തിൽ മരിക്കാൻപോലും അനുവദിക്കാത്ത നിയമങ്ങൾക്ക് പ്രസക്തിയില്ല.

മുതുകിഴവന്മാരും പടുകിഴവികളും അവരുടെ ജീവിതാവസാനം വരെ ജയിലുകളിൽ കഴിയണോ? പലതരം രോഗങ്ങൾക്കടിമകളായവരെ എന്തിനാണ് ജയിലുകളിൽ പാർപ്പിച്ച് ഖജനാവിനും നികുതിദായകർക്കും പണനഷ്ടം ഉണ്ടാക്കുന്നത്? ആ പ്രായത്തിലവർ വെളിയിൽ പോയാൽ കുറ്റകൃത്യങ്ങൾ ആവർത്തിക്കുമെന്ന് കുറ്റകൃത്യശാസ്ത്രഗവേഷണങ്ങളിൽ ഒരിടത്തും കാണുന്നില്ല. അക്കാരണം കൊണ്ടുതന്നെ 80+ പ്രായമുള്ളവരെ ജയിൽ വിമുക്തരാക്കണമെന്ന നിയമം വരേണ്ടതാണ്. മാറാരോഗികളുടെയും പടുവൃദ്ധരുടെയും ചികിത്സാച്ചെലവും മരണചെലവും മരണാനന്തരച്ചെലവും സർക്കാർ വഹിക്കുമെന്ന് നിഷ്കർഷിക്കുന്നതിൽ അർത്ഥമില്ല.

അന്തേവാസികൾക്കായുള്ള ക്ഷേമപദ്ധതികൾ

തുടർവിദ്യാഭ്യാസത്തിനുള്ള സൗകര്യങ്ങൾ ജയിലുകളിൽ നല്കേണ്ടതാണ്. നിരക്ഷരർ കേരളത്തിൽ കുറവാണ്. എന്നാൽ മറ്റു സംസ്ഥാനങ്ങളിൽ അങ്ങനെയല്ല. ഇന്ത്യ മൊത്തത്തിലെടുത്താൽ ശിക്ഷിക്കപ്പെട്ടു ജയിലുകളിൽ വരുന്നവരിൽ 25-30% വും നിരക്ഷരർ ആണ്. വിചാരണ തടവുകാരായും അല്ലാതെയും വരുന്നവരിൽ 30-35% വും നിരക്ഷരർ ആണ്. എന്താ അങ്ങനെ? അക്കൂട്ടർക്ക് തുടർവിദ്യാഭ്യാസമല്ല വേണ്ടത്; സാക്ഷരത പദ്ധതികളാണ് ആവശ്യം. കേരളത്തിൽ സമ്പൂർണ്ണസാക്ഷരത ഉണ്ടെന്ന് പറയുമ്പോഴും അന്തേവാസികളിൽ നിരക്ഷരർ ഉണ്ട്. ഇതര സംസ്ഥാന തൊഴിലാളികളും അന്തേവാസികളായുണ്ട്. എല്ലാവരുടെയും പുനരധിവാസം ലക്ഷ്യമാക്കിയാണ് വിദ്യാഭ്യാസ സംവിധാനത്തിന് രൂപം കൊടുക്കേണ്ടതെന്ന് നിയമം അനുശാസിക്കുന്നു. കേരളത്തിൽ താഴെപ്പറയുന്നവയാണ് ജയിൽ വിദ്യാഭ്യാസത്തിന്റെ ഉദ്ദേശ്യലക്ഷ്യങ്ങൾ.

(i) നിരക്ഷരരായവർക്ക് വായിക്കാനും എഴുതാനുമുള്ള വിദ്യാഭ്യാസം കൊടുക്കുന്നതിനു പുറമെ അടിസ്ഥാനപരമായ കണക്കുകൾ

അവർ അറിഞ്ഞിരിക്കണം. കൂട്ടാനും കുറയ്ക്കാനുമുള്ള കഴിവുണ്ടാക്കണം

(ii) സാക്ഷരർ ആണെങ്കിൽ അവർക്ക് മെട്രിക്കുലേഷൻതലം വരെയുള്ള വിദ്യാഭ്യാസം നല്കണം.

(iii) മെട്രിക്കുലേഷൻ കഴിഞ്ഞവരാണെങ്കിൽ അവർക്ക് തുടർവിദ്യാഭ്യാസത്തിനുള്ള സൗകര്യം പ്രദാനം ചെയ്യണം. അതിനായി വിദൂര വിദ്യാഭ്യാസ പദ്ധതികളും സൗകര്യങ്ങളും ഉപയോഗപ്പെടുത്താവുന്നതാണ്.

മുകളിൽ പറഞ്ഞ വിദ്യാഭ്യാസപദ്ധതികൾ ദീർഘകാലജയിൽ വാസത്തിന് ശിക്ഷിക്കപ്പെട്ട അന്തേവാസികൾക്കേ പ്രയോജനപ്പെടുത്താവൂ എന്നറിയുക.

അന്തേവാസികളുടെ ശാരീരികവും മാനസികവുമായ ആരോഗ്യം ലക്ഷ്യമാക്കിയുള്ള പഠനക്ലാസുകൾ, യോഗാഭ്യാസം, ശാരീരികാഭ്യാസം എന്നിവ സംഘടിപ്പിക്കേണ്ടതാണെന്ന് 62 (4) വകുപ്പ് പറയുന്നു. ധാർമ്മികവും ആദ്ധ്യാത്മികവുമായ ഉന്നതിക്കായി ധ്യാനം, കൂട്ടപ്രാർത്ഥന, പ്രഭാഷണങ്ങൾ ആവശ്യമായതിനാൽ അവയ്ക്കുള്ള സൗകര്യങ്ങൾ ജയിലുകളിൽ വേണമെന്നും അന്തേവാസികൾക്ക് വായിക്കാനായി ധാർമ്മികമൂല്യങ്ങൾ ഉൾക്കൊള്ളുന്ന പുസ്തകങ്ങൾ കൊടുക്കണമെന്നുമുള്ള നിയമങ്ങൾ ഉണ്ട്. തത്വത്തിൽ അത്തരം ആശയങ്ങൾ ഗംഭീരംതന്നെ. എന്നാൽ, സത്യത്തിൽ എന്താണ് വിവിധ ജയിലുകളിൽ നടക്കുന്നത്? അന്തേവാസികൾ വളരെ കുറവുള്ള ജയിലുകളിൽ വിദ്യാഭ്യാസ പരിപാടികൾക്ക് സൗകര്യങ്ങൾ ഇല്ല. അന്തേവാസികൾ അധികമുള്ള ജയിലുകളിൽ അവ നടത്താവുന്നതാണ്. വിചാരണത്തടവുകാരുടെയും അല്ലാത്തവരുടെയും കാര്യത്തിൽ വിദ്യാഭ്യാസപദ്ധതികൾക്ക് പ്രസക്തിയില്ല എന്നുതന്നെ പറയാം.

സെൻട്രൽജയിലുകളിൽ–സർക്കാർ തീരുമാനമനുസരിച്ച് മറ്റു ജയിലുകളിൽ–പ്രാഥമിക വിദ്യാഭ്യാസം കൊടുക്കാനായി സ്കൂളുകൾ സ്ഥാപിക്കേണ്ടതാണെന്നും പ്രസ്തുത വിദ്യാഭ്യാസത്തിനുശേഷം ഉയർന്ന പഠനത്തിനായി (തുടർവിദ്യാഭ്യാസത്തിന്) ആവശ്യാനുസരണം വേണ്ടതായ സൗകര്യങ്ങൾ ഉണ്ടാക്കണമെന്നുമാണ് നിയമം. അതനുസരിച്ച്, കേരളത്തിലെ ജയിലുകളിൽ അന്തേവാസികൾക്ക് സൗകര്യങ്ങൾ കുറച്ചൊക്കെ പ്രദാനം ചെയ്യുന്നുണ്ട്. കുഞ്ഞുങ്ങളോടൊത്ത് കഴിയുന്ന ശിക്ഷിക്കപ്പെട്ട വനിതകൾക്ക് അവർ വസിക്കുന്ന ജയിലുകളിൽ കുഞ്ഞുങ്ങൾക്കാവശ്യമായ ക്രഷെകളും നെഴ്സറി സ്കൂളുകളും സ്ഥാപിക്കണമെന്ന നിയമവും (64–ാം വകുപ്പ്) നിലവിലുണ്ട്. സെൻട്രൽ ജയിലുകൾ, തുറന്ന ജയിലുകൾ, വനിതാ ജയിലുകൾ–എല്ലാ സ്ഥാപനങ്ങളിലും അന്തേവാസികളുടെ ബൗദ്ധികാവശ്യങ്ങൾക്കായും സ്വഭാവനവീകരണത്തിനായും വേണ്ട പുസ്തകങ്ങൾ ഉൾക്കൊള്ളുന്ന ലൈബ്രറികൾ വേണമെന്ന് 65–ാം വകുപ്പിൽ കാണാം.

അന്തേവാസികളെപ്പറ്റി കൂടുതൽ പഠിക്കുമ്പോൾ, കുറ്റങ്ങൾ ചെയ്തു ശിക്ഷിക്കപ്പെട്ടുവരുന്നവരെല്ലാം വിദ്യാഭ്യാസത്തിൽ താഴ്ന്ന നിലവാരം പുലർത്തുന്നവരാണെന്ന് പറയേണ്ടിവരുന്നു. ഉന്നതവിദ്യാഭ്യാസമുള്ളവർ കുറ്റം ചെയ്താൽ അവർ ജയിൽശിക്ഷയിൽനിന്നും എങ്ങനെയെങ്കിലും രക്ഷപ്പെടുന്നു. ജയിലുകളിൽ ഉന്നതവിദ്യാഭ്യാസസ്ഥാപനങ്ങൾ ഇല്ല. ഉന്നത പരിശീലന സ്ഥാപനങ്ങളില്ല. എന്തുകൊണ്ട്? പണക്കാരില്ല സാമ്പത്തികമായി ദാരിദ്ര്യം അനുഭവിക്കുന്നവരാണ് അധികവും. രാഷ്ട്രീയ സ്വാധീനമുള്ളവരില്ല, ഉയർന്ന ഉദ്യോഗം വഹിച്ചിരുന്നവരില്ല, അവതാര പുരുഷന്മാരും ആൾദൈവങ്ങളും ഇല്ല. അത്തരക്കാരൊക്കെ കുറ്റകൃത്യങ്ങൾ ചെയ്യുന്നവരല്ലേ? മതപരവും ധാർമ്മികവുമായ പ്രഭാഷണങ്ങളും പ്രസംഗങ്ങളും നടത്താൻ വിശ്വസ്തരും പ്രശസ്തരുമായ വ്യക്തികൾക്ക് അവസരങ്ങൾ കൊടുക്കാറുണ്ട്. സന്നദ്ധസംഘടനകൾക്ക്, സർക്കാരിതര പ്രസ്ഥാനങ്ങൾ (NGOs) ക്ക് മതപരവും, ആദ്ധ്യാത്മികവും സാംസ്കാരികവും ഉല്ലാസപൂർണ്ണവുമായ പരിപാടികൾ ജയിലിനകത്ത് സംഘടിപ്പിക്കാൻ സൗകര്യങ്ങൾ നല്കുന്നുണ്ട്. അത്തരം പരിപാടികൾ ആർത്തിയോടെ സ്വീകരിക്കുന്ന–ആസ്വദിക്കുന്ന അനേകം അന്തേവാസികളുമുണ്ട്. അവരൊക്കെ ഞങ്ങൾ നല്ലവർ, നിങ്ങൾ മോശക്കാർ [We are OK; You are not O K] എന്ന മനോഭാവത്തോടെ ജയിലുകളിലേക്ക് വരുന്നവരാണെന്ന വിമർശനവും കേൾക്കുന്നുണ്ട്. എന്നിരുന്നാലും, അത്തരം പരിപാടികൾക്ക് നല്ല രീതിയിലുള്ള സ്വീകരണമാണ് കിട്ടുന്നത്.

അന്തേവാസികളുടെ സ്വഭാവ രൂപീകരണത്തിനും നവീകരണത്തിനും ആവശ്യമായ പദ്ധതികൾ ആവിഷ്കരിക്കുകയും നടപ്പിലാക്കുകയും ചെയ്യുകയെന്നത് ഏതൊരു ഭരണകൂടത്തിന്റേയും ഉദാത്തമായ ഉത്തരവാദിത്വമാണ്. എന്നാൽ, അവ അർത്ഥവത്തായ രീതിയിൽ നടപ്പിൽ വരുന്നുണ്ടോഎന്ന് ശിക്ഷാശാസ്ത്രഗവേഷകർ ചോദിക്കുന്നു. ജയിൽ ഉദ്യോഗസ്ഥർ തന്നെ അഴിമതിക്കാരായി പിടിക്കപ്പെടുന്നു! അവരുടെ പ്രവൃത്തികളും പ്രവർത്തനങ്ങളും മാധ്യമങ്ങളിൽ ചർച്ച ചെയ്യപ്പെടുന്നു. അക്കാര്യങ്ങളെല്ലാം പഠനവിധേയമാക്കേണ്ടതാണ്.

ജയിൽശിക്ഷയ്ക്ക് വിധിക്കപ്പെട്ടവർ (ജീവിതാവസാനംവരെ ജീവപര്യന്തം ശിക്ഷയൊഴികെ) ഒരിക്കൽ ജയിൽ വിമുക്തരാകുമെന്ന കാര്യത്തിൽ തർക്കമില്ല. എന്നാൽ എപ്രകാരം? ജയിലിനകത്തേക്ക് പോയതിലും കൂടുതൽ മോശക്കാരായാണോ അവർ പുറത്തേക്ക് വരുന്നത്? - വരേണ്ടത്? അങ്ങനെ ആകരുതെന്ന് ശിക്ഷാശാസ്ത്രം പഠിപ്പിക്കുന്നു. അക്കാരണത്താൽ, ഒരാൾ അന്തേവാസിയാകുന്ന ആ നിമിഷം മുതൽ അയാളുടെ മനഃപരിവർത്തനത്തിനായുള്ള പദ്ധതികൾക്ക് രൂപകല്പന ചെയ്തു നടപ്പാക്കേണ്ടതാണ്. ഇത്, ഓരോ വ്യക്തിക്കും പ്രത്യേകം പ്രത്യേകം ആയിരിക്കുന്നതാണ് കൂടുതൽ അഭിലഷണീയം. വിദേശങ്ങളിൽ അങ്ങനെയാണ്. 'Tailor cut and not mass produced' (ഓരോരുത്തർക്കും കുപ്പായം തുന്നുന്നതുപോലെ) എന്ന നയമാണ് അവിടങ്ങളിൽ സ്വീകരിച്ചിരിക്കുന്നത്. 'Best Interest of the Inmate'- അന്തേവാ

സിയുടെ താല്പര്യം, മേന്മ, നന്മ-മാത്രമായിരിക്കണം ഉദ്ദേശ്യലക്ഷ്യം. മൂന്നുകൊല്ലത്തിനു മുകളിലേക്ക് തടവു ശിക്ഷയനുഭവിക്കുന്നവരെ പ്രത്യേകം പരിഗണിച്ച് അവരുടെ പ്രയോജനം മാത്രം ഉന്നംവച്ചുള്ള പദ്ധതികൾക്കാണ് ഊന്നൽ നല്കേണ്ടത്. അന്തിമലക്ഷ്യം, അന്തേവാസികളുടെ പുനരധിവാസം തന്നെ. അവർ വെളിയിൽപ്പോയി മറ്റുള്ളവരോടൊത്ത് കൂട്ടായ്മജീവിതം നയിക്കാൻ അവരെ പാകപ്പെടുത്തിയെടുക്കേണ്ടത് ആവശ്യമാണ്.

ജയിലിനുള്ളിലെ ജീവിതം സാധാരണ മനുഷ്യരുടെ മനസ്സ് മുരടിച്ചുപോകുംവിധമാണ്. ജയിലിൽ വസിച്ചവർക്കേ ജയിൽജീവിതമെന്തെന്നറിയാനാവൂ. ഉല്ലാസത്തിനായി പല പരിപാടികളും ജയിലിനകത്ത് ചെയ്യണമെന്നു തന്നെയാണ് നിയമം പറയുന്നത് (68-ാം വകുപ്പ്). അന്തേവാസികൾ ഉള്ളു തുറന്നൊന്നു ചിരിക്കട്ടെ. സംസ്ഥാനത്തെ ജയിലുകളിൽ ഉല്ലാസത്തിനായി എന്തെല്ലാം ഉണ്ട്? എന്തെങ്കിലും ഉണ്ടോ? വോളിബോൾ, ബാറ്റ്മിന്റൻ, ഷട്ടിൽ എന്നീ വാതിൽപ്പുറകളികൾ കൂടാതെ ചതുരംഗവും പാമ്പും ഗോവണിയും ചീട്ടുകളിയുമൊക്കെയും ജയിലുകളിൽ ഉണ്ട്. അന്തേവാസികൾ മത്സരത്തിനായി വെളിയിൽ പോകുന്നതും - വെളിയിലുള്ളവർ ജയിലിനകത്ത് വരുന്നതും പ്രോത്സാഹിപ്പിക്കണമെന്ന ആശയം ശിക്ഷാശാസ്ത്രഗവേഷകർ മുന്നോട്ടു വയ്ക്കുന്നുണ്ട്.

സാമ്പത്തികമായി പുനരധിവസിക്കാനായാൽ-പുനരധിവസിപ്പിക്കാനായാൽ തടവിൽ കഴിഞ്ഞവർ രക്ഷപ്പെട്ടെന്ന് പറയാനാകും. ജയിൽ ജീവിതാനന്തര പദ്ധതികളും പുനരധിവാസ പരിപാടികളും പ്രോത്സാഹിപ്പിക്കണമെന്നാണ് നിയമത്തിൽ (69-ാം വകുപ്പ്) കാണുന്നത്. സാമ്പത്തിക സ്വാശ്രയത്വം ഉണ്ടായാൽ സാമൂഹ്യബന്ധങ്ങൾ കൂടുതൽ മെച്ചമാകും അവർക്ക്. അതുകൊണ്ട് ജയിൽ വിമുക്തരാകുന്ന അന്തേവാസികളെ സഹായിക്കാനായുള്ള സാമ്പത്തിക സഹായമുൾപ്പെടെയുള്ള കർമ്മപദ്ധതികൾ വേണം. സംസ്ഥാനത്തുള്ള ജയിൽ വിമുക്തരാകുന്ന അന്തേവാസികൾക്കായി ഒരു പ്രത്യേക ഫണ്ട് ആവശ്യമാണ്. അതിന് സർക്കാർ സഹായം (ഗ്രാന്റായോ ലോൺ ആയോ) കൂടിയേ തീരൂ. പ്രസ്തുത ഫണ്ടിന്റെ ഉദ്ദേശ്യം തന്നെ തടവുകാരനും അയാളുടെ കുടുംബത്തിനും വേണ്ട ക്ഷേമത്തിനും പുനരധിവാസത്തിനും സാമ്പത്തികസഹായം നല്കിയവരെ സഹായിക്കുകയെന്നതാണ്. അന്തേവാസികൾക്ക് കൊടുക്കുന്ന തൊഴിൽവേതനത്തിൽ നിന്നും ഒരു നിശ്ചിതതുക സർക്കാരിലേക്ക് അടയ്ക്കേണ്ടതായുണ്ട്. ആ തുകയും ഈ ഫണ്ടിലേക്ക് ഉൾപ്പെടുത്താം. നിയമങ്ങൾക്ക് വ്യക്തതക്കുറവുണ്ട്. എന്ത്, എങ്ങനെ, എപ്പോൾ ചെയ്യണമെന്ന് വ്യക്തമാക്കാതെയുള്ള നിയമങ്ങൾ പ്രാവർത്തികമാക്കുക വിഷമകരമാണ്. അതുകൊണ്ട്, ആ മേഖലകളിലൊക്കെ ഒത്തിരിദൂരം ഇനിയും പോകേണ്ടതായി ഇരിക്കുന്നു.

മാപ്പ്, പരോൾ, ശിക്ഷാകാലാവധി തീരുന്നതിനുമുമ്പുള്ള മോചനം

ഒരു അന്തേവാസിയെ സംബന്ധിച്ച് അയാൾക്ക് എത്രയും വേഗം

ജയിൽ വിമുക്തനാവുകയെന്നതാണ് പരമപ്രധാനം. നല്ല പെരുമാറ്റത്തിന് ശിക്ഷാകാലാവധിയിൽനിന്നും ഏതാനും ദിവസങ്ങൾ കുറച്ചുകൊടുക്കും. മറ്റൊരു തരത്തിൽ പറഞ്ഞാൽ, ഒരു അന്തേവാസിയുടെ ജയിൽവാസദിനങ്ങൾ കുറയ്ക്കാനുള്ള വഴികൾ അയാൾക്ക് തുറന്നു കൊടുക്കുക. ഈ സംവിധാനത്തെ Remission അഥവാ 'മാപ്പ് എന്നാണ് ശിക്ഷാശാസ്ത്രത്തിൽ പറയുന്നത്. അന്തേവാസികളുടെ പെരുമാറ്റദൂഷ്യത്തിന് അവർക്കു കൊടുക്കുന്ന ഏതുതരം ശിക്ഷയും അനുഭവിക്കാൻ അവർ തയ്യാറാകുന്നു. എന്നാൽ, അവർ കഷ്ടപ്പെട്ടു നേടിയെടുത്ത 'മാപ്പുമാർക്ക്' (Remission Marks) നഷ്ടപ്പെടുമെന്നത് അവരെ വളരെയേറെ മാനസികമായി തളർത്തുന്നതായി കണ്ടുവരുന്നു. 'മാപ്പുമാർക്ക്' വെട്ടിക്കുറച്ചു എന്ന് പറഞ്ഞാൽ അക്കൂട്ടർ കൂടുതൽ ദിവസം ജയിലിൽ കഴിയേണ്ടിവരുമെന്നർത്ഥം. 'മാപ്പുമാർക്ക്' കൊടുക്കാൻ പ്രത്യേക ചട്ടങ്ങൾ ഉണ്ട്. അതിനായി സെൻട്രൽ ജയിൽ , തുറന്ന ജയിൽ, വനിതാജയിൽ എന്നിവിടങ്ങളിൽ പ്രത്യേക കമ്മിറ്റികളും പ്രവർത്തിക്കുന്നുണ്ട്.

പരോൾ എന്താണെന്നും എങ്ങനെയാണത് അനുവദിക്കുന്നതെന്നും നേരത്തെ ചർച്ച ചെയ്തിട്ടുണ്ട്. 73-ാം വകുപ്പിൽ പ്രതിപാദിക്കുന്ന പരോൾ അന്താരാഷ്ട്രതലത്തിൽ അംഗീകരിച്ചിരിക്കുന്ന Furlough അഥവാ അവധി അനുവദിക്കലാണ്. അന്താരാഷ്ട്രതലത്തിൽ, പരോൾ എന്നാൽ അന്തേവാസികൾ അവധിയിൽ പോകുന്ന സമ്പ്രദായമല്ല. ജയിലിൽനിന്നും ശിക്ഷാകാലാവധി തീരുന്നതിന് മുമ്പ് ഒരു അന്തേവാസിയെ സ്ഥിരമായി വിടുതൽ ചെയ്തിരുന്ന Ticket to leave അഥവാ അന്തേവാസികൾക്കു നല്കിയിരുന്ന നിയന്ത്രണ വിധേയമായ മോചനമാണ് പരോൾ എന്ന് പറയുന്നത്. എന്നാൽ, സംസ്ഥാനത്തെ ജയിൽനിയമത്തിലത് തെറ്റായ അർത്ഥത്തിലാണ് ഉപയോഗിച്ചിരിക്കുന്നത് എന്ന് എനിക്ക് തോന്നുന്നു. ശിക്ഷയനുഭവിക്കുന്ന ഒരു അന്തേവാസിയെ ചില നിബന്ധനകൾക്ക് വിധേയമായി താല്ക്കാലിക അവധി നല്കി വെളിയിൽ പോകാൻ അനുവദിക്കുന്നതിനെയാണ് പരോൾ എന്ന് തെറ്റായി നിയമത്തിൽ പറയുന്നത്. ഗുരുതരമായ രോഗം, കുടുംബാംഗങ്ങളിലാരുടെയെങ്കിലും മരണം, വളരെ അടുത്ത രക്തബന്ധക്കാരുടെ ചരമം തുടങ്ങിയ സാഹചര്യങ്ങളിൽ കുറച്ച് ദിവസത്തേക്ക് അന്തേവാസികളെ ജയിൽമോചിതരാക്കി വെളിയിൽ പറഞ്ഞു വിടുന്ന രീതി കേരളത്തിലുണ്ട്. എന്നാൽ, അനധികൃതമായി ഈ വകുപ്പു നല്കുന്ന ആനുകൂല്യം ചിലരുടെ സ്വാധീനം ഉപയോഗിച്ച് അനുഭവിക്കാറുണ്ട് എന്ന ആക്ഷേപം കേൾക്കാം. 'മറ്റു മതിയായ കാരണങ്ങൾ' എന്ന് നിയമത്തിൽ പറയുന്നതുകൊണ്ട് പ്രസ്തുത വകുപ്പ് ദുരുപയോഗിക്കാൻ എളുപ്പമാണ്. രാഷ്ട്രീയ സ്വാധീനം മുതലെടുത്ത് വീടുകളിൽ പോകുന്നവരുണ്ട്. എന്നാൽ, സ്വാധീനമില്ലാത്ത അത്താഴപ്പട്ടിണിക്കാരായവർ ഒരിക്കൽപ്പോലും 73-ാം വകുപ്പിൽ പറയുന്ന 'പരോളിൽ' ജയിലിന് വെളിയിൽ പോകുന്നില്ല. 'പരോളിൽ' ജയിലിനു വെളിയിൽ പോകുന്നവർ അവധിക്കാലാവധി അവസാനിക്കുന്ന മുറയ്ക്ക് കൃത്യമായി ജയിലിലേക്ക് തിരിച്ച് വരേണ്ടതാണ്. അങ്ങനെ തിരിച്ചെത്താ

ത്തവരും ഉണ്ട്. രണ്ടു കൊല്ലം വരെയുള്ള തടവോ അല്ലെങ്കിൽ പിഴയോ അല്ലെങ്കിൽ രണ്ടുംകൂടിയോ ശിക്ഷയായി നല്കാവുന്ന കുറ്റമാണത്. അവധികാലത്ത് സത്യസന്ധമായി പാലിക്കേണ്ട നിബന്ധനകൾ ലംഘിച്ചാൽ, അത്തരക്കാർക്ക് അനുവദിച്ച അവധി റദ്ദു ചെയ്യാനുള്ള അധികാരവും നിയമം നല്കുന്നുണ്ട്.

77–ാം വകുപ്പ് കാലാവധിക്ക് മുമ്പുള്ള മോചനത്തെക്കുറിച്ചുള്ളതാണ്. അതനുസരിച്ച്, ദീർഘനാളത്തെ ശിക്ഷയ്ക്ക് വിധിക്കപ്പെട്ട അന്തേവാസികൾക്ക് നിയമങ്ങൾക്ക് വിധേയമായി–ക്ലിപ്തമായ കാലം ജയിൽവാസം അനുഭവിച്ചാൽ–അവർക്ക് സ്ഥിരമായി ചില നിബന്ധനകൾക്ക് വിധേയമായി–ജയിൽ മോചനം അനുവദിക്കുന്നതാണ്. അതിനുള്ള അർഹതയാണ് താഴെ കൊടുത്തിരിക്കുന്നത്.

(i) സല്സ്വഭാവികളായിരിക്കണം.

(ii) നിശ്ചിതസമയം തടവുശിക്ഷ അനുഭവിച്ചിരിക്കണം.

(iii) കാലാവധിക്ക് മുമ്പായി വിടുതൽ ചെയ്യാൻ നിയമിതമായ കമ്മിറ്റിയുടെ ശുപാർശവേണം. അതില്ലെങ്കിൽ, സർക്കാരിന് സ്വയം തീരുമാനമെടുക്കാവുന്നതാണ്.

അത്തരത്തിൽ ജയിൽമോചിതരാകുന്നവരിൽ ബഹുഭൂരിപക്ഷവും പിന്നെയും കുറ്റം ചെയ്തു–ജയിൽശിക്ഷയ്ക്ക് വിധിക്കപ്പെട്ട് ജയിലുകളിൽ വീണ്ടും പൊതുവെ വരാറില്ലെന്നാണ് ഗവേഷണങ്ങളിൽ തെളിയുന്നത്.

78–ാം വകുപ്പ് അന്തേവാസികൾക്ക് അവധി അനുഭവിക്കുന്നതിനെക്കുറിച്ചാണ്. 73–ാം വകുപ്പ് അന്തേവാസികൾക്ക് അവരുടെ ബന്ധുക്കളുടെയും സ്വന്തക്കാരുടെയുമൊക്കെ മരണത്തിന്–ഗൗരവമായ രോഗാവസ്ഥയിലൊക്കെ ജയിലിന് വെളിയിലേക്ക് പോകാൻ അനുവദിക്കുന്നതിനാണെങ്കിൽ 78–ാം വകുപ്പ് അന്തേവാസികളുടെ സല്സ്വഭാവത്തിനുള്ള അംഗീകാരമാണ്. നല്ല പെരുമാറ്റം പ്രോത്സാഹിപ്പിക്കാനും അന്തേവാസികളുടെ സമൂഹവല്ക്കരണവും പുനരധിവാസവും ഉറപ്പാക്കാനുമുള്ള ഉദ്ദേശ്യമാണ് അതിനു പിന്നിലുള്ളത്. തീർച്ചയായും അത് അന്തേവാസികളിൽ മനംമാറ്റം ഉണ്ടാകാൻ –ഉണ്ടാക്കാൻ സഹായിക്കുമെന്ന് പറയാം. 73–ാം വകുപ്പിൽ പറയുന്ന 'പരോളും' 72–ാം വകുപ്പിൻകീഴിൽ അനുവദിക്കുന്ന 'മാപ്പും' 78–ാം വകുപ്പിൽ കൊടുക്കുന്ന 'അവധി'യുമെല്ലാംകൂടി കൂട്ടിയാലത് ആകെയുള്ള ശിക്ഷാക്കാലത്തിന്റെ മൂന്നിലൊന്നിൽ കൂടാൻ പാടില്ലായെന്നും വ്യവസ്ഥയുണ്ട് [78(2–ാം വകുപ്പ്].

പരാതിപരിഹാര രീതികൾ

സാധാരണ ജീവിതരീതിയിൽ നിന്നും വിഭിന്നമായൊരു ജീവിതരീതിയാണ് ജയിൽ അന്തരീക്ഷത്തിൽ കാണുന്നത്. അതുകൊണ്ടുതന്നെ പരാതികൾ ധാരാളം ഉണ്ടാകുമെന്ന കാര്യത്തിൽ തർക്കമില്ല. കൂട്ടിലടയ്ക്കപ്പെട്ട പക്ഷിക്കും പട്ടിക്കും പരാതികളേറെയുണ്ടാകും. എന്നാലവ വെളി

യിൽ അറിയിക്കാൻ മാർഗ്ഗങ്ങളില്ല. ആ അവസ്ഥയിൽ എല്ലാം സഹിച്ച് കഴിയുകയെന്നത് മനുഷ്യർക്ക് വിഷമകരം തന്നെ; അസാദ്ധ്യവുമാണ്. പരാതികൾക്ക് പരിഹാരം ഉണ്ടായില്ലെങ്കിൽ അത് പലവിധ പ്രശ്നങ്ങൾക്ക് -ലഹളകൾക്കു വരെ-കാരണമാകാം. അതുകൊണ്ട്, പരാതിപരിഹാരത്തി നായി പ്രത്യേക സംവിധാനങ്ങൾ ആവശ്യമാണ്. 80-ാം വകുപ്പനുസരി ച്ച്, പരാതികൾ സ്വീകരിക്കാനും നിവേദനങ്ങൾ കൈപ്പറ്റി തീരുമാനങ്ങൾ ഉണ്ടാക്കാനുമായി പരാതിപരിഹാരസമിതി (Grievance Redressal Committee) ക്ക് രൂപം കൊടുക്കുന്നുണ്ട്. മൂന്നുമാസത്തിലൊരിക്കൽ (ആവശ്യമെങ്കിൽ കൂടുതൽ പ്രാവശ്യം) കമ്മിറ്റി പരാതി പരിഹാരതീരുമാനങ്ങൾ കൈകൊ ള്ളുന്നതാണ്.

പരാതി പരിഹാരസമിതികൾ നല്ലതാണ്. എന്നാൽ അവ നന്നായി പ്രവർത്തിക്കുന്നുണ്ടോയെന്ന കാര്യത്തിൽ സംശയങ്ങൾ ഉണ്ട്. ജയില ധികൃതർക്കെതിരെയുള്ള പരാതികൾ മുക്കിക്കളയുക പതിവാണെന്ന് അന്തേവാസികൾ കരുതുന്നതായി തോന്നുന്നു. ജുഡീഷ്യൽ അധികാരി കൾക്ക് വളരെ രഹസ്യമായി-വിശ്വസിച്ച്-നല്കുന്ന പരാതികൾ പോലും വെളിച്ചം കാണാറില്ലെന്ന ആക്ഷേപങ്ങളും കേൾക്കാം. അതിനായി ജയി ലുകളിൽ വച്ചിരിക്കുന്ന പരാതിപ്പെട്ടികളിൽ നിന്നും ജയിലധികാരികൾ തന്നെ പരാതികൾ ചോർത്തിയെടുത്ത് അവർക്കെതിരെ പരാതി കൊടു ക്കുന്ന അന്തേവാസികളെ പീഡിപ്പിക്കുന്ന സംഭവങ്ങളും റിപ്പോർട്ട് ചെയ്യ പ്പെടുന്നുണ്ട്. ഭയവും ഭീതിയും പേടിപ്പിക്കലും നിലനില്ക്കുന്ന ഒരന്തരീ ക്ഷത്തിൽ പരാതിപരിഹാരം സാദ്ധ്യമാകുമോയെന്ന കാര്യം ഗവേഷണ ബുദ്ധ്യാ പഠിക്കേണ്ടതാണ്.

ജയിലിനകത്തെ ചട്ടലംഘനങ്ങളും ശിക്ഷകളും

എവിടെ ചട്ടങ്ങളുണ്ടോ അവിടെ ചട്ടലംഘനങ്ങളും ഉണ്ടാകും. ജയി ലിലെ ചട്ടങ്ങൾ എന്തൊക്കെയാണെന്നും ചട്ടലംഘനങ്ങൾക്കുള്ള ശിക്ഷ കൾ എന്തൊക്കെയാണെന്നും അന്തേവാസികൾ അറിഞ്ഞിരിക്കണം. എന്നാൽ, അവ പഠിപ്പിക്കാനുള്ള സൗകര്യങ്ങൾ-സംവിധാനങ്ങൾ ഇപ്പോൾ നിലവിലില്ല എന്നാണറിയാൻ കഴിയുന്നത്. ഉണ്ടെങ്കിൽത്തന്നെ, അവ പഠിപ്പിക്കാനുള്ള സന്മനസ്സ് കാണിക്കുന്ന ഉദ്യോഗസ്ഥർ വളരെ വിര ളമാണ്. നാല്പതിലേറെ ചട്ടലംഘനങ്ങൾ ഉണ്ട്. അവ-

(1) ജയിൽചട്ടലംഘനമെന്ന് ജയിൽനിയമങ്ങളിൽ പ്രസ്താവിച്ചിട്ടുള്ള ചട്ട ങ്ങളെ/നിയന്ത്രണങ്ങളെ മനഃപൂർവ്വം അനുസരിക്കാതിരിക്കുക.

(2) ചുറ്റിക്കറങ്ങി നടക്കുകയോ വെറുതെ എവിടെയെങ്കിലും തങ്ങി നില്ക്കുകയോ ജയിലധികാരിയുടെ അനുവാദം കൂടാതെയൊരു അന്തേവാസിയുൾക്കൊള്ളുന്ന ഗണത്തിൽ നിന്നും വേർപിരിഞ്ഞു പോവുകയോ അല്ലെങ്കിൽ ജയിലിനകത്ത് ഒരാൾ കാണണമെന്ന് നിശ്ചയിച്ചിരിക്കുന്ന സ്ഥലത്ത് ഉണ്ടാകാതിരിക്കുകയോ അല്ലെങ്കിൽ ഒരാൾ ഉണ്ടാകേണ്ട വാർഡ്, മുറ്റം(Yard), ഇരിപ്പിടം, കട്ടിൽ എന്നി വിടങ്ങളിൽ കാണാതിരിക്കുക.

(3) അന്തേവാസിക്ക് കൊടുത്തിരിക്കുന്ന വസ്ത്രങ്ങൾ ധരിക്കാതിരിക്കുക, ഉപേക്ഷിക്കുക അല്ലെങ്കിൽ മറ്റൊരാൾക്ക് സ്വന്തം വസ്ത്രഭാഗങ്ങൾ കൊടുക്കുക, നല്കിയിരിക്കുന്ന വസ്ത്രങ്ങൾ വേണ്ടെന്ന് വക്കുക, നശിപ്പിക്കുക, അതിനു മാറ്റങ്ങൾ വരുത്തുക

(4) ഒരു അന്തേവാസിയെ തിരിച്ചറിയാനായി നല്കിയിരിക്കുന്ന നമ്പർ, അടയാളം അല്ലെങ്കിൽ അയാളുടെ വസ്ത്രത്തിൽ കാണിക്കേണ്ട അല്ലെങ്കിൽ ശരീരത്തിൽ പ്രദർശിപ്പിക്കേണ്ട ബാഡ്ജ് എന്നിവകളെ കളയുക, വികൃതമാക്കുക, അവയ്ക്ക് വ്യതിയാനം ഉണ്ടാക്കുക.

(5) ഒരാൾ ഉപയോഗിക്കുന്ന വസ്ത്രം, പുതപ്പ്, കിടക്ക, കപ്പുകൾ, മഗ്ഗുകൾ (mugs) വൃത്തികേടാക്കുക അല്ലെങ്കിൽ ജയിലുദ്യോഗസ്ഥരുടെ ഉത്തരവ് ലംഘിച്ച് അവയുടെ ക്രമീകരണം തെറ്റിക്കുക.

(6) ഉറക്കെ സംസാരിക്കുക, ചിരിക്കുക അല്ലെങ്കിൽ ജയിലുദ്യോഗസ്ഥന്റെ ഉത്തരവിനെതിരെ തോന്നുന്ന സമയത്ത് പാടുക.

(7) മറ്റൊരു അന്തേവാസിയായിട്ട് ശണ്ഠ കൂടുക.

(8) ജയിലുകളിലെ പൂട്ട്, വിളക്ക്,വസ്തുക്കൾക്ക് കേടു വരുത്തുക.

(9) നിലത്തു തുപ്പുക, നിലം, വാതിൽ, ചുമരുകൾ, കെട്ടിടഭാഗങ്ങൾ, ജയിലിലെ സാധനസാമഗ്രികൾ വൃത്തികേടാക്കുക.

(10) മറ്റുള്ളവയ്ക്ക് ശല്യം ഉണ്ടാക്കുക.

(11) മറ്റു അന്തേവാസികളെ, ജയിലുദ്യോഗസ്ഥരെ ദേഹോപദ്രവമേല്പിക്കുക

(12) തെറി പറയുക -എന്നിവ തുടങ്ങി ഒരു അന്തേവാസിയുടെ ഓരോ ചലനവും നിരീക്ഷിച്ച് -

നിയന്ത്രിച്ച് നിർത്തുന്ന ചട്ടങ്ങൾ ഗുണകരമാണോ ഒന്ന കാര്യത്തിൽ വ്യക്തതനില്ല. അധികമായാൽ അമൃതും വിഷം എന്നു പറയുന്നതുപോലെ ജയിലിനകത്തെ ചട്ടങ്ങൾ വളരെ കൂടുതലായിപ്പോയില്ലേ എന്നൊരു ചിന്താഗതി പലർക്കുമുണ്ട്. ജയിലുദ്യോഗസ്ഥൻ വിചാരിച്ചാൽ അന്തേവാസികൾ ചെയ്യുന്നതെന്തും ചട്ടലംഘനമായി വ്യാഖ്യാനിക്കാമെന്ന ദുരവസ്ഥ നിലനില്ക്കുന്നുണ്ട്. തൊട്ടതും പിടിച്ചതും തോണ്ടിയതും വരെ ചട്ടലംഘനമാക്കുന്ന നിയമവ്യവസ്ഥ അന്തേവാസികളിൽ മനഃപരിവർത്തനമുണ്ടാക്കുമോ? - അതോ, എല്ലാത്തിനോടും വെറുപ്പും വിദ്വേഷവും ഉണ്ടാക്കുമോ? ജയിലിനുള്ളിൽ ചിലർ ആത്മഹത്യ ചെയ്യുന്നുണ്ട്. ജയിൽ വിമുക്തരായാൽ കുറ്റം ആവർത്തിക്കുന്നുണ്ട്. ഇത്തരത്തിലുള്ള വസ്തുതകൾ ഒരു വശത്ത്. മറുവശത്തോ? അത്തരത്തിലുള്ള ചട്ടങ്ങൾ ഇല്ലെങ്കിൽ, അന്തേവാസികൾക്ക് തോന്നുന്നതൊക്കെ ചെയ്തുകൊണ്ടിരിക്കും. അവരെ നിയന്ത്രിക്കാനോ നിലയ്ക്ക് നിർത്താനോ കഴിയാതെ വരും. സത്യത്തിൽ, ചെകുത്താനും നടുക്കടലിനും ഇടയ്ക്ക് എന്ന ദുരവസ്ഥയാണിപ്പോൾ കണ്ടുവരുന്നത്. അതുകൊണ്ടുകൂടിയാണ് ജയിൽശിക്ഷയെന്ന തടവുശിക്ഷ ഗുണകരമല്ലെന്ന് ചില ഗവേഷകർ പറ

യുന്നത്. പെനപ്റ്റിക്കോൾ മാതൃകയിലുള്ള ജയിലുകൾ ഉള്ള രാജ്യങ്ങളിൽ–(ഒരു നിരീക്ഷണ ടവറിൽ നിന്നും ജയിലിലെ വിവിധ ഭാഗങ്ങളിൽ കഴിയുന്നവരെ നിരീക്ഷിക്കുന്ന സംവിധാനം–കേരളത്തിലെ പൂജപ്പുര ജയിൽ പെനപ്റ്റിക്കോൺ മാതൃകയിൽ നിർമ്മിച്ചതാണ്) അന്തേവാസികൾ ടവ്വറിൽനിന്നും അവരെ നിരീക്ഷിക്കുന്ന ജയിലുദ്യോഗസ്ഥൻ ശ്രദ്ധിക്കാതിരിക്കുമ്പോൾ അയാൾ നില്ക്കുന്ന ഭാഗത്തേക്ക് നഗ്നത പ്രദർശിപ്പിച്ചിരുന്നു; പൃഷ്ഠം കാണിച്ചിരുന്നു. പൃഷ്ഠം കാണിച്ച് പൃഷ്ഠഭാഗങ്ങൾ വൃത്തികെട്ട രീതിയിൽ ചലിപ്പിച്ചിരുന്നുവെന്ന് ഗവേഷകർ കണ്ടെത്തിയതിനെ തുടർന്ന് ഗോപുരത്തിൽ നിന്നുള്ള നിരീക്ഷണങ്ങൾ വേണ്ടെന്ന് വച്ചു. വളരെ രസകരമായ മറ്റൊരു യാഥാർത്ഥ്യം കൂടിയുണ്ട്. ജയിലിന്റെ വിവിധ ഭാഗങ്ങളിൽ കഴിഞ്ഞിരുന്ന അന്തേവാസികൾക്ക് ഒരിടത്തു നടക്കുന്നത് കാണാൻ പറ്റില്ലായിരുന്നു. അങ്ങനെയായിരുന്നു ജയിലുകളിൽ കണ്ടിരുന്ന മതിലുകൾ. എന്നിട്ടുപോലും, എല്ലാ ഭാഗങ്ങളിലും താമസിച്ചിരുന്ന എല്ലാത്തരം അന്തേവാസികളും ഗോപുരത്തിൽ നിന്നും വീക്ഷിക്കുന്ന ഉദ്യോഗസ്ഥർ നോക്കാതിരിക്കുന്ന വേളയിൽ നഗ്നത പ്രദർശിപ്പിച്ചിരുന്നു/ പൃഷ്ഠം കാണിച്ചിരുന്നുവെന്നതൊരു ചരിത്രസത്യം. എപ്പോഴും അന്തേവാസികളെ നിരീക്ഷിക്കുകയെന്നത് അവരിൽ വിപരീതഫലമേ ഉണ്ടാക്കൂ എന്ന് മനഃശാസ്ത്രജ്ഞർ പറയുന്നു.

അന്തേവാസികൾ ചെയ്യുന്ന ചട്ടലംഘനങ്ങൾക്കുള്ള ശിക്ഷകൾ താഴെ പറയുന്നവകളാണ്.

(1) താക്കീതു നല്കുക.

(2) ഇപ്പോൾ ചെയ്തുകൊണ്ടിരിക്കുന്ന ജോലിമാറ്റി കൂടുതൽ കഷ്ടപാടുകൾ ഉള്ള കായിക അദ്ധ്വാനമുള്ള തൊഴിൽ (ക്ലിപ്തകാലത്തേക്ക്) ചെയ്യാൻ ആവശ്യപ്പെടുക.

(3) കഠിനാദ്ധ്വാനമുള്ള ജോലി (ഒരാഴ്ചയിൽ കൂടാതെ) വെറുംതടവിന് ശിക്ഷിച്ചവർക്ക് കൊടുക്കുക.

(4) 'മാപ്പ്മാർക്ക്' ആറുമാസത്തേക്ക് കൊടുക്കാതിരിക്കുക; കൊടുത്ത ദിനങ്ങൾ വെട്ടിക്കുറയ്ക്കുക.... അങ്ങനെ ഏകാന്തത്തടവു വരെ കൊടുക്കാവുന്ന ചട്ടങ്ങളാണുള്ളത്. ഇന്ത്യൻ ശിക്ഷാനിയമത്തിന്റെ ലംഘനം ജയിലിൽ ഉണ്ടായാൽ കേസ് രജിസ്റ്റർ ചെയ്തു അന്വേഷണം നടത്താനും നിയമം അനുശാസിക്കുന്നുണ്ട്. കൂനിന്മേൽ കുരു എന്ന കണക്കിലാണ് ജയിലിനകത്തെ ശിക്ഷകൾ. ശിക്ഷിക്കപ്പെട്ടു കിടക്കുന്നവരെ വീണ്ടും ശിക്ഷിക്കുക. 88–ാം വകുപ്പുപ്രകാരം ജയിൽചട്ടങ്ങളും ശിക്ഷകളും പരസ്യമായി മലയാളത്തിലും ഇംഗ്ലീഷിലും പ്രദർശിപ്പിക്കേണ്ടതാണ്. അങ്ങനെ പ്രദർശിപ്പിച്ചതുകൊണ്ട് നിരക്ഷരരായവർക്ക് കാര്യമായ ഗുണമില്ല. അതുകൊണ്ടുതന്നെ, ജയിൽ ചട്ടങ്ങളും അവ ലംഘിച്ചാലുള്ള ശിക്ഷകളും അന്തേവാസികൾക്ക് പറഞ്ഞു കൊടുക്കാനും അവരെ പഠിപ്പിക്കാനുമുള്ള സംവിധാനം അനിവാര്യമാണ്.

2010 ൽ നിലവിൽ വന്ന പ്രിസണുകളും സംശുദ്ധീകരണ സാന്മാർഗ്ഗീകരണ സേവനങ്ങളും (നിർവ്വഹണം) ആക്ട് വായിച്ചാലത് തയ്യാറാക്കിയിരിക്കുന്നത് 25-30 വർഷം മുമ്പുള്ള ചിന്താഗതിയും തത്ത്വങ്ങളും സമീപനരീതിയുമനുസരിച്ചാണെന്ന് എനിക്ക് പറയാനാകും. Prisoner (അഥവാ തടവുകാരൻ) എന്ന വാക്ക് ശിക്ഷിക്കപ്പെട്ട് ജയിലിൽ കഴിയുന്നവർ പൊതുവെ ഇഷ്ടപ്പെടുകയില്ല. അതുകൊണ്ടാണ് ആധുനിക ശിക്ഷാശാസ്ത്രത്തിൽ അന്തേവാസികൾ (Inmates) എന്ന വാക്ക് ഉപയോഗിക്കുന്നത്. ഒരു കാലത്ത് കാരാഗൃഹം, തടവറ എന്നൊക്കെ പറഞ്ഞിരുന്നു. അത്തരത്തിലുള്ള പദങ്ങൾ ഉപയോഗിക്കുന്നതുതന്നെ മനുഷ്യാവകാശ ലംഘനമാണെന്ന് അംഗീകരിക്കുന്നതിന് മുമ്പ് prison, jail എന്നൊക്കെ വിളിക്കാൻ തുടങ്ങി. അവയും അന്തേവാസികളിൽ മനംമാറ്റം അഥവാ മാനസാന്തരം ഉണ്ടാക്കാൻ ഗുണപ്രദമല്ലയെന്നു ബോദ്ധ്യപ്പെട്ടതോടെ Correctional Centres എന്നാക്കി. ജയിലുകൾ തെറ്റുതിരുത്തൽ കേന്ദ്രങ്ങളാണെന്ന് വന്നതോടെ ആരുടെ തെറ്റ് എന്ന ചോദ്യവും ഉണ്ടായി. ജയിലുകളിൽ ജോലിചെയ്യുന്ന ഉദ്യോഗസ്ഥർക്കെതിരെയുണ്ടായ അഴിമതികുറ്റങ്ങൾ ഉൾപ്പെടെയുള്ള പെരുമാറ്റദൂഷ്യങ്ങൾ ചർച്ചാവിഷയമായി. അന്തേവാസികളോടുള്ള ഉദ്യോഗസ്ഥരുടെ പെരുമാറ്റം അസ്സഹനീയമാണെന്നും അതുകൊണ്ട് തെറ്റു തിരുത്തേണ്ടതും മാനസാന്തരം ഉണ്ടാകേണ്ടതും അന്തേവാസികളെപോലെ തന്നെ ജയിലുദ്യോഗസ്ഥർക്കാണെന്ന വാദഗതി ശക്തി പ്രാപിച്ചതോടെ, തെറ്റു തിരുത്തൽ കേന്ദ്രങ്ങൾ (Centre for Correction) ക്ക് വേറൊരു പേർ ആവശ്യമായി വന്നു. മനുഷ്യാവകാശവാദികൾ കൂടി രംഗത്തിറങ്ങിയതോടെ ജയിലുകൾക്കിപ്പോൾ Centres For Personality Development എന്നർത്ഥം വരുന്ന 'വ്യക്തിത്വ വികസന കേന്ദ്രങ്ങ' ളെന്നു പുനർനാമകരണം ചെയ്യണമെന്ന വാദഗതിക്ക് അംഗീകാരം ലഭിക്കുന്നതായി കാണുന്നു. അങ്ങനെ വരുമ്പോൾ, അന്തേവാസികൾക്കും ഉദ്യോഗസ്ഥർക്കും അത് ഒരേപോലെ ബാധകമാണെന്ന് കാണാം. രണ്ടുകൂട്ടരിലും വ്യക്തിത്വവികസനം അനിവാര്യമാണ്. അതുകൊണ്ട്, ജയിലുകൾ (Jails, Prisons) ഇപ്പോൾ വ്യക്തിത്വവികസന കേന്ദ്രങ്ങളായും (Centres for Personality Development) തടവുകാർ അന്തേവാസികൾ (Inmates) ആയും മാറുകയാണ്. അതനുസരിച്ച് തന്നെ 2010 ലെ ആക്ടിൽ മാറ്റങ്ങൾ വരുത്തേണ്ടതാണ്.

2010 ലെ ആക്ടിൽ തരുന്ന നിർവ്വചനങ്ങളിൽ ചിലത് തെറ്റാണെന്നും-ചിലത് വ്യക്തതയില്ലാത്തതുമാണെന്ന് കാണുന്നുണ്ട്. ഉദാഹരണത്തിന്

(i) 'സിവിൽ പ്രിസണർ' (Civil Prisoner) എന്നാൽ 'ക്രിമിനൽ പ്രിസണർ' (Criminal Prisoner അല്ലാത്ത തടവുകാരൻ (Prisoner) എന്നു കൊടുത്തിരിക്കുന്നു. 38-ാം വകുപ്പിൽ പറയുന്ന തടവുകാർ ആരൊക്കെയെന്ന് പഠിക്കുമ്പോഴറിയാം 'സിവിൽ പ്രിസണർ' എന്ന പ്രയോഗത്തിലെ അവ്യക്തത. അതോടൊപ്പം 2 (ix) & (xi) കൂടി ചേർത്തു വായിക്കുക.

(ii) Conviction എന്ന വാക്ക് കുറ്റകൃത്യവുമായി മാത്രം ബന്ധപ്പെട്ടതാണെന്ന് അറിയാതെ–അത് വിധി പ്രസ്താവിക്കുന്ന അവസരത്തിൽ മാത്രം വ്യക്തമായി പറയുന്നതാണെന്ന് മനസ്സിലാക്കാതെയാണ് ആ വാക്ക് പ്രസ്തുത ആക്ടിൽ പ്രയോഗിച്ചിരിക്കുന്നത്. ചുരുക്കത്തിൽ നിർവ്വചനങ്ങൾ തരുന്ന വകുപ്പ് മുതൽ ഏതാണ്ടു ആക്ട് മുഴുവനിലും പലതര തെറ്റുകൾ കടന്നുകൂടിയിട്ടുണ്ട്. അവ്യക്തതയും കാണാവുന്നതാണ്. അത്തരത്തിലുള്ള നിയമം എങ്ങനെ പ്രയോജനപ്പെടുത്തി എങ്ങനെ വ്യാഖ്യാനിച്ച് – എങ്ങനെ മനസ്സിലാക്കി അന്തേവാസികളെ പുനരധിവസിപ്പിക്കാനാവുമെന്ന ചോദ്യം ഇപ്പോഴും ഉത്തരം തേടുകയാണ്.

ഡയറക്ടർ ജനറൽ സ്ഥാനത്തേക്ക് പൊലീസ് വകുപ്പിൽനിന്നും നിയമനങ്ങൾ നടത്തുന്നതായി കാണുന്നുണ്ട്. എങ്ങനെ ഒരു പൊലീസുദ്യോഗസ്ഥൻ ജയിൽ മേധാവിയാകുന്നുവെന്നറിയില്ല. പൊലീസ് വകുപ്പും ജയിൽവകുപ്പും രണ്ടുതരം ജോലികളാണ് നിർവ്വഹിക്കുന്നത്. പൊലീസ് കുറ്റാന്വേഷണ ഏജൻസിയാണ്; ജയിൽകുറ്റവാളികളിൽ സ്വഭാവ രൂപീകരണവും മനംമാറ്റവും വരുത്തി ഉത്തമപൗരന്മാരാക്കി സമൂഹത്തിൽ പുനരധിവസിപ്പിക്കുന്നവരാണ്. രണ്ടുകൂട്ടർക്കും രണ്ടു തരം പഠനവും പരിശീലനവുമാണ് ഉള്ളത്. അങ്ങനെയാണ് പ്രായോഗികതലത്തിലെങ്കിൽ ശിക്ഷാശാസ്ത്രം വിഭാവനം ചെയ്യുന്ന ലക്ഷ്യത്തിലെത്തിച്ചേരാൻ കഴിയുമോ? കഴിയുന്നതെങ്ങനെ? പൊലീസും ജയിലും കുറ്റനീതി സംവിധാനത്തിൽ രണ്ടു തലത്തിൽ –രണ്ടു നയത്തിന്റെ വെളിച്ചത്തിൽ–രണ്ട് ഉദ്ദേശ്യത്തിൽ പ്രവർത്തിക്കുന്നവരാണ്.

ജയിൽ, ജയിൽകെട്ടിടങ്ങൾ, ജയിലിലെ വിദ്യാഭ്യാസം, ജയിലിലെ തൊഴിൽശാലകൾ–എല്ലാം ശിക്ഷാശാസ്ത്രഗവേഷണങ്ങളുടെ ഉൾകാഴ്ചകൾ ഉൾക്കൊള്ളുന്നുണ്ടോ? ഇല്ലെന്നാണ് പൊതുവെയുള്ള വിലയിരുത്തൽ ജയിലുകളിൽ ശിക്ഷിക്കപ്പെട്ടുവരുന്നവരെല്ലാം സാമ്പത്തികമായും മറ്റുപലതരത്തിലും താഴെക്കിടയിൽ ജീവിക്കുന്നവരാണെന്ന നിഗമനത്തിൽ അത്തരത്തിലുള്ള അത്തപ്പാടികൾക്കായുള്ള ഒരുതരം ജോലികൾ, തൊഴിൽശാലകർ, വിദ്യാഭ്യാസ സംവിധാനങ്ങൾ, ഭക്ഷണക്രമം, നിയമങ്ങൾ,ചട്ടങ്ങൾ, ജീവിതരീതികൾ........! അവയൊക്കെ മനുഷ്യരിൽ മനമാറ്റം ഉണ്ടാക്കാൻ സഹായിക്കുമോ? 'കൂടുതൽ ദുരിതങ്ങൾ കൂടുതൽ മേന്മകൾ' – 'ഗുണങ്ങൾ' – 'നന്മകൾ' എന്ന തത്ത്വത്തിൽ–ചിന്തയിൽ തന്നെയാണ് ജയിലുകൾ പ്രവർത്തിക്കുന്നതെന്ന ആക്ഷേപം ഇപ്പോഴുമുണ്ട്. പൂജപ്പുര സെൻട്രൽ ജയിലിലെ ജീവിതത്തെപ്പറ്റി *കണ്ണീരിന്റെയും ചോരയുടെയും കഥകൾ* എന്ന പുസ്തകത്തിൽ ഇപ്രകാരം പറയുന്നു. "ഉപ്പുകഞ്ഞി, ചാക്കുടുപ്പ്, ഒറ്റമുറി, തടിവിലങ്ങ്, തൂക്കുവിലങ്ങ്, മുക്കാലിയിൽ കെട്ടിയടി എന്നിങ്ങനെ പലതരം ശിക്ഷകൾ ജയിലിലുണ്ട്." ഏഴ് പതിറ്റാണ്ട് മുമ്പു കണ്ടിരുന്ന അത്തരം ശിക്ഷകളുടെ പരിഷ്കരിച്ച പതിപ്പുകൾതന്നെയല്ലേ ഇപ്പോഴും കാണുന്നത്? അന്താരാഷ്ട്ര

തലത്തിൽ നിലവിലുള്ള Standard Minimum Rules For the Treatment of Prisoners (1957) ൽ പറയുന്ന രീതിയിലല്ല പരിഷ്കരിച്ച ജയിൽ നിയമത്തിൽ പറയുന്ന പലവകുപ്പുകളുമെന്ന ആക്ഷേപവും നിലനില്ക്കുന്നു.

അന്തേവാസികൾ ജയിൽചാടി പോകാതിരിക്കാനും ജയിലിനകത്ത് ഒച്ചവയ്ക്കാതിരിക്കാനും പ്രശ്നങ്ങൾ സൃഷ്ടിക്കാതിരിക്കാനും വേണ്ടിയുണ്ടാക്കിയ നിയമമെന്നല്ലാതെ അവരുടെ മാനസാന്തരത്തിനു ഊന്നൽ കൊടുക്കുന്ന തരത്തിലല്ല നിയമങ്ങളിലധികവും എന്ന് പറയുന്നവരുണ്ട്. ജയിലുകളിൽ ജോലിയെടുക്കുന്ന ഉദ്യോഗസ്ഥരിൽ ബഹുഭൂരിപക്ഷവും അന്തേവാസികളുടെ മാനസാന്തരം ലക്ഷ്യമാക്കി നിയമിക്കപ്പെട്ടിട്ടുള്ളവരല്ല. ആകെയുള്ളവരിൽ 5% പോലും മനഃപരിവർത്തനം ലക്ഷ്യമാക്കി നിയമിതരായവരല്ല എന്നറിയുക. ഫലമോ? മുകളിൽ പറഞ്ഞ പുസ്തകത്തിൽ വിവരിക്കുന്ന 'തൂക്കുവിലങ്ങും' ഇടറോഡ് ചുറ്റിക്കലും ഇന്ന് ഇല്ലായിരിക്കും. കാലിന്റെ പെരുവിരൽ മാത്രം തറയിൽ തൊടുന്ന വിധത്തിൽ ഉയരത്തിൽ ബന്ധിപ്പിച്ചിരുന്ന വിലങ്ങുകളിൽ രണ്ട് കൈപ്പത്തികളും കടത്തി അവയങ്ങനെ പൂട്ടി ഒരാളെ തൂക്കി നിറുത്തുന്ന "തൂക്കു വിലങ്ങിടുക" എന്ന കിരാത-പ്രാകൃതരീതികൾ ഇന്നില്ലായിരിക്കാം. പാശ്ചാത്യരാജ്യങ്ങളിൽ പണ്ടുണ്ടായിരുന്ന Pillory എന്ന മൃഗീയരീതിയുടെ കേരളത്തനിമയായിരിക്കാം അത്തരത്തിലുള്ള "തൂക്കുവിലങ്ങിടൽ." ഇന്നെങ്ങനെ? ശിക്ഷാരീതികളിൽ മാറ്റങ്ങൾ ഉണ്ടായിട്ടുണ്ടോ?

ജയിലുകളിൽ ജോലി ചെയ്യുന്ന ഉദ്യോഗസ്ഥർക്ക് പലതരം പരിശീലന പരിപാടികളും നല്കുന്ന State Institute of Correctional Administration എന്നൊരു സ്ഥാപനത്തെക്കുറിച്ച് 11-ാം വകുപ്പിൽ പറയുന്നുണ്ട്. വളരെ അവ്യക്തമായി വളരെ ചുരുങ്ങിയ വാക്കുകളിൽ - വളരെ കുറച്ച് കാര്യങ്ങളാണ് ആ ഒരു വകുപ്പിൽ കാണുന്നത്. അതുമതിയോ? പൊലീസ് വകുപ്പിൽ നിന്നും താല്ക്കാലികമായി നിയമിക്കപ്പെടുന്നവരാണ് പുറംവാതിൽ പരിശീലനം നല്കുന്നത്. അതിന്റെ അർത്ഥം എന്താണ്? പൊലീസിനു നല്കുന്ന പരിശീലനം തന്നെ ജയിൽ ഉദ്യോഗസ്ഥന്മാർക്കും കൊടുക്കുന്നു. അതുകൊണ്ടെന്ത് പ്രയോജനം? പ്രസ്തുത സ്ഥാപനത്തിൽ പഠിപ്പിക്കുന്ന അദ്ധ്യാപകരുടെ വിദ്യാഭ്യാസ യോഗ്യത, വിഷയത്തിലുള്ള പരിജ്ഞാനം, പ്രായോഗിക അറിവ് എന്നിവയെല്ലാം ചർച്ചാവിഷയങ്ങളാണ്. സ്ഥിരം അദ്ധ്യാപകരില്ലെന്നും മറ്റു സ്ഥാപനങ്ങളിൽ ജോലി ചെയ്യുന്ന 'അതിഥി' അദ്ധ്യാപകരാണവിടെ പഠിപ്പിക്കാൻ വരുന്നതെന്നും അറിയുന്നു. ഗവേഷണമോ ഗൗരവതരത്തിലുള്ള പഠനങ്ങളോ നടത്തുന്നുണ്ടോ? പണ്ടുണ്ടായിരുന്ന 'ഇടറോഡ് ചുറ്റിക്കൽ', ഇപ്പോഴില്ല എന്നത് അംഗീകരിച്ചാൽത്തന്നെ- 'നടയടി' നിർത്തിയെന്ന് വാദിച്ചാൽത്തന്നെ ഇപ്പോൾ കാണുന്ന പരിശീലനസംവിധാനം - പരിശീലനരീതി-പഠിപ്പിക്കൽ എത്രമാത്രം പ്രയോജനം ചെയ്യുന്നുണ്ട്?

നാലാം അദ്ധ്യായം Functions of Prisons എന്ന തലക്കെട്ടിലുള്ളതാണ്. ഒരു വകുപ്പ് [12)-ാം വകുപ്പ്] മാത്രം ഉള്ള ആ അദ്ധ്യായത്തിൽ പറയുന്നത് ഇവയാണ്:

1. അന്തേവാസികൾക്ക് ഭക്ഷണം, വസ്ത്രം, താമസസൗകര്യം, മറ്റ് ജീവിതാവശ്യങ്ങൾ നിറവേറ്റാൻ വേണ്ടവ ചെയ്യുക, രോഗികളെ ശ്രദ്ധിക്കാനും അവർക്ക് വേണ്ട വൈദ്യസഹായം ഉറപ്പാക്കാനും ആവശ്യമായവ ചെയ്യുക. മനുഷ്യർ കൂട്ടമായി താമസിക്കുന്ന ഏതൊരു സ്ഥാപനത്തിലും ചെയ്യേണ്ട അക്കാര്യങ്ങൾക്ക് എന്ത് പ്രസക്തിയാണുള്ളത്?

2. കഠിനതടവിനു ശിക്ഷിക്കപ്പെട്ടവർക്ക് തൊഴിൽ കൊടുക്കുക. ഭക്ഷണം പാകം ചെയ്യാനും ശുചീകരണപ്രവർത്തനങ്ങൾ ചെയ്യാനും, പൂന്തോട്ടം സംരക്ഷിക്കാനും ഏർപ്പാടാക്കുക. അവയൊക്കെയാണോ ജയിലുകളുടെ പ്രവർത്തനങ്ങളായി പറയേണ്ടത്.

3. ഒത്തിരി നല്ലകാര്യങ്ങൾ ഒരൊറ്റ ശ്വാസത്തിൽ പറയുന്നതുപോലെ കാണിക്കുന്നുണ്ട്. അന്തേവാസികളുടെ ശാരീരികവും മാനസികവും ധാർമ്മികവുമായ ഉന്നമനത്തിനാവശ്യമായ നടപടികൾ എടുക്കുക, വിദ്യാഭ്യാസപരവും അതുപോലെയുള്ള മറ്റു ആവശ്യങ്ങൾക്കായുള്ള സൗകര്യങ്ങൾ ഉണ്ടാക്കുക. അതുവഴി അന്തേവാസികളുടെ ഗുണവിശേഷങ്ങളും സ്വഭാവവും മാനസിക സമീപനവും കൂടുതൽ മേന്മയുള്ളതാക്കുക. അച്ചടക്കം പാലിക്കുന്നതാവശ്യമായ കാര്യങ്ങൾ ചെയ്യുക. അന്തേവാസികളുടെ സുരക്ഷയും സുരക്ഷിതത്വവും ഉറപ്പു വരുത്തുക. തൊഴിലധിഷ്ഠിത ജോലികൾക്കായി നിയോഗിക്കുക. സത്യത്തിൽ അവ്യക്തമായവിധത്തിൽ എന്തൊക്കെയോ നല്ല കാര്യങ്ങൾ പറഞ്ഞു പോകുന്നുവെന്നല്ലാതെ അവ കൊണ്ട് എന്തെങ്കിലും ഉദ്ദേശിക്കുന്നുണ്ടോയെന്നറിയില്ല. ജയിൽവിമുക്തരായാൽ ഒരു തൊഴിൽ ചെയ്തു ജീവിക്കാനുതകുന്ന തൊഴിലുകൾ എന്തെങ്കിലും നമ്മുടെ ജയിലുകളിൽ ഉണ്ടോ? ചപ്പാത്തിയന്ത്രവല്കൃത ഫാക്ടറികളിൽ ഉണ്ടാക്കി, കോഴിക്കറിവച്ച് വിലക്കുറവിൽ വിപണിയിൽ വിറ്റഴിക്കുന്ന ചപ്പാത്തികൾ ജയിൽ വിമുക്തരായവർക്ക് ഗ്രാമങ്ങളിൽ പോയി ജീവിക്കാൻ സഹായകമാവുമോ? അതുപോലെ തന്നെയാണ് സോപ്പ് നിർമ്മാണവും ഫിനൈൽ ഉണ്ടാക്കലുമെല്ലാം. ആധുനിക യുഗത്തിൽ മനുഷ്യർക്ക് ജീവിക്കാൻപറ്റുന്ന തൊഴിലുകളെന്തെങ്കിലും ജയിലുകളിൽ ഉണ്ടോയെന്ന കാര്യം സംശയമാണ്. നിരക്ഷരർക്കും വിദ്യാഭ്യാസം കുറവുള്ളവർക്കും പഠിക്കാൻ സഹായിക്കുന്ന പ്രൈമറി സ്കൂളുകൾ ജയിലുകളിൽ ഉണ്ടെന്നത് ശരിയാണ്. എന്നാൽ, അവ എത്രമാത്രം ഫലപ്രദമായി പ്രവർത്തിക്കുന്നുണ്ടെന്ന കാര്യത്തിൽ തർക്കം നിലനില്ക്കുന്നു. എന്നാൽ, അച്ചടക്കം പാലിക്കാനായി ജയിൽ നിയമത്തിൽ ഒട്ടനവധി ചട്ടങ്ങൾ കാണാം. 'അങ്ങുതിരിഞ്ഞാൽ ചട്ടലംഘനം, ഇങ്ങു തിരിഞ്ഞാൽ ചട്ടലംഘനം' എന്ന രീതിയിലാണ് നിയമങ്ങൾ ഉണ്ടാക്കിയിരിക്കുന്നത്. അന്തേവാസികൾ ചെയ്യുന്നതെന്തും നിയമലംഘനമായി വ്യാഖ്യാനിക്കാമെന്ന നിലയിലാണ് നിയമങ്ങൾ എന്ന വിമർശനവും കേൾക്കാനാവും. പണ്ടു കാലത്തുള്ള കണ്ണിൽ ചോരയില്ലാത്ത വിധത്തിലുള്ള ശിക്ഷകൾ ഇപ്പോഴില്ല. കേരളത്തിലെ ജയിലുകളിൽ പണ്ട് 'ജലതപസ്സ്' എന്നൊരു ശിക്ഷാ രീതി ഉണ്ടായിരുന്നു. ഒന്നര ഇഞ്ച് ഘനത്തിൽ മുറിയിൽ വെള്ളം കെട്ടി നിറുത്തുക. അതിനകത്ത് അന്തേവാസിയെ

നിർബന്ധിച്ച് കിടത്തുക. ഇരിക്കാനോ നില്ക്കാനോ കിടക്കാനോ കഴിയാത്ത ദുരവസ്ഥയിൽ ദുരിതം അനുഭവിക്കുന്ന അന്തേവാസി അങ്ങനെ ദിവസങ്ങളോളം അവിടെ കഴിയുക. അതുകൊണ്ടാക്കെ എന്ത് മനമാറ്റം ഉണ്ടാകാനാണ്? മനസ്സ് മുരടിച്ചുപോകുമെന്ന് മനസ്സിലാക്കിയ അധികാരികൾ അത്തരത്തിലുള്ള ശിക്ഷകൾ വേണ്ടെന്ന് വച്ചു. എന്തൊക്കെ പറഞ്ഞാലും എങ്ങനെയൊക്കെ നിയമങ്ങളെ വ്യാഖ്യാനിച്ചാലും നമ്മുടെ സംസ്ഥാനത്ത് ഇപ്പോൾ നിലവിലുള്ള നിയമങ്ങൾ അന്തേവാസി സൗഹൃദമാണോ എന്ന കാര്യത്തിൽ ഭിന്നാഭിപ്രായങ്ങളും ചിന്താഗതികളും ഉണ്ട്. സുരക്ഷ, സുരക്ഷിതത്വം, അച്ചടക്കം നിലനിർത്തൽ, ജയിലിൽനിന്നും ഒരാൾ ചാടിവെളിയിൽ പോകാതിരിക്കൽ, ജയിലിൽ അടിപിടി ഉണ്ടാകാതിരിക്കൽ, ലഹളയില്ലാതിരിക്കൽ എന്നിവയിൽ മാത്രമാണ് ജയിലധികാരികൾ ഇപ്പോൾ ശ്രദ്ധ കൂടുതലായി കാണിക്കുന്നത്. ജയിൽ ചാടി ഒരു അന്തേവാസി വെളിയിൽ പോയാൽ അക്കാര്യം മാധ്യമശ്രദ്ധ പിടിച്ചുപറ്റുന്നു. വിഷയം ചർച്ചയാകുന്നു. എന്നാൽ യാതൊരുവിധ മനഃപരിവർത്തനവും ഇല്ലാതെ– നല്ല രീതിയിലുള്ള സ്വഭാവരൂപീകരണം നടക്കാതെ, മൂല്യബോധം സൃഷ്ടിക്കാതെ ഒരു അന്തേവാസി ജയിൽവിമുക്തനായാൽ അത് വാർത്തയല്ല. അയാൾ കുറ്റങ്ങൾ ആവർത്തിച്ച് ഒരാവർത്തനക്കുറ്റവാളിയായി – ജയിലിലേക്ക് തിരിച്ച് ചെന്നാൽ അതിലാർക്കും ആകുലതയില്ല. ജയിലിൽ നിന്നും വിമുക്തി നേടി ഒരു കള്ളനോ പോക്കറ്റടിക്കാരനോ വെളിയിലേക്ക് പോകുമ്പോൾ ചില ജയിൽ ഉദ്യോഗസ്ഥർ ചോദിക്കും: "ഇനിയെന്നാണ് തിരിച്ച് വരിക"യെന്ന്. ചുരുക്കത്തിലൊരു ജയിൽപക്ഷിയാണ് അയാൾ എന്നർത്ഥം. ജയിൽചാടിയാൽ ജയിലധികാരികൾക്കെതിരെ നടപടിയുണ്ടാകും. എന്നാൽ, ഒരാൾ ജയിൽപക്ഷിയായി ജയിലിലേക്ക് തിരിച്ചെത്തിയാൽ നടപടി ഒന്നും ഉണ്ടാകുന്നില്ല. എന്തുകൊണ്ട്? ഒരാളെ ശിക്ഷിച്ച് ജയിലിലേക്ക് വിടുന്ന കോടതികൾ അവർ അയയ്ക്കുന്ന അന്തേവാസികളുടെ കാര്യത്തിൽ ശ്രദ്ധിക്കുന്നുണ്ടോ? 2010 ലെ നിയമത്തിൽ 50–ാം വകുപ്പ് ജയിൽ സന്ദർശിക്കുന്നതിനെക്കുറിച്ചാണ്. നിയമം അനുശാസിക്കുന്നതു കൊണ്ട്, പലരും ഒരു 'ചടങ്ങ്' കണക്കെ സന്ദർശനം നടത്തിയെത്രയും വേഗം സ്ഥലം വിടുന്നുവെന്നല്ലാതെ അവരുടെ സന്ദർശനം കൊണ്ട് അന്തേവാസികൾക്ക് എന്തെങ്കിലും നേട്ടങ്ങൾ ഉണ്ടാകുന്നുണ്ടോ? പരിശോധിക്കേണ്ട വിഷയമാണത്.

അസ്വാഭാവിക മരണം ജയിലിനകത്ത് ഉണ്ടായതായി മാദ്ധ്യമവാർത്ത വന്നലത് വലിയ പ്രശ്നങ്ങൾ ഉണ്ടാക്കുന്നതായി കണ്ടുവരുന്നു. മനുഷ്യാവകാശവാദികളും സംഘടനകളും പ്രതിപക്ഷ ഭരണകക്ഷികളും ജനനന്മ ലക്ഷ്യമാക്കി പ്രവർത്തിക്കുന്ന എൻ ജി ഒ കളും ബഹളം വക്കുന്നു. ജയിലിനുള്ളിൽ രണ്ടു തരത്തിലുള്ള മരണങ്ങൾ ഉണ്ടാകുന്നു. (1) സ്വാഭാവിക മരണങ്ങളും (2) അസ്വാഭാവിക മരണങ്ങളും. ആത്മഹത്യ, വധശിക്ഷ, സഹ അന്തേവാസികളാൽ നടക്കുന്ന കൊലപാതകം, തീപിടുത്തം തുടങ്ങിയവ ഉണ്ടായാൽ അതിൽ വച്ചു മരണപ്പെടുന്നവർ,

ജയിലധികൃതരുടെ അവഗണനമൂലം മരിക്കുന്നവർ, ജയിലുദ്യോഗസ്ഥരുടെ അതിക്രമത്തിൽ/ മർദ്ദനത്തിൽ മരണമടയുന്നവർ തുടങ്ങിയുള്ള അകാലമരണങ്ങൾ അസ്വാഭാവികമരണങ്ങളായി കണക്കാക്കുന്നു. പൊതുവെ നോക്കിയാൽ, ഇന്ത്യയിൽ ഇന്നു കാണുന്ന ജയിലിനകത്തെ മരണങ്ങളിൽ 90% (+or -) വും സ്വാഭാവികമരണങ്ങളാണ് 3% (+ or -) ആത്മഹത്യകളാണ്, 5% (+ or -) ജയിലധികൃതരുടെ അവഗണന, മർദ്ദനം, അതിക്രമം അതിരുകടന്ന ക്രൂരതയൊക്കെ കൊണ്ടാണ്. വളരെ കുറച്ച് 0.25% (+ or -) മരണങ്ങൾ ജയിലിനകത്തുള്ളവർ തമ്മിൽ തമ്മിലുള്ള അടിപിടി, വഴക്കടിക്കൽ എന്നിവയിൽനിന്നും ആണെന്ന് മനസ്സിലാക്കാം. കേരളത്തിലെ ജയിലുകളിൽ നിന്നും ആത്മഹത്യകൾ റിപ്പോർട്ടു ചെയ്യപ്പെടുന്നുണ്ട്. എന്നാൽ യഥാർത്ഥ കാരണങ്ങൾ കണ്ടെത്താൻ ആരുംതന്നെ അധികം ശ്രദ്ധിക്കാറില്ല. ജയിലുകളിൽ കഴിയുന്ന അന്തേവാസികൾക്ക് ഒരു കുറ്റവാളി നമ്പർ (Convict Number) കിട്ടുന്നതോടെ അയാൾ കേവലമൊരു 'നമ്പർ' ആയി മാറുന്നുവെന്നും അത്തരത്തിലുള്ള ഒരു നമ്പർ മാഞ്ഞുപോയാൽ ആ നമ്പർ മറ്റൊരു അന്തേവാസിക്ക് കൊടുക്കുന്നുവെന്ന് കരുതിയാൽ മതിയെന്ന് ജയിൽ വിമർശകർ പറയുന്നു. മരണത്തെക്കുറിച്ച് റിപ്പോർട്ടു തയ്യാറാക്കുന്നതോടെ ശവസംസ്കാരവും തീരുന്നുവെന്നർത്ഥം. 1950 ലാണ് തിരുവിതാംകൂറിലും കൊച്ചിയിലും ജയിൽ നിയമം നിലവിൽ വന്നത്. എന്നാൽ, 1894 ൽ ബ്രിട്ടീഷ് ഇന്ത്യയിൽ ജയിൽ നിയമം നടപ്പിലായി. 2010 ലെ നിയമത്തിൽ കാണുന്ന പല വകുപ്പുകളും പഴയ നിയമങ്ങളുടെ ആവർത്തനമോ അല്പസ്വല്പ ഭേദഗതികളോടെ നടപ്പിലാക്കിയ പുതിയ നിയമങ്ങളോ ആണെന്ന് പറയുന്നവരും ഉണ്ട്. അന്താരാഷ്ട്രതലത്തിൽ അംഗീകരിച്ചതോ മറ്റു രാജ്യങ്ങളിൽ നടപ്പിലാക്കിയതോ ആയ പല നിയമങ്ങളും പരിഷ്കരിച്ച 2010 ലെ സംസ്ഥാന നിയമത്തിലില്ലെന്നതു അംഗീകരിച്ചേ പറ്റു. വേണ്ടത്ര പഠിപ്പും പരിശീലനവും പരിചയവുമുള്ള ഉദ്യോഗസ്ഥരുടെ അഭാവം അന്തേവാസികളുടെ സ്വഭാവ രൂപീകരണത്തിനും നവീകരണത്തിനും പുനരധിവാസത്തിനും വിഘാതം നില്ക്കുന്നു. താല്ക്കാലികാടിസ്ഥാനത്തിൽ നിയമിക്കപ്പെട്ടവരാണ് ജയിലുകളിൽ ജോലി ചെയ്യുന്നവരിൽ ഒരു വിഭാഗം. അവർക്കൊക്കെ അന്തേവാസികളുടെ മേന്മയിൽ എന്ത് താല്പര്യമാണ് ഉണ്ടാവുക? വേറൊരു തൊഴിൽ കിട്ടിയാൽ ചാടി പ്പോകാനിരിക്കുന്ന അക്കൂട്ടരിൽ നിന്നും അധികമൊന്നും പ്രതീക്ഷിക്കേണ്ടതില്ല. 1869 ൽ ആയില്യം തിരുനാൾ മഹാരാജാവിന്റെ കാലത്ത് തിരുവനന്തപുരത്ത് (പൂജപ്പുര) സ്ഥാപിച്ച ഇംഗ്ലീഷുകാരനായ ജറേമിബന്താമിന്റെ (1748–1832) (പെനോപ്റ്റിക്കൺ മാതൃകയിലുള്ള ജയിൽ) ജയിലിനു നടുവിലൊരു വൃത്താകൃതിയിലുള്ള ഗോപുരം – ആ ഗോപുരത്തിനു ചുറ്റും അന്തേവാസികൾക്കു താമസിക്കാനുള്ള പ്രത്യേകം പ്രത്യേകം വിഭാഗങ്ങൾ) ഗോപുരത്തിലെ മുകൾത്തട്ടിലൂടെ നടക്കുന്ന ഒരു കാവല്ക്കാരന് താഴെയുള്ള ഓരോ വിഭാഗത്തിലും കഴിയുന്ന അന്തേവാസികളുടെ പെരുമാറ്റരീതികൾ നന്നായി വീക്ഷിക്കാനാവും. എല്ലാവരേയും സസൂക്ഷ്മം വീക്ഷി

ക്കുന്ന ഒരു കാവൽഭടന്റെ കണ്ണിനുമുമ്പിൽ മുഴു സമയവും കഴിയേണ്ടി വരുന്ന അന്തേവാസികൾക്ക് അക്കാരണം കൊണ്ടുമാത്രം മനംമാറ്റം ഉണ്ടാകുമെന്ന് ജറേമിബന്താം വിശ്വസിച്ചു. അതനുസരിച്ച് പാശ്ചാത്യരാജ്യങ്ങളിൽ ജയിലുകൾ പ്രവർത്തിച്ചിരുന്നു. വളരെ അകലെ നിന്ന് ദൂരദർശിനിയിലൂടെ ജയിലുകളിൽ നടക്കുന്നതെന്തെന്ന് നോക്കി പഠിച്ചപ്പോൾ അധികാരികളുടെ കണ്ണുതള്ളിപ്പോയി. ടവറിന് (ഗോപുരം) മുകളിലൂടെ വട്ടം ചുറ്റുന്ന കാവൽ ഭടൻ താഴേക്ക് നോക്കുമ്പോൾ വളരെ ഭവ്യതയോടെ–ദൈവ തിരുസന്നിധിയിൽ നില്ക്കുന്നതുപോലെ അഭിനയിച്ച അന്തേവാസികൾ (നേരത്തെ ഒരു അദ്ധ്യായത്തിൽ പറഞ്ഞതുപോലെ) കാവൽഭടന്റെ പുറകുവശം കാണുന്ന വേളയിൽത്തന്നെ അവരുടെ പൃഷ്ഠഭാഗം കാണിച്ച് എതിർപ്പ് പ്രകടിപ്പിക്കുംവിധം ആ ഭാഗം അങ്ങോട്ടും ഇങ്ങോട്ടും വെട്ടിച്ചിരുന്നുവെന്ന് കണ്ടെത്തി. അതോടെ, പാശ്ചാത്യരാജ്യങ്ങളിൽ അന്നുണ്ടായിരുന്ന ഗോപുരനിരീക്ഷണം വേണ്ടായെന്നു വച്ചു. ഇതു (ചരിത്രം). ഇപ്പോഴും കാര്യമായ മാറ്റങ്ങളില്ലാതെ അങ്ങനെ ജയിലുകൾ പ്രവർത്തിക്കുകയാണ്. ഗോപുര നിരീക്ഷണം ഇപ്പോഴില്ല എന്ന പരിഷ്കാരം നടപ്പിലാക്കിയെന്നല്ലാതെ എന്ത് അത്യാധുനിക ശിക്ഷാനിയമ തത്ത്വങ്ങളനുസരിച്ചുള്ള മാറ്റങ്ങൾക്ക് വിധേയമായിട്ടുണ്ടെന്ന് പറയുക വയ്യ. നേരത്തെ സൂചിപ്പിച്ച 'നടയടി' ഇപ്പോഴില്ല. പണ്ടുണ്ടായിരുന്ന 'ഇടറോഡു ചുറ്റിക്കൽ' ഇപ്പോഴില്ല. ജയിലിൽ പതിനഞ്ചു അടിയോളം വീതിയുണ്ടായിരുന്ന ഒരു റോഡിലൂടെ ശിക്ഷയനുഭവിക്കേണ്ട ഒരു അന്തേവാസി നടന്നു പോകുമ്പോൾ ആ റോഡിനു ഇരുവശങ്ങളിലുമായി നിന്നിരുന്ന ജയിലുദ്യോഗസ്ഥരും വേറെ കുറച്ച് അന്തേവാസികളും ശിക്ഷയനുഭവിക്കാൻ വന്നയാളെ അടിച്ചും തൊഴിച്ചും ചവിട്ടിയും ഇടിച്ചും അവശനാക്കിയിരുന്നു. ഏതാണ്ട് അര മൈൽ (ഒരു മൈൽ–5280 അടി, അല്ലെങ്കിൽ 1760 ഗജം) നീളമുണ്ടായിരുന്ന അന്നത്തെ റോഡിലൂടെ ഏതാണ്ട് 30–40 അടി മാത്രമേ ആരോഗ്യവാനായ ഒരാൾക്ക് നടക്കാനാവുമായിരുന്നുള്ളു. എത്ര അവശനായാലും അയാൾ മുഴുവൻ ദൂരവും നടന്നുപോകണം. കാരണം, അതായിരുന്നു അക്കാലത്തെ നിയമം. ആ നിയമം ലംഘിക്കാൻ ഒരാൾക്കും പറ്റില്ലായിരുന്നു. പരിഷ്കരിച്ച നിയമത്തിൽ അത്തരത്തിലുള്ള മൃഗീയത മാത്രം കാണുന്ന നിയമങ്ങളില്ല. ഒരുമാസം നീണ്ടു നില്ക്കുന്ന ഒറ്റയാൻ തടവ് (Separate Confinement) ശിക്ഷയായി വിധിക്കാമെന്ന് 82 (h) വകുപ്പിൽ പറയുന്നു. ജയിൽ മേധാവിയുടെ അനുവാദത്തോടെ അതു മൂന്നുമാസം വരെ നീട്ടിക്കൊടുക്കാവുന്നതാണ്. അത്തരം സന്ദർഭങ്ങളിൽ അയാൾക്ക് സംസാരിക്കാൻപോലും അവകാശം ഇല്ല. അത്തരത്തിൽ പാർപ്പിച്ചിരുന്ന തടവുകാരിൽ ചിലർ കടുത്ത മാനസികരോഗികളായി മാറിയെന്നാണ് അമേരിക്കൻ ജയിൽചരിത്രത്തിൽ കാണുന്നത്. സംസാരിക്കാൻ പറ്റുന്നില്ലെങ്കിലത് പലവിധ മാനസിക പ്രശ്നങ്ങൾ ഉണ്ടാക്കുന്നുവെന്നും ചിലപ്പോഴത് ആത്മഹത്യയിലേക്ക് തന്നെ അന്തേവാസികളെ കൊണ്ടെത്തിക്കുമെന്നതാണ് അനുഭവസാക്ഷ്യം. ഏകാന്തത്തടവ് (Cellular Confinement) ഇപ്പോഴും നിയമത്തിൽ കൊടു

ക്കാമെന്നും അത്തരം സന്ദർഭങ്ങളിൽ മറ്റുള്ളവരുമായി സംസാരിക്കാൻ പാടില്ലായെന്നുമാണ് നിയമം. ഇതൊക്കെ ചെയ്തിട്ടും അന്തേവാസികളിൽ മാനസാന്തരം ഉണ്ടാകുന്നില്ലെങ്കിൽ എന്ത് ചെയ്യണം? എന്ത് ചെയ്യാനാവും? അതാണ് ഗവേഷകർ ഇപ്പോൾ ചോദിക്കുന്നത്.

ജയിലുകളിൽ ജോലി ചെയ്യുന്ന ഉദ്യോഗസ്ഥരും അന്തേവാസികളും തമ്മിലുള്ള ബന്ധം എങ്ങനെ? ആത്മാർത്ഥതയുണ്ടാകുമോ? വിശ്വാസം ഉണ്ടാകുമോ? 'ഒരിക്കൽ കള്ളൻ, എന്നും കള്ളൻ' എന്നൊരു പ്രയോഗമുണ്ട്. കള്ളനെ എല്ലാവരും സംശയദൃഷ്ടിയോടെ വീക്ഷിക്കുന്നു. അവസരം കിട്ടിയാൽ അയാൾ കട്ടെടുക്കുന്നു. അതുകൊണ്ട് അന്തേവാസികൾ എങ്ങനെയുള്ളവരായിരിക്കുമെന്ന് പറയാനാകുമോ? കള്ളന്മാർ, കൊള്ളക്കാർ, ഭവനഭേദനക്കാർ, കൊലയാളികൾ, സ്ത്രീപീഡനക്കാർ, ബലാൽസംഗക്കാർ, തട്ടിപ്പുകാർ, വെട്ടിപ്പുകാർ, മായം ചേർക്കലുകാർ – ഇവരുടെയൊരു കോളനിയാണ് ജയിലുകൾ. അവിടെ ആർക്കും തങ്ങൾ ചെയ്ത കുറ്റം പറയാനോ കുറ്റവാളിയാണെന്ന് സമ്മതിക്കാനോ വിഷമിക്കേണ്ടതായി വരുന്നില്ല. തുറന്നു പറയാനായി ജാള്യതയില്ല; അഭിമാനക്ഷതമില്ല. അതുകൊണ്ടൊക്കെ തന്നെ ജയിലുദ്യോഗസ്ഥർക്ക് അവരോട് ബഹുമാനം തോന്നുക വിഷമകരമാണ്. അന്തേവാസികളെ വിശ്വസിക്കുക, വിശ്വാസത്തിലെടുക്കുക ബുദ്ധിമുട്ടാണ്. അക്കാര്യം അന്തേവാസികൾക്കും അറിയാം. ഈ സാഹചര്യത്തിൽ അന്തേവാസികളിൽ മാനസാന്തരം ഉണ്ടാക്കിയവരിൽ ധാർമ്മികമൂല്യബോധം വളർത്തി പുനരധിവസിപ്പിക്കുകയെന്നത് അസാദ്ധ്യമല്ലാത്ത അസാദ്ധ്യകാര്യമാണെന്ന് പറയാം. ഉപരിയായി, ജയിലുകളിൽ ജോലി ചെയ്യുന്ന പല ഉദ്യോഗസ്ഥർക്കും അന്തേവാസികളെ ഭയമാണ്. ജയിൽവിമുക്തരായാൽ അവർ ജയിലധികാരികളോട് കാണിക്കാൻ പോകുന്ന പെരുമാറ്റരീതി എങ്ങനെയിരിക്കുമെന്നതിൽ ഉൽക്കണ്ഠയുണ്ട്. ജയിൽ വിമുക്തരായ അന്തേവാസികൾ ജയിലുദ്യോഗസ്ഥരോട് പകരം വീട്ടുന്ന സംഭവങ്ങളും റിപ്പോർട്ട് ചെയ്യപ്പെടുന്നു. കുറച്ച് അന്തേവാസികൾ ഒരു ജയിലുദ്യോഗസ്ഥനെ ചാക്കിട്ട് മൂടി അടിച്ചവശനാക്കിയ സംഭവം ജയിലിനകത്തുണ്ടായി. അത്തരക്കാർ വെളിയിലിറങ്ങിയാൽ എങ്ങനെയാകും എന്ന ഭീതിയോടെയുള്ള ചിന്തയുള്ളവരും ഇല്ലാതില്ല.

14–ാം വകുപ്പ് പ്രകാരം ജയിലുദ്യോഗസ്ഥർക്ക് അന്തേവാസികളുമായി സാമ്പത്തിക മേഖലയിൽ ഒന്നിച്ച് പ്രവർത്തിക്കാനുള്ള വിലക്ക് നിലനില്ക്കുന്നു. എന്താണത് കാണിക്കുന്നത്? ജയിലുദ്യോഗസ്ഥരും ശിക്ഷിക്കപ്പെട്ട് ജയിലുകളിൽ കഴിയുന്നവരും തമ്മിൽ അവിശുദ്ധ കൂട്ടുകെട്ട് കാണുന്നുവെങ്കിൽ മൂല്യബോധ വളർച്ചയിലൂടെ – സാമൂഹ്യവല്ക്കരണം ആവശ്യമാണ് എന്നാണ്. 15–ാം വകുപ്പ് അനുസരിച്ച് ജയിലുദ്യോഗസ്ഥർ അന്തേവാസികളിൽ നിന്നോ അവരുടെ ബന്ധുക്കളിൽ നിന്നോ യാതൊരുവിധ പാരിതോഷികങ്ങളും കൈപ്പറ്റാൻ പാടില്ല. ചട്ടങ്ങൾ അങ്ങനെയൊക്കെ ഉണ്ടെങ്കിലും പാരിതോഷികങ്ങൾ പണമായും മറ്റു പലതരത്തിലും ജയിലുദ്യോഗസ്ഥർ സ്വീകരിക്കുന്നുവെന്നത് സത്യ

ത്തിന്റെ മറ്റൊരു വികൃതമുഖം. അന്തേവാസികളുടെ ഭാര്യമാരേയും മറ്റും ലൈംഗികമായി ദുരുപയോഗിക്കുന്നതായി വാർത്തകൾ കാണാം. ജയിലുകളിൽ ആവശ്യമുള്ള ഭക്ഷണസാധനങ്ങൾ ഉൾപ്പെടെയുള്ള വസ്തുക്കൾ ഉടമ്പടി അടിസ്ഥാനത്തിൽ തരുന്നവരുമായുള്ള അവിഹിത ബന്ധമാണ് 16-ാം വകുപ്പിൽ. അത്തരത്തിലുള്ള അഴിമതികളെപ്പറ്റി വിജിലൻസ് വകുപ്പുകൾ അന്വേഷണം നടത്തുന്നതായി മാധ്യമങ്ങളിൽ പ്രത്യക്ഷപ്പെടാറുണ്ട്; അങ്ങനെ വരുമ്പോൾ അന്തേവാസികളും കൊള്ളാം - അവരെ ഏല്പിച്ചവരും കൊള്ളാം - എന്ന ദുരവസ്ഥ നിലവിൽ വരുന്നു.

2010 ലെ കേരള പ്രിസണുകളും സംശുദ്ധീകരണ സാന്മാർഗ്ഗീകരണ സേവനങ്ങളും (നിർവ്വഹണം) ആക്ട് കൊണ്ട് പ്രസ്തുത നിയമത്തിന്റെ ഉദ്ദേശ്യ-ലക്ഷ്യങ്ങളിലെത്തിച്ചേരാൻ കഴിയുമോയെന്ന കാര്യത്തിൽ വിഭിന്നാഭിപ്രായങ്ങൾ നിലനില്ക്കുന്നു. കാരണം, ജയിലുകൾക്കായി ഐക്യരാഷ്ട്രസംഘടന അംഗീകരിച്ച Standard Minimum Rules For the Treatment of Prisoners എന്ന ആധികാരിക രേഖയിൽ പറയുന്ന പല കാര്യങ്ങളും 2010 ലെ കേരളാ നിയമത്തിലില്ലയെന്നത് നിർഭാഗ്യകരമാണ്. ആറ് പതിറ്റാണ്ടിലേറെ പഴക്കമുള്ള ആ അന്താരാഷ്ട്ര നിയമങ്ങളിലേറെയും കാലഹരണപ്പെട്ടെന്ന കാരണത്താൽ അവ പരിഷ്കരിക്കാൻ ഐക്യരാഷ്ട്രസഭ കഴിഞ്ഞ കുറേ വർഷങ്ങളായി ശ്രമിക്കുകയാണ്. അതിനിടയിൽ സംസ്ഥാനത്ത് നിലവിൽ വന്ന 2010 ലെ ജയിൽ നിയമം ഒട്ടും തന്നെ കാലികമായ ശിക്ഷാശാസ്ത്രഗവേഷണതത്ത്വങ്ങൾ ഉൾക്കൊണ്ടതല്ലെന്ന വാദഗതിയും നിലവിലുണ്ട്. ഇന്ത്യ മുകളിൽ പറഞ്ഞ അന്താരാഷ്ട്രനിയമം അംഗീകരിക്കുന്നുവെന്ന് സമ്മതിച്ച് ഒപ്പുവച്ചതാണെങ്കിലും അവയൊക്കെ അതേ തരത്തിൽ നടപ്പാക്കിയിട്ടില്ലെന്ന ആക്ഷേപവും കേൾക്കാം.

ശിക്ഷിക്കപ്പെട്ടവർക്കാണ് സ്വഭാവ നവീകരണം ആവശ്യം. അവർക്കായി രൂപം നല്കുന്ന പദ്ധതികളും പഠന പരിപാടികളും തൊഴിൽശാലകളും ശിക്ഷിക്കപ്പെടാത്ത അന്തേവാസികൾക്കാവശ്യമില്ല. 2010 ലെ നിയമത്തിൽ 18-ാം ചട്ടമനുസരിച്ച് 11 തരം അന്തേവാസികളുണ്ട്. അവർക്കെല്ലാവർക്കും ബാധകമായ ഒരു നിയമനിർമ്മാണം അസാദ്ധ്യമായിരിക്കേ ഇപ്പോഴുള്ള നിയമത്തിന് എന്ത് പ്രസക്തിയെന്ന് ചോദിക്കുന്നവരുണ്ട്. ഉദാഹരണത്തിന് വിചാരണതടവുകാരെ (പലരും ഹ്രസ്വകാലത്തേക്ക് വരുന്നവരാണ്)യും ജീവപര്യന്തതടവുകാരേയും ഒരേ നിയമം എങ്ങനെ കൈകാര്യം ചെയ്യും? വധശിക്ഷയ്ക്ക് വിധിക്കപ്പെട്ടവരും സിവിൽ തടവുകാരും നിയമത്തിന്റെ മുമ്പിൽ എങ്ങനെ ഒരേ വിധത്തിൽ പരിഗണക്കാനാവും? തെറ്റുതിരുത്തുക (Correction) എന്ന പ്രക്രിയ ശിക്ഷിക്കപ്പെട്ടവർക്കു മാത്രം ബാധകമാണ്. വിചാരണത്തടവുകാരെ ജയിൽ വകുപ്പിന്റെ കീഴിൽ കൊണ്ട് വന്ന് ജയിൽ നിയമം, ജയിൽ ഭക്ഷണം, ജയിൽചട്ട ലംഘന ശിക്ഷകൾ തുടങ്ങി ശിക്ഷിക്കപ്പെടുന്നവർക്ക് നല്കുന്നതെല്ലാം അവർക്കു കൂടി ബാധകമാക്കുന്നതിൽ നീതിയില്ല. അക്കാരണം കൊണ്ടു തന്നെ, അത്തരത്തിൽ ഉള്ളവരെ ജയിൽ വകുപ്പിന് വെളിയിൽ കൊണ്ടുവന്ന് ജുഡീഷ്യറിയുടെ

കീഴിൽ പ്രവർത്തിക്കുന്ന സ്ഥാപനങ്ങളിൽ അന്തേവാസികളാക്കണമെന്ന ആശയത്തിന് കൂടുതൽ അംഗീകാരം ലഭിക്കുന്നത്. തെളിവുകൾ നശിപ്പിക്കാതിരിക്കാനും സാക്ഷികളെ സ്വാധീനിക്കാതിരിക്കാനും പുതിയ തെളിവുകൾ സൃഷ്ടിക്കാതിരിക്കാനും മറ്റുമാണ് വിചാരണ തടവുകാരെ കസ്റ്റഡിയിൽ സൂക്ഷിക്കുന്നത്. ജയിൽ വകുപ്പിലെ തെറ്റുതിരുത്തലിനും മാനസാന്തരത്തിനും സ്വഭാവ രൂപീകരണത്തിനും സമൂഹവല്ക്കരണത്തിനും പുനരധിവാസത്തിനും മൂല്യാധിഷ്ഠിത പൗരജീവിതത്തിനും എന്ത് പ്രസക്തിയാണ് ഉള്ളത്? 2010 ലെ നിയമത്തിൽ പറയുന്ന അന്തേവാസികളുടെ തരംതിരിക്കൽ ശാസ്ത്രീയമല്ല - അനാവശ്യവുമാണ്.

Treatment of Prisoners എന്ന പ്രയോഗം തന്നെ അന്താരാഷ്ട്രനിയമത്തിൽ പാടില്ലായെന്നും Prisoners എന്ന വാക്ക് ഹിതകരമല്ലയെന്നും ശിക്ഷാശാസ്ത്രഗവേഷണങ്ങൾ പറയുന്നു. അതുകൊണ്ടുതന്നെ ജയിലുകളെ വ്യക്തിത്വവികസന കേന്ദ്രങ്ങൾ (Centres for Personality Development) എന്നാക്കണമെന്ന അഭിപ്രായത്തിനാണിപ്പോൾ മുൻതൂക്കം. 2010 ലെ നിയമത്തിന്റെ പേരുതന്നെ മാറ്റണമെന്നും നിയമത്തിലെ പല ചട്ടങ്ങളിലും പ്രയോഗിച്ചിരിക്കുന്ന Prisoners അഥവാ തടവുകാർ എന്ന വാക്കു തന്നെ മനുഷ്യാവകാശ ലംഘനമാണെന്നും കരുതപ്പെടുന്നു. എന്തുകൊണ്ട് Inmates (അന്തേവാസികൾ) എന്ന വാക്ക് ഉപയോഗിച്ചുകൂടാ? Prison Offences and Punishment എന്ന 81-ാം വകുപ്പിൽ പറയുന്നതൊക്കെ സ്വഭാവദൂഷ്യങ്ങളാണ്. (Misconducts). Offences എന്ന് പറഞ്ഞാലത് നിലവിലുള്ള ശിക്ഷാനിയമങ്ങളുടെ ലംഘനമാണ്. അവയെ ശിക്ഷിക്കാൻ കോടതികൾക്കേ അധികാരമുള്ളൂ. പെരുമാറ്റദൂഷ്യങ്ങളെ Offences ആക്കി അവയ്ക്ക് ജയിലധികൃതർ ശിക്ഷ വിധിക്കുന്ന ചട്ടങ്ങൾ ശിക്ഷാശാസ്ത്രഗവേഷണങ്ങൾക്ക് അജ്ഞാതമാണ്. ശിക്ഷാനിയമലംഘനങ്ങളും പെരുമാറ്റദൂഷ്യങ്ങളും തമ്മിൽ വേർതിരിച്ചറിയാത്ത ആരോ തയ്യാറാക്കിയ 2010 ലെ നിയമം അടിമുടി മാറ്റിയില്ലെങ്കിൽ ശിക്ഷാഗവേഷണ പഠനങ്ങൾ ഉൾക്കൊള്ളിച്ചിട്ടില്ലാത്ത മറ്റൊരു പ്രാകൃത നിയമമായത് മാറുമെന്ന കാര്യത്തിൽ തർക്കമില്ല.

www.ingramcontent.com/pod-product-compliance
Lightning Source LLC
LaVergne TN
LVHW100308051026
849517LV00006B/2227
9789394753686